خالد محمود طاہر

ISBN NO - 9788193436226

தெற்கிலிருந்து ஒரு சூரியன்

இருபதாம் பதிப்பு - அக்டோபர் 2024

விலை: ₹300

ஆசிரியர்

கே.அசோகன்

நூல்
பொறுப்பாசிரியர்

சமஸ்

துணை
பொறுப்பாசிரியர்

கே.கே.மகேஷ்

நூல் தயாரிப்புக் குழு

வ.ரங்காசாரி
தே.ஆசைத்தம்பி
ச.சிவசுப்பிரமணியன்
செல்வ புவியரசன்
வெ.சந்திரமோகன்

நூல் வடிவமைப்பு

ரெமோ ரீகன்ராஜ்
எஸ்.சண்முகம்

தமிழ் திசை

https://www.facebook.com/Tamilthisaipublications
https://twitter.com/Tamilthisaipublications

Printed by Iqbal Khan,
Graphic Park, No.65 (New No 161),
Jani Jan Khan Road,
Royapettah, Chennai - 600 014.
for KSL Media Limited, Chennai - 600 002.

அயராத உழைப்புக்கு மரியாதை!

திராவிட இயக்கத்தின் நூற்றாண்டு, அடுத்து திராவிடக் கட்சிகள் ஆட்சியின் அரை நூற்றாண்டு, தொடர்ந்து தமிழ்நாட்டின் முது பெரும் அரசியல் தலைவர் மு.கருணாநிதியின் சட்டமன்றப் பணியின் அறுபதாண்டு... இந்த மூன்று தருணங்களும் தமிழ்நாட்டைத் தாண்டியும் இந்தியா முழுமைக்கும் முக்கியமானவை. ஆனால், இந்தியா வின் தேசிய ஊடகங்கள் வழக்கம் போல இதற்கும் பெரிய கவனம் அளிக்காமலேயே கடந்துபோயின. ‘இந்து தமிழ்’ நாளிதழ் ஆசிரியர் குழுவால் அப்படிக் கடந்துபோக முடியவில்லை.

எல்லா நிறை – குறைகளைக் கடந்தும், இந்த மண்ணில் மகத்தான ஒரு பணியை, குறிப்பாக சமூக நீதித் தளத்தில் திராவிட இயக்கம் நிறைவேற்றி இருக்கிறது. அதன் முக்கியமான தளகர்த்தர்களில் ஒருவர் என்பதோடு, இந்த ஐம்பதாண்டுகளில் தமிழகத்தின் நீண்ட கால முதல்வர், சவாலான எதிர்க்கட்சித் தலைவர் என்ற பெருமை யையும் கொண்டவர் கருணாநிதி. ஜனநாயக நாடு ஒன்றில் 60 ஆண்டு காலம் தொடர்ந்து மக்களால் பிரதிநிதியாகத் தேர்ந்தெடுக்கப்பட்ட வரலாறு, அதுவும் சாதி ஆதிக்க இந்திய அரசியலில் ஒரு அழுத்தப்பட்ட சமூகத்திலிருந்து வந்து இப்படி சாதித்த வரலாறு கருணாநிதியை அன்றி யாருக்கும் இல்லை.

ஆக, இந்த முக்கியமான தருணத்தில் அவருடைய பங்களிப்பைப் பேசும் நூல் ஒன்றை ஏன் நாம் கொண்டுவரக் கூடாது என்ற கேள்வியை நாங்கள் கேட்டுக்கொண்டோம். அதற்கான பதில்தான் இந்தப் புத்தகம். கூடவே, திராவிட இயக்கத்தின் நூற்றாண்டு பின்னணியையும் திமுக, அதிமுக இரு கட்சிகளின் ஆட்சியிலும் தமிழகத்தில் நிகழ்ந்த நல்ல மாற்றங்களையும் தொட்டிருக்கிறோம்.

ஒரு நூறாண்டு வரலாற்றுத் தளத்தில் புழங்கும் கருப்பொருள் இது. ஒரு சின்ன நூலுக்குள் அதை அணுகுவது சாத்தியமே இல்லாத சவால். ஆகையால், ஒரு வரலாற்றுத் தொகுப்பு நூலாக அல்ல; ஒரு வரலாற்றுத் தொடக்க நூலாக இந்நூலைக் கொண்டுவருவதே எங்கள் நோக்கமாக இருந்தது. இளைய தலைமுறையினரைச் சென்றடைய வேண்டும் என்பதற்காகவே பெரும்பாலான கட்டுரைகள், பேட்டிகள் அவர்களுக்கு ஏற்ப ஓரிரு பக்கங்களைக் கொண்டதாகத் திட்டமிடப் பட்டன.

பெரும் உழைப்பை இந்தப் புத்தகம் கோரியது. நூல் குழுவினர் மூன்று மாதங்களுக்கும் மேலாக இரவு பகல் பாராமல் நூற்றுக்கணக்கான மணி நேரங்களை நூலகங்களிலும் நேர்காணல்களிலும் செலவிட்டிருக்கிறார்கள். கூடுமானவரை தவறு இல்லாமல் கொண்டுவர முயன்றிருக்கிறோம். தவறுகள் இருப்பின் சுட்டிக்காட்டினால் எதிர்வரும் பதிப்புகளில் சரிசெய்துகொள்ளத் தயாராக இருக்கிறோம்.

தமிழும் தமிழரும் கொண்டாட வேண்டிய ஒவ்வொரு ஆளுமையையும், வரலாற்றுத் தருணத்தையும் இப்படிப் புத்தகங்களின் வழி பேச விரும்புகிறோம். அவ்வகையில், 'இந்து தமிழ்' நாளிதழைப் படைக்கும் 'கேஎஸ்எல் மீடியா'வின் 'தமிழ் திசை' பதிப்பகத்திலிருந்து வெளியாகும் இந்த நூல், கருணாநிதியின் அயராத உழைப்புக்கு ஒரு எளிய மரியாதை!

கே.அசோகன்

ஆசிரியர்

'இந்து தமிழ்' நாளிதழ்

பொருளடக்கம்

- ஐந்து முன்னோடிகள்!
  தே.ஆசைத்தம்பி 010
- இரு பெரும் தலைவர்கள்!
  வ.ரங்காசாரி 014
- மொழிப்போர் தியாகிகள்!
  ச.சிவசுப்பிரமணியன் 019

தேசத்துக்கான ஒரு மாற்று முன்னுதாரண இயக்கமும் ஒரு தேசியத் தலைவரும்!

- வரலாற்றில் நின்ற பிரதமர்கள் பார்வையில்... 022
- தெற்கிலிருந்து ஒரு சூரியன்!
  சமஸ் 024
- திராவிடக் கப்பல் சென்றடைய வேண்டிய கூட்டாட்சித் துறைமுகம்!
  கோபாலகிருஷ்ண காந்தி 032
- கூட்டணியும் கூட்டாட்சியும்!
  சுப. வீரபாண்டியன் 034
- வடக்கின் வளர்ச்சிக்கு ஒரு தெற்கத்திய முன்மாதிரி!
  விடுதலை இராசேந்திரன் 036
- இந்திய மாநிலங்களின் உரத்த குரல்!
  கே.எஸ்.இராதாகிருஷ்ணன் 040
- இந்தியாவின் தலைநகரம் டெல்லி அல்ல;
  மெட்ராஸ் என்று எழுதின பத்திரிகைகள்!
  தேவ கௌடா பேட்டி, இரா.வினோத் 044
- தமிழகம் என்கிற ஜனநாயகத் தீவு!
  ஆர்.விஜயசங்கர் 048

தமிழகத்துக்கு வெளியிலிருந்து ஒரு மதிப்பீடு!

- தமிழ்நாடு முன்னுதாரணமாகும் புள்ளி!
  அமர்த்திய சென், ழீன் தெரெசே 052
- தமிழ்த் திராவிடம் என்ற தனித்துவம்!
  டேவிட் ஷுல்மன் 054
- தமிழ்நாட்டின் துணை தேசியவாதம் எப்படி சமூக நலனை வளர்த்தெடுத்தது?
  பிரேர்ணா சிங் 056
- காஷ்மீரும் தமிழகமும் இரு முனைகளின் ஒரே குரல்!
  முகமது யூசுஃப் தாரிகாமி 060
- கருணாநிதியின் வாழ்க்கை ஒரு சமூகப் புரட்சி!
  யோகேந்திர யாதவ் 062

4 தமிழ் திசை

- தமிழ்நாடும் பஞ்சாபும் எங்கே ஒன்றுபடுகின்றன?
  அமன்தீப் சிங் சந்து 064
- அரசமைப்பு மாற்றத்துக்கு வடகிழக்கு குரல் கொடுப்பது ஏன்?
  பிரதீப் பாஞ்சுபாம் 066
- வங்காளிகளுக்குமான போராளி கருணாநிதி!
  கர்க சட்டர்ஜி 068
- திராவிட இயக்கமும் மராத்தா இயக்கமும்!
  வைபவ் ஆப்னாவே 070
- எனக்கு ஏன் தமிழகம் பிடிக்கும்?
  பால் சக்கரியா 072
- இந்தி ஆதிக்க எதிர்ப்புணர்வைத் தமிழர்களிடமிருந்தே கற்றோம்!
  சித்தலிங்கையா 074
- எதிர்ப்புகளின் வடிவங்கள்!
  கல்பனா கண்ணபிரான் 076

திராவிட இயக்கம் திராவிடக் கட்சிகள் ஆட்சி: ஒரு மறுபார்வை!

- தமிழ்ச் சமூகத்துக்கு அரசியல் கற்றுக்கொடுத்த அறிவியக்கம்!
  கே.கே.மகேஷ் 080
- திராவிட இதழ்கள்! 090
- பழைய வாசிப்பு இயக்கத்தைத் திமுக கையில் எடுக்க வேண்டும்!
  க.திருநாவுக்கரசு பேட்டி
  செல்வ புவியரசன் 094
- அடுத்தடுத்த சமூகங்களுக்கு அதிகாரம் செல்ல வேண்டும்!
  கி.வீரமணி பேட்டி
  சமஸ் 098
- திராவிடக் கட்சிகள் சாதித்தது என்ன?
  கலி.பூங்குன்றன் 106
- சட்டக் குறியீடுகள் காட்டும் அக்கறைகள்!
  கே.சந்துரு 114
- அரிசியல்! ஜெ.ஜெயரஞ்சன் 120
- சமூக நலத் திட்டங்களின் முன்னோடி!
  வெ.சந்திரமோகன் 124
- மூன்றாம் இடம் முதலிடமாகும் கதை!
  சுபகுணராஜன் 128
- கற்பென்ற சொல்லே பித்தலாட்டம் என்று சொல்ல யாரிருந்தார்கள் வரலாற்றில்?
  ஓவியா 132

பொருளடக்கம்

- கிராமத்துக்கு வந்த விடுதலை!
  சல்மா 138
- சாதி ஒழிப்பில் திராவிட இயக்கம் நெருக்கமான கூட்டாளி!
  தொல்.திருமாவளவன் பேட்டி
  சமஸ் 140
- டிவிதான் பழங்குடி மக்களை உலகத்தோடு முழுமையாக இணைத்தது!
  எஸ்.ராஜன் பேட்டி, ஆசை 146
- திராவிட அரசியல் தமிழ் முஸ்லிம்களின் அரசியல் தாய்நிலம்!
  கோம்பை அன்வர் 148
- திராவிட இயக்கத்துக்குத் தோள் தந்த பிராமணர்கள்!
  கே.கே.மகேஷ் 154
- திராவிட ஆட்சியில் பிராமணர்கள்: கற்பிதங்கள், கற்பனைகள், உண்மைகள்!
  ராஜன் குறை 156
- திராவிடம் பனை மரம்... நின்று பயன் தரும்!
  தொ.பரமசிவன் பேட்டி
  என்.சுவாமிநாதன் 162
- கல்வித் துறை ஒரு மதிப்பீடு: தொடக்கக் கல்வி பொறுப்பேற்பு ஒரு சாதனை!
  அனந்த கிருஷ்ணன் பேட்டி, சமஸ் 164
- சுகாதாரத் துறை ஒரு மதிப்பீடு: பொது மருத்துவத்தில் தமிழகமே முன்னோடி!
  முரளிதரன் பேட்டி
  தேவராஜ் பெரியதம்பி 166
- பாசனத் துறை ஒரு மதிப்பீடு: திராவிடக் கட்சிகளே அதிகமான பாசனத் திட்டங்களை நிறைவேற்றின!
  அ.வீரப்பன் பேட்டி
  டி.எல்.சஞ்சீவிகுமார் 168
- வேளாண் துறை ஒரு மதிப்பீடு: வேளாண்மையில் பெரும் வளர்ச்சியைக் கண்டிருக்கிறது தமிழகம்!
  எம்.எஸ்.சுவாமிநாதன் பேட்டி
  தேவராஜ் பெரியதம்பி 170
- திராவிடச் சித்தாந்த பலம்தான் எதிர்கால இந்தியாவைத் தூக்கி நிறுத்த வேண்டும்!
  நாகநாதன் பேட்டி, சமஸ் 172
- கருணாநிதிக்கு ஈடு கருணாநிதிதான்! 184

கருணாநிதியாக வாழ்தல்!

- தன் கதையைத் தானே எழுதிக்கொண்ட கதாசிரியர்!
  இரா.கண்ணன் 186

- தலைவர் என்றொரு அப்பா!
  மு.க.ஸ்டாலின் பேட்டி
  சமஸ் 202
- தந்தையுமானவர்!
  கனிமொழி 210
- இந்தப் பிறவி தலைவருக்கானது!
  சண்முகநாதன் பேட்டி, சமஸ் 214
- கருணாநிதியின் ஒரு நாள் 232
- எங்கிருந்து படம் எடுத்தாலும்கலைஞர் கண் அதை அறியும்!
  யோகா பேட்டி
  ஆர்.சி.ஜெயந்தன் 242
- சொந்த ஊர்! கரு.முத்து 244
- 'வணக்கம்.. தலைவர் இல்லம்!'
  கே.கே.மகேஷ் 246
- ஆறு தருணங்கள்!
  கே.கே.மகேஷ் 250
- மானமிகு சுயமரியாதைக்காரன்!
  கருணாநிதி பேட்டி 254
- அய்யன் காதல்!
  செல்வநாதன் பேட்டி, என்.சுவாமிநாதன் 262

அரசியல் தலைவர் கருணாநிதி

- கட்சிக்காரன்!
  இமையம் 266
- கலைஞரை ஏன் பிடிக்கும்னா... 271
- உலகத் தமிழர்களுக்கான உரிமைக் குரல்!
  மேனா உலகநாதன் 276
- தோழர் கருணாநிதி!
  நல்லகண்ணு பேட்டி
  வி.தேவதாசன் 282
- ஒரு முஸ்லிமாகவே சிந்தித்தவர் கருணாநிதி!
  காதர் மொகிதீன் பேட்டி
  கே.கே.மகேஷ் 284
- கருணாநிதியின் மனசாட்சி
  செல்வ புவியரசன் 290
- அறிவாலயத்தின் கதை!
  கே.கே.மகேஷ் 292

பொருளடக்கம்

- திமுகவின் கட்டுக்கோப்புக்கு ஜனநாயகமே காரணம்!
  துரைமுருகன் பேட்டி
  சமஸ் 296
- திமுக மாவட்டச் செயலாளர் போர்த் தளபதி மாதிரி தயாராக இருக்க வேண்டும்!
  பொன்முடி பேட்டி
  சமஸ் 300

ஆட்சியாளர் கருணாநிதி

- சட்டமன்ற நாயகர் கருணாநிதி
  ஏ.எஸ்.பன்னீர்செல்வன் 304
- மத்தியில் கூட்டாட்சி மாநிலத்தில் சுயாட்சி!
  சட்டமன்ற உரை.. 313
- தமிழ்தான் எங்கள் இணைப்புச் சங்கிலி!
  க.அன்பழகன் பேட்டி
  கே.கே.மகேஷ் 316
- சட்டமன்ற உறுப்பினர்கள் பார்வையில் முதல்வர் கருணாநிதி! 320
- கலைஞர் வேகத்துக்கு அதிகாரிகள் ஈடுகொடுப்பது சிரமம்!
  ராஜமாணிக்கம் பேட்டி, சமஸ் 328
- காவல் துறைக்கும் வளர்ச்சிக்குமான பிணைப்பை உணர்ந்தவர்கள்
  நம் தலைவர்கள்!
  நாஞ்சில் குமரன் பேட்டி
  கே.கே.மகேஷ் 334
- கால மாற்றத்தை முன்கூட்டிக் கணிப்பவர் கலைஞர்!
  சீனிவாசன் பேட்டி
  சமஸ் 336
- சைவ மடாதிபதி மீன் கூடை சுமந்த வரலாறு நம்முடையது!
  குன்றக்குடி அடிகளார் பேட்டி
  குள.சண்முகசுந்தரம் 340
- ஒரு முதல்வருக்கான எல்லைக்குள் அவர் போராடினார்!
  கொளத்தூர் மணி பேட்டி
  ஷங்கர்ராமசுப்ரமணியன் 342
- இலங்கை விவகாரத்தில் என் மீது கருணாநிதிக்கு திருப்தி இல்லை!
  எஸ்.எம்.கிருஷ்ணா பேட்டி
  இரா.வினோத் 344
- கருணாநிதியின் கட்டுமானங்கள்!
  செல்வ புவியரசன் 348

- திட்டினாலும் அப்பனைத்தானே கும்பிட முடியும்!
  சேகர் பேட்டி, கரு.முத்து 352

எழுத்தாளர் கருணாநிதி

- கலைஞராக இருப்பதன் முக்கியத்துவம்!
  என்.ராம் 356
- கருணாநிதி தலைமுறையின் முக்கியத்துவம் என்ன?
  டி.ஜே.எஸ்.ஜார்ஜ் 360
- பிழை பொறுக்க மாட்டாதவர்!
  சுகுமாரன் 362
- ஊடகமும் கருணாநிதியும்!
  ஏ.எஸ்.பன்னீர்செல்வன் 364
- அவர் முதல்வர் என்று ஒருநாளும் நான் யோசித்ததில்லை!
  வாஸந்தி 369
- ஹிட்லர் படம் போட்டவங்களுக்குத்தானே வலி தெரியும்!
  'நக்கீரன்' கோபால் பேட்டி
  சமஸ் 372
- முரசொலியில் தப்பு வந்தால் அலுவலகத்தையே பூட்டிவிடுவார் தலைவர்!
  முரசொலி செல்வம் பேட்டி
  சமஸ் 380
- அண்ணா.. இதய மன்னா! 384

திரைக்கலைஞர்

- கலைஞர்களும் கலைஞரும்! 388
- கண்ணன் + காண்டிபன் = கலைஞர்!
  வைரமுத்து 392
- கலைகளிலே அவர் கதை வசனம்!
  கலாப்ரியா 396
- பராசக்தி: ஒரு நினைவுகூரல்!
  எம்.எஸ்.எஸ்.பாண்டியன் 402
- தமிழுக்கு எவ்வளவு சக்தி என்று
  கலைஞர் வசனங்கள் மூலமாகத்தான் தெரிந்துகொண்டேன்!
  ராதிகா பேட்டி
  இசக்கி 404
- திராவிட இயக்கம் நாளை...
  ஆசிரியர் குழு 408
- மு.க. கால்க்கோடு 412

தே.ஆசைத்தம்பி
பத்திரிகையாளர்,
நடுப்பக்க ஒருங்கிணைப்பாளர்,
'இந்து தமிழ்' நாளிதழ்

ஐந்து முன்னோடிகள்!

அயோத்திதாசர் (1845 - 1914)

1845-ல் சென்னையில் பிறந்த அயோத்திதாச பண்டிதரின் இயற்பெயர் காத்தவராயன். தனக்குத் தமிழ் இலக்கண, இலக்கியங்களைக் கற்றுக் கொடுத்த அயோத்திதாச கவிராஜ பண்டிதர் மீதான பற்றால் தன் பெயரை மாற்றிக்கொண்டவர். தமிழ் தவிர சம்ஸ்கிருதம், பாலி, ஆங்கிலத்திலும் புலமை பெற்றவர். ஒடுக்கப்பட்டோரின் நலன்களுக்காகத் தன் வாழ்நாள் முழுவதும் பாடுபட்ட அயோத்திதாசர் 'திராவிடன்', 'தமிழன்' அடையாளங் களைப் பேசியவர்களில் முதன்மையானவர். திராவிட மொழிக் குடும்பம் பற்றிய ஆய்வுகளில் ஈடுபட்டுக்கொண்டிருந்தோர் மத்தியில் மட்டுமே புழங்கிவந்த 'திராவிடம்' என்ற சொல்லை ஒரு அரசியல் சொல்லாடலாக முதலில் உருவாக்கியவர் இவரே. ரெவரெண்ட் ஜான் ரத்தினத்தோடு சேர்ந்து 1885-ல் 'திராவிட பாண்டியன்' வார இதழை அயோத்திதாசர் தொடங்கினார். 1891-ல் 'திராவிட மகாஜன சபா' அமைப்பை உருவாக்கினார். 1907-ல் இவர் தொடங்கிய 'ஒரு பைசாத் தமிழன்' வார இதழ் பத்திரிகை ஓராண்டுக்குப் பிறகு 'தமிழன்' என்று பெயர் மாற்றம் அடைந்தது. அயோத்திதாசர் மறைவுக்குப் பின்னரே நீதிக் கட்சி, திராவிடர் கழகம், திராவிடக் கட்சிகள் என்று திராவிட இயக்க வரலாறு தொடங்குகிறது என்றாலும், அச்சிந்தனை மரபுக்கு முன்னோடி என்று அயோத்திதாசரைக் கொண்டாடலாம். சாதி ஒழிப்புக்கான தமிழ் அரசியல் குரல்களில் முன்னோடி அவருடையது!

திராவிட இயக்க வரலாற்றைப் பெரியாருக்கு முன், பெரியாருக்குப் பின் என்று இரு பிரிவுகளாகப் பிரிக்கலாம். பெரியாருக்கு முந்தைய காலகட்டத்தில் முக்கியமானவர்களில் ஐந்து முன்னோடிகள் இவர்கள்.

பிட்டி. தியாகராயர் (1852-1925)

1852-ல் சென்னை, கொருக்குப்பேட்டையில் பிறந்தவர் தியாகராயர். சென்னை மாநிலக் கல்லூரியில் பி.ஏ. படிப்பை முடித்தார். பெரும் செல்வந்தரான இவர் 'பிட்டி நெசவு ஆலை'யை நிறுவியவர். வணிகத்தில் கிடைத்த செல்வத்தைப் பொதுப் பணியில் செலவிட்டவர். வண்ணாரப்பேட்டையில் ஒரு பள்ளியை ஏற்படுத்தினார். பச்சையப்பர் கல்லூரியின் அறங்காவலராக அதன் வளர்ச்சிக்கும் உதவினார். கொடையாளியான அவருக்கு, திருப்பணிகளுக்காகப் பல ஆயிரம் ரூபாய் கொடை அளித்தாலும் கோயில்களில் பிராமணர்களுக்குக் கிடைக்கும் மரியாதை பிராமணரல்லாதோருக்குக் கிடைக்காததைப் பார்த்தபோது எல்லாவற்றையும்விட இங்கு முக்கியம் சமூக நீதி என்று தோன்றியது. காங்கிரஸில் இருந்தபோது அங்கும் பிராமணர் ஆதிக்கத்தை உணர்ந்தவர், பிராமணரல்லாதோருக்கு என ஒரு தனி இயக்கம் கண்டாக வேண்டும் என்ற உந்துதலுக்கு உள்ளானார். இதே சிந்தனையைக் கொண்டிருந்தவர்களான டி.எம்.நாயர், சி.நடேசனார் ஆகியோருடன் இணைந்து தியாகராயர் 1916-ல் உருவாக்கிய தென்னிந்திய நலவுரிமைச் சங்கமே பின்னாளில் அது நடத்திய பத்திரிகையின் (ஜஸ்டிஸ்) பெயரால் 'ஜஸ்டிஸ் பார்ட்டி' – நீதிக் கட்சி என்றழைக்கப்படலானது. 1920-ல் நடந்த தேர்தலில் மதராஸ் மாகாணத்தில் பெரும்பான்மை இடங்களை வென்றது நீதிக் கட்சி. சென்னை மாநகராட்சியில் பதவியில் இருந்த காலத்தில் தியாகராயர் ஆற்றிய பணிகள் மிக முக்கியமானவை. இந்தியாவிலேயே முன்னோடியாக சென்னை மாநகராட்சிப் பள்ளியில் மதிய உணவுத் திட்டத்தைக் கொண்டுவந்தவர் இவரே!

டி.எம்.நாயர் (1868 - 1919)

1868–ல் பாலக்காட்டில் தரவாத் மாதவன் நாயர் பிறந்தார். பிரிட்டன், பிரான்ஸில் மருத்துவப் படிப்புகளை முடித்துவிட்டு, 1897–ல் நாடு திரும்பியவர், பொது வாழ்வில் கொண்ட நாட்டத்தால் அரசியலில் இறங்கினார். நீதிக் கட்சியின் ஏனைய முன்னோடிகளைப் போலவே காங்கிரஸில் பிராமண ஆதிக்கத்தால் பாதிக்கப்பட்டவர். பிராமணரல்லாதோர் இயக்கத்தின் தேவையை உணர்ந்தார். நீதிக் கட்சியைத் தொடங்கிய மூவரில் ஒருவரானார். கட்சியின் சித்தாந்தத்தை வடிவமைப்பதில் மிகவும் முக்கியமான பங்காற்றினார். அவரது மரணம் வரை 'ஜஸ்டிஸ்' பத்திரிகையின் ஆசிரியராக இருந்தார். பெரியாரால் 'திராவிட லெனின்' என்று அழைக்கப்பட்டார். ஆனால், நீதிக் கட்சி தன்னுடைய வெற்றிக்கனிகளைச் சுவைப்பதற்கு முன்பே காலமானார்.

சி.நடேசனார் (1875-1937)

சென்னை திருவல்லிக்கேணியில் 1875–ல் பிறந்தவரான சி.நடேசனார் மருத்துவம் பயின்றவர். பிராமணர் அல்லாத மாணவர்களுக்கு விடுதிகளில் இடம் மறுக்கப்பட்ட காலகட்டத்தில், அவர்களுக்காக 1914–ல் 'திராவிடர் இல்லம்' விடுதியை தொடங்கியவர் இவர். அவர்களின் உணவு, உடை, தங்குமிடம் ஆகிய தேவைகளை மட்டுமின்றி, அவர்களின் கல்வி வளர்ச்சிக்குமான செலவுகளையும் ஏற்றவர். இது தவிர, 'சென்னை ஐக்கிய சங்கம்' என்ற

பனகல் அரசர் (1866 - 1928)

காளஹஸ்தியில் பிறந்த பனகல் அரசரின் இயற் பெயர் பனங்கன்டி ராமராயநிங்கார். சென்னை, திருவல்லிக்கேணியில் உள்ள இந்து உயர்நிலைப் பள்ளியில் பள்ளிப் படிப்பை முடித்தவர், சென்னை சட்டக் கல்லூரியில் சட்டம் பயின்றார். வடக்கு ஆர்க்காடு மாவட்ட வாரியத்தின் பிரதிநிதியாகத் தேர்ந்தெடுக்கப் பட்டதிலிருந்து இவரது பொது வாழ்க்கை தொடங்குகிறது. நீதிக் கட்சி உருவெடுத்தபோது தன்னை இணைத்துக் கொண்டு, அதன் தூண்களுள் ஒன்றாக உருவெடுத்தார். 1920–ல் நீதிக் கட்சி தேர்தலில் பெரும்பான்மை இடங்களை வென்று ஆட்சியைப் பிடித்தபோது, முதல் ஆறு மாத காலம் சுப்பராயலு ரெட்டியார் முதல்வராக இருந்தார். பின்னர் அவர் பதவி விலகியதையடுத்து நீதிக் கட்சியின் இரண்டாவது முதல்வராகப் பதவியேற்ற பனகல் அரசர், 1926 வரை முதல்வராக இருந்தார். பிராமணரல்லாதோர் முன்னேற்றத்துக்கும் சமத்துவத் துக்கும் பல்வேறு நடவடிக்கைகளை முன்னின்று எடுத்த இவர், 1921–ல் கொண்டுவந்த இடஒதுக்கீட்டுக்காகவே என்றென்றும் நினைவுகூரப்படுவார். 1928–ல் பனகல் அரசர் காலமானார்.

அமைப்பையும் உருவாக்கினார். கல்வி, வேலைவாய்ப்புகளில் பிராமணரல்லாதோர் சமூகம் ஏற்றம் காண, அரசியல் அதிகாரம் மிகவும் இன்றியமையாதது என்பதை உணர்ந்த நடேசன், ஏனைய முன்னோடிகளுடன் கைகோத்ததன் விளைவே நீதிக் கட்சி. 1923–ல் மதறாஸ் மாகாணச் சட்டமன்றத்தில் அவர் காலடி எடுத்துவைத்தார். 'சென்னை பப்ளிக் சர்வீஸ் கமிஷன்' அமைக்கப்பட்டதில் முக்கியப் பங்கு இவருக்கு உண்டு. ஆதிதிராவிடர்களின் உரிமை, தீண்டாமை ஒழிப்பு, ஆலயப் பிரவேச உரிமை ஆகியவற்றைக் குறித்து 1918–லேயே பேசிய நடேசன், தன்னுடைய பதவிக் காலத்தில் பிராமணரல்லாதோர் மேம்பாட்டுக்காக எடுக்கப் பட்ட நடவடிக்கைகளுக்குப் பெரும் உந்துசக்தியாக இருந்தார்!

ஓவியங்கள்: ஜீவா

இரு பெரும் தலைவர்கள்!

வ.ரங்காசாரி
பத்திரிகையாளர்,
நடுப்பக்க ஆலோசகர்,
'இந்து தமிழ்' நாளிதழ்

பெரியார்
(17.09.1879 - 24.12.1973)

இந்திய வரலாற்றின் போக்கை மாற்றியமைத்த முக்கியத் தலைவர்களில் ஒருவர். சமூகச் சீர்திருத்தப் பணிகளாலும் பகுத்தறிவுச் சிந்தனை களாலும் இருபதாம் நூற்றாண்டின் தமிழ் அறிவுலகை வழிநடத்தியவர். பெரியாரை ஒருவர் ஆதரிக்கலாம், எதிர்க்கலாம் – ஒருபோதும் எவராலும் புறக்கணிக்கவே முடியாது.

கல்வி நிலையங்கள் வாயிலாக அல்லாமல் தன்னுடைய வாழ்க்கை அனுபவங்கள் மூலமாகச் சிந்தனையாளராக உருவெடுத்தவர் பெரியார். இந்தியாவில் சகல பேதங்களின் வேர்களும் சாதியத்திலேயே இருக்கின்றன என்பதை உரக்கச் சொன்னவர். பிராமணியத்தைக் கட்டிக்காப்பதால் இந்து மதமும் கடவுளும்கூடப் பொய் என்று நிராகரித்தவர். இளம் வயதில் அவர் மேற்கொண்ட காசிப் பயணம் சமய நம்பிக்கைகளையும், சாதி அடிப்படையிலான ஆதிக்கத்தையும் எதிர்த்துக் கேள்விகள் கேட்பவராகப் பெரியாரை மாற்றியது. பின்னாளில் அவர் மேற்கொண்ட ஐரோப்பியப் பயணம் உலகளாவிய அரசியல் சிந்தனைகளின் அறிமுகத்தையும் அவசியத்தையும் அவருக்கு உணர்த்தியது.

காந்தியின் தலைமையை ஏற்று, காங்கிரஸில் சேர்ந்து பணியாற்றியவர், சாதியத்துக்கு எதிரான வகுப்புவாரிப் பிரதிநிதித்துவத்தை ஆதரிக்கவில்லை என்பதற்காக அக்கட்சியை விட்டு வெளியேறினார். அக்கோரிக்கையை ஏற்றுக்கொண்ட நீதிக் கட்சியை ஆதரித்தார். தேர்தலில் போட்டியிடுவது கொள்கை சமரசத்துக்கு வழிவகுக்கிறது என்பதாலேயே தேர்தல் பாதையை பெரியார் ஒதுக்கித் தள்ளினார். அவர் கருத்தில் உதித்த சுயமரியாதை இயக்கம், பின்னாளில் நீதிக் கட்சியையும் உள்வாங்கிக்கொண்டபோது திராவிடர் கழகம் என்று பெயர் மாறியது. சாதி எல்லையைத் தகர்த்து ஓரிடத்துக்குச் செல்லும் மாபெரும் கனவைத் தமிழ் மக்களிடம் அது வளர்த்தெடுத்தது.

பெரியாரின் மேடைப் பேச்சுகளும் எழுத்துகளும் தமிழர்களுக்குச் சுயமரியாதை உணர்வை ஊட்டின. பெண்ணுரிமை, இடஒதுக்கீடு, மொழியுரிமை, சாதி மத

பெரியாரிடமிருந்து பிரிந்துவந்து திமுகவைத் தொடங்கினாலும், "நான் கண்டதும் கொண்டதும் ஒரே தலைவர் - பெரியார்" என்று சொன்னார் அண்ணா.

மறுப்பு என அவரது சுயமரியாதை போராட்டக் களம் விரிந்துபரந்தது. தனது கொள்கைகளை எழுத்தோடும் பேச்சோடும் நிறுத்திக்கொள்ளாமல், அதற்குச் செயல் வடிவம் கொடுப்பதற்கு ஓயாமல் உழைத்தவர் பெரியார். தமிழகத்தில் குறுக்கும் நெடுக்குமாய் தொடர்ந்த அவரது பிரச்சாரப் பயணம், அவரது 94-ம் வயதில் முடிவுக்கு வந்தது. ஒரு பெரும் செல்வந்தராக இருந்த அவருடைய சொத்துகளோடு சேர்ந்து, அவரது வாழ்க்கையும் நினைவும் தமிழ் மக்களின் சொத்துகள் ஆயின!

அண்ணா
(15.09.1909 - 03.02.1969)

தேர்தல் அரசியல் பாதையில் தமிழகம் கண்ட மாபெரும் தலைவர். 'தமிழர்' என்ற சொல்லால் தாழ்த்தப்பட்டோர் முதல் பிராமணர் வரை எல்லா அடையாளங்கள், பேதங்களையும் களையும் கனவு அரசியலைத் தமிழர்களுக்குக் கொடுத்த திராவிட முன்னேற்றக் கழகத்தின் நிறுவனர். சாமானியத் தமிழர்களை அரசியலதிகாரத்தை நோக்கி நகர்த்தியவர். 'இந்தி - இந்து - இந்துஸ்தான்' ஒற்றைக் கலாச்சார அரசியலுக்கு எதிராக 'எங்கும் தமிழ், எதிலும் தமிழர்!' என்ற தமிழ் தேசிய அலையைத் தமிழக அரசியலின் பிரிக்க முடியா அங்கமாக்கியவர். இந்திய ஒன்றியத்தில் மாநிலங்களின் உரிமையைப் பேசும் வலிய குரலாக 'மாநில சுயாட்சி' முழக்கத்தை வளர்த்தெடுத்தவர்.

அரசியல், பொருளாதாரத் துறைகளில் முதுகலைப் பட்டங்களைப் பெற்ற அண்ணா, வரலாற்றிலும் இலக்கியத்திலும் ஆழ்ந்த வாசிப்பைக் கொண்டு இருந்தார். எழுத்து, பேச்சு, சினிமா எல்லாவற்றிலும் அரசியலைப் பொருத்தினார். அவருடைய அடுக்குமொழிப் பேச்சு தமிழுக்கு ஒரு புதிய ஆபரணமானது. சாமானிய மக்களிடமும் அறிவுத் தேட்டத்தையும் இலக்கியக் காதலையும் உண்டாக்கியது. திமுகவின் மாலை நேரக் கூட்டங்கள் மாணவர்களுக்கு மாலை நேர வகுப்புகளாக மாறின. தமிழ் இளைஞர்கள் அரசியல் நோக்கி அலையலையாக வந்தனர்.

பெரியாரிடமிருந்து பிரிந்துவந்து திமுகவைத் தொடங்கினாலும், "நான் கண்டதும் கொண்டதும் ஒரே தலைவர் – பெரியார்" என்று சொன்ன

அண்ணா, கட்சியின் தலைவர் பதவியை மானசீகமாகத் தன் தலைவருக்கு ஒதுக்கியவர். தன் ஆட்சியையும் தன் தலைவருக்கே சமர்ப்பித்தவர். பெரியாரின் சமூக நீதிக் கொள்கைகளை அரசுத் தளத்தில் கொண்டு செல்வதற்கான பாதையை வகுத்தவர். உலகின் தொன்மையான நாகரிகங்களில் ஒன்றைக் கொண்டிருந்த தமிழ் நிலத்துக்கு 'தமிழ்நாடு' என்று பெயர் தந்தது அண்ணாவின் ஆட்சியே. ஐம்பதாண்டு திராவிடக் கட்சிகள் இன்று சாதித்திருக்கும் சாதனைகள் எதுவாயினும் அதற்கான தடம் அண்ணா போட்டுத்தந்தது.

மிகச் சிறந்த ஜனநாயகவாதி. தமிழகம் கண்ட மிக எளிமையான ஆட்சியாளர். வெகுசீக்கிரம் நிகழ்ந்த அண்ணாவின் மரணம் இந்திய அரசியல் கண்ட பேரிழப்புகளில் ஒன்று. உலகிலேயே அதிகமானோர் பங்கேற்ற இறுதி ஊர்வலம் அண்ணாவினுடையது. தமிழ் மக்களின் இதயத்தில் நீங்கா இடம்பெற்ற அண்ணாவின் கொள்கைகளே, இன்றுவரை தமிழ் மக்களுக்கு அரசியல் வழிகாட்டும் கைவிளக்கு!

ஓவியம்: ஜீவா

மொழிப்போர் தியாகிகள்!

ச.சிவசுப்பிரமணியன்
பத்திரிகையாளர்,
தலைமை உதவி ஆசிரியர்,
'இந்து தமிழ்' நாளிதழ்

திராவிட இயக்கத்தின் மிக முக்கியமான பங்களிப்புகளில், தொடர் செயல்பாடுகளில் ஒன்று – மொழியுரிமைக்கான போராட்டங்களும் தியாகங்களும். தமிழுக்காக உயிர் நீத்த, அடி வாங்கிய, ரத்தம் சிந்திய போராளிகள் உண்மையில் 'இந்தி – இந்து – இந்துஸ்தான்' ஒற்றைக் கலாச்சாரத்தில் இந்தியா சிக்காமல் இருக்கவும் இந்நாட்டில் இன்று ஆங்கிலம் நீடித்து நிற்கவும், உலகமயச் சூழலில் இந்தியா போட்டியிட்டு நிற்கவும் உதவியிருக்கிறார்கள் என்பதே வரலாறு.

சென்னை மாகாணத்தில் 1937 தேர்தலில் ஆட்சியைப் பிடித்தது காங்கிரஸ். பள்ளிகளில் இந்தி கட்டாயமாக்கப்பட உள்ளதாக அறிவித்தார் ராஜாஜி. 1938-ல் அத்திட்டத்தை 6, 7, 8-ம் வகுப்பு மாணவர்களை வைத்து வெள்ளோட்டம்

தெற்கிலிருந்து ஒரு சூரியன்   19

பார்க்க முயன்றபோதே பெரியாரிடமிருந்து கடும் எதிர்ப்பு வந்தது. மேலும் 125 உயர்நிலைப் பள்ளிகளில் இந்தியைக் கட்டாயப் பாடமாக்கும் அரசாணையை வெளியிட்டார் ராஜாஜி. 'டிசம்பர் 3 இந்தி எதிர்ப்பு நாள்' என்று அறிவிக்கப்பட்டது. தொடர் போராட்டத்தில் இறங்கினார்கள் மாணவர்கள். கொத்துக் கொத்தாகக் கைதுசெய்யப்பட்டனர்; சித்திரவதைக்கு உள்ளாக்கப்பட்டனர். சென்னையைச் சேர்ந்த தலித் இளைஞர் நடராசன் இந்தச் சித்திரவதையில் 15.1.1938 அன்று உயிரிழந்தார். அடுத்து, 11.3.1938 தாளமுத்து சிறைக் கொடுமையில் உயிரிழந்தார். தொடர்ந்து மேலும் சில உயிர்த் தியாகங்கள்; பெரியார் உட்பட ஆயிரக்கணக்கானோரின் கைதுகள், பீறிட்டுப் பரவிய எதிர்ப்பின் விளைவாக இந்தித் திணிப்பு கைவிடப்பட்டது.

ஆனால், சுதந்திரத்தின்போது, அரசமைப்புச் சட்ட உருவாக்கத்தின்போது மீண்டும் இந்தித் திணிப்பு வேறு ரூபத்தில் விஸ்வரூபம் எடுத்தது. நாட்டின் அலுவல் மொழியைத் தேர்ந்தெடுப்பதற்காக ஓட்டெடுப்பில் ஒரே ஒரு ஓட்டு வித்தியாசத்தில் வென்ற இந்தியை மட்டும் நாடு தழுவிய ஒரே அலுவல் மொழியாகக் கொண்டுவரத் திட்டமிட்டார்கள் இந்திவாலாக்கள். "அது நடந்தால், இந்நாட்டின் இந்தி பேசாத மாநிலங்களைச் சேர்ந்த 60% மக்கள் ஒரே நாளில் இரண்டாம் தரக் குடிமக்களாகிவிடுவார்கள்; அவர்கள் நலனுக்காக ஆங்கிலமும் அலுவல் மொழியாக நீட்டிக்கப்பட வேண்டும்" என்று போராடினார்கள் இந்தி பேசாத மாநிலங்களைச் சேர்ந்தவர்கள். இதிலும் அரசமைப்புச் சட்ட நிர்ணய சபையில் தமிழர்களின் குரல் ஓங்கி ஒலித்தது. விளைவாக, "ஆட்சி மொழி இந்தி. ஆனால், 15 ஆண்டுகள் வரை ஆங்கிலமும் கூடுதலாகப் பயன்படுத்தப்படலாம்" என்ற கெடுவோடு 1950–ல் நடைமுறைக்கு வந்தது அரசமைப்புச் சட்டம். இந்தக் கெடுவின்படி ஆங்கிலத்தை அறவே நீக்கிவிட்டு, 1965 ஜனவரி 26 முதல் இந்தியை மட்டும் இந்தியாவின் ஆட்சி மொழியாக்கும் நடவடிக்கைகள் தொடங்கியபோது, 1964–ல் கிளர்ந்தெழுந்தது தமிழகம். "அய்யா தமிழைக் காப்பாற்றுங்கள். இந்தியை நுழையவிடாதீர்கள்" என்று கெஞ்சிய இளைஞரைப் பார்த்து, "இந்தப் பைத்தியத்தைக் கைதுசெய்யுங்கள்" என்று போலீஸாருக்கு உத்தரவு போட்டார் காங்கிரஸ் முதல்வர் பக்தவத்சலம்.

ஜனவரி 25 விடியற்காலை 4.30 மணிக்குத் தனக்குத் தானே தீ வைத்துக் கொண்டு "ஏ தமிழே நீ உயிர் வாழ நான் துடிதுடித்துச் சாகிறேன்" என்று முழக்கமிட்டபடி கருகிப்போனார் கீழப்பழூர் சின்னச்சாமி. அடுத்து கோடம்பாக்கம் சிவலிங்கம் தீக்குளித்தார். போராட்டத்தில் ஈடுபட்ட சிதம்பரம் அண்ணாமலைப் பல்கலைக்கழக மாணவர்கள் ராஜேந்திரனும், சிவலிங்கமும் போலீஸ் துப்பாக்கிச் சூட்டுக்கு இரையானார்கள். மேலும் 8 பேர் தீக்குளித்தும் விஷம் அருந்தியும் தற்கொலை செய்துகொள்ள, தமிழகம் தகித்தது. போலீஸ் துப்பாக்கிச் சூட்டில் கொல்லப்பட்டவர்கள் எண்ணிக்கை அரசுக் கணக்கின்படியே 70 பேர்! பல்லாயிரக்கணக்கானோர் கைதாயினர். விளைவாக, மத்தியில் சாஸ்திரி அரசு இறங்கிவந்தது. ஆங்கிலம் நீடிப்பதை உறுதிசெய்தது. திராவிடக் கட்சிகளை ஆட்சிக்குக் கொண்டுவந்ததிலும் முக்கியப் பங்கு வகித்தது இந்தப் போராட்டம்!

20 தமிழ் திசை

தேசத்துக்கான ஒரு மாற்று முன்னுதாரண இயக்கமும் ஒரு தேசியத் தலைவரும்!

இந்தியாவின் தலைநகரம் டெல்லி அல்ல; மெட்ராஸ் என்று எழுதின பத்திரிகைகள்!

- முன்னாள் பிரதமர் **தேவ கௌடா**

பக்கம்-44

வரலாற்றில் நின்ற பிரதமர்கள் பார்வையில்...

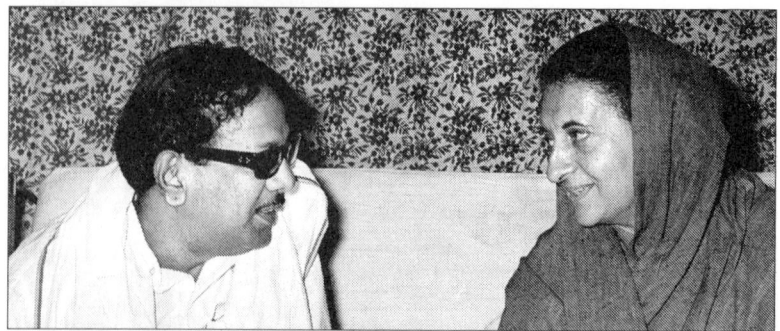

அரசியலில் நண்பராக இருக்கும்போதும் சரி, எதிரியாக இருக்கும்போதும் சரி; தன் நிலைப்பாட்டில் உறுதியாக இருப்பவர் திமுக தலைவர் கருணாநிதி.

– இந்திரா காந்தி

இந்திய அரசியலில் மிக உயர்ந்த தலைவர்களில் ஒருவர் கருணாநிதி. ஏழைகள், சமூகத்தின் அடிநிலையில் உள்ள மக்களின் குறைகளைக் கேட்பதற்காக அவருடைய வீட்டுக் கதவும், அவருடைய காதுகளும் எப்போதும் திறந்தே இருக்கும். சமூக நீதிக்கான பயணத்தில் எனக்கு உறுதியான கூட்டாளியாக அவர் திகழ்ந்தார். தன்னுடைய ஆட்சியையும் இழக்கத் தயாராக இருந்தார். அதற்காக என் வாழ்நாள் முழுக்க அவருக்கு நன்றிக்கடன் பட்டிருக்கிறேன்.

– விஸ்வநாத் பிரதாப் சிங்

கருணாநிதி ஒரு பன்முக ஆளுமை. நவீனத் தமிழ்நாட்டை உருவாக்க அவர் எடுத்துவரும் இடையறாத முயற்சிகள் என்றும் நினைவில் நிற்கும்.

- அடல் பிஹாரி வாஜ்பாய்

கருணாநிதி தமிழகத்தின் தலைவர் மட்டுமல்ல, நவீன இந்தியாவை உருவாக்கிய சிற்பிகளில் ஒருவர். அவரது வாழ்வும் செயல்பாடுகளும் நாடு முழுவதிலும் இருக்கும் எண்ணற்றோரை உத்வேகம் கொள்ள வைக்கிறது.

- மன்மோகன் சிங்

ஓவியம்: ட்ராட்ஸ்கி மருது

தெற்கிலிருந்து ஒரு சூரியன்!

சமஸ்
இந்நூலின் தொகுப்பாசிரியர்,
நடுப்பக்க ஆசிரியர்,
'இந்து தமிழ்' நாளிதழ்

'பிறப்பொக்கும் எல்லா உயிர்க்கும்' என்று
சொன்ன வள்ளுவரைத் தமிழ் அரசியலின்,
தமிழ் ஞானத்தின் குறியீடாக கருணாநிதி
பரப்பியது மிகப் பெரிய அரசியல் கனவு!

கருணாநிதி மூன்றாவது முறையாக 1989-ல் முதல்வர் பொறுப்பேற்றிருந்த சமயம். காலையிலேயே ஏதோ சிந்தனைவயப்பட்டவராக இருந்தவர் தன்னுடைய செயலர் ராஜமாணிக்கம் மூலமாக தனது மனதுக்கு நெருக்கமான சிற்பி கணபதி ஸ்தபதியைத் தொடர்புகொள்கிறார். "ஸ்தபதியாரே, கன்னியாகுமரி கடலில் வள்ளுவருக்கு ஒரு சிலை வைக்கணும். நாடு இங்கே முடியுதுங்கிறாங்கள்ல! இல்லை; இங்கே நம்ம தமிழ்நாட்டுலேர்ந்துதான் தொடங்குதுங்கிறதைச் சொல்ற மாதிரி அமையணும்! குமரியிலேர்ந்து வள்ளுவர் நேரா இமயத்தைப் பார்க்கிறார்!"

கன்னியாகுமரி வள்ளுவர் சிலையைப் பார்க்கையில் அந்த உணர்வைப் பெற்றிருக்கிறேன். அங்கு கடலில் விவேகானந்தர் அமர்ந்து தியானித்த பாறை உண்டு. 'இந்து – இந்தி – இந்துஸ்தான்' ஒற்றைக் கலாச்சாரத் தூதர்களில்

> தத்துவங்கள், பாதைகள் வெவ்வேறு என்றாலும், இந்திய வரலாற்றை அணுகும் கதையாடலில் காங்கிரஸ், பாஜக, கம்யூனிஸ்ட் கட்சிகள் மூன்றுமே டெல்லியிலிருந்தே இந்தியாவைப் பார்க்க விரும்புகின்றன. மாநிலங்களைக் கிளைகளாக அல்லாமல், அவற்றை இந்த இந்தியப் பெருமரத்தின் ஆன்மாவாகப் பார்க்கும் பார்வையை திமுகவே முன்வைக்கிறது!

ஒருவராகப் பின்னாளில் இந்துத்துவச் சக்திகளால் விவேகானந்தர் உருமாற்றப் பட்டபோது, இந்தப் பாறையில் அமைக்கப்பட்ட நினைவிடம் அதற்கான சின்னங்களில் ஒன்றானது. அவர்கள் அளவில் நாட்டின் கடைக்கோடி எல்லையிலும் காவிக் கொடி நிலைநிறுத்தப்பட்டிருக்கும் இடம் அது. அலைகள் மோதும் கடற்பாறையில் பறக்கும் காவிக் கொடி, சங்கொலி, எங்கும் ஆக்கிரமித்திருக்கும் இந்தி – வடக்கத்திய கலாச்சாரம் இவை யாவும் சேர்ந்து அழுத்தத் தொடங்கும்போது, சற்றே தொலைவில் நிற்கும் வள்ளுவர் சிலை ஈர்ப்பு விசையாக மாறத் தொடங்கும். விவேகானந்தர் நினைவிடத்திலிருந்து படகு புறப்பட்டு வள்ளுவர் சிலை நோக்கிச் செல்கையில் இரண்டும் இரு வேறு அரசியல் பாதைகளை உலகுக்குச் சொல்வதைப் புரிந்துணர முடியும்.

சாதிய இந்தியச் சமூகத்தில் பெரியார் பேசிய சமூக மாற்றங்களை அரசியல் தளத்தில் செயலாக்கிய தளகர்த்தர், இந்த இந்திய ஒன்றியத்துக்குள் தமிழர்கள் உள்ளிட்ட பல்வேறு தேசிய இனங்களும் தங்களுடைய உரிமைகளை இழந்துவிடாமல் இருப்பதற்கு அண்ணா வகுத்த கூட்டாட்சிப் பாதையில், 'மாநில சுயாட்சி' முழக்கத்தை முன்னெடுத்த முன்னோடி என்பதையெல்லாம் தாண்டி, கருணாநிதிக்குத் திராவிட இயக்க வரலாற்றில் மிக முக்கியமான ஓரிடம் இருக்கிறது. தமிழ் அரசியலுக்கான ஒரு உயர் விழுமியக் குறியீட்டை அவரே பரப்புகிறார். 'பிறப்பொக்கும் எல்லா உயிர்க்கும்' என்று சொன்ன வள்ளுவரைத் தமிழ் அரசியலின், ஞானத்தின் குறியீடாக கருணாநிதி பரப்பியது மிகப் பெரிய அரசியல் கனவு!

வள்ளுவரின் திருக்குறளை ஒரு அரசியல் பிரதியாக வாசிக்கும் பழக்கம் நம்மிடம் இல்லை. கருணாநிதியே அதைத் தொடக்கிவைக்கிறார். போர், வன்முறை, ஆக்கிரமிப்பு, ஆதிக்கம், பிரிவினை, வெறுப்புக்கு எதிராகப் பேசும் 'திருக்குறள்', அரசியல், இல்வாழ்க்கை, துறவு மூன்று புள்ளிகளைத் தொடுவது. அரசாட்சியின் பெயரால், 'எது தேவையோ அதுவே தர்மம்!' என்று எல்லாவற்றையும்

தர்மமாக்கும் சாணக்கியனின் 'அர்த்த சாஸ்திர'த்தோடும், இந்தியா முழுமைக்கும் சாணக்கிய நியாயங்கள் இன்று அடைந்திருக்கும் செல்வாக்கோடும் ஒப்பிடுகையில்தான் அரசியலுக்கான அறமாகவும் அன்பை வரையறுக்கும் திருக்குறளின் உன்னதமும், அது முன்வைக்கும் மாற்று உரையாடலும், கருணாநிதி அதைத் தூக்கிச் சுமந்ததன் நுட்பமான அரசியலும் புரியவரும். திராவிட இயக்கத்தின் வழி தமிழ் நிலம் இந்த மாபெரும் இந்திய தேசத்துக்கு நிச்சயமாக ஒரு மாற்று அரசியல் பார்வையைத் தொடர்ந்து வழங்கிவருகிறது. திராவிட இயக்கத்தின் நூற்றாண்டு, திராவிடக் கட்சிகள் ஆட்சியின் ஐம்பதாண்டு, திராவிட இயக்கத் தளகர்த்தர்களில் ஒருவரான கருணாநிதி சட்டமன்றத்தில் நுழைந்த அறுபதாண்டு நிறைவுத் தருணத்தில் இந்தியா முழுமைக்கும் இங்கிருந்து செல்ல வேண்டிய ஒரு செய்தி உண்டென்றால், அது இதுவே: தமிழ் நிலம் தரும் உண்மையான கூட்டாட்சிப் பார்வையை டெல்லியின் கண்கள் எப்போது பெறும்?

சுதந்திர இந்தியாவின் அரசியல் அரங்கில் முன்வைக்கப்பட்ட மாற்றுச் செயல்திட்டங்களில் மிகுந்த முக்கியத்துவம் வாய்ந்தது திமுகவின் 'மத்தியில் கூட்டாட்சி, மாநிலத்தில் சுயாட்சி!' முழக்கமே ஆகும். கூட்டாட்சித் தத்துவத்தின்படி உருவெடுத்திருக்கும் நாடு இதுவென்றாலும், இங்குள்ளது அரைகுறை கூட்டாட்சிதான். இந்நாட்டின் அரசமைப்புச் சட்டம் மாநிலங்களுக்குரிய நியாயங்களை, உரிமைகளை, அதிகாரங்களை வழங்கவில்லை. மாநிலங்களைப் பிரதிநிதித்துவப்படுத்தும் மாநிலங்களவையில்கூட மாநிலங்களுக்குச் சமமான இடமில்லை; உத்தர பிரதேசத்துக்கு 31; தமிழ்நாட்டுக்கு 18; காஷ்மீருக்கு 4; பெரும்பான்மையான வடகிழக்கு மாநிலங்களுக்குப் பெயருக்கு 1. மாநிலங்களுக்குப் பகிர்ந்தளிக்கப்படும் உரிமையிலும் பெரும்பான்மை இடங்களில் மக்கள்தொகை அடிப்படையில் பெரும்பான்மைத்துவத்துக்கும் ஒருமைக் கலாச்சாரத்துக்கும் ஏற்பவே நமது அரசமைப்பு வளைகிறது. எப்போது வேண்டுமானாலும் ஒற்றையாட்சிக்கு மாறும் சாத்தியங்களையும் அரசமைப்பே ஆட்சியாளர்களுக்குத் தருகிறது.

தத்துவங்கள், பாதைகள் வெவ்வேறு என்றாலும், இந்திய வரலாற்றை அணுகும் கதையாடலில் நாட்டின் முக்கியக் கட்சிகளான காங்கிரஸ், பாஜக, கம்யூனிஸ்ட் மூன்றுமே டெல்லியிலிருந்தே இந்தியாவைப் பார்க்கின்றன. மாநிலங்களைக் கிளைகளாக அல்லாமல், அவற்றை இந்த இந்தியப் பெருமரத்தின் ஆன்மாவாகப் பார்க்கும் பார்வையை திமுகவே முன்வைக்கிறது. அண்ணா வழிவந்த கருணாநிதி 1971-ல் டெல்லியின் முன் வைத்த 'ராஜமன்னார் குழு அறிக்கை' ஒரு மாற்று அரசியல் சட்டத்துக்கான முன்மொழிவு. 1974-ல் தமிழ்நாடு சட்டமன்றத்தில் திமுக நிறைவேற்றிய மாநில சுயாட்சித் தீர்மானம், ஒரு மாற்று அரசியல் பாதைக்கான தொடக்கப் பிரகடனம். இந்தியா என்ற வரையறைக்குட்பட்டு மாநிலங்களுக்கான, இங்கு வாழும் பல்வேறு தேசிய இனங்களுக்கான உச்சபட்ச அதிகாரப் பகிர்வுச் சாத்தியங்களைத் தமிழகம் முன்வைக்கிறது. அரசமைப்பில் மட்டும் அல்லாமல், சமூகத்தைப் பார்க்கும் பார்வையிலேயே டெல்லியிடமிருந்து திட்டவட்டமான மாற்றுப் பார்வை ஒன்று

ஒட்டுமொத்த இந்தியாவின்
வளர்ச்சிப் போக்குக்கும்கூட, திராவிட
இயக்கத்தின் வழி தமிழ்நாடு
ஒரு மாற்று உரையாடலை முன்வைக்கிறது.
சாதியச் சமூகமான இந்தியாவுக்கேற்ற
வெற்றிகரமான ஒரு மாற்றுப் பொருளாதாரப்
பார்வையை, சமூக நீதிப் பாதையைத்
திராவிட இயக்கமே முன்வைத்தது.

தனக்கிருப்பதையும் திராவிட இயக்கம் வழி தமிழகம் வெளிப்படுத்தியிருக்கிறது.

சாதியப் பாகுபாடுகள்தான் இந்தியாவின் தலையாய பிரச்சினை என்ற உண்மைக்குத் தொடர்ந்து நூறாண்டுகளாக முகம் கொடுத்திருக்கிறது திராவிட இயக்கம். இந்தியாவின் வெகுஜன அரசியல் தளத்தில் சாதிய மேலாதிக்கத்துக்கு எதிரான வெற்றிகரமான ஒரே அரசியல் இயக்கம் அதுவே. பிராமணியத்துக்கு எதிரான பிரகடனத்தோடு, ஒற்றைத்துவ அலையில் சிக்கிவிடாமல் ஒரு மாற்று அரசியல் கலாச்சாரத்தை முன்னெடுத்து இந்திய அரசியலில் வெற்றி பெற்றிருக்கும் ஒரு இயக்கம் வேறு இங்கு ஏது!

இந்திமயமாக்கப்பட்ட சுதந்திர இந்தியாவின் தேசியம் இந்த எழுபது ஆண்டுகளில் நாடெங்கிலும் உண்டாக்கியிருக்கும் மோசமான விளைவுகளில் ஒன்று, உள்ளூர் அடையாள அழிவு. விளைவாக சாதிய, மத அடையாளங்கள் பெற்றிருக்கும் கூடுதல் பலம் இன்று தமிழ்நாட்டில் சாதி – மத வரையறைகளைத் தமிழர் என்ற அடையாளத்தால் கடக்க வாய்ப்புள்ள சாத்தியங்கள் ஏனைய பல மாநிலங்களில் கிடையாது. காரணம், அடிப்படைக் கட்டுமானங்களிலேயே அங்கெல்லாம் அழிமானம் நடந்திருக்கிறது. நாட்டிலேயே செல்வந்தப் பெரு நகரமான மும்பை, இந்தி சினிமாவின் கோட்டை. சொந்த மொழி மராத்தி சினிமா ஒண்ட இடமின்றி நலிந்து நிற்கிறது. கொல்கத்தாவில் பாரம்பரிய வங்கத்து உணவைத் தரும் உணவகங்களைத் தேட வேண்டியிருக்கிறது. கன்னடம் பேசாதவர்கள் பெரும்பான்மையினர் ஆகிவிட்ட பெங்களூரு தன் அடையாளங்களைக் காத்துக்கொள்ளப் போராடிக்கொண்டிருக்கிறது. வடகிழக்கு மாநில நகரங்கள் தங்கள் மொழியைப் பாதுகாக்க 'தாய்மொழியில் பேசுவோம்' இயக்கம் நடத்திக்கொண்டிருக்கின்றன. சென்னையோ தனக்கே உரிய தனித்துவத்துடன் தன் காஸ்மோபாலிடன் தன்மையைத் தொடர்ந்து தக்க வைத்துக்கொண்டிருக்கிறது. குழந்தைக்குப் பெயர் சூட்டுதல் முதல் சுயமரியாதைத் திருமணங்கள் வரை வாழ்வியலில் தமிழ் அடையாள மாற்றுக் கலாச்சாரத்தைத் திராவிட இயக்கம் வளர்த்தெடுத்ததற்கு இதில் முக்கியமான

பங்குண்டு. இந்தி ஆதிக்கத்துக்கு எதிராக உறுதியாக நின்ற திராவிட இயக்கம் ஆங்கிலத்தை ஒரு மாற்றாக முன்னிறுத்தியதன் விளைவுகளைப் பொருளாதாரத் தளத்தில் அறுவடை செய்துகொண்டது!

ஒட்டுமொத்த இந்தியாவின் வளர்ச்சிப் போக்குக்கும்கூட, திராவிட இயக்கத்தின் வழி தமிழ்நாடு ஒரு மாற்று உரையாடலை முன்வைக்கிறது. ஆரம்பத்திலிருந்தே சாதி, வர்க்கம் இரண்டுக்கும் பெரிய முக்கியத்துவம் அளிக்காத ஒரு வளர்ச்சிக் கோட்பாட்டையே டெல்லி முன்னெடுத்தது. காங்கிரஸ், பாஜக இரண்டுக்கும் மாற்றாக யோசித்தவர்கள் என்று கம்யூனிஸ்ட்டுகளைக் குறிப்பிடலாம். வங்கத்தில், 34 ஆண்டு காலம் ஆட்சிப் பொறுப்பில் இருந்தபோது கீழ்நிலை வர்க்கத்தின் மீதான அக்கறையோடு பொருளாதாரத்தை அணுகினார்கள். ஆனால், சாதியப் பாகுபாட்டுக்கு உரிய கவனம் அளிக்காத வர்க்க அடிப்படையிலான அணுகுமுறை தோல்வியையே தழுவியது. சாதியச் சமூகமான இந்தியாவுக்கேற்ற வெற்றிகரமான ஒரு மாற்றுப் பொருளாதாரப் பார்வையை, சமூக நீதிப் பாதையைத் திராவிட இயக்கமே முன்வைத்தது. தீர்க்கமான கோட்பாடுகள் ஏதுமின்றி நடைமுறை அரசியலின் வாயிலாகவே இதைச் சாதித்தார்கள். இடஒதுக்கீட்டின் வழி வாய்ப்புகளையும் அதிகாரத்தையும் பரவலாக்கியவர்கள் வறுமையை எதிர் கொள்ள சமூகநலத் திட்டங்களைக் கருவியாகக் கையாண்டார்கள்.

சுதந்திர இந்தியாவில், திராவிடக் கட்சிகள் ஆட்சிப் பொறுப்பில் அடியெடுத்து வைப்பதற்கு முந்தைய 1960–களின் தொடக்கத்தில், நாட்டின் 85% மக்கள் தொகையைக் கொண்ட 12 மாநிலங்களின் சராசரி நபர்வாரி வருமானம் இது: மகாராஷ்டிரம் ரூ.409; வங்கம் ரூ.390; பஞ்சாப் ரூ.380; குஜராத் ரூ.362; தமிழ்நாடு ரூ.334; கர்நாடகம் ரூ.296; கேரளம் ரூ.270; ராஜஸ்தான் ரூ.263; மத்திய பிரதேசம் ரூ.252; உத்தர பிரதேசம் ரூ.252; ஒடிஸா ரூ.220; பிஹார் ரூ.215.

ஐம்பதாண்டுகளுக்குப் பிந்தைய நிலை: கேரளம் ரூ.1,15,000; மகாராஷ்டிரம் ரூ.1,13,000; குஜராத் ரூ.1,09,000; கர்நாடகம் ரூ.1,08,000; தமிழ்நாடு ரூ.1,06,000; பஞ்சாப் ரூ.96,000; ராஜஸ்தான் ரூ.64,002, ஒடிஸா ரூ.54,000; மத்திய பிரதேசம் ரூ.44,000; வங்கம் ரூ.38,000; உத்தர பிரதேசம் ரூ.35,000; பிஹார் ரூ.25,000.

இந்தியப் பொருளாதாரத்தில் நான்கில் மூன்று பங்கு குஜராத்திப் பொருளாதாரம் என்று சொல்லப்படுவதுண்டு. குஜராத், மகாராஷ்டிரம் போன்ற பாரம்பரிய வணிகச் சமூகங்களின் முதலீட்டுப் பலம் தமிழ்நாட்டுக்குக் கிடையாது. வங்கம், பஞ்சாப், கர்நாடகம் போன்று நீர், நில வளமும் கிடையாது. நல்ல மழை பொழிந்து, காவிரியில் உரிய பங்கு வந்தாலும் ஐந்தில் ஒரு பங்கு நீர்ப் பற்றாக்குறை மாநிலம் இது. உத்தர பிரதேசத்தைப் போல நாட்டுக்கு 8 பிரதமர்களை அனுப்ப மக்கள்தொகை வழி பெரும்பான்மை பலம் கொண்ட மாநிலமும் கிடையாது; நேர் எதிராக, தேசியக் கட்சிகளுக்கு அரசியல் பலன் இல்லா மாநிலம். ஆனால், முன்வரிசையில் தொடர்ந்து தக்கவைத்ததோடு, முதலிடத்துக்கும் தமக்குமான வித்தியாசத்தை வெறும் 7.8% ஆகவும் குறைத்திருக்கிறார்கள். மனித வளக் குறியீடுகளில் தமிழ்நாட்டோடு இன்று

பொருளாதாரத்தில் டெல்லிக்கு ஒரு மாற்றை வெளிக்காட்டும் முயற்சிகளை நிறுவனமயமாகவும் சுட்டிக்காட்ட முடியும். சுருக்கமான உதாரணம்: தமிழ்நாடு திட்டக்குழு. நாட்டிலேயே ஒரு மாநிலத்தில் திட்டக் குழு முதன்முதலில் அமைக்கப்பட்டது தமிழ்நாட்டில்தான்.

ஒப்பிடத்தக்க ஒரே மாநிலம் கேரளம். இயற்கை அளித்திருக்கும் அபரிமிதமான நீர், வன வளம்; வெளிநாட்டு வேலைவாய்ப்புகள் மூலம் வந்தடைந்திருக்கும் அந்நியச் செலாவணி; இவற்றோடெல்லாம் ஒப்பிடுகையில் தமிழ்நாட்டில் நிகழ்ந்திருப்பதே பெரிய சாதனை!

இந்திய நிலப்பரப்பில் வெறும் 3.95% (1.3 லட்சம் சதுர கி.மீ.) மட்டுமே கொண்டது தமிழ்நாடு. ஒன்றிணைந்த ராஜஸ்தான், மத்திய பிரதேசம், மகாராஷ்டிரம் இந்த மாநிலங்களோடு ஒப்பிடுகையில் பாதிகூடக் கிடையாது. மக்கள்தொகையில் அதிகம் என்றாலும் நிலப்பரப்பளவில் குஜராத், ஆந்திரம், கர்நாடகத்தைவிடவும் சிறியது. தமிழ்நாட்டின் இன்றைய வளர்ச்சி எப்படிச் சாத்தியமானது? எல்லோரையும் உள்ளடக்கிய வளர்ச்சிப் பார்வையால்தான்! விவசாயத்தைப் புறக்கணித்துவிடாத வளர்ச்சியை முன்னெடுத்தது தமிழகம். 1970–களின் தொடக்கத்திலேயே நில உச்சவரம்புச் சட்டத்தின் மூலம் நிலப் பகிர்வைக் கொண்டுவந்தார் கருணாநிதி. விளைவாக, தமிழக விவசாயிகளில் 98% பேர் சிறு விவசாயிகள் ஆயினர். நேரடிக் கொள்முதல் நிலையங்கள், இலவச மின்சாரம், உழவர் சந்தைகள், குறைந்த வட்டியிலான வங்கிக் கடன், சுமை பெருகிய காலத்தில் கடன் தள்ளுபடி, சிக்கனப் பாசனத் திட்டங்களில் கவனம் என்று விவசாயிகளுக்கு உகந்த சூழலை உருவாக்குவதிலும் திமுக தொடர்ந்து கவனம் அளித்தது.

பொருளாதாரத்தில் டெல்லிக்கு ஒரு மாற்றை வெளிக்காட்டும் முயற்சிகளை நிறுவனமயமாகவும் சுட்டிக்காட்ட முடியும். சுருக்கமான உதாரணம்: தமிழ்நாடு திட்டக் குழு. நாட்டிலேயே ஒரு மாநிலத்தில் திட்டக்குழு முதன்முதலில் அமைக்கப்பட்டது தமிழ்நாட்டில்தான். தேசிய அளவிலான திட்டக்குழு பெரிய திட்டங்களில் கனவுகளைப் பதித்தபோது, தமிழ்நாடு திட்டக்குழு சின்ன திட்டங்களிலும் சிறு நகரங்களை நோக்கித் தொழில் வளர்ச்சியைக் கொண்டு செல்வதிலும் நம்பிக்கை வைத்தது. உலகமயமாக்கல் சூழலில் முந்திக் கொள்வதிலும் தமிழகம் முன்னே நின்றது. தகவல் தொழில்நுட்பத் துறைக்கான

கொள்கையை நாட்டுக்கே முன்னோடியாக 1997-ல் கருணாநிதி கொண்டுவந்ததை ஒரு உதாரணமாகச் சொல்லலாம்.

தமிழகத்தின் வளர்ச்சிக்கான விளக்கத்தை உத்தர பிரதேசப் பின்னணியிலிருந்து அணுகினால், நம் பார்வை மேலும் தெளிவாகும். மத்திய அரசுக்கு மாநிலங்கள் அளிக்கும் வருமானத்தில் அதன் பங்களிப்பு வெறும் 1.2% என்ற ஒரு வரித் தகவல் போதும், எல்லா வகைகளிலும் பின்தங்கிய நாட்டின் பெரிய மாநிலமான அதன் கதையைச் சொல்ல! ஏன் இந்நிலை? சாதியும் நிலப்பிரபுத்துவமும் உறைந்த சமூக அடுக்குமுறை; ஒவ்வொரு காலகட்டத்திலும் விடாது எரியும் சாதி, மதக் கலவரத் தீ. உலகமயமாக்கல் காலகட்டத்துக்குள் இந்தியா நுழைந்த 1990-களில் உத்தர பிரதேசம் பாபர் மசூதி இடிப்புக் கலவரங்களை நிகழ்த்தி அரசியல் நிச்சயமற்ற பத்தாண்டுகளுக்குள் புகுந்ததை ஒரு உதாரணமாகச் சொல்லலாம்.

நாட்டிலேயே பின்தங்கிய இன்னொரு மாநிலமான பிஹாரின் கதை இன்னும் நம் பார்வையைத் துலக்கமாக்கக்கூடியது. ஒருசமயம் பிஹார் நண்பர்களுடன் உரையாடுகையில், அவர்கள் சொன்னது நினைவுக்கு வருகிறது. "பிரிட்டிஷ் காலத்திலிருந்தே பிஹார் சுரண்டப்படுகிறது. எங்கள் கனிம வளங்கள் லண்டனுக்காகச் சூறையாடப்பட்டன. வளர்ச்சித் திட்டங்களிலோ புறக்கணிக்கப்பட்டோம். உங்கள் சென்னை மாகாணத்தில் நீதிக் கட்சி ஆட்சியைப் பிடித்து கல்வி, சுகாதாரத்தில் கவனம் செலுத்த ஆரம்பித்திருந்த 1920-களின் இறுதியில் எல்லாம் நாங்கள் மோசமான நிலையில் இருந்தோம். அன்றைக்கெல்லாம் வங்கத்தின் ஒரு பகுதியாக இருந்த பிஹாருக்குச் செலவழிக்கப்பட்ட தொகையானது பம்பாய் மாகாணத்தில் செலவழிக்கப்பட்ட தொகையில் ஆறில் ஒரு பங்கு மட்டுமே. ஆனால், எங்களுக்கென்று ஒரு தனித்த அடையாளத்தை நாங்கள் உணராததால் சுரண்டலையும் தனித்து உணரவில்லை. ஏனென்றால், 'இந்தி பேசுவதாலேயே நாங்கள் டெல்லிக்காரர்களாகவோ உயர் சாதியினராகவோ ஆகிவிட முடியாது' என்பதைச் சொல்ல ஒரு அண்ணா எங்களிடம் இல்லை!"

தெற்கிலிருந்து பரவும் ஒளி எங்கும் வியாபிக்கவல்லது. கருணாநிதி எண்ணியதுபோல குமரியில் நிற்கும் வள்ளுவர் இமயத்தையே பார்க்கிறார். வலிமையான மாநிலங்கள்தான் வளமான இந்தியாவுக்கு வழிகோலும். அண்ணாவைப் பிரிவினைக்குரலாக அல்லாமல், இந்தியா வில் மாற்று தேசியத்தின் பிதாமகனாகவும் 'மத்தியில் கூட்டாட்சி – மாநிலத்தில் சுயாட்சி' எனும் முழக்கத்தைக் கூட்டாட்சிக்கான அடிப்படைத் தத்துவமாகவும் பார்க்கும் பார்வையை எப்போது டெல்லி வரித்துக் கொள்கிறதோ அப்போது தமிழகத்திலிருந்து பரவும் அந்தச் சூரிய ஒளியை இந்தியா முழுமைக்கும் அது கொண்டுசேர்க்க முடியும்!

○

தெற்கிலிருந்து ஒரு சூரியன் | 31

திராவிடக் கப்பல் சென்றடைய வேண்டிய கூட்டாட்சித் துறைமுகம்!

கோபாலகிருஷ்ண காந்தி
ராஜதந்திரி,
மேற்கு வங்கத்தின்
முன்னாள் ஆளுநர்,
காந்தியின் பேரன்

சுயக் கட்டுப்பாடு என்பது அரசியலில் தேவைப்படும் நல்லொழுக்கம் ஆனால், அதுவே ஊட்டச்சத்தாக இருந்துவிடாது. சமூகத்தில் ஏற்படும் மாற்றங்களைப் புரிந்துகொள்ளும் திறன் அரசியலுக்கு வேண்டும். சூழ்நிலைக்கேற்பச் செயல்படும் சாமர்த்தியம் வேண்டும். எப்படி சுயக் கட்டுப்பாடு விலை மதிப்பில்லாததோ – ஆனால் அது மட்டும் போதாதோ, அதேபோல, காலச் சூழலுக்கு ஏற்பச் செயல்படும் ஆற்றலும் ஈடு இணையில்லாதது – ஆனால், அது மட்டும் போதாது.

'லட்சியங்கள் நிறைந்த' என்ற சொல்லாடலுக்கும், 'செல்வாக்கு அற்ற' என்ற சொல்லாடலுக்கும் என்ன பொருள் என்று திராவிட இயக்க நிறுவனர்களுக்குத் தெரியும். ஆட்சியில் இல்லை என்றாலும், லட்சிய அரசியலும் செல்வாக்கு அரசியலும் இணைந்தே செயல்பட முடியும் என்பதைப் பெரியார் உணர்த்தி இருக்கிறார். அண்ணாவும் கருணாநிதியும் 'லட்சியங்கள் மட்டும் நிறைந்திருந்த' காலகட்டத்திலிருந்து ஆட்சிப் பீடத்தில் அமர்ந்து 'செல்வாக்கும் செல்லும்' காலகட்டத்துக்குக் கடத்தும் பாலமாகச் செயல்பட்டவர்கள்.

பெரியாரிடமிருந்து அண்ணா சுவீகரித்துக்கொண்ட திராவிட இயக்கக் கொள்கைப்படி, மத்திய அரசு என்பது மைய அரசுதானே தவிர, உச்ச அரசு அல்ல; அண்ணாவின் கூட்டாட்சிக் கொள்கை என்பது ஒரு

அண்ணாவின் கூட்டாட்சிக் கொள்கை என்பது ஒரு தேசியக் கனவு. அண்ணாவின் மரணம் திராவிட இயக்கத்தைத் தாண்டியும் ஒரு பேரிழப்பு!

தேசியக் கனவு. அண்ணாவின் மரணம் திராவிட இயக்கத்தைத் தாண்டியும் ஒரு பேரிழப்பு. என்றாலும், கருணாநிதியின் அரசியல் அண்ணாவின் அரசியலை அடியொற்றியதாக அமைந்தது. ஏழைகளுக்கு ஆதரவான, விவசாயிகளுக்கு ஆதரவான, சாமானிய மக்களுக்கு ஆதரவான, சாதியத்துக்கும் மதவாதத்துக்கும் எதிரான கொள்கைகளின் வழியே ஆட்சியதிகாரத்தை அணுகுவது அந்த அரசியல்.

தேசிய அரசியல் சதுரங்கத்தால் தவிர்க்கவே முடியாதவராகத் திகழ்ந்த ராஜதந்திரி கருணாநிதி. வாய்ப்பு – உழைப்பு இரண்டும் சேர்ந்துதான் அவருக்கு மேடை அமைத்துக் கொடுத்தன.

தமிழ்நாட்டில் திமுக, அதிமுக இரண்டும் மாறி மாறி ஆண்டுவருவதால் தொடர்ந்து ஆட்சிப் பீடத்திலேயே இருக்கிறது திராவிட இயக்கம். இரு கட்சிகளுமே காலச் சூழ்நிலைக்கேற்பச் செயல்படுவதால் சாத்தியமாகியிருக்கும் நல்லூழ் இது. அதேசமயம் கொள்கைகள்?

ஆட்சியை லட்சியமாகக் கொண்டதல்ல திராவிட இயக்கம். இந்திய அரசியலில் ஒரு கட்சி ஆட்சிக்கு எதிராகத் திராவிட இயக்கம் கிளர்ந்தெழுந்த '1967 உணர்வு' 50 ஆண்டுகளுக்குப் பின் இன்று இந்தியா முழுமைக்கும் தேவைப்படும் சூழலில், திராவிட இயக்கம் மீண்டும் கிளர்ந்தெழ வேண்டியிருக்கிறது. வடக்கை மையமாகக் கொண்ட ஆட்சிக்கு எதிரான, கூட்டாட்சிக்கு இசைவான அந்த உணர்வு மீண்டும் மையத்துக்கு வர வேண்டும். இந்தியாவினுடைய எதிர்கால நன்மைக்காக மதச்சார்பின்மையும் கூட்டாட்சித் தத்துவமும் பாதுகாக்கப்பட, திராவிட இயக்கமும் காங்கிரஸும் இணைந்து செயல்பட வேண்டும் என்று விரும்புகிறேன்.

கருணாநிதி இதுநாள் வரை கட்டிக்காத்த திராவிட இயக்கத்தின் மூல உணர்வுகள் மீது எந்த மாசும் படியாமலும், கடல் கொள்ளையர்களால் அவை கைப்பற்றப்படாமலும் திராவிட இயக்கம் அதன் இளைய தலைமுறையால் கரைசேர்க்கப்பட வேண்டும். இயக்கத்தினுடைய நிறுவனர்கள் விரும்பியபடி இந்தியக் கூட்டாட்சி என்ற துறைமுகத்தை அது சென்றடைய வேண்டும்!

தமிழில்: **வ.ரங்காசாரி**

கூட்டணியும் கூட்டாட்சியும்!

சுப.வீரபாண்டியன்
பெரியாரியர், திராவிட
இயக்கத் தமிழர்
பேரவையின் தலைவர்,
தமிழ்ப் பேராசிரியர்

டெல்லியில் 1970-ல் நடைபெற்ற தேசிய வளர்ச்சிக் குழுக் கூட்டத்தில் கலைஞர் மாநில சுயாட்சி குறித்துப் பேசியது தொடர்பாக, மறுநாள் 'இந்துஸ்தான் டைம்ஸ்' இப்படி எழுதியிருந்தது: 'கூட்டாட்சிக்கும் கூட்டணி ஆட்சிக்கும் உள்ள வேறுபாட்டுக்கு ஒரு புதிய விளக்கத்தைக் கொடுத்திருக்கிறார் கலைஞர்.'

லெனின் சோவியத் ஒன்றியத்தை, 'பல்வேறு சமமான தேசிய சோவியத் குடியரசுகளின் அரசியல் ஒன்றியமாகவே' பார்த்தார். அண்ணா வழியில் வந்த கலைஞரும் அப்படியே பார்த்தார். மாநிலங்கள் சமமான கூட்டாளிகளாகக் கருதப்படும் வகையிலும் அரசமைப்புச் சட்டத்தில் மாற்றம் வேண்டும் என்பது திமுகவின் தொடர் முழக்கங்களில் ஒன்று. இதன் ஒரு பகுதியாகவே "நாடாளுமன்றத்தின் இரு அவைகளில் ஒன்றான மக்களவை, மக்கள்தொகை அடிப்படையில் ஒவ்வொரு மாநிலத்திலிருந்தும் உறுப்பினர்களைப் பெற்று இருந்தாலும், இன்னொரு அவையான மாநிலங்களவை – தேசிய இனங்களின் அவையாக, எல்லா மாநிலங்களிலிருந்தும் சமமான எண்ணிக்கையில் உறுப்பினர்களைப் பெற வேண்டும்" என்று கலைஞர் இக்கூட்டத்தில் பேசியிருந்தார்.

இந்த உரையைப் பாராட்டி எழுதியிருந்த 'சங்கர்ஸ் வீக்லி', 'கலைஞரின் புதிய முன்மொழிவு குறித்து அச்சப்படத் தேவையில்லை. கூட்டாட்சித் தத்துவத்துக்கு ஒரு அமைப்புரீதியிலான உருவம் கொடுப்பதற்குத்தான் அவர் முயல்கிறார்' என்று குறிப்பிட்டிருந்தது. ஆனால், அரசமைப்புச் சட்டத்தையே மாற்றி எழுத வேண்டிய இந்தக் கோரிக்கை நிறைவேறுவதில் உள்ள இமாலயச் சவால்கள் யாராலும் உணர முடியாதவையல்ல. எனவே, ஒருபுறம் கூட்டாட்சிச் சூழலை உருவாக்க அரசமைப்புச் சட்டப்படியான மாற்றங்களுக்குத் தொடர்ந்து

> மாநிலக் கட்சிகள் இணைந்து ஒரு வலுவான தேசியக் கூட்டணியை உருவாக்க வேண்டும் என்ற தேசியக் கனவு கலைஞரிடத்தில் எப்போதும் உண்டு. கூட்டணி ஆட்சியின் மூலமாக உண்மையான கூட்டாட்சி முறைக்கு இந்த நாட்டை அழைத்துச் செல்லும் கனவு அது!

திமுக முயன்றுவந்தாலும், மறுபுறம் மத்திய அரசில் மாநிலக் கட்சிகளும் பிரதான பங்கு வகிக்கும் கூட்டணி அரசை அமைப்பதன் மூலம், மாநிலங் களுக்கான முக்கியத்துவத்தைப் பெறும் முயற்சிகளிலும் அது இறங்கியது.

1971–லேயே காங்கிரஸுடனான கூட்டணி மூலம் தேசிய அரசியலில் திமுக அடியெடுத்து வைத்துவிட்டாலும், 1988 செப்டம்பர் 17 அன்று கலைஞர் முன்னின்று உருவாக்கிய தேசிய முன்னணி, அகில இந்திய அரசியலில் ஒரு முக்கியமான முன்னெடுப்பு. காங்கிரஸ், பாஜகவுக்கு மாற்றான முக்கியமான ஒரு முயற்சி இது. ஏழு கட்சிகள் சேர்ந்து அமைத்த இக்கூட்டணி, விரைவில் வி.பி.சிங் தலைமையில் ஆட்சியும் அமைத்தது. போதிய எண்ணிக்கைப் பலமின்மை, ஒற்றுமையின்மை ஆகியவற்றோடு வி. பி .சிங் முன்னெடுத்த வரலாற்று நடவடிக்கையான பிற்படுத்தப்பட்டோருக்கான இடஒதுக்கீடும் சேர்ந்து அவரது ஆட்சியை 11 மாதங்களிலேயே முடிவுக்குக் கொண்டுவந்தன.

அடுத்து, 1996-ல் ஐக்கிய முன்னணியைக் கட்டுவதில் பெரும்பங்கு வகித்தார் கலைஞர். இக்கூட்டணியும் ஆட்சியில் அமர்ந்தது. தேவ கௌடா, குஜ்ரால் என்று இரு பிரதமர்களைத் தேர்ந்தெடுப்பதில் முக்கியப் பங்காற்றினார் கலைஞர். ஆனாலும், ஒற்றுமையின்மை இரு ஆண்டுகளுக்குள் ஆட்சியையும் இந்தக் கூட்டணியையும் குலைத்தது. இதற்குப் பின் 'நிலையான ஆட்சி' எனும் தேசிய நலனைக் கொண்டு பாஜக தலைமையிலான தேசிய ஜனநாயகக் கூட்டணியிலும், பின்னர் காங்கிரஸ் தலைமையிலான ஐக்கிய முற்போக்குக் கூட்டணியிலும் இடம் பெற்றது திமுக. இந்தக் காலகட்டத்தில் தமிழகத்துக்குப் பல முக்கியமான திட்டங்களை திமுக கொண்டுவந்தது. இதன் வாயிலாக டெல்லியில் பேரம் பேசும் வலிமையை மாநிலக் கட்சிகளுக்கும் கூட்டணி அரசுக்கான தேவைகளைத் தேசியக் கட்சிகளுக்கும் உணர்த்தினார்.

மாநிலக் கட்சிகள் இணைந்து ஒரு வலுவான தேசியக் கூட்டணியை உருவாக்க வேண்டும் என்ற தேசியக் கனவு திமுகவிடம் எப்போதும் உண்டு. கூட்டணி ஆட்சியின் மூலமாக உண்மையான கூட்டாட்சி முறைக்கு இந்த நாட்டை அழைத்துச் செல்லும் கனவு அது! ○

வடக்கின் வளர்ச்சிக்கு ஒரு தெற்கத்திய முன்மாதிரி!

இந்தியா எப்போதும் வடக்கிலிருந்தே சிந்திக்க ஆசைப்படுகிறது. டெல்லி இந்தச் சிந்தனையின் மையமாக இருக்கிறது. நரேந்திர மோடி குஜராத்தின் முதல்வராக இருந்தபோது 'வளர்ச்சி' என்ற சொல்லைத் தேசிய விவாதமாக்கியதோடு, 'குஜராத் முன்மாதிரி' என்றொரு மாயத் தோற்றத்தையும் உண்டாக்கினார். அடுத்து, யோகி ஆதித்யநாத் ஆளும் உத்தர பிரதேசத்தை முன்வைத்துப் பேச்சுகள் தொடங்கியிருக்கின்றன. தமிழகத்தில் கடந்த 50 ஆண்டுகளாக ஆட்சியில் இருந்த திமுக, அதிமுக இரு கட்சிகளும் தேசிய அளவில் என்றைக்கும் அப்படியான முழக்கம் எதையும் முன்வைத்ததில்லை. ஒரு பெரியாரியனாக தந்தை பெரியார் காட்டிய வழியில் உறுதியாக திராவிடக் கட்சிகள் செல்லவில்லை என்ற மனக்குறை என்னைப் போன்றவர்களுக்கு உண்டு. ஆனால்,

விடுதலை இராசேந்திரன்

பொதுச் செயலாளர்,
திராவிடர்
விடுதலைக் கழகம்

இந்தியாவின் சிறந்த 100 கல்வி நிறுவனங்களின் தரவரிசைப் பட்டியலை மத்திய அரசின் மனித வள மேம்பாட்டுத் துறை வெளியிட்டுள்ளது. இதில் 37 கல்லூரிகள் தமிழ்நாட்டில் இருப்பவை. குஜராத்தில் வெறும் 3. மபி, உபி, ராஜஸ்தான் போன்றவற்றில் ஒன்றுகூட இல்லை!

அவர்களுடைய அரை நூற்றாண்டு ஆட்சி நிறைவுக் காலகட்டத்தில், 'தமிழக முன்மாதிரி' என்ற குறிப்பிடத்தக்க பல விஷயங்கள் இங்கே நடந்திருப்பதை உணர முடிகிறது. குறிப்பாக, சமூக நீதியில் ஆட்சியாளர்கள் தொடர்ந்து அக்கறை காட்டினால், பொருளாதார வளர்ச்சி எப்படி எல்லோருக்குமானதாக அமையும் என்பதற்கான விளைவு இங்கே நடந்திருக்கிறது. சாதியச் சமூகமான இந்தியாவில், நாட்டிலேயே தமிழகம் எப்படி ஒரு முன்னோடி மாநிலம் என்பதை மனித வளக் குறியீடுகள் காட்டுகின்றன.

பாஜக முன்னிறுத்தும் 'குஜராத் முன்மாதிரி', 'உத்தர பிரதேச முன்மாதிரி' ஆகியவற்றுடன் பாஜக தொடர்ந்து ஆட்சியில் இருக்கும் ராஜஸ்தான், மத்திய பிரதேசம் மாநிலங்களையும்கூட இந்த ஒப்பீட்டில் ஆய்வுக்கு எடுத்துக்கொள்ளலாம்.

கல்வி

பள்ளிக் கல்வியை முடித்து, உயர் கல்வியில் சேர்பவர்கள், இந்தியாவிலேயே தமிழ்நாட்டில்தான் அதிகம். அதாவது, தேசிய சராசரியைவிட இரு மடங்கு அதிகம். தமிழ்நாடு – 38.2%. குஜராத் – 17.6%; பாஜக ஆளும் வட மாநிலங்கள் மபி – 17.4%; உபி – 16.8%; ராஜஸ்தான் – 18.0%; தேசிய சராசரி: 20.4%.

இந்தியாவின் சிறந்த 100 கல்வி நிறுவனங்களின் தரவரிசைப் பட்டியலை மத்திய அரசின் மனித வள மேம்பாட்டுத் துறை வெளியிட்டுள்ளது. இவற்றில் 37 கல்லூரிகள் தமிழ்நாட்டில் இருப்பவை. குஜராத்தில் வெறும் 3. மபி, உபி, ராஜஸ்தான் போன்றவற்றில் ஒன்றுகூட இல்லை. இதேபோல, முதல் 100 சிறந்த பல்கலைக்கழகங்களில் தமிழ்நாட்டிலுள்ள பல்கலைக்கழகங்களின் எண்ணிக்கை – 24; குஜராத் – 2; மபி – 0; உபி – 7; ராஜஸ்தான் – 4.

கல்வி விகிதாசாரம்: தமிழ்நாடு – 80.33%; குஜராத் – 79% ; மபி – 70%; உபி – 69% ; ராஜஸ்தான் – 67%; தேசிய சராசரி: 74%.

சுகாதாரம்

ஓரிடத்தில் சுகாதாரத் துறையின் வளர்ச்சிக்கான முக்கியமான குறியீடுகளில் ஒன்றாகப் பார்க்கப்படுவது சிசு மரண விகிதம் எவ்வளவு குறைவாக இருக்கிறது என்பது. பிறக்கும் 1,000 சிசுக்களில் மரண எண்ணிக்கை: தமிழ்நாடு – 21; குஜராத் – 36; மபி – 54; உபி – 50; ராஜஸ்தான் – 47. தேசிய சராசரி: 40. இதேபோல, ஒரு லட்சம் பிரசவத்தில் தாய் இறக்கும் விகிதம்: தமிழ்நாடு – 79; குஜராத் – 112; மபி – 221 ; உபி – 285; ராஜஸ்தான் – 244; தேசிய சராசரி: 167.

தடுப்பூசி போடப்படும் குழந்தைகள் சதவீதம்: தமிழ்நாடு – 86.7%; குஜராத் – 55.2% ; மபி – 48.9% ; உபி – 29.9%; ராஜஸ்தான் – 31.9%; சத்தீஸ்கர் – 54%; தேசிய சராசரி: 51.2%.

ஆண் – பெண் விகிதாசாரம் (ஆயிரம் ஆண் குழந்தைகளுக்கு. இதில் பெண் குழந்தைகள் எண்ணிக்கை குறையக் குறைய பெண் சிசுக் கொலை அதிகம் என்று பொருள்): தமிழ்நாடு – 943; குஜராத் – 890; மபி – 918; உபி – 902; ராஜஸ்தான் – 888; இந்திய சராசரி: 919.

மனித வளக் குறியீடு: தமிழ்நாடு – 0.6663; குஜராத் – 0.6164; மபி – 0.5567; உபி – 0.5415; ராஜஸ்தான் – 0.5768; தேசிய சராசரி: 0.6087.

ஊட்டச்சத்துக் குறைபாடு – குழந்தைகளில்: தமிழ்நாடு – 18%; குஜராத் – 33.5%; மபி – 40%; உபி – 45%; ராஜஸ்தான் – 32%; சத்தீஸ்கர் – 35%; தேசிய சராசரி : 28%.

மருத்துவர்களின் எண்ணிக்கை (ஒரு லட்சம் மக்கள்தொகைக்கு): தமிழ்நாடு – 149; குஜராத் – 87; மபி – 41; உபி – 31; ராஜஸ்தான் – 48; தேசிய சராசரி: 36. மருத்துவப் படிப்பு என்று எடுத்துக்கொண்டால், நாட்டில் முன்னிலையில் உள்ள மாநிலமாக 24 மருத்துவக் கல்லூரிகள் தமிழ்நாட்டில் உள்ளன. நாடு முழுவதுமுள்ள மருத்துவப் படிப்புக்கான இடங்கள் 52,965. தமிழ்நாட்டில் 5,660 இடங்கள் இவற்றில் உள்ளன.

பொருளாதாரம்

இந்தியாவில் உள்ள 29 மாநிலங்களில், 20 மாநிலங்களின் ஒட்டுமொத்த உள்நாட்டு மொத்த உற்பத்தி மதிப்புக்கு (ஜிடிபி) இணையானதை தமிழ்நாடு, கர்நாடகம், மகாராஷ்டிரம் ஆகிய மூன்று மாநிலங்களும் அளிக்கின்றன. இந்தப் பட்டியலில் மகாராஷ்டிரத்துக்கு அடுத்த நிலையில் இரண்டாவது இடத்தில் இருப்பது தமிழ்நாடு.

தமிழ்நாடு – ரூ.18.80 லட்சம் கோடி; குஜராத் – ரூ.10.94 லட்சம் கோடி; மபி – ரூ.7.35 லட்சம் கோடி; உபி – ரூ.12.37 லட்சம் கோடி; ராஜஸ்தான் – ரூ.7.67 லட்சம் கோடி.

தனிநபர் வருமானம் (ஆண்டுக்கு) – தமிழ்நாடு – ரூ.1,28,366; குஜராத் – ரூ.1,06,831; மபி – ரூ.59,770; உபி – ரூ.40,373; ராஜஸ்தான் – ரூ.65,974 ; தேசிய சராசரி: ரூ.93,293.

ஏழ்மை சதவீதம்: தமிழ்நாடு – 11.28%; குஜராத் – 16.63% ; மபி – 31.65%; உபி – 29.43%; ராஜஸ்தான் – 14.71%; சத்தீஸ்கர் – 39.93%; இந்திய சராசரி: 21.92%.

திராவிட இயக்கமும், அதன் கொள்கைகளும் வெறும் பிராந்திய அளவுக்குள் சுருக்கிப் பார்க்கப்படுவது அர்த்தமற்றது. தமிழ்நாட்டிலிருந்து வளர்ச்சிக்கான முன்னுதாரணத்தை டெல்லி கற்றுக்கொள்ள வேண்டும்!

❍

இந்திய மாநிலங்களின் உரத்த குரல்!

கே.எஸ்.இராதாகிருஷ்ணன்
வழக்கறிஞர், எழுத்தாளர்

தேசிய இனங்களுக்கு, தங்களுக்கான எதிர்காலத்தைத் தீர்மானித்துக்கொள்வதற்கான சுயநிர்ணய உரிமை வேண்டும் என்ற எண்ணமே, திராவிட இயக்கத்தின் 'திராவிட நாடு' முழக்கத்தின் மைய ஆதாரமாக இருந்தது. இந்திய சுதந்திரத்துக்கு முன்னர் தொடங்கிய இந்தக் கருத்தாக்கம் பின்னரும் நீடித்தது. புதிய ஆட்சியில் இந்தி பேசும் மாநிலங்களின் கையே ஓங்கியிருந்ததும், தென்னிந்தியா தன்னுடைய மாறுபட்ட கலாச்சாரத்துக்கு ஏற்ப அரசியலிலும் தனிப் போக்கைக் கொண்டிருந்ததும் இதற்கான நியாயங்களாக இருந்தன. ஆனால், பிரிவினைவாதச் சட்டத்தின் பெயரால் நேரு இப்படியான கோரிக்கைகளையும் அதற்குப் பின்னிருந்த அமைப்புகளையும் முடக்க முற்பட்டபோது, அடுத்த நிலையில் உயிர்

> சுதந்திர தின விழாவில் தேசியக் கொடியை
> ஏற்றும் உரிமையை முதல்வர்களுக்கு வழங்க
> வேண்டும் என்ற உரிமையை வலியுறுத்திப்
> பெற்றவர் கலைஞர். விளைவாகவே, மாநில
> முதல்வர்கள் கொடியேற்றும் உரிமையை
> இன்று பெற்றிருக்கிறார்கள்!

பெற்ற முழக்கமே 'மாநில சுயாட்சி'. சுதந்திரத்துக்கு முன்பிருந்தும் சுதந்திர இந்தியாவின் உருவாக்கத்தின்போதும், மாநிலங்களுக்கு அதிகமான உரிமை களைக் கோரும் 'மாநிலங்கள் உரிமை' விவாதம் ஏற்கெனவே இருந்தது என்றாலும், அண்ணாவின் இந்தக் கோரிக்கை புது உத்வேகத்தைக் கொடுத்தது. 'மத்தியில் கூட்டாட்சி; மாநிலத்தில் சுயாட்சி' என்ற கலைஞரின் சொல்லாடல் புது வடிவைக் கொடுத்தது.

அண்ணாவின் கனவை நிறைவேற்றும் வகையில், தான் பதவியேற்ற உடனேயே 1969 மார்ச் 17-ல் டெல்லியில் பத்திரிகையாளர்களைச் சந்தித்த கலைஞர், "மத்திய – மாநில அரசுகளின் அதிகாரங்கள் குறித்து ஆராய ஒரு குழு அமைக்கப்படும்" என்று அறிவித்தார். அப்படி ஆராய உருவாக்கப்பட்ட குழுவே நீதிபதி ராஜமன்னார் தலைமையில் ஏ.லட்சுமணசாமி முதலியார், பி.சந்திரா ரெட்டி ஆகியோரை உறுப்பினர்களாகக் கொண்டு உருவாக்கப்பட்ட குழுவாகும். பல தரப்பினரிடமும் கருத்துகளைத் திரட்டிய இக்குழு, 383 பக்கங்கள் கொண்ட தன்னுடைய அறிக்கையை 1971 மே 27-ல் அளித்தது. மத்திய – மாநிலப் பிரச்சினைகள் எழுப்பப்படும்போதெல்லாம் தீர்வாக முன்வைக்கப்படும் ஒரு மகா சாசனமாக, அரிய ஆவணமாகப் பேசப்படும் ராஜமன்னார் குழுவின் பரிந்துரைகளில் முக்கியமான அம்சங்கள் சில:

- அரசமைப்புச் சட்டத்தின் 7-வது இணைப்பிலுள்ள அதிகாரப் பட்டியல்களின் பொருளடக்கத்தை மாற்றியமைத்து, மாநிலங்களுக்கும் சட்டமியற்றும் அதிகாரத்தை வழங்க வேண்டும்.

- மாநிலங்களுக்கான வருவாயை அதிகப்படுத்த வேண்டும். வரிச் சீர்திருத்தம் வேண்டும்.

- மாநில அரசுகளின் ஆலோசனையைப் பெற்றே ஆளுநர் நியமிக்கப்பட வேண்டும். அதேபோல, உயர் நீதிமன்ற நீதிபதிகளை நியமிக்கும்போது மாநில அரசு, ஆளுநர், உயர் நீதிமன்றத் தலைமை நீதிபதி ஆகியோரின் கருத்துகள் முக்கியமாகக் கருதப்பட வேண்டும்.

> மாநிலங்களுக்கான உரிமையைப் பறைசாற்றும் வகையில், கர்நாடகத்தில் இன்று 'மாநிலங்களுக்குக் கொடி உரிமை' பேசப்படுகிறது. அதை 47 ஆண்டுகளுக்கு முன்பே, 1970-ல் பேசியவர் கலைஞர்.

- நெருக்கடிநிலை அறிவிப்பு தொடர்பாக முடிவெடுக்கும்போது, மாநிலங்களிடை மன்றத்துடன் கலந்தாலோசித்தே முடிவு எடுக்கப்பட வேண்டும்.
- மாநிலங்களவையில் அனைத்து மாநிலங்களுக்கும் சமமான எண்ணிக்கையில் பிரதிநிதித்துவம் வழங்க வேண்டும்.
- அரசமைப்புச் சட்டத்தில் திருத்தம் செய்ய வேண்டுமென்றால், மூன்றில் இரு பங்கு மாநில சட்டமன்றங்கள் அதை ஏற்க வேண்டும்.

இப்படிப் பொது ஒழுங்கு, வணிகம், மொழி, பொது ஊழியங்கள் அது முன்வைத்த பல பரிந்துரைகள் மத்திய - மாநில உறவுக்கு ஒரு அருமையான வழிகாட்டியாகவும் பன்மைத்துவத்தைப் பாதுகாக்கும் வழிமுறையாகவும் இன்றும் பார்க்கப்படுகிறது. ராஜமன்னார் குழுவின் பரிந்துரைகளை முன்வைத்து இந்திரா காந்தி தலைமையிலான அரசுக்கு அழுத்தம் கொடுத்தார் கலைஞர். வட இந்தியாவில் கட்சி வேறுபாடுகளுக்கு அப்பாற்பட்டுக் கடும் அதிர்வுகளை உண்டாக்கினாலும், பிரதமர் இந்திரா காந்தி, 'பரிசீலித்து நடவடிக்கை எடுக்கப்படும்' என்று பதில் கடிதம் அனுப்பினார். அதற்குப் பின் 1984-ல் நீதிபதி சர்க்காரியா தலைமையில், மத்திய – மாநில உறவுகளை ஆராய குழு அமைத்தார் இந்திரா காந்தி. தொடர்ந்து மாநில உரிமைகளை முன்னிறுத்தி ஆந்திராவில் என்.டி.ராமாராவ், அஸாமில் மகந்தா ஆகியோர் நடத்திய மாநாட்டில் இந்த ராஜமன்னார் குழு அறிக்கை விவாதப் பொருளாக இருந்தது.

காஷ்மீரில் ஃபரூக் அப்துல்லா நடத்திய மாநாட்டில், "வெளியுறவு, பாதுகாப்பு, தொலைத்தொடர்பு, நிதி போன்ற துறைகளை மட்டும் மத்திய அரசு வைத்துக்கொண்டு, மற்ற அதிகாரங்களை மாநிலங்களுக்கு வழங்க வேண்டும்" என்று தீர்மானம் நிறைவேற்றப்பட்டது.

பின்னர், மேற்கு வங்க முதல்வர் ஜோதிபாசு அரசும் "ராஜ மன்னார் குழுவின் அடிப்படையில் மாநிலங்களுக்கு அதிகாரங்கள் வேண்டும்" என்று மத்திய அரசுக்கு அறிக்கை அனுப்பியது. கர்நாடக முதல்வர் ராமகிருஷ்ண ஹெக்டே இதுகுறித்துப் பேச தென் மாநில முதல்வர்கள் மாநாட்டைக் கூட்டினார். இலங்கை உள்நாட்டுப் போருக்குத் தீர்வு காணும் வகையில், திம்புவில் நடைபெற்ற பேச்சுவார்த்தையின்போதும்கூட ராஜமன்னார் குழுவின் அறிக்கை அடிப்படையில் விவாதங்கள் நடந்தன.

பின்னர், வாஜ்பாய் பிரதமராக இருந்தபோது 2002–ல் நீதிபதி வெங்கடாச்சலையா தலைமையிலும், மன்மோகன் சிங் பிரதமராக இருந்தபோது 2 010–ல் நீதிபதி பூன்ச் தலைமையிலும் குழு அமைக்கப்பட்டு, மத்திய – மாநில உறவுகள் குறித்தான விரிவான அறிக்கை பெறப்பட்டது. இந்திரா, வாஜ்பாய், மன்மோகன் சிங் எல்லோருடைய இப்படியான நகர்வுகளின் பின்னணியிலும் திமுகவின் அழுத்தம் இருந்தது. கலைஞரின் தொலைநோக்குப் பார்வை இருந்தது.

மாநிலங்களுக்கான உரிமையைப் பறைசாற்றும் வகையில், கர்நாடகத்தில் இன்று 'மாநிலங்களுக்குக் கொடி உரிமை' பேசப் படுகிறது. அதை 47 ஆண்டுகளுக்கு முன்பே, 1970–ல் பேசியவர் கலைஞர். அன்றைக்கு இக்கோரிக்கையைக் கடுமையாக எதிர்ப் பவர்களாக இருந்தவர்கள் ஸ்தாபன காங்கிரஸும், இன்றைய பாஜகவின் தாயான ஜன சங்கமும். என்றாலும், டெல்லியில் 1970 ஆகஸ்ட் 27–ல் பத்திரிகையாளர்கள் முன் தமிழக அரசின் கொடி எப்படி இருக்கும் என்று, தான் வடிவமைத்த மாதிரியை முதல்வர் கலைஞர் வெளியிட்டார். தேசியக் கொடி மேல் பக்கத்திலும், தமிழகத்தின் லச்சினையான கோபுர முத்திரை வலது பக்கத்தின் கீழ் முனையிலும் இருக்கும் வகையில் அந்த மாதிரி இருந்தது. இந்தப் பிரச்சினையில் தீர்வு எதுவும் காணப்படவில்லை. இந்த நிலையில், "சுதந்திர தின விழாவில் தேசியக் கொடியை ஏற்றும் உரிமையை முதல்வர்களுக்கு வழங்க வேண்டும்" என்று வலியுறுத்தத் தொடங்கினார் கலைஞர். பிரதமர் இந்திரா இதை ஏற்றார். விளைவாகவே, மாநில முதல்வர்கள் கொடியேற்றும் உரிமையை இன்று பெற்றிருக்கிறார்கள்.

என் நிகழ்ச்சி ஒன்றில் பங்கேற்கையில், "திமுக தேசிய இயக்கமாக நிலைக்கும். இந்தியாவின் அரசியல் ஜாதகத்தை இந்த இயக்கம் கணிக்கும்" என்று பேசினார் கலைஞர். அது உண்மை. இந்திய மாநிலங்கள் எதிர்காலத்தில் பெறப்போகும் அப்படியான உரிமைகள் எல்லாவற்றுக்குமான அடித்தளக் கற்களை அமைத்தவர்களின் வரிசையில் கலைஞரின் பெயரும் இருக்கும்!

இந்தியாவின் தலைநகரம் டெல்லி அல்ல; மெட்ராஸ் என்று எழுதின பத்திரிகைகள்!

தேவ கௌடா பேட்டி

● இரா.வினோத்

பிரதமர் பதவிக்கு அடுத்ததாக உச்சரிக்கப்பட்ட பெயர் கருணாநிதி. 'என்னுடைய உயரம் எனக்குத் தெரியும்' என்று சொல்லி உடனே அவர் மறுத்துவிட்டார்!

இந்திய அரசியலில் கூட்டணி யுகத்தின் ஆரம்ப காலப் பிரதமர்களில் ஒருவர் தேவ கௌடா. மதச்சார்பற்ற ஜனதா தளத்தின் தேசியத் தலைவராகவும், கர்நாடகத்தின் முன்னாள் முதல்வராகவும் இருந்த தேவ கௌடாவைப் பிரதமர் பதவி நோக்கி அப்போது நகர்த்தியவர்களில் முக்கிய மானவர் கருணாநிதி. அந்த நாட்களைப் பகிர்ந்துகொண்டார் தேவ கௌடா.

கருணாநிதியுடனான உங்கள் உறவு எப்படியானது?

ஆரம்ப காலத்திலிருந்தே மரியாதை உண்டு. மிகவும் ஆழமான அரசியல் ஞானம் உடையவர் அவர். தெற்கில் உட்கார்ந்துகொண்டு குறைந்தது ஒரு கால் நூற்றாண்டுக் காலம் வடக்கின் போக்கைத் தீர்மானிப்பவராக அவர் செயல்பட்டிருக்கிறார். ஆனால், அவ்வளவு பெரிய தலைவராக இருந்தாலும், எல்லோரிடமும் பணிவையே கடைப்பிடிப்பார்.

ஞாபகார்த்தமான முதல் சந்திப்பு என்று எதைச் சொல்வீர்கள்?

தமிழகம் - கர்நாடகம் என்றாலே, காவிரிதானே முதலில் வந்து நிற்கும்! பொதுவாக, பற்றாக்குறையால் தமிழகத்துக்குத் தண்ணீர் திறந்துவிட முடியாத சூழல் ஏற்படும்போது, தமிழக முதல்வராக இருப்பவர் கர்நாடக முதல்வரிடம் பேசுவதும், தண்ணீர் திறந்துவிடுமாறு கடிதம் எழுதுவதும் வழக்கம். ஆனால், கருணாநிதி எப்படியாவது தண்ணீரைப் பெற்றுவிட வேண்டும் என்பதற்காகப் புதுப்புது உத்திகளைக் கையாள்வார். இங்கே தேவராஜ் அர்ஸ் முதல்வராக இருந்தபோது, அங்கே முதல்வர் கருணாநிதி. தேவராஜ் அர்ஸை நேரில் சந்தித்து, 'தமிழக விவசாயிகள் தவிக்கிறார்கள்; மறுத்துவிடாதீர்கள்' என்று உருக்கமாகத் தண்ணீர் கேட்டார் கருணாநிதி. நான் அப்போது எதிர்க்கட்சித் தலைவர். 'எக்காரணம் கொண்டும் தமிழகத்துக்குத் தண்ணீர் கொடுக்கக் கூடாது' என்று தேவராஜ் அர்ஸிடம் எச்சரித்துவிட்டு வந்திருந்தேன். முதல்வரைச் சந்தித்ததோடு, யாருமே எதிர்பார்க்காத சூழலில், என்னையும் வந்து சந்தித்தார்.

‘நீங்களும் ஒரு விவசாயி. சக விவசாயிகளின் வலியைக் கொஞ்சம் புரிந்து கொள்ளுங்கள்... மனது வையுங்கள்’ என்று என் கையைப் பற்றிக்கொண்டார். இந்த அணுகுமுறை என்னை நெகிழச் செய்துவிட்டது. அன்று தொடங்கி கவனித்துவருகிறேன். அவர் முதல்வராக இருக்கும் காலகட்டத்தில் இது போன்று எப்படியாவது தண்ணீரை வாங்கிவிடுவார்.

பிரதமர் பதவி நோக்கி உங்களை நகர்த்த அவருக்கு எது காரணமாக இருந்தது?

1996–ல் காங்கிரஸ், பாஜக இரண்டுமே ஆட்சி அமைக்கும் அளவுக்கு ஜெயிக்கவில்லை. மத்தியில் மதவாத ஆட்சி வந்துவிடக் கூடாது என்று முடிவெடுத்து, மாநிலக் கட்சிகள் ‘ஐக்கிய முன்னணி’யைக் கையில் எடுத்த போது, எல்லோருடைய தேர்வாகவும் இருந்தவர் வி.பி.சிங். ஆனால், அவர் பிடிவாதமாக மறுத்துவிட்டார். அடுத்ததாக உச்சரிக்கப்பட்ட பெயர் கருணாநிதி. ‘என்னுடைய உயரம் எனக்குத் தெரியும்’ என்று சொல்லி உடனே அவர் மறுத்துவிட்டார். அடுத்து மூப்பனார் பெயர் முன்மொழியப்பட்டபோது, பலர் அவருக்குச் சாதகமாக இல்லை.

ஆனால், ஒரு விஷயத்தில் கருணாநிதி உறுதியாக இருந்தார். ‘இந்த முறை தெற்கைச் சேர்ந்த ஒருவரே பிரதமர் ஆக வேண்டும்’ என்பதே அது. இதுதான் அடிப்படை. நான் பிரதமராகத் தேர்ந்தெடுக்கப்பட வேண்டும் என்பதற்காக கருணாநிதி, மூப்பனார், முரசொலி மாறன் மூன்று பேரும் கடுமையாகப் பணியாற்றினார்கள். ஆட்சி அமைப்பது அவ்வளவு சுலபமாக இல்லை. கூட்டணித் தலைவர்கள் மத்தியிலும் சரி, வெளியே பத்திரிகையாளர்கள் மத்தியிலும் சரி, ‘இந்தி தெரியாது, ஆங்கிலம் தெரியாது’ என்றெல்லாம் தெற்கிலிருந்து சென்ற எங்கள்மீது ஏளனப் பார்வைகளும் பேச்சுகளும் வீசப் பட்டது உண்டு. ஆனால், கருணாநிதி எப்படியோ எல்லாவற்றையும் தெரிந்து கொண்டு, சமயோசிதமாக அவர்களை அக்காலகட்டத்தில் சமாளித்தார்.

மத்தியில் ஒரு பலமான கூட்டாளியாக திமுக இருந்த நிலையில், கருணாநிதி எதை அதிகம் வலியுறுத்தினார்?

மத்தியில் இந்திரா காந்தி காலத்திலிருந்தே முக்கியமான கூட்டணிக் கட்சியாக இருந்தது திமுக என்பதால், மாநிலங்கள் உரிமை சார்ந்து அதிகம் அழுத்தம் தரக்கூடியவராகவே அவர் இருந்தார். எங்களுடையது கூட்டணி அரசு என்பதால், பெரிய முடிவுகள் எதையும் எடுத்துவிட இயலாது என்பது அவருக்குத் தெரியும். ஆகையால், தமிழகத்துக்கான நிதி, திட்டங்களைக் கூடுதலாகப் பெறுவதில் அதிக அக்கறை காட்டுவார். என்னிடம் மட்டும் அல்ல; வி.பி.சிங், குஜ்ரால், வாஜ்பாய், மன்மோகன் சிங் எல்லோரிடமுமே தமிழகத்துக்கான திட்டங்களைப் பெறுவதில் அவர் அழுத்தம் கொடுத்தார் என்பது எனக்குத் தெரியும். இதனால் தான், ஒருகட்டத்தில் வடஇந்திய ஊடகங்கள் ‘இந்தியாவினுடைய தலைநகரம் இப்போது டெல்லி அல்ல; மெட்ராஸ்’ என்றெல்லாம் எழுதின. நான் பிரதமராக இருந்த 10 மாதங்களில் அவரிடமிருந்து நான் அதிகம் கேட்ட வார்த்தைகள், ‘தெற்கிலிருந்து போயிருக்கிறீர்கள். தெற்குக்குக் கூடுதலாக நல்லது

நான் பிரதமராக இருந்த 10 மாதங்களில் அவரிடமிருந்து நான் அதிகம் கேட்ட வார்த்தைகள், 'தெற்கிலிருந்து போயிருக்கிறீர்கள். தெற்குக்குக் கூடுதலாக நல்லது செய்யுங்கள்' என்பதுதான்!

செய்யுங்கள்' என்பதுதான். அதேசமயம், பிரதமரோ கூட்டணிக் கட்சிகளோ கசந்துகொள்ளும்படி நடந்துகொள்ள மாட்டார்.

கருணாநிதியிடம் உங்களுக்குப் பிடித்தமான விஷயம்?

நான் பிரதமராக இருந்த காலகட்டம் நீங்கலாக, அதற்கு முன்பும் சரி, பின்பும் சரி; மாநில அரசியலிலேயே அதிகம் கவனம் செலுத்த வேண்டி இருந்தது. அவ்வகையில், காவிரி விவகாரம், வீரப்பன் விவகாரம், ஒகேனக்கல் விவகாரம் என்று பல சந்தர்ப்பங்களில் அவரவர் மாநில நலன் சார்ந்தே பேச வேண்டியிருக்கும். சில நேரங்களில் சூடான அறிக்கையைப் பரிமாறிக்கொள்ள வேண்டியிருக்கும். இது தவிரவும் தமிழகத்தில் அவருடைய பிரதான அரசியல் எதிரியான ஜெயலலிதாவோடு வேறு நெருக்கமான நட்பு கொண்டிருந்தவன் நான். இவ்வளவைத் தாண்டியும், மாநிலங்கள் உரிமை, மதச்சார்பின்மை, தென்னக நலன் போன்ற விஷயங்களில் எங்களுக்கு இயல்பான கூட்டாளியாக அவர் எப்போதும் திகழ்ந்தார். அரசியலைத் தாண்டி சில சமயங்களில் அன்பான கடிதம் வரும். நானும் பதில் எழுதுவேன். அரசியல் சார்ந்த என்னுடைய எதிர் நிலைப்பாட்டை மனதில் வைத்துக்கொண்டு வன்மத்தையோ பகையையோ ஒருநாளும் வெளிப்படுத்தாதவர் அவர்!

தமிழகம் என்கிற ஜனநாயகத் தீவு!

ஆர்.விஜயசங்கர்
பத்திரிகையாளர்,
ஆசிரியர்,
'ஃபிரன்ட்லைன்'

கலைஞர் கருணாநிதி என்றவுடன் என் நினைவுக்கு வருவது ஜனவரி 31, 1976 இரவுதான். சுமார் எட்டரை மணியளவில், இந்திய கம்யூனிஸ்ட் கட்சி (மார்க்சிஸ்ட்) திருச்சி மாவட்டச் செயலாளராக இருந்த என் தந்தை பி.ராமச்சந்திரன் வழக்கத்துக்கு மாறாகப் புகைபிடித்தபடியே வீட்டுக்கு வந்தார். "திமுக அரசைக் கலைத்துவிட்டதாகக் கேள்விப்பட்டேன். இப்போதே போகட்டுமா அல்லது காலையிலா ?" என்றார். அம்மா ஜானகி, "இப்போதே கிளம்புங்கள்!" என்றார். அவசர அவசரமாகச் சாப்பிட்டுவிட்டு, இருளில் கலந்தவர் எங்கு சென்றார் என்பது அப்போது யாருக்கும் தெரியாது. அடுத்த ஒரு வருடம் எங்கிருந்தார் என்பது பல வருடங்களுக்குப் பிறகே எங்களுக்குச் சொல்லப்பட்டது. அதிகாலையில் போலீஸ் வந்தது. வீட்டில் அவர் இல்லை என்றதும் திரும்பிவிட்டனர். அந்த நேரத்தில் வீடு போலீஸாரால் சுற்றி வளைக்கப்பட்டிருந்தது என்ற விவரம் அக்கம்பக்கத்தவர் அடுத்த நாள் காலையில் சொன்னபோதுதான் தெரியும்.

அதே ஜனவரி 31. மாலை ஐந்து மணி. சென்னை டான் போஸ்கோ பள்ளி ஆண்டு விழாவையொட்டி பள்ளியின் புதிய கட்டிடத்துக்கு அடிக்கல் நாட்டிவிட்டு, மாணவர்களுக்குப் பரிசுகள் வழங்கிவிட்டுப் பேசுகிறார் கருணாநிதி: "இங்கு முதலமைச்சராக வந்திருக்கிறேன். அநேகமாக முதலமைச்சர் என்ற நிலையில் நான் கலந்துகொள்ளும் கடைசி நிகழ்ச்சியாக இது இருக்கும்!" விழா முடிந்தவுடன் வீட்டுக்குச் செல்கிறார். அங்கு நடந்ததை அவரே 'நெஞ்சுக்கு நீதி' இரண்டாம் பாகத்தில் எழுதுகிறார்: "வீட்டு வாசலில் இறங்கி உள்ளே செல்வதற்குப் படியேறுவதற்கு முன்பே எனது மருமகன்கள் அமிர்தம், செல்வம் இருவரும் கையில் ஒரு துண்டுத்தாளை வைத்துக்கொண்டு சிரித்தவாறு "ஆட்சியைக் கலைத்துவிட்டார்கள்" என்றனர். செய்தி நிறுவன இயந்திரத்தில் அடிக்கப்பட்ட செய்திதான் அது! "அப்பாடா சஸ்பென்ஸ் முடிந்தது!" என்று கூறிக்கொண்டே, தெருப் பக்கம் திரும்பிப் பார்த்து, நான் பயன்படுத்திக்கொண்டிருந்த அரசாங்க காரை உடனே தலைமைச் செயலகத்துக்கு எடுத்துச் சென்றுவிடுமாறு சொல்லிவிட்டு மாடிக்குச் சென்றேன். என்னிடம் பணியாற்றிய தனி அலுவலர்கள் கண்ணீர் வடித்துக் கதறியழுதனர். "சே... என்ன இது பைத்தியக்காரத்தனம் ? தைரியமாக இருங்கள்!" எனக் கூறிவிட்டு, அந்த நல்ல செய்தியை நண்பர்களுக்குச்

நெருக்கடிநிலை பிறப்பிக்கப்பட்ட ஜூன் 25, 1975 அன்றிலிருந்தே ஆட்சியே போனாலும் அதை எதிர்ப்பது என்ற நிலையில்தான் கருணாநிதி இருந்தார். 24 மணி நேரத்துக்குள் கட்சியின் செயற்குழு கூட்டப்பட்டது. விடியற்காலை 4 மணிக்கு கருணாநிதி தயாரித்த கண்டனத் தீர்மானம் நிறைவேற்றப்பட்டது. இந்தியாவிலேயே முதன்முதலாகக் கட்சிரீதியான கண்டனத் தீர்மானம் நிறைவேற்றிய பெருமிதம் திமுகவுக்கு உண்டு!

சொல்ல டெலிபோனை எடுத்தேன்! என்ன ஆச்சரியம்! அதற்குள் என் டெலிபோன் இணைப்பு துண்டிக்கப்பட்டுவிட்டது!"

அரசியல் குடும்பங்களில் இருப்பவர்கள் இயக்கத்தைக் காக்க வேண்டி தலைமறைவாகப் போவதும், சிறை செல்வதும் சாதாரண விஷயங்கள்தான். ஆனால், ஆட்சியையும் முதலமைச்சர் பதவியையும் இழக்கத் துணிவதற்கும், அதைச் சிரிப்புடன் ஏற்பதற்கும் அவருக்கிருக்கும் மன உறுதிதான் இந்த வயதிலும் திமுகவைக் கட்டிக்காக்க வைக்கிறது.

ஒரு தலைவரை மதிப்பிட முக்கியமான அளவுகோல்களில் ஒன்று, அவர் ஜனநாயகத்துக்குக் கொடுக்கும் மரியாதை என்று நினைக்கிறேன். நாடு முழுவதும் நெருக்கடிநிலை அமலுக்கு வந்தபோதிலும் தமிழ்நாட்டுக்குள் அதை விட மாட்டேன் என்று கருணாநிதி உறுதியாக எதிர்த்து நின்றது இந்திய அரசியலில் அவருடைய மிக முக்கியமான பங்களிப்புகளில் ஒன்று. நெருக்கடி நிலை பிறப்பிக்கப்பட்ட ஜூன் 25, 1975 அடுத்த 24 மணி நேரத்துக்குள் திமுக செயற்குழு கூட்டப்பட்டது. விடியற்காலை 4 மணிக்கு கருணாநிதி தயாரித்த கண்டனத் தீர்மானம் நிறைவேற்றப்பட்டது. இந்தியாவிலேயே முதன் முதலாகக் கட்சிரீதியான கண்டனத் தீர்மானம் நிறைவேற்றிய பெருமிதம் திமுகவுக்கு உண்டு என்று கருணாநிதி எழுதினார். தொடர்ந்து, திமுக நடத்திய கூட்டத்தில் லட்சக்கணக்கானோர் பங்கேற்றனர். "எந்த நிலையிலும் – எத்தகைய நெருக்கடி ஏற்பட்டாலும் இந்தியாவின் மக்களாட்சி முறைக்குக் கேடு ஏற்படாமல் பாதுகாப்பதற்குத் தயங்க மாட்டோம்" என்று அந்த உணர்ச்சிப் பிழம்பான கூட்டம் சூளுரை எடுத்துக்கொண்டது. அடுத்த ஆறு மாதங்கள் இந்தியாவின் ஜனநாயகத் தீவாக தமிழகம் இருந்தது. விளைவாக, திமுக ஆட்சி கலைக்கப் பட்டது. அதன் இன்றைய தலைவர் ஸ்டாலின், முரசொலி மாறன் உட்பட 20,000 திமுகவினர் கைதுசெய்யப்பட்டனர். வதைகளை எதிர்கொண்டனர்.

ஒன்றரையாண்டு தொடர் எதிர்ப்பின் விளைவாக 1977–ல் தேர்தலை அறிவித்தார் இந்திரா. எதிர்க்கட்சியினர் விடுவிக்கப்பட்டனர். அதுவரை தலைமறைவாக மாறுவேடத்தில் இருந்த என் தந்தையும் வீடு திரும்பினார். மார்ச்சில் தேர்தல் நடந்தது. அதிகாலை எங்கள் வீட்டுக் கதவு தட்டப்பட்டது. இந்த முறை வந்தது போலீஸ் அல்ல. ரேபரேலியில் 55,000 ஓட்டுகள் வித்தியாசத்தில் இந்திரா தோல்வி அடைந்தார் என்ற செய்தியைப் பகிர்ந்து கொள்ள வந்த திமுக தோழர்கள்!

❍

தமிழகத்துக்கு வெளியிலிருந்து ஒரு மதிப்பீடு!

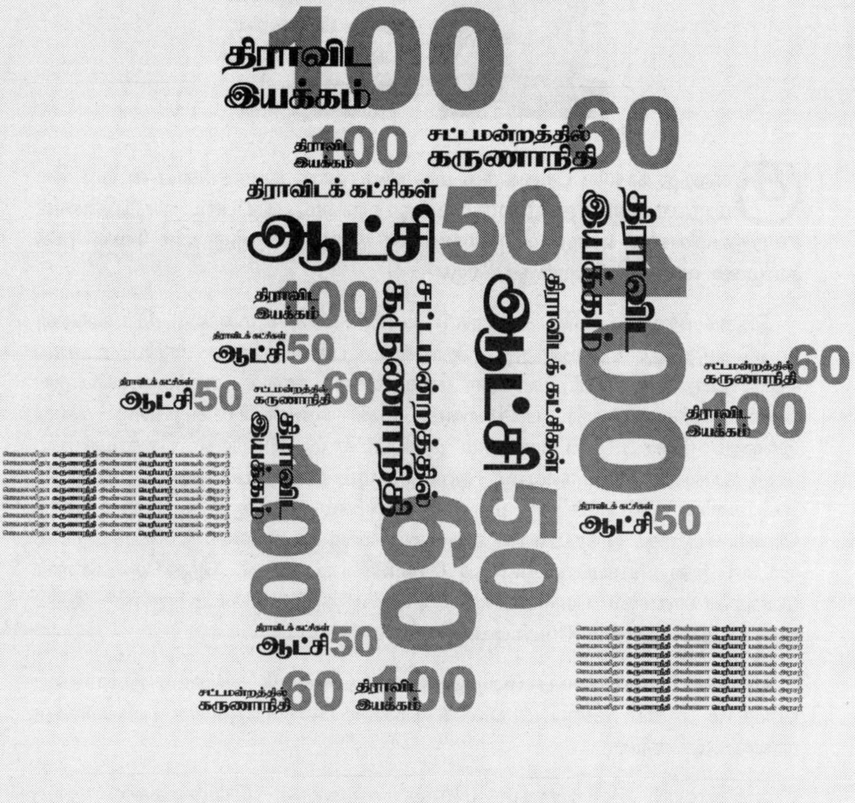

திராவிட இயக்கம் 100
சட்டமன்றத்தில் கருணாநிதி 60
திராவிடக் கட்சிகள் ஆட்சி 50

> தமிழர்களின் சராசரி ஆயுளை உயர்த்தியதில் திராவிடக் கட்சிகளின் சமூகநலத் திட்டத்துக்குப் பங்குண்டு.
>
> - பிரேர்ணா சிங், சமூக அறிவியலாளர், ப்ரௌன் பல்கலைக்கழகம், அமெரிக்கா.

பக்கம்-56

தமிழ்நாடு முன்னுதாரணமாகும் புள்ளி!

அமர்த்திய சென்
பொருளியல் அறிஞர்,
பொருளாதாரத்துக்கான
நோபல் பரிசு பெற்றவர்,
'தி ஆர்குமெண்ட்டேட்டிவ்
இந்தியன்' உள்ளிட்ட
நூல்களின் ஆசிரியர்

குறைந்த காலகட்டத்துக்குள் மிக விரைவான வளர்ச்சியை எட்டிய சில மாநிலங்களுள் தமிழ்நாடும் ஒன்று. வறுமை, அடிப்படை வசதியின்மை, சமத்துவமின்மை என்று மிக மோசமான நிலையிலிருந்து மிக வேகமாகத் தமிழகம் வளர்ச்சி பெற்றிருக்கிறது.

இந்தக் காலகட்டத்தில் தமிழ்நாடு துணிச்சலான சமூகநலத் திட்டங்களை முன்னெடுத்தது. அனைத்துத் தொடக்கப் பள்ளிகளிலும் மதிய உணவு வழங்குவது, பள்ளிகள், சுகாதார மையங்கள், சாலை வசதிகள், பொதுப் போக்குவரத்து, குடிநீர் பகிர்மானம், மின் இணைப்பு வழங்கல் என்று இன்னும் நிறைய திட்டங்களைக் குறிப்பிடலாம். இவற்றில் பலவற்றையும் பெரும்பாலான பொருளியல் அறிஞர்களும் விரும்பவில்லை. ஆனால், அவர்களின் எதிர்பார்ப்புக்கு மாறாகத் தமிழகம் இந்தத் திட்டங்களில் பெரு வெற்றி பெற்றது. இந்தியாவின் மற்ற மாநிலங்களுடன் ஒப்பிடும்போது, தமிழ் நாட்டில் இன்று சிறப்பான பொதுச் சேவைகள் உள்ளன. அந்த சேவைகளில் பெரும்பாலானவை பாகுபாடின்றி அனைவருக்கும் கிடைப்பதுதான் இதில் குறிப்பிட்டுச் சொல்ல வேண்டிய விஷயம்.

வளர்ச்சிப் பாதையைப் பொறுத்தவரை தமிழ்நாடு, கேரளம், இமாச்சலப் பிரதேசம் ஆகிய மூன்று மாநிலங்களுக்கிடையில் பொதுவான ஒற்றுமைகள் காணப்படுகின்றன.

முதலாவது: செயலூக்கம் மிகுந்த சமூகநலக் கொள்கைகள். இந்த அம்சமானது பொதுக் கல்வியில் மிகவும் துலக்கமாக நமக்குப் புலப்படுகிறது. அதேபோல், மருத்துவ–சுகாதாரத் துறை, சமூகப் பாதுகாப்பு, பொதுநல வசதிகள் போன்றவற்றிலும் இந்த அம்சத்தைக் காணலாம்.

இரண்டாவது: இந்த மூன்று மாநிலங்களும் அடிப்படையான பொதுச் சேவைகளை வழங்குவதில் பொதுவான கோட்பாடுகளைக் கொண்டிருக் கின்றன. பல்வேறு பொதுச் சேவைகளைத் தமிழ்நாடு இலவசமாக வழங்குகிறது என்பது முக்கியமானது.

அமெரிக்கா

ழீன் தெரெசே
பொருளியல் அறிஞர், அமர்த்திய சென்னுடன் இணைந்து 'அன் அன்சர்ட்டெய்ன் குளோரி - இந்தியா அண்டு இட்ஸ் கான்ட்ராடிக்ஷன்ஸ்' உள்ளிட்ட நூல்களை எழுதியவர்

மூன்றாவது: மேற்கண்ட முயற்சிகளைச் சாத்தியமாக்கிய, ஏனைய மாநிலங்களோடு ஒப்பிடும்போது, சிறப்பான நிர்வாகத் திறமைதான். வெற்றிகரமான இம்முயற்சிகளைச் சாத்தியப்படுத்தியவை 'பழைய பாணி'யில் அமைந்த சில அமைப்புகள்தான். இயங்கக்கூடிய பள்ளிகள், சுகாதார மையங்கள், அரசு அலுவலகங்கள், கிராமப் பஞ்சாயத்துகள், கூட்டுறவுச் சங்கங்கள் போன்றவைதான் அவை. பாரம்பரியமான இந்த அரசு அமைப்புகள்தான் தமிழ்நாடு உள்ளிட்ட மாநிலங்களில் விரைவான வளர்ச்சியைச் சாத்தியப்படுத்தின.

நான்காவது: சாதி போன்ற சமத்துவமின்மையைக் களைவதில் தமிழகம், கேரளம், இமாச்சலப் பிரதேசம் ஆகிய மூன்று மாநிலங்களும் காட்டிய அக்கறையும் முனைப்பும். எல்லோரும் சமம் என்ற கோட்பாட்டைக் கொண்டும், அனைவருக்குமான உரிமைகள் வழங்கப்பட்டதைக் கொண்டும் தமிழகமும் கேரளமும் சமத்துவமின்மையைக் களைவதில் அரும்பாடுபட்டு வெற்றியடைந்தன. இதில் தலித் மக்கள் கணிசமான அளவில் பயனடைந்திருக்கிறார்கள்.

ஐந்தாவது: விரைவான வளர்ச்சி என்பது மாநில அரசுகளின் ஆக்கபூர்வமான நடவடிக்கைகளின் விளைவு மட்டுமல்ல, ஜனநாயக அரசியலில் மக்களின் செயலூக்கமிக்க பங்கேற்பின் விளைவும்கூட. சாதிப் பாகுபாடு உள்ளிட்ட அநீதிகளை எதிர்த்துப் போராடிய இயக்கங்களுக்கும் இதில் பங்கு உண்டு.

இறுதியாக ஒரு முக்கியமான அம்சம்: மனிதத் திறன் வளர்ப்பைப் பலி கொடுத்துவிட்டு இந்த விரைவான பொருளாதார வளர்ச்சி எட்டப்படவில்லை. பெரும்பாலான இந்திய மாநிலங்களைவிட தமிழ்நாட்டில் தனிநபர் வருமானமும் அதிகம், வறுமைநிலையும் பெரும்பாலான மாநிலங்களைவிட ஒப்பீட்டளவில் குறைவு. பொருளாதார வளர்ச்சியானது சமூகநலத் திட்டங்களைச் சாத்தியப்படுத்தி இருக்கிறது. பொருளாதார வளர்ச்சியும் மக்கள் ஆதரவும் ஒன்றுக்கொன்று கைகோத்துச் செயல்படுவதன் முக்கியமான உதாரணம் இது!

- சென், தெரெசே இணைந்து எழுதிய 'அன் அன்சர்ட்டெய்ன் குளோரி' நூலிலிருந்து..
சுருக்கமாகத் தமிழில்: **ஆசை**

தமிழ்த் திராவிடம் என்ற தனித்துவம்!

டேவிட் ஷுல்மன்
இஸ்ரேலிய அறிஞர்,
சங்க இலக்கியத்தை
ஹீப்ரு மொழியில்
மொழிபெயர்த்தவர்,
'தமிழ்-எ பயோகிராஃபி'
நூலாசிரியர்

தென்னிந்தியாவின் நான்கு பெரும் மொழிகளும் 19–ம் நூற்றாண்டிலும் 20–ம் நூற்றாண்டின் முற்பகுதியிலும் தங்களது அடையாளத்தைத் தாங்களே புதிதாகக் கண்டுகொண்டன. மொழி அடிப்படையிலான இனத்தின் அடையாளமாகத் தங்களது முற்றிலும் மாறுபட்ட பார்வையை வெளிப்படுத்தத் தொடங்கின. இந்த அடையாளம் என்பது பெரும்பாலும் அதிகாரத்தோடும், புதிதாக உணர்ந்த அரசியல் தளத்துடனும் தொடர்பு கொண்டதாக இருந்தது. இந்தச் செயல்பாடு என்பது மொழி சார்ந்த அம்சங்களையும் கலாச்சாரம், சமூகம் தொடர்பான வலுவான கூறுகளையும் உள்ளடக்கியிருந்தது. இச்செயல்பாட்டின் ஒவ்வொரு அம்சத்திலும் நவீன யுகத்துக்கு முந்தைய மரபின் வலுவான தொடர்ச்சியையும், அந்தத் தொடர்ச்சியிலிருந்து விடுபடும் முயற்சிகளையும் ஒரே சமயத்தில் நாம் காணலாம்.

ஆனால், மற்ற தென்னிந்திய மொழிகளைவிட தமிழில் நடைபெற்ற மாற்றம் பல வகைகளிலும் அசாதாரணமானது, மற்ற மொழிகளுக்கு முன்மாதிரியானது. தமிழ் அடையாளம் குறித்த உரிமைகோரல்கள் மிகவும் புதுமையானவை, ஆழ்ந்த தாக்கம் ஏற்படுத்தியவை, பரவசமூட்டுபவை. தொன்மையான சங்க இலக்கியங்கள் கண்டெடுக்கப்பட்டது இவ்வுரிமைகோரல்களை வலுப்படுத்தியது. மறைஞான இலக்கிய மொழி மரபின் அசாதாரணமான இலக்கிய வடிவங்கள் அதற்கு மேலும் வலுசேர்த்தன.

இப்படிப் புது பாணியில் அமைந்த ஆரம்ப காலக் குரல்கள் அசாதாரணமான படைப்பூக்கத்தைக் கொண்டிருந்தன. இந்தக் குரல்களில் மனோன்மணீயம் சுந்தரனாரைத் தனித்துக் குறிப்பிட வேண்டும். அவரது மனோன்மணீயம் நாடகமும், அவரது இறப்புக்குப் பிறகு வெளியான வரலாறு, கலாச்சாரம் தொடர்பான அவரது கட்டுரைகளும் தமிழின் தனித்துவம் குறித்த நுட்பமான கருத்தாக்கத்தை உருவாக்கின. குறிப்பாக, மொழிரீதியிலும் கலாச்சாரரீதியிலும்

திராவிடக் கோட்பாட்டின் தொடர்ச்சியான ஆற்றலை கருணாநிதியின் படைப்புகளிலும் செயல்பாடுகளிலும் முழுவதுமாகக் காண முடியும். பகுத்தறிவுக் கோட்பாடும் சமூகச் சீர்திருத்தம் பற்றிய ஆழமான சிந்தனைகளும் பழந்தமிழ் மரபுடன் அவருக்கு இருந்த பிடிப்பும் அவருக்குப் பக்கபலமாக இருந்தன!

இஸ்ரேல்

சம்ஸ்கிருதத்திலிருந்து தமிழ் தெள்ளத்தெளிவாக வேறுபட்டது என்பதை இந்தக் கருத்தாக்கம் உள்ளடக்கியது. சிறிது காலம் கழித்து வி.கனகசபை பிள்ளை, ஜே.எம். நல்லுசாமிப் பிள்ளை போன்றோரின் நூல்கள் வெளியாகின. இவர்களில் நல்லுசாமிப் பிள்ளை தமிழ்த் திராவிடக் கருத்தாக்கத்தின் முக்கியமான இழையாக சைவ சித்தாந்தத் தத்துவத்தையும் தமிழ்ப் பண்பையும் தொடர்புபடுத்திப் பார்த்தார். இந்தப் போக்கையும் பெரியாரின் மதச்சார்பற்ற, நாத்திகவாதப் போக்கையும் ஒப்பிட்டுப் பார்த்தால் பெரும் வேறுபாடு நமக்குப் புலப்படும். திராவிடக் கருத்தாக்கத்துக்குள் தென்படும் இந்தப் பெருத்த இறுக்கம் இன்றுவரை தீர்க்கப்படாதது.

திராவிடக் கோட்பாட்டின் தொடர்ச்சியான ஆற்றலை கருணாநிதியின் படைப்பு களிலும் செயல்பாடுகளிலும் முழுவதுமாகக் காண முடியும். பகுத்தறிவுக் கோட்பாடும் சமூகச் சீர்திருத்தம் பற்றிய ஆழமான சிந்தனைகளும் பழந்தமிழ் மரபுடன் அவருக்கு இருந்த பிடிப்பும் அவருக்குப் பக்கபலமாக இருந்தன. திராவிட இயக்கத்தின் தலைசிறந்த தலைவர்களுக்கு முன்மாதிரியாக அமைந்த இலக்கிய–அழகியல் உணர்வும், பேச்சு வன்மையும் கருணாநிதியிடம் மிளிர்வதைக் குறிப்பிட்டுச் சொல்ல வேண்டும்.

தமிழ்த் திராவிடக் கருத்தியல் என்பது புதிதாக வெளிப்பட்ட சுயபிரக்ஞையில் வேரூன்றியது என்பதைக் கருத்தில் கொண்டால், 21–ம் நூற்றாண்டில் அதன் பிரதானமான பங்களிப்பு என்னவென்பதை நாம் புரிந்து கொள்ளத் தொடங்குகிறோம் என்று அர்த்தம். பண்பாட்டைப் போலவே, அரசியலும் சிந்தனையில் தொடங்கி சிந்தனையிலேயே முடிவுறுகிறது. தான் செதுக்கிக்கொண்ட சுய–வடிவத்துடனும் தான் மீள்கண்டுபிடிப்பு செய்த தமிழின் தொன்மையுடனும் தமிழ்த் திராவிட இயக்கமானது நவீனத் தமிழ் மனதின் ஒரு குறிப்பிட்ட வடிவமாகக் காட்சியளிக்கிறது. இந்த வடிவமானது தமிழ்க் கலாச்சாரத்தின் செயலூக்கம் மிகுந்த மற்ற பாகங்களைப் போலவே தன்னைப் பிரத்யேகமானதாகக் கருதிக்கொண்டாலும், பண்பாட்டின் நீடித்து நிலைக்கக்கூடிய இந்த அம்சங்களைத் தன்னையறியாமலேயே தன்னகத்தே கொண்டிருக்கிறது. அதுவே, தமிழ் மக்களின் சிந்தையில் தொடர்ந்து ஆதிக்கம் செலுத்துவதன் ரகசியமாகவும் இருக்கிறது!

தமிழில்: **ஆசை**

தமிழ்நாட்டின் துணை தேசியவாதம் எப்படி சமூகநலனை வளர்த்தெடுத்தது?

பிரேர்ணா சிங்
ஆய்வறிஞர்,
ப்ரௌன் பல்கலைக்கழகம்,
அமெரிக்கா,
'ஹவ் சாலிடாரிட்டி
வொர்க்ஸ் ஃபார் வெல்ஃபேர்:
சப்நேஷனலிஸம் அண்டு
சோஷியல் டெவலப்மெண்ட்
இன் இந்தியா' நூலாசிரியர்

இந்தியாவில் சமூகநல மேம்பாடு தொடர்பான என்னுடைய ஆய்வுகளின் வாயிலாகவே தமிழ்நாட்டு அரசியல் என்னை வெகுவாக ஈர்க்கத் தொடங்கியது. தென்னிந்திய மாநிலங்களான கேரளம், தமிழ்நாடு இரண்டும் சமூகநலத் திட்டங்கள் மூலம் அடைந்துள்ள வளர்ச்சி உலக அளவில் கவனிக்கத்தக்க சாதனைகள். தேசிய உணர்வைவிட துணை தேசிய உணர்வு – அதாவது, பிராந்திய அடையாள உணர்வு இந்த வளர்ச்சியின் மிக முக்கியமான காரணிகளில் ஒன்றாகும்.

இருபதாம் நூற்றாண்டின் தொடக்கத்தில் நாட்டின் பிற மாநிலங்களைப் போலவே தமிழ்நாடும் பின்தங்கி இருந்தது. தமிழ்நாட்டின் வளர்ச்சி வரலாற்றை 1900–க்கு முன்பு, 1900–1940, 1950–1960, 1970–களுக்குப் பின் என்று நான்கு காலகட்டங்களாகப் பிரித்து ஆராயலாம். 1900–களுக்கு முன்னிருந்த 'மதறாஸ் மாகாணம்' எழுத்தறிவற்றவர்களையும் நோயாளிகளையும் அதிக எண்ணிக்கையில் கொண்டது. தமிழர்கள் தங்களுடைய இலக்கியச் சொத்து களைப் பற்றிய எண்ணமே இல்லாமல் சுணங்கியிருந்தனர். பழந்தமிழ் இலக்கியங்களும் ஏடுகளும் தனியாரிடம் தூங்கிக்கொண்டிருந்தன. தமிழ்த் தாயும் திருவள்ளுவரும் வரலாற்றின் பழைய ஏடுகளில் பதுங்கியிருந்தனர். செம்மொழி தமிழ் என்பதும், உலகிலேயே மிகவும் மூத்த நாகரிகங்களுள்

அமெரிக்கா

திமுகவின் எழுச்சி தமிழ் தேசிய இயக்கத் தலைவராக அண்ணாதுரையை உயர்த்தியதோடு, தமிழ் தேசிய இயக்கம் பரவுவதிலும் முக்கியப் பங்கு வகித்தது. மேடைப் பேச்சு, பத்திரிகைகள், நாடகங்கள் என்று கிளை விரித்த திராவிட இயக்கத்தினர் சினிமாவையும் விட்டுவைக்கவில்லை.

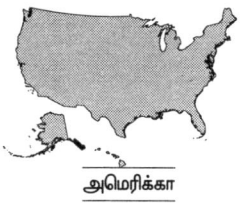

ஒன்று திராவிடர்களுடையது என்பதும் தெரியாமல் மௌடீகம் நிலவியது. கல்வி, சுகாதாரம், பொருளாதார வளர்ச்சியிலும் இதே நிலைதான். அந்த நாட்களில் மதறாஸ் மாகாண மக்களின் சராசரி ஆயுட்காலம் 23 வயது!

1891 மக்கள்தொகை அறிக்கை, படித்தவர்களில் பெரும்பாலானவர்கள் மேல் சாதிக்காரர்கள் என்று அடையாளம் கண்டது. அவர்களிலும் அதிகம் பேர் பிராமணர்கள். பிராமணரல்லாதோர் இயக்கமாக உருவெடுத்த நீதிக் கட்சி கல்வி, சுகாதாரத் துறையில் முன்னேற்றப் பாதை நோக்கி மதறாஸ் மாகாணத்தைத் திருப்பியது. பனகல் அரசர் தலைமையிலான நீதிக் கட்சி ஆட்சி, பிராமணரல்லாத சமூகத்தவர்களுக்கான கல்வி, சுகாதாரத்தை இலவசமாக்குவதில் முனைப்புக் காட்டியதோடு வேலைவாய்ப்பிலும் சமூக நீதியைக் கொண்டுவந்தது. தாழ்த்தப்பட்ட மக்களின் நலனில் அக்கறையுடன் செயல்படப் பல்வேறு நடவடிக்கைகளை எடுத்ததோடு, அவர்கள் நலனைக் கவனிக்க அது கொண்டுவந்த 'தொழிலாளர் ஆணையர்' பதவியிடம் முக்கியமானது.

மதறாஸ் மாகாணம் தன் மொத்த செலவில் கல்விக்காக 1900–1940 காலகட்டத்தில் 5.4% செலவிட்டது. 1940–களில் இது 16% அளவுக்கு உயர்ந்தது. ஒருகட்டத்தில் பரோடா, திருவிதாங்கூர் சமஸ்தானங்கள் இரண்டும் சேர்ந்து செய்த செலவுக்குச் சமமாக இருந்தது மதறாஸ் மாகாணம் கல்விக்கு ஒதுக்கீடு செய்த தொகை. ஆட்சிக்கு வெளியிலிருந்து தமிழ் மக்களின் நலன்களுக்கு அழுத்தம் கொடுத்துக்கொண்டிருந்த பெரியாரின் குரல் இதற்கு முக்கியமான ஒரு காரணம். கட்டாயத் தொடக்கக் கல்வியை அனைவருக்கும் அளிக்க வேண்டும் என்பது உட்பட 14 அம்ச செயல்திட்டத்தை நீதிக் கட்சி அரசிடம் முன்பு பெரியார் அளித்ததை இங்கு குறிப்பிடலாம்.

சுயமரியாதை இயக்கம் வளர்ந்து நீதிக் கட்சியையும் உள்ளடக்கி திராவிடர் கழகமானபோது, கலாச்சாரரீதியாக தமிழ் மறுமலர்ச்சிக்கு உழைத்தனர். பிற மொழிகள் கலவாமல் தமிழில் பேசும், எழுதும் தனித்தமிழ்ப் போக்கு உச்சம் நோக்கி நகர்ந்தது. சம்ஸ்கிருதப் பெயர்களைத் தவிர்த்து தூய தமிழ்ப் பெயர்

திமுக, அதிமுகவின் ஆட்சிக் காலத்தில் நிறைவேற்றப்படும் திட்டங்களை 'இலவசத் திட்டங்கள்' என்றும், வாக்குகளை இலக்காகக் கொண்டவை என்றும் பெரும்பான்மை ஊடகங்களும் அறிஞர்களும் கேலி பேசினர். சமூகநலத் திட்டங்களுக்கு அதிகம் செலவிடுவதன் விளைவுகளைக் குறைத்து மதிப்பிடுவதன் வெளிப்பாடே இது.

களைக் குழந்தைகளுக்குச் சூட்டினர். நீதி தவறியதை அறிந்ததும் உயிரைத் துறந்த பாண்டிய மன்னன் நெடுஞ்செழியனினுடைய பெயரை ஏராளமானோர் சூட்டிக்கொண்டது இதில் கவனிக்கத்தக்கது. 1967 வரை தமிழ்நாட்டை ஆண்ட காங்கிரஸ் கட்சியும் இந்தத் தமிழ் தேசிய – சமூக நீதி அலையில் தப்ப முடியவில்லை. முதல்வர் காமராஜர் இந்த வகையில் பல சமூகநலத் திட்டங்களை முன்னெடுத்தார். காமராஜரை 'பச்சைத் தமிழன்' என்று பெரியார் பாராட்டினார். காங்கிரஸின் கொள்கைகள் தேசிய அளவில் வேறாகவும் தமிழக அளவில் வேறாகவும் இருந்ததை இங்கு குறிப்பிட வேண்டும். அதேபோல, வளர்ச்சி நோக்கிலும் தேசிய அளவில் தொழில் துறைக்கு முன்னுரிமை தந்த காங்கிரஸ் கட்சி, தமிழ்நாட்டில் சமூகநலன் சார்ந்த திட்டங்களுக்கு முன்னுரிமை தந்தது.

திமுகவின் எழுச்சி, தமிழ் தேசிய இயக்கத் தலைவராக அண்ணாதுரையை உயர்த்தியதோடு, தமிழ் தேசிய இயக்கம் பரவுவதிலும் முக்கியப் பங்கு வகித்தது. மேடைப் பேச்சு, பத்திரிகைகள், நாடகங்கள் என்று கிளை விரித்த திராவிட இயக்கத்தினர் சினிமாவையும் விட்டுவைக்கவில்லை. அண்ணாவுக்குப் பின் பெரும் தலைவர்களாக உருவெடுத்த மு.கருணாநிதி கதை வசனம் எழுதிய 'பராசக்தி' (1952) படம் 'பிறக்க ஒரு நாடு – பிழைக்க ஒரு நாடு' என்று தமிழர்கள் அல்லல்படுவதைத் தொட்டது. எம்ஜிஆர் இரு வேடங்களில் நடித்து வெளியான 'நாடோடி மன்னன்' (1958) படம் தமிழ் இனத்தின் நெறிகளுக்குக் கொடுக்க வேண்டிய முக்கியத்துவத்தைப் பேசியது. இதெல்லாம் படித்த மேல்தட்டு மக்களிடம் மட்டுமல்லாமல், பாமர மக்களிடையேயும் 'நாம் தமிழர், நாம் வளர்ச்சி பெற வேண்டும்' என்ற எண்ணம் வேரூன்ற வழிவகுத்தது. மொழி, இனம், வரலாறு ஆகியவற்றை ஒரே மாதிரி கொண்ட மக்கள் வாழும் மாநிலங்களாக இருந்தால் பூசல்கள் குறையும்; ஒற்றுமை அதிகமாகும் என்று மாநில மறுசீரமைப்புக் குழுவிடம் அளிக்கப்பட்ட மனுவை இங்கு குறிப்பிடலாம். தமிழர்களின் நலனில் உண்மையான அக்கறையுள்ள கட்சி தாங்கள்தான் என்ற உணர்வை திமுக ஏற்படுத்தி இருக்கிறது என்று 1957 பொதுத் தேர்தலுக்குப் பிறகு 'ஜனசக்தி' என்ற கம்யூனிஸ்ட் நாளிதழ் ஒப்புக்கொண்டது.

1967–ல் ஆட்சியைக் கைப்பற்றிய அண்ணாவின் திமுக, ஓராண்டுக்குள் முக்கியத்துவம் வாய்ந்த சமூகநலத் திட்டங்களை அமல்படுத்தியது. 'ரூபாய்க்கு

ஒரு படி அரிசி' திட்டம் அதன் தொடக்கம். உணவு தானியங்களின் விலை கட்டுப்படுத்தப்பட்டது. அண்ணாவுக்கு அடுத்துவந்த கருணாநிதி ஏழைகளுக்கு வீடுகள் கட்டித்தரும் திட்டத்தைப் பெரிய அளவில் முன்னெடுத்தார். பள்ளிக் கூடங்கள், மருத்துவமனைகளின் எண்ணிக்கை பெருகின. தாழ்த்தப்பட்ட, பிற்படுத்தப்பட்ட மாணவர்கள் தங்கிப் படிப்பதற்கான விடுதிகளினுடைய எண்ணிக்கை அதிகரிக்கப்பட்டது. ஏழை மாணவர்களுக்குக் கல்வி உதவித் தொகை உயர்த்தப்பட்டது. இதனூடாகவே 'எங்கும் தமிழ் – எதிலும் தமிழ்' உணர்வு தூக்கிப் பிடிக்கப்பட்டது. இதன் ஓர் அங்கமாக உருவான தமிழ்த்தாய் வாழ்த்து எல்லாப் பொது நிகழ்ச்சிகளிலும் தொடக்கப் பாடலானது. 1972-ல் தனிப்பட்ட மோதல் காரணமாக திமுகவிலிருந்து பிரிந்த எம்ஜிஆர், அதிமுக என்ற கட்சியைத் தொடங்கியபோதிலும் தமிழ் தேசிய அடையாளங்களைக் காப்பாற்றினார். சமூகரீதியாகப் பிளவுபட்டிருந்த மக்கள், 'தமிழர்' என்ற ஒற்றுமை உணர்வால் மாநிலமே ஒன்றுபட்ட பிரதேசமாகிவிட்டது என்று 1979-ல் குறிப்பிட்டார் அறிஞர் பிராஸ்.

திமுக, அதிமுகவின் ஆட்சிக் காலத்தில் நிறைவேற்றப்படும் திட்டங்களை 'இலவசத் திட்டங்கள்' என்றும் வாக்குகளை இலக்காகக் கொண்டவை என்றும் பெரும்பான்மை ஊடகங்களும் அறிஞர்களும் கேலி பேசினர். சமூகநலத் திட்டங்களுக்கு அதிகம் செலவிடுவதன் விளைவுகளைக் குறைத்து மதிப்பிடுவதன் வெளிப்பாடே இது. 2000-ல் தமிழர்களின் ஆயுள் சராசரி 66 வயது என்றானது. 1995-லேயே தமிழ்நாட்டில் நிகழ்ந்த பிரசவங்களில் 84% பயிற்சி பெற்ற மருத்துவத் தாதியர் உதவியுடன் நிகழ்ந்ததோடு இதைத் தொடர்புபடுத்தலாம். அப்போது தேசிய சராசரி 42%. அதாவது, தமிழகத்தின் சூழல் தேசிய சராசரியைப் போல இரு மடங்காக இருந்தது.

இந்த ஒரு விஷயத்தில் மட்டும் தமிழக அரசு எடுத்துக்கொண்ட அக்கறையை இங்கே பார்க்கலாம். ஓராண்டில் தன்னுடைய பகுதியில் சிசு மரணம் இல்லாமல் பார்த்துக்கொள்ளும் மருத்துவ செவிலியருக்கு ஒரு சவரன் தங்கம் தமிழகத்தில் பரிசாகத் தரப்படுகிறது. ஆரம்ப சுகாதார மைய மருத்துவ அதிகாரி, மாவட்ட ஆட்சியர்களுக்குக்கூட சுழல் கேடயம் பரிசளிக்கப்பட்டு ஊக்குவிக்கப்படுகின்றனர். கிராமங்களில் வீடுகளில் மருத்துவப் பயிற்சி இல்லாதவர்கள் பிரசவம் பார்ப்பதைத் தடுக்க, வீட்டுக்கே சென்று பிரசவம் பார்க்கும் செவிலியருக்கு ஒவ்வொரு பிரசவத்துக்கும் ஊக்கத்தொகை வழங்கப்படுகிறது. சிக்கலான மகப்பேறுகளை அரசு மருத்துவமனைகளுக்குப் பரிந்துரைத்தாலும் இப்படியான ஊக்கத்தொகை உண்டு. இவ்வளவும் சேர்ந்துதான் தமிழர்களின் சராசரி ஆயுட்காலத்தை இன்று 66 வயதாக உயர்த்தியிருக்கின்றன.

தமிழ்நாடு, திராவிட இயக்கம் என்றால், துணை தேசியத்தின் வழியே அவர்கள் அடைந்த வளர்ச்சியே என் நினைவில் இருக்கும். இந்தியாவுக்கான பாடமும் இதில் உண்டு!

தமிழில்: **வ.ரங்காசாரி**

காஷ்மீரும் தமிழகமும் இரு முனைகளின் ஒரே குரல்!

முகமது யூசுஃப் தாரிகாமி
சமூகவியல் அறிஞர், காஷ்மீர் சட்டமன்ற முன்னாள் உறுப்பினர், மார்க்சிஸ்ட் கட்சியின் மாநிலச் செயலர்

சுதந்திர இந்தியாவின் மேல் முனையில் இருக்கும் காஷ்மீருக்கும் கீழ் முனையில் இருக்கும் தமிழ்நாட்டுக்கும் வரலாற்றின் ஆரம்பத்தில் இருந்தே ஏராளமான ஒற்றுமைகளை அடுக்கலாம். தனித்ததொரு மொழி, தனித்ததொரு கலாச்சாரம், தனித்ததொரு அடையாளம். இரு பிராந்தியங்களுமே தனி நாடு கேட்டவை; இன்றைக்கு உச்சபட்ச மாநில சுயாட்சிக்கான உரத்த குரலை ஒலிப்பவை! நாங்கள் காஷ்மீரிலிருந்து தமிழ்நாட்டையோ, திராவிட இயக்கத்தையோ மிக நெருக்கமாகப் பார்ப்பதன் முக்கியமான புள்ளி இதுதான் – மாநிலங்கள் சுயாட்சிக்கான உறுதியான குரல்!

காஷ்மீரைப் பொறுத்த அளவில் அது இந்தியா சுதந்திரம் அடையும்போது இந்தியாவின் பகுதியாக இல்லை. ஒரு வித்தியாசமான சூழலில் இந்தியாவுடன் இணைய காஷ்மீர் முடிவெடுத்தது. இந்த இணைப்பின் பிணைப்புச் சங்கிலி இந்திய அரசமைப்பின் சட்டப் பிரிவு 370. அதுதான் காஷ்மீருக்கு ஒரு சிறப்பு அந்தஸ்தை அளிக்கிறது. ராணுவம், வெளியுறவு, தகவல்தொடர்பு போன்ற முக்கியத் துறைகள் நீங்கலாக ஏனைய துறைகள் தொடர்பாக மத்திய அரசு நாடாளுமன்றத்தில் இயற்றும் சட்டங்கள் – அவற்றுக்கு காஷ்மீர் மாநிலத்தின் இசைவு இல்லாவிட்டால் – காஷ்மீருக்குப் பொருந்தாது என்பதில் தொடங்கி காஷ்மீரின் எல்லைகளைக் கூட்டவோ, குறைக்கவோ முடியாது என்பது வரையிலான சிறப்பு அதிகாரங்களைக் கொண்டது இது. காஷ்மீரைப் பொறுத்தவரை, இந்திய அரசியல் சட்டத்தைத் தவிர்த்து, தனக்கென்று ஒரு தனி அரசமைப்புச் சட்டத்தைக் கொண்டிருக்கிறது. காஷ்மீர் மாநிலத்தில் தேசியக் கொடியுடன், மாநிலக் கொடியும் உண்டு. முன்பு காஷ்மீருக்கு அதிபர், பிரதமர் பதவிகள்

திமுக, குறிப்பாக அண்ணா வழிவந்த
கருணாநிதி மாநில சுயாட்சிக்
கோரிக்கையை ஒரு தேசிய
முழக்கமாகவே வளர்த்தெடுத்தவர்.
காஷ்மீர் தலைவர்களும்,
இந்த விஷயத்தில் தொடர்ந்தும்
இணைந்தும் பணியாற்றியிருக்கிறார்கள்!

மேல்முனை
காஷ்மீர்

இருந்தன. இப்போதுதான் முதல்வர், ஆளுநர் பதவி என்றாகிவிட்டது. எல்லாம் உரிமைப் பறிப்பின் விளைவுகள்!

நமது நாட்டுக்கென்று ஒரு கூட்டாட்சி அமைப்பு இருக்கும்போதிலும், நமது நாடாளுமன்ற அமைப்பும் அரசு நிர்வாகமும் நடைபெறும் விதத்தைப் பார்க்கும்போது, ஒரு விஷயம் தெளிவாகப் புலப்படும். அது மத்திய – மாநில அரசுகளுக்கான தராசுத் தட்டுகள் இணையாக நிற்கவில்லை என்பதேயாகும்! அரசியல் சட்டப் பிரிவு 370–ன் கீழ் உறுதியளித்தபடி, காஷ்மீருக்கு வழங்கப்பட்ட சுயாட்சி அதிகாரமானது காலப்போக்கில் கடுமையாக அரிக்கப்பட்டு வந்திருப்பதாகவே காஷ்மீரிகள் கருதுகிறார்கள். பயங்கரவாதம், வன்முறை, கிளர்ச்சி போன்றவை அதிகரிக்க இதுவும் முக்கியமான ஒரு காரணம். ஆனால், டெல்லியில் கேட்டால் இதே கதையைத் தலைகீழாக மாற்றிச் சொல்வார்கள். உலகெங்கும் அமைதிக்கும் வளர்ச்சிக்கும் அதிகாரப் பகிர்வு ஊக்க சக்தியாக இருப்பதையே வரலாற்றில் பார்த்துவருகிறோம்.

திமுக, குறிப்பாக அண்ணா வழிவந்த கருணாநிதி மாநில சுயாட்சிக் கோரிக்கையை ஒரு தேசிய முழக்கமாகவே வளர்த்தெடுத்தவர். காஷ்மீர் தலைவர்களும், தமிழகத் தலைவர்களும் இந்த விஷயத்தில் தொடர்ந்தும் இணைந்தும் பணியாற்றியிருக்கிறார்கள்; மார்க்ஸிஸ்ட் கட்சியும்கூட. விளைவாகவே மத்திய – மாநில உறவுகள் தொடர்பான விவாதம் பெரிய அளவில் தேசத்தின் கவனத்தை ஈர்த்தது. இந்தப் பின்னணியில்தான் இரு மாநிலங்களுக்கும் இடையிலான உறவு வளர்ந்தது. திராவிட இயக்கத்துடன், கருணாநிதியுடன் பல்வேறு விஷயங்களில் மாற்றுக் கருத்துகள் இருந்தாலும், இந்நாட்டின் ஜனநாயகத்தை விரிவாக்கவும் வலுப்படுத்தவும் சமூக நீதியிலும் மத நல்லிணக்கத்திலும் அவர்களுடைய பங்களிப்பின் முக்கியத்துவத்தை எவராலும் நிராகரிக்க முடியாது. 1950–ல் இந்திய அரசமைப்புச் சட்டம் காஷ்மீருக்கு வழங்கிய அதிகாரங்களைப் போன்ற அதிகாரங்களையே எல்லா மாநிலங்களுக்கும் கேட்கிறது தமிழகம். அதைத்தான் மாநில சுயாட்சி என்று திமுக குறிப்பிடுகிறது. ஒரு காஷ்மீரியாக, மார்க்ஸியனாக நானும் மாநிலங்களுக்கான அதிகாரங்களைப் பகிர்ந்தளியுங்கள் என்று உரக்கக் கேட்பேன்!

தமிழில்: **வெ.சந்திரமோகன்**

கருணாநிதியின் வாழ்க்கை ஒரு சமூகப் புரட்சி!

யோகேந்திர யாதவ்
சமூகவியல் அறிஞர்,
ஆம் ஆத்மி கட்சியை
நிறுவியவர்களில் ஒருவர்

கருணாநிதியின் நெடிய அரசியல் வாழ்வை, சமீபத்திய வரலாற்றைப் பிரதிபலிக்கும் கண்ணாடிகளில் ஒன்றாகவே குறிப்பிடலாம். நாட்டின் பிற பகுதிகளுடன் ஒப்பிடுகையில், தமிழ்நாட்டில் சமூக நீதி இயக்கத்தின் சாதனை களையும் இந்தியாவில் கூட்டரசைக் கட்டமைப்பதில் திராவிட இயக்கத்தின் பங்களிப்புகளையும் வெளிக்காட்டும் கண்ணாடி அவருடைய வாழ்க்கை!

தமிழ்நாட்டின் திராவிட இயக்கம் நாட்டின் பிற பகுதியில் உள்ள இயக்கங்களுக்கு ஒரு வழிகாட்டி. அரை நூற்றாண்டாகத் தமிழ்நாட்டின் ஆட்சியதிகாரம் இரு திராவிடக் கட்சிகளையும் தாண்டிச் செல்லாமல் இருக்க சமூக நீதி இயக்கமே முக்கியமான காரணம். சமூக நீதிக்கான இயக்கத்தை வெற்றிகரமான அரசியல் கட்சியாக மாற்றிய முதல் தலைமுறை அரசியல் வாதிகளில் முக்கியமானவர் கருணாநிதி. தமிழ்நாட்டில் சமூக நீதி இயக்கம் வலுவாகக் காலூன்றியதற்கான முக்கியமான காரணங்களில் ஒன்று, அதன் பலன் பிற்படுத்தப்பட்ட வகுப்பைச் சேர்ந்த வசதி படைத்தவர்களுக்கு மட்டும் பலன் தந்ததோடு நிற்கவில்லை என்பதேயாகும். இதிலும் அவர் முக்கியப் பங்காற்றியிருக்கிறார். வட இந்தியாவிலும் பிற்படுத்தப்பட்டோர் உரிமைகளைப் பேசும் அரசியல் 1960-களில் தொடங்கியது. 1967-ல் அவர்களில் பலர் முதல்வர் பதவிக்கும் வந்தனர். ஆனால், இது சமூக நீதியை நோக்கிய வெற்றிகரமான பயணமாக அமையவில்லை. விரைவிலேயே அந்த அலை வடிந்தது. மீண்டும் காங்கிரஸ் ஆட்சிக்கு வந்தது. இந்தக் குரல்களைக் கட்டுப்படுத்தியது. 1990-களில் மண்டல் கமிஷன் பரிந்துரை அமலாக்கப்பட்டு, பிற்படுத்தப் பட்டவர்களுக்கு இடஒதுக்கீடு கிடைத்த பிறகே சமூக நீதியை நோக்கிய அடுத்த பயணத்தில் வட இந்தியா காலடியை வைத்தது. அதேபோல, அரசியல் தளத்தில் பிற்படுத்தப்பட்ட சமூகத்தை நோக்கி அதிகாரம் சென்றாலும், பிற்படுத்தப் பட்டவர்களில் செல்வாக்கு மிக்க - தாக்கூர், மராத்தா, யாதவ், குர்மி போன்ற – உயர் சாதியினரைத்தான் அது மையம் கொண்டிருக்கிறதே தவிர, வேர்

மக்கள்தொகையில் மிகச் சிறிய எண்ணிக்கையைக் கொண்ட, சாதிய அடுக்குகளில் கீழே இருக்கும் ஒரு சமூகத்திலிருந்து வந்து, இவ்வளவு உயர்ந்த இடத்தை கருணாநிதி தக்கவைத்திருப்பது சமூகப் புரட்சியே தவிர வேறல்ல!

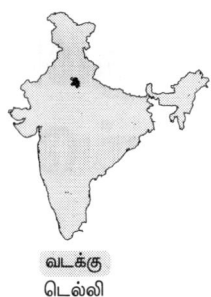

வடக்கு
டெல்லி

நோக்கிச் செல்லவில்லை. ஆனால், மக்கள்தொகையில் மிகச் சிறிய எண்ணிக்கையைக் கொண்ட, சாதிய அடுக்குகளில் கீழே இருக்கும் ஒரு சமூகத்திலிருந்து வந்து, இவ்வளவு உயர்ந்த இடத்தை கருணாநிதி தக்கவைத்திருப்பது சமூகப் புரட்சியே தவிர வேறல்ல. அந்தப் புரட்சிக்கு அவரும் ஒரு காரணமாக இருந்திருக்கிறார்!

தமிழ்நாட்டின் இடஒதுக்கீடு 50%–க்கும் அதிகமாக உயர கருணாநிதி முக்கியமான காரணம். சமூக நீதி அரசியலை அரசுத் திட்டங்களாக உருமாற்றியது அவருடைய இன்னொரு முக்கியமான சாதனை. சமூகநலத் திட்டங்களைச் செயல்படுத்துவதில் திமுக, அதிமுக இடையில் ஆரோக்கியமான போட்டி எப்போதும் நிலவியது. இதனால்தான், சமூகநலத் திட்ட அமலாக்கத்திலும் வளர்ச்சியிலும் இந்திய அளவில் தமிழ்நாடு முன்னே நிற்கிறது. இந்திய ஜனநாயகத்துக்கு திராவிட இயக்கத்தின் நிரந்தரமான பங்களிப்பு என்றால் அது, 'இந்தி–இந்து–இந்துஸ்தான்' என்ற தேசியவாதத்தை ஏற்க மறுத்து அது உறுதியாக நிற்பதுதான். கருணாநிதியின் ஆட்சியில் மாநில அரசு ஒருபோதும் மத்திய அரசுக்குக் கீழான அரசாகச் செயல்பட்டதில்லை. மத்திய–மாநில உறவு தொடர்பாக அவர் நியமித்த ராஜமன்னார் குழுவின் பரிந்துரைகளை மத்திய அரசு நிராகரித்தாலும் கூட்டாட்சியை வலுப்படுத்துவதற்கான கதவை அது திறந்தது. சுதந்திர தினத்தன்று முதல்வர்களுக்கு தேசியக் கொடியேற்றும் உரிமையைப் பெற்றுக்கொடுத்தவரும் அவரே. தன்னுடைய ஆட்சியையே விலையாகக் கொடுத்து நெருக்கடிநிலை அமலாக்கத்தைத் துணிவோடு எதிர்த்த முதல்வர் என்று வரலாற்றில் என்றும் கருணாநிதி நினைவுகூரப்படுவார்.

துரதிர்ஷ்டவசமாக, இன்றைக்கு திமுகவிடம் ஏனைய கட்சிகளிடமிருந்து வேறுபட்ட தன்மையையும் பழைய தீவிரத்தையும் பார்க்க முடியவில்லை. ஒட்டுமொத்த போக்கில் - குடும்ப அரசியல் உட்பட - திமுக செல்வது ஏற்கவே முடியாதது. பெருமை மிக்க திராவிட இயக்கத்தின் பாரம்பரியத்தை மேலும் கொண்டுசெல்ல வேண்டும் என்றால், திமுகவின் புதிய தலைமுறையினர் அதன் முன்னோடிகளைப் பின்பற்ற வேண்டும்!

தமிழில்: **வ.ரங்காசாரி**

தெற்கிலிருந்து ஒரு சூரியன் 63

தமிழ்நாடும் பஞ்சாபும் எங்கே ஒன்றுபடுகின்றன?

அமன்தீப் சிங் சந்து
பஞ்சாப்பைச் சேர்ந்த
பத்திரிகையாளர்,
எழுத்தாளர்

அரசியல்ரீதியான மறுசீரமைப்பைப் பொறுத்தவரை 1993–ல் ஐரோப்பா செய்ததை, 1947–லேயே செய்துவிட்டது இந்தியா. பல்வேறு இனம், மொழி, கலாச்சாரம், அபிலாஷைகள் கொண்ட தேசிய இனங்களையெல்லாம் ஒருங்கிணைத்து, மாநிலங்களின் ஒன்றியமாக சுதந்திர இந்தியா உருவாகிப் பல ஆண்டுகள் கழித்துதான், ஒன்றுபட்ட சந்தையை உருவாக்க ஐரோப்பிய நாடுகள் இணைந்து ஐரோப்பிய ஒன்றியம் உருவானது. ஐரோப்பிய ஒன்றியம் உருவாகிக் கால் நூற்றாண்டுக்குப் பிறகு அதில் ஏற்பட்டிருக்கும் விரிசல்கள், அதன் உறுப்பு நாடுகளுக்கு இடையே நிலவும் ஏற்றத்தாழ்வை நமக்குக் காட்டுகின்றன. நவீன இந்தியா உருவான தொடக்கத்திலிருந்தே இதுபோன்ற ஏற்றத்தாழ்வுகள் இருந்துவருகின்றன. ஆனால், இந்தக் காயங்கள் கவனிக்கப் படுகின்றனவா ?

இந்தியாவின் அடிநாதம் கூட்டாட்சி முழக்கத்தில் இருக்கிறது. ஆனால், மத்திய அரசின் செயல்பாடுகளோ மொழி, வரி அமைப்பு, நிர்வாகம் என தேசத்தின் மீது ஒரே மாதிரியான கட்டமைப்பைத் திணிப்பதிலேயே கவனம் கொண்டிருக்கின்றன. பஞ்சாபிலிருந்து தொடங்குகிறேன். மாநிலங்களை 1955–ல் மொழிவாரியாக மறுசீரமைத்த மத்திய அரசு, பஞ்சாபி மொழி அடிப்படையில் மாநில அந்தஸ்து தர மறுத்ததோடு அந்தப் பிராந்தியத்தில் இந்தியைத் திணிக்கவும் முயன்றது. இதுவே அகாலி தளம் தலைமையில் பல்லாயிரக்கணக்கானோர் திரளவும் 'பஞ்சாபி சுபா' அறவழிப் போராட்டம் பல ஆண்டுகளுக்கு நீளவும் வழிவகுத்தது. 1966–ல் பஞ்சாப் மூன்றாகப் பிரிக்கப்பட்டது – ஹரியாணா, இமாச்சலப் பிரதேசம், பஞ்சாப். விளைவாக, அளவில் மிகச் சிறிய மாநிலமானது பஞ்சாப். டெல்லி தர்பாரின் தந்திரங்களை பஞ்சாப் நன்கு உணர்ந்துகொண்டது. மத்திய – மாநில உறவை மறுபரிசீலனை செய்ய வேண்டும் என்று வலியுறுத்திய அகாலி தளம், 1973–ல் ஆனந்த்பூர்

> மோடி அரசு கொண்டுவந்திருக்கும் 'ஜிஎஸ்டி' மாநிலங்களின் வரிவிதிப்பு அதிகாரத்திலும் கைவைத்திருக்கும் நிலையில், 'கூட்டுறவுக் கூட்டாட்சி' எனும் பதத்தை டெல்லி பயன்படுத்துவதில் என்ன அர்த்தம் இருக்கிறது?

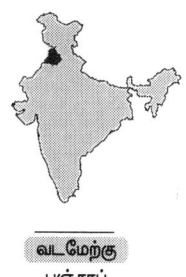

வடமேற்கு
பஞ்சாப்

சாஹிப் தீர்மானத்தில் தங்களது நிலைப்பாட்டைத் தெளிவாகத் தெரிவித்தது. 'பஞ்சாப் நதிகளில் உரிமை, தலைநகர் சண்டிகரில் உரிமை மற்றும் மாநிலத்திலிருந்து பிரிக்கப்பட்ட – பஞ்சாபி மொழி பேசும் பகுதிகளில் பஞ்சாப் மக்களுக்கே முக்கியத்துவம் அளிக்கப்பட வேண்டும்; பஞ்சாபி மொழியின் கண்ணியம் மீட்டெடுக்கப்பட வேண்டும்; முக்கியமாக, மாநிலங்களுக்கு அதிக அதிகாரங்கள் வேண்டும்' என்றது அந்தத் தீர்மானம்.

நாட்டின் இன்னொரு முனையிலிருந்தும் இதே போன்ற சுயாதீனமான குரல் இதற்கெல்லாம் பல ஆண்டுகளுக்கு முன்பே ஒலித்தது: தமிழ்நாடு! 1938-லேயே இந்தித் திணிப்புக்கு எதிராகக் கிளர்ந்தெழுந்த தமிழகம் 1949-ல் திமுகவின் உருவாக்கத்துக்குப் பின் டெல்லி முன்னெடுக்கும் ஒற்றைக் கலாச்சாரத்துக்கு எதிராக எப்போதுமே கடும் சவாலாக நின்றது. மாநில சுயாட்சி முழக்கத்தை அடிப்படையாகக் கொண்டு 1971-ல் கருணாநிதி அரசு அமைத்த ராஜமன்னார் குழுவின் பரிந்துரைகள் மத்திய – மாநில அரசு உறவில் ஒரு புதிய பார்வை வேண்டும் என்பதைத் தீர்க்கமாக வலியுறுத்தின.

இந்தக் கோரிக்கைகளுக்கெல்லாம் எதிர்மறையாகவே எதிர்வினை ஆற்றியது மத்திய அரசு. மாநிலங்களின் கோரிக்கையைப் பரிசீலிக்கப் பின்னாளில் மத்திய அரசு அமைத்த ஆணையங்கள் பரிந்துரைத்த கொஞ்சநஞ்ச உரிமைகளையும் கூட மாநிலங்களுக்கு அளிக்க அது விழையவில்லை. இப்போது மோடி அரசு கொண்டுவந்திருக்கும் 'ஜிஎஸ்டி' மாநிலங்களின் வரிவிதிப்பு அதிகாரத்திலும் கைவைத்திருக்கும் நிலையில், 'கூட்டுறவுக் கூட்டாட்சி' எனும் பதத்தை டெல்லி பயன்படுத்துவதில் என்ன அர்த்தம் இருக்கிறது?

இன்று பிரகாஷ் சிங் பாதலுக்கும் கருணாநிதிக்கும் வயதாகிவிட்டது. கூட்டாட்சிக்கான போராட்டத்தின் வயதும்கூட அரை நூற்றாண்டைக் கடந்து விட்டது. மாநிலங்களின் பழைய காயங்களை ஆற்றுவதற்குப் பதில், டெல்லியோ புதிய காயங்களை உருவாக்கிவருகிறது. இந்திய மாநிலங்களின் காயங்கள் எப்போது ஆறும்?

தமிழில்: வெ.சந்திரமோகன்

அரசமைப்பு மாற்றத்துக்கு வடகிழக்கு குரல் கொடுப்பது ஏன்?

பிரதீப் பாஞ்சுபாம்
மணிப்பூரைச் சேர்ந்த
ஊடகவியலாளர்,
'இம்பால் ஃப்ரீ பிரெஸ்'
நாளிதழின் ஆசிரியர்

வடகிழக்கு இந்தியாவில், குறிப்பாக மணிப்பூரில் இன்று நடந்துகொண்டு இருக்கும் ஒரு இயக்கத்தைப் பற்றி தமிழர்களுக்குத் தெரிவித்தால் பலர் ஆச்சரியமடையலாம். 'அரசமைப்புச் சட்டத்தின் மூன்றாவது பிரிவைத் திருத்த வேண்டும் அல்லது விலக்க வேண்டும்' என்ற இயக்கம்தான் அது!

ஒரு மாநிலத்தின் ஒப்புதலைப் பெறாமலேயே அந்த மாநிலத்தின் எல்லை களைத் திருத்தியமைக்க மத்திய அரசுக்கு எல்லையற்ற அதிகாரத்தை வழங்கும் சட்டப் பிரிவே மூன்றாவது பிரிவு. வடகிழக்கு ஏன் இப்போது இப்படி ஒரு இயக்கத்தை நடத்துகிறது? ஏனென்றால், இங்குள்ள கிளர்ச்சிக் குழுக்களை தாஜா செய்வதென்ற மத்திய அரசின் சமீபத்திய கொள்கைகளின் விளைவாக, வடகிழக்கில் உள்ள பல மாநிலங்களின் எல்லைகள் மாற்றியமைக்கப்படும் அபாயம் இன்று ஏற்பட்டிருக்கிறது. நாகாலாந்துக்கான தேசிய சோஷலிஸ்ட் கவுன்சில் (இசாக்–முவியா குழு) என்ற நாகா ஆயுதக் குழுவுடன் மத்திய அரசு அமைதிக்கான பேச்சுவார்த்தை நடத்திவருகிறது. இந்தக் குழு எழுப்பும் கோரிக்கையான 'அகண்ட நாகாலாந்து' என்ற கோரிக்கை மத்திய அரசால் ஏற்றுக்கொள்ளப்பட்டால் அசாம், மணிப்பூர், அருணாசலப் பிரதேசம் ஆகிய மாநிலங்களின் எல்லைகள் மாறிப்போகும்.

சரி, அரசமைப்புச் சட்டம் உருவாக்கப்பட்ட நேரத்தில், ஏன் இந்த மூன்றாவது பிரிவை உருவாக்க வேண்டிய அவசியம் ஏற்பட்டது? பிரிட்டிஷ் காலனியாதிக்கத்தின் பிடியிலிருந்து வெளிப்பட்டபோது, கூட்டாட்சியில் உள்ள பிரதேசப் பிரிவுகள் அதிக அளவுக்கு வலிமை மிக்கவையாக மாறிவிடக் கூடாது என்பதை

கூட்டாட்சி அமைப்பையும்
உணர்வையும் எப்படி
நாம் பலப்படுத்தப்போகிறோம்?
இந்தக் கேள்வி எழும்போதெல்லாம்
எங்களுக்குத் தமிழ்நாடும் திராவிட
இயக்கமும் நினைவுக்கு வரும். கூடவே,
கருணாநிதியும் நினைவுக்கு வருவார்!

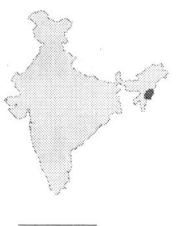

வடகிழக்கு
மணிப்பூர்

உறுதிப்படுத்துவதில் அன்றைக்குப் போதிய காரணங்கள் இருந்தன. நாட்டின் பிரிவினையால் ஏற்பட்ட அதிர்ச்சி, நிச்சயமற்ற நிலை ஆகியவற்றோடு அவசரகதியாகச் சேர்க்கப்பட்ட இதர பகுதிகள் இந்தியா என்ற தேசத்தை விட்டு வெளியேறத் தூண்டும் நிலையும் அன்று நிலவியது. இத்தகு சூழ்நிலையில் இந்த மூன்றாவது பிரிவு என்பது கலகக் குரல் எழுப்பும் முன்னாள் சமஸ்தானங்களுக்கான எச்சரிக்கைச் செய்தியே. அவர்கள் ஒழுங்குமுறைக்கு வராமல் இருந்தால், மத்திய அரசு அந்தப் பகுதியை அக்குவேறு ஆணிவேறாகப் பிரித்துவிடும் என்பதே அந்தச் செய்தி. சரி, அன்றைக்கு அப்படி ஒரு நிலை இருந்தது, எனவே மாகாண அரசுகளைவிட மத்திய அரசுக்கு அதிகாரம் அதிகமாக இருப்பதே நல்லது என்ற உணர்வுக்கு நியாயம் இருந்தது. நாடு தன்னம்பிக்கையும் ஆற்றலும் மிக்கதாக இருக்கும் இன்றைய சூழலில் அது தேவையா? தேவையற்ற அச்ச உணர்வு மத்திய அரசுக்கு நீடிக்க வேண்டிய அவசியம் இல்லை. எனவே, மூன்றாவது பிரிவை மாற்றலாம் என்கின்றனர் மாற்றம் விரும்புவோர்.

நாட்டின் அரசமைப்புச் சட்ட விற்பன்னர்களில் ஒருவரான ஃபாலி நாரிமன் கூறுகிறார்: "பிரதேசப் பகுதிகள் அதிக வலிமை பெறாமல் இருப்பதை உறுதிப் படுத்த, பாதுகாப்பு ஏற்பாடுகளால் கட்டுப்படுத்தப்படுவதாகவே இந்தியாவின் கூட்டாட்சி அமைந்தது. சம்பந்தப்பட்ட மாநிலங்களின் ஒப்புதல் பெறாமலேயே எந்தவொரு மாநிலத்தின் எல்லைகளையும் திருத்தியமைக்கவும், பெயரை மாற்றவும், புதிய மாநிலங்களை உருவாக்கவும், அல்லது தற்போதுள்ள மாநிலங்களை மாற்றியமைக்கவும் மத்திய அரசுக்கு அரசமைப்புச் சட்டத்தின் மூன்றாவது பிரிவு அதிகாரம் வழங்கியது. இவ்வாறு அபரிமிதமான அதிகாரத்தை மத்திய அரசிடம் கொடுத்ததன் விளைவாக, மாநிலங்கள் அதிகாரமற்ற உணர்வுடன் செயல்பட்டன. இது கூட்டாட்சிக் கட்டமைப்புக்கோ அல்லது உணர்வுக்கோ எந்த வகையிலும் உத்தரவாதம் தருவதாக அமையவில்லை!" கூட்டாட்சி அமைப்பையும் உணர்வையும் எப்படி நாம் பலப்படுத்தப்போகிறோம்? இந்தக் கேள்வி எழும்போதெல்லாம் எங்களுக்குத் தமிழ்நாடும் திராவிட இயக்கமும் நினைவுக்கு வரும். கூடவே, கருணாநிதியும் நினைவுக்கு வருவார்!

தமிழில்: வீ.பா.கணேசன்

தெற்கிலிருந்து ஒரு சூரியன்

வங்காளிகளுக்குமான போராளி கருணாநிதி!

கர்க சட்டர்ஜி
வங்கத்தைச் சேர்ந்த ஆய்வறிஞர், இந்தியப் புள்ளியியல் நிறுவனத்தில் பணிபுரிகிறார்

முதுபெரும் அரசியல் ராஜதந்திரி கருணாநிதி, தமிழக சட்டமன்றத்தில் உறுப்பினராகிய 60–வது ஆண்டு இது. நாட்டிலேயே இப்படி ஒரு சாதனையாளர் வேறு ஒருவர் கிடையாது. ஆனால், டெல்லி ஊடகத்தார் பார்வையிலும், ஆங்கிலோ–இந்தி கண்ணோட்டத்திலும் அவர் மீதான மதிப்பீடு என்ன? மாறிவரும் நவீன காலத்துக்கேற்பத் தன்னை மாற்றிக் கொள்ளாத ஒரு கிழவர், ஊழல் புகார்களுக்கு உள்ளான கட்சியின் தலைவர்! ஏனென்றால், டெல்லியில் இருப்பவர்களுக்குச் சங்கடம் அளிக்கக்கூடிய கேள்விகளை யார் கேட்டாலும் அவர்களுக்குக் குத்துவதற்கான முத்திரைகளை டெல்லிக்காரர்கள் எப்போதும் தயாராக வைத்திருப்பார்கள். டெல்லிக்காரர்கள் எதிர்பார்ப்பதெல்லாம் 'தமிழர், வங்காளி, கன்னடிகர்' என்ற தனி அடையாளங்களைக் கைவிட்டு, நாமெல்லாம் மூவர்ணம் பூசிய உணர்ச்சியற்ற உயிரினங்களாகத் திரிய வேண்டும் என்பதுதான். இல்லாவிட்டால் இதுதான் கதி! ஆனால், அவ்வளவு சாதாரணமான ஆளுமையா கருணாநிதி! 'இந்தியர்கள் என்றொரு தனி அடையாளம் இல்லை, வெவ்வேறு தேசிய இனங்களின் ஒன்றியம்தான் இந்தியா' என்ற உண்மையை உரக்கப் பேசிய அண்ணாவின் தளகர்த்தர்! இந்துஸ்தானி சித்திரக் குள்ளர்கள் இடையே அவர் ஒரு இமயம்!

தாய்மொழிக்குத்தான் முன்னுரிமை தரப்பட வேண்டும் என்று திராவிட இயக்கம் நடத்திய உரிமைப் போராட்டத்தின் தன்மையும் நன்மையும் என் தலைமுறை வங்காளிகள் பெரிய அளவில் அறிந்திருக்கவில்லையே என்ற வருத்தம் எனக்கு உண்டு. அண்ணாவும் கருணாநிதியும் இன்னும் லட்சக் கணக்கான தமிழ் மொழிக் காவலர்களும் 1960–களில் மத்திய அரசின் 'இந்தி கட்டாயம்' என்ற மொழித் திணிப்புக்கு எதிராகத் தன்னெழுச்சியாகத் திரண்டு போராட்டங்களை நடத்தியிருக்காவிட்டால், இந்தியா முழுமைக்கும் இன்று

கருணாநிதியைப் போல எங்களுடைய உரிமைகளுக்காக, நலன்களுக்காகப் போராட வங்கத்தில் எங்களுக்கு ஒரு தலைவர் கிடைக்கவில்லையே என்று ஏங்குகிறேன். அதனாலேயே கருணாநிதியை எங்களில் ஒருவராகப் பார்க்கிறேன்!

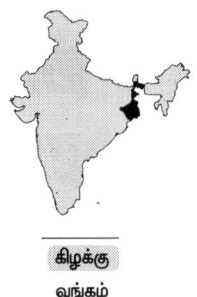

கிழக்கு

வங்கம்

இந்தி மட்டும்தானே ஆட்சி மொழியாக - அதிகார மொழியாக - தொடர்பு மொழியாக இருந்திருக்கும்! ஆங்கிலம்–இந்தி என்ற இரட்டை அலுவல் மொழியைக் கடைப்பிடிப்பதால், இப்போது அனுபவித்துக்கொண்டிருக்கும் இரண்டாம்தரக் குடிமக்கள் என்ற அந்தஸ்துகூடப் போய், மூன்றாந்தரக் குடிமக்களாக அல்லவா என்னைப் போன்ற வங்காளிகள் மாறியிருப்போம்! இதற்குக் காரணமான திராவிட இயக்கத்தை எப்படி மறக்க முடியும்! இந்திக்குக் கொடுக்கும் அதே ஆட்சி மொழி, இணைப்பு மொழி அந்தஸ்தைத் தமிழுக்கும் கொடுங்கள் என்று கேட்டு, தமிழர்களின் கனவுக்கு உரமூட்டிய கருணாநிதியைத் தான் எப்படி விட்டுக்கொடுக்க முடியும்!

இந்தியாவின் கூட்டாட்சித் தத்துவத்தின் தரத்தைக் கற்பனை செய்ய முடியாத அளவுக்கு உயர்த்தியவர் கருணாநிதி. அவருடைய உயரத்தை வங்காளிகளான நாங்கள் இதுவரை எட்டவில்லை. சுதந்திரம் அல்லது சுயாட்சி என்ற வார்த்தைகளே இங்கு பேசப்படக் கூடாதவையாகப் பார்க்கப்படும் சூழலில், அவற்றை உயிர்மூச்சுபோல ஆக்கிக்கொண்ட அண்ணா, கருணாநிதியின் போராட்டங்களை இன்று தமிழ் மக்களுக்கான போராட்டங்களாக மட்டும் பார்க்க முடியவில்லை. நாட்டின் கூட்டாட்சி அமைப்பை வலுப்படுத்துவதற்கான, இந்தி பேசாத ஒவ்வொரு மாநிலத்துக்குமான போராட்டங்களாகவே பார்க்கிறோம். நான் தமிழனாக இல்லாமல் இருக்கலாம்; இப்போது வங்க அரசுக்கென்று சில தனி உரிமைகள் இருக்கின்றன என்றால், அதற்கு கருணாநிதி தமிழ்நாட்டுக்காகப் போராடிப் பெற்ற உரிமைகள்தான் காரணம் என்பதை உணர்கிறேன். கருணாநிதியைப் போல எங்களுடைய உரிமைகளுக்காக, நலன்களுக்காகப் போராட எங்களுக்கு ஒரு தலைவர் கிடைக்கவில்லையே என்று ஏங்குகிறேன். அதனாலேயே கருணாநிதியை எங்களில் ஒருவராகப் பார்க்கிறேன். இந்தியைத் தாய்மொழியாகக் கொண்டவர்களுக்கு இணையான மரியாதையும் கண்ணியமும் எங்களுக்கும் வேண்டும் என்று கருதும் கோடிக்கணக்கான பிறமொழி பேசும் இந்தியர்கள் ஒவ்வொருவராலும் கருணாநிதி ஒரு போராளியாக நெடுங்காலத்துக்கு நினைவுகூரப்படுவார்!

தமிழில்: **வ.ரங்காசாரி**

திராவிட இயக்கமும் மராத்தா இயக்கமும்!

வைபவ் ஆப்னாவே
ஆய்வறிஞர்,
மராத்தி
ஆவணப்பட
இயக்குநர்

பிரிட்டிஷ்காரர்கள் வருவதற்கு முன் துணைக் கண்டத்தின் முக்கியமான பகுதிகளை 'ஆண்ட பரம்பரையினர்' என்று பெருமை கொண்டது இன்றைய மகாராஷ்டிரத்தின் மராத்தா இனம். அதையே தனது அடையாளமாகவும் முன்வைத்தது. அதிகாரத்தை இழந்துவிட்டதால் ஏற்பட்ட கோபம், சாதியப் படிநிலையில் தாங்கள் சத்திரியர்கள் என்ற எண்ணம் ஆகியவை காரணமாக விடுதலையாகப்போகும் இந்து இந்தியாவுக்குத் தலைமையேற்கத் தன்னைத் தயார்படுத்திவந்தது ஆதிக்க உணர்வு கொண்ட மராத்தா சமூகம். சாதி எதிர்ப்பு உணர்வுகளால் எழுந்த தமிழ் இன அடையாளமோ, சுயமரியாதை இயக்கம் காரணமாக பிராமணர் எதிர்ப்பு உணர்வைத் தழுவியது; அரசியல் விடுதலைக்குப் போராட காங்கிரஸ் தலைமையில் திரண்ட தேசிய சக்திகளுக்கு இணையாகத் தமிழகத்தில் திராவிட இயக்கம் சமூக உரிமைகளுக்காகப் போராடியது. உருவாகப்போகும் சுதந்திர நாட்டை எதிர்நோக்கி, எதிரெதிர் நோக்கங்களுடன் இரண்டு சமுதாய இயக்கங்களும் செயல்பட்டன. காங்கிரஸ் தேசிய உணர்வை முன்வைத்தது. திராவிட இயக்கம் மொழி, இன உணர்வை முன்வைத்தது.

மகாராஷ்டிரத்திலும் தமிழ்நாட்டைப் போல ஒரு நிலைமை உருவாகியிருக்க வேண்டும். காங்கிரஸுக்குள் திலகருக்குப் பிறகு, பிராமணரல்லாதவர்கள் 'மராத்தா' என்ற பெயரில் அணி திரண்டதும், அம்பேத்கர் தலைமையில் உருவான தலித் அரசியலும் மகாராஷ்டிரத்தில் சாதிகளுக்கு எதிரான சக்திகள் ஓரணியில் திரள்வதற்குத் தடையாக ஆயின. மேலும், 'தேசம்/ இந்து ராஷ்ட்ரம்' என்ற பலிபீடத்தில் 'பிராந்தியம்/மகாராஷ்டிரம்' என்பதைப் பலிகொடுக்க மகாராஷ்டிரம் தயாராக இருந்தது. விளைவாக, 'நாம் வடக்கா, தெற்கா ?' எனத் தெளிவாக வரையறுக்கப்பட முடியாத நிலையை அடைந்தது மகாராஷ்டிரம். வடக்கின் அங்கீகாரத்தை எதிர்பார்த்து – ஆதிக்க மனப்பான்மை, மூர்க்கமான தேசியவாதம் போன்ற – தீவிரப் போக்கை ஒருபுறம் வளர்த்துக்கொண்டாலும், மறுபுறம் – சமத்துவப் பண்பு உள்ளடக்கிய தன்மையை அர்த்தப்படுத்தும் – தெற்கிலுள்ள அதன் வேர்களையும் மகாராஷ்டிரம் முழுக்க விட்டுவிடவும்

இந்தியக் கூட்டாட்சியில் தமிழகமும் இணைந்திருந்தாலும் தமிழர்கள் தங்களுடைய மொழி, தனிக் கலாச்சாரம் காரணமாகத் தனி அடையாளத்தைத் தொடர்ந்து நிலைநிறுத்தினர்.

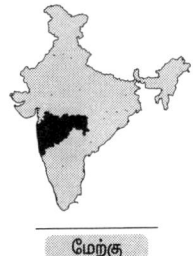

மேற்கு
மகாராஷ்டிரம்

இல்லை. விளைவாகவே, நாடு சுதந்திரம் அடைந்து கூட்டாட்சிக்குள் கலந்தாலும், மராத்தாக்கள் பிராந்திய அடையாளத்தையும் பேசினார்கள். ஆனால், மராத்தாக்கள் உழைப்பாளர்களுக்கு எதிரான கருத்துகளைக் கொண்டிருந்தார்கள். மகாராஷ்டிரத்தில் பணிபுரிந்த வடஇந்தியர்கள், தென்னிந்தியர்களை அடித்து விரட்ட வேண்டும் என்று பேசினார்கள். விளைவாக, வலதுசாரிகள் என்ற முத்திரையைப் பெற்றார்கள். இவ்வளவுக்கு மத்தியில் அரசியல்ரீதியாகத் தங்களை வலுப்படுத்திக்கொள்ள காங்கிரஸ் / பாஜகவையே அவர்கள் நம்பியிருந்தார்கள்.

தமிழ்நாட்டிலோ தமிழர் என்ற இன உணர்வு, மாநில உணர்வு சமூக ஜனநாயகக் கட்டமைப்பை உருவாக்கியது. சாதி மறுப்பையும் எளிய மக்களுக்கான பரிவையும் அது பேசியது. விளைவாக, இரண்டு திராவிடக் கட்சிகளும் போட்டி போட்டு மக்கள் நலத் திட்டங்களைப் புதிது புதிதாக உருவாக்க வழிவகுத்தன. சாதியக் கண்ணோட்டத்துக்கு எதிராகச் சீர்திருத்தங்கள் நடந்தன. இந்தியக் கூட்டாட்சியில் தமிழகமும் இணைந்திருந்தாலும் தமிழர்கள் தங்களுடைய மொழி, தனிக் கலாச்சாரம் காரணமாகத் தனி அடையாளத்தைத் தொடர்ந்து நிலைநிறுத்தினர். அவர்களுடைய மொழிப்பற்றையும் இன உணர்வையும் கூர் மழுங்காமல் வைத்துக்கொள்ள சினிமா என்ற ஊடகமும் வெகுவாகப் பயன்படுத்திக்கொள்ளப்பட்டது. மகாராஷ்டிரத்தில் மராட்டியர் களின் மொழியும் கலாச்சாரமும் ஆட்சியாளர்களால் போற்றி வளர்க்கப் படவில்லை. மும்பையில் இந்தி சினிமா செழித்து வளர, மராத்தி திரைப்படங்கள் அந்தஸ்து குறைந்த, வட்டாரக் கலாச்சாரமாகச் சுருங்கியது. ‘சம்யுக்த மகாராஷ்டிரம்’ என்ற கோஷத்துக்கு மையமாகத் திகழ்ந்த மும்பை மாநகரமே மராட்டியர்களின் அடையாளம் இழந்த நகரமாகிப்போனது. இன்று இளம் மராத்தியர்கள் தங்கள் வேர் அடையாளத்தைத் தேடுகிறார்கள். இந்தியாவை ஒற்றைக் கலாச்சாரத்தின் கீழ் கொண்டுவர விரும்பும் சக்திகளால் தமிழ்நாடும் கைப்பற்றப்படுவது போன்ற ஆபத்து தெரிகிறது. ஆனால், தமிழ் மக்கள் வடக்கின் ஆதிக்கத்தை ஏற்கத் தயாரில்லை என்பதை இயக்கங்களைத் தாண்டியும் நடந்த ஜல்லிக்கட்டுப் போராட்டமும் விவசாயிகள் போராட்டமும் உரக்கச் சொல்கின்றன!

தமிழில்: **வ.ரங்காசாரி**

எனக்கு ஏன் தமிழகம் பிடிக்கும்?

பால் சக்கரியா
மலையாள
எழுத்தாளர்,
சமூகவியல் அறிஞர்

நான் தனித்து ஆலோசிப்பதும் மற்றவர்களிடம் சொல்வதும் இதுதான்: 'கேரளத்தை விட்டு, இந்தியாவில் வேறு எங்காவது வசிக்க நேருமானால் அது தமிழ்நாடாகவே இருக்கட்டும்!' கூடவே இதையும் சேர்த்தே சொல்வேன்: 'வெப்பநிலை பரவாயில்லை. ஊரின் பரந்த மனம் தான் வெப்பநிலையைவிட முக்கியமானது.'

அரை நூற்றாண்டாகத் தமிழ்நாட்டுக்கு வந்துபோகும் உறவை வைத்துச் சொல்கிறேன், தமிழகம் யாருடனும் அந்நியரைப் போல பழகுவதை நான் பார்த்ததில்லை. சில சமயங்களில் அரசியல் ஏற்படுத்திய கொந்தளிப்புகளை இயல்புக்கு மாறான சம்பவங்கள் என்றே ஒதுக்குவேன். பரந்த மனப்பான்மை தான் தமிழ்ப் பண்பாட்டின் அடிப்படை உணர்வு. சந்தேகமோ சகிப்பின்மையோ அல்ல. திராவிடக் கலாச்சாரம் விரும்புவது வெளியேற்றத்தை அல்ல; ஏற்றுக் கொள்ளலைத்தான் என்பது என் நம்பிக்கை. நான் அறிந்தவரையில், தமிழ்ப் பண்பாட்டின் அடையாளம் அமைதியானது. அதேசமயம், 'சாது மிரண்டால்' என்ற பழமொழி உண்மையும்கூட. தூண்டப்பட்டால் வெள்ளந்தியும் ரௌத்திரராக மாறிவிடுவார்.

தமிழ் அரசியலும் அண்டையில் இருக்கும் கேரள அரசியலும் வேறுபட்டவை. கேரளத்தில் கம்யூனிஸ்ட் முன்னணிக்கும் காங்கிரஸ் முன்னணிக்கும் இடையில் 'நாற்காலி விளையாட்டு' நடக்கிறது. இரண்டு அணிகளும் நிலைபெற்றிருப்பது – உண்மையைச் சொல்லிவிடுகிறேனே – அவரவர்களுக்காக மட்டுமே. மலையாளிகளுக்காகவோ கேரளத்துக்காகவோ அல்ல. ஆக, அவர்களுக்கு எந்தத் தத்துவமும் இல்லை. ஆனால், தமிழகத்தில் முதன்மையான இரு கட்சிகளும் ஒரே திராவிடக் கொள்கையின் கிளைகள்தான். தலைவர்கள் தான் அவற்றின் வேறுபட்ட அடையாளங்கள். இந்த 50 ஆண்டுகளில் இரு கட்சிகளும் தன்னலத்தைக் காத்துக்கொண்டே தமிழ் மக்களின் நலன்களையும் முன்னெடுத்திருப்பதாகவே வெளியிலிருந்து பார்க்கும் எனக்குத் தோன்றுகிறது.

திராவிட இயக்கம் அதன் சறுக்கல்களிலிருந்து எழுந்திருக்க வேண்டும். அதன் வேர்களிலிருந்து பாடம் படிக்க வேண்டும். தமிழர்களுக்கும் திராவிடர்களுக்கும் மட்டும் அல்ல; இந்தியா முழுவதுமுள்ள ஜனநாயக, மதச்சார்பற்ற சக்திகளுக்கு உத்வேகம் அளிக்கக்கூடியதாக அது அமையும்!

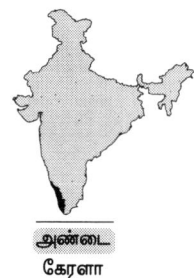

அண்டை

கேரளா

அரசியல் தலைவர்கள் மீதான தமிழ் மக்களின் வழிபாட்டு மனோபாவம் அசாதாரணமானதுதான். மலையாளிகள் அளவுக்குக் குற்றம் காண்பவர்கள் அல்லர் தமிழர்கள். குற்றம் காண்பவர்களின் மொத்தக் குத்தகையான கேரளம், இன்ஜின் தகராறு ஏற்பட்ட வண்டிபோல எங்கும் செல்லாமல் முட்டிமுட்டி நிற்கத் தொடங்கி நாட்கள் பல ஆயிற்று. இங்கே தென்படும் பளபளப்பெல்லாம் அந்நிய மண்ணில் உழைத்த பணத்தின் விளைவே. இன்னொன்றையும் சொல்லாமல் இருக்க முடியாது. மலையாளத்தில் 'குதிரை ஏறுதல்' என்று ஒரு பிரயோகம் உண்டு. நிலவுடைமை – காலனிய நாட்களில் 'எஜமானர்கள்' குதிரை மேல் அமர்ந்து சாமானிய மக்களை விரட்டியும் மிதித்தும் நடத்திய கொடுங்கோன்மையைச் சுட்டும் சொல்லாடல் அது. தமிழக அரசியலில் இந்த மனோபாவம் இப்போதும் நிலவுவதாகத் தோன்றுகிறது. கட்சிக் கொடி வைத்த காருடன் சாலைகளில் நடத்தப்படும் அரசியல்வாதிகளின் இந்தத் தேரோட்டம் திராவிடக் கொள்கைகளுக்கு வெகு தூரத்தில் இருப்பது.

சரி, நிறை–குறைகளைத் தாண்டி சார்பில்லாத ஓர் இடத்தில் நின்று தமிழக அரசியலை மதிப்பிட்டால் அது எப்படி இருக்கும்? இந்த அரை நூற்றாண்டில் தமிழகத்தில் கல்வி, பொருளாதாரம், கலாச்சாரம் ஆகிய துறைகளில் பெரும் பாய்ச்சலை நிகழ்த்த திராவிட இயக்கத்தால் முடிந்திருக்கிறது. திராவிட இயக்கத்தின் மாபெரும் தோல்வி என்றால், சாதியின் கூர்முனையை இன்னும் அது முறிக்கவில்லை. பிராமணியத்திலிருந்து விடுதலை பெற்றவர்கள், அதே பிராமணியத்துடன் பங்கு போட்டுக்கொள்ளும் நிலை உருவாகியிருக்கிறது. சந்தர்ப்பவாதமான இந்துத்துவ சக்திகளுடனான கூட்டு, திராவிடக் கொள்கைகளை என்றென்றைக்குமாக ஊனப்படுத்தியிருக்கிறது. வகுப்புவாத பாசிஸத்துக்கு எதிராக உருக்குக் கோட்டையாக நிற்க வேண்டிய திராவிட இயக்கம், அதன் வேர்களை மறந்து பிராமணிய சக்திகளுக்கு முன்னே கைகூப்பியிருக்கிறது. இது தமிழ்நாட்டின் அவலமோ, திராவிட மக்களின் அவலமோ மட்டுமல்ல. இந்தியா முழுவதுமுள்ள ஜனநாயக, மதச்சார்பற்ற நம்பிக்கையாளர்களுக்கு நேர்ந்திருக்கும் அவலம். அதிமுகவின் இன்றைய நிலையைப் பாருங்கள்! திராவிட இயக்கம் அதன் சறுக்கல்களிலிருந்து எழுந்திருக்க வேண்டும். அதன் வேர்களிலிருந்து பாடம் படிக்க வேண்டும். தமிழர்களுக்கும் திராவிடர்களுக்கும் மட்டும் அல்ல; இந்தியா முழுவதுமுள்ள ஜனநாயக, மதச்சார்பற்ற சக்திகளுக்கு உத்வேகம் அளிக்கக்கூடியதாக அமையும் அது!

தமிழில்: **சுகுமாரன்**

இந்தி ஆதிக்க எதிர்ப்புணர்வைத் தமிழர்களிடமிருந்தே கற்றோம்!

சித்தலிங்கையா
கன்னடக்
கவிஞர்,
சமூகவியல் அறிஞர்

தமிழுக்கும் கன்னடத்துக்கும் நீண்ட உறவு இருப்பதைப் போல, எனக்கும் தமிழர்களுக்கும் ஆழமான உறவு உண்டு. என்னுடைய குடும்பம் பெங்களூருவில் வசித்த ஸ்ரீராமபுரம் தமிழ் தலித்துகளால் நிறைந்திருந்தது. என்னுடைய வீட்டில் சோற்றுக்குக் குழம்பு இல்லாவிட்டால் பக்கத்து வீட்டில் இருக்கும் அவர்களது வீட்டிலிருந்துதான் அம்மா வாங்கிவருவார். வீட்டைச் சுற்றி எங்கு பார்த்தாலும் எம்ஜிஆர் பாட்டு, திமுக கொடி, பெரியார், அண்ணா, கருணாநிதி படங்கள் வியாபித்திருக்கும். வார இறுதி நாட்களில் திராவிட இயக்கக் கூட்டங்களும் பிரச்சாரப் பாடல்களும் களைகட்டும். பெங்களூருவில் இருந்த தமிழ்த் தலைவர்கள் பலர் அண்ணா, கருணாநிதியைப் போல அடுக்குமொழியில் அழகாகப் பேசுவார்கள். ஸ்ரீராமபுரம், சிவாஜிநகர், பெரியார் நகர் என எங்கு கூட்டம் நடந்தாலும் நான் அங்கு இருப்பேன். அப்போதுதான் பெரியார், அண்ணா, கருணாநிதி போன்றோரின் பேச்சை எல்லாம் அறிந்தேன். இந்தக் கூட்டங்களில் தமிழில் கேட்ட அலங்கார நடை பாணியை அப்படியே, கன்னடத்தில் மாற்றிப் பேசிக் கைத்தட்டல்களை அள்ளுவேன்.

புரட்சியாளர் அம்பேத்கரின் சிந்தனையில் மூழ்கியிருந்த எனக்கு அவரது நண்பரான பெரியாரின் கடவுள் எதிர்ப்பு, சாதி ஒழிப்புக் கருத்துகள் உற்சாகத்தைத் தந்தன. மகாராஷ்டிராவிலிருந்து தலித் விடுதலையுணர்வைப் பெற்ற நான், தமிழகத்திலிருந்தே தாய்மொழிப் பாதுகாப்புணர்வைப் பெற்றேன். தமிழகத்தில் இந்தி ஆதிக்க எதிர்ப்புப் போராட்டம் வெடித்தபோது, கர்நாடகாவில் இருந்த தமிழ் மாணவர்களும் போராட்டத்தில் குதித்தார்கள். அவர்களோடு நானும் ஆர்ப்பாட்டங்களில் பங்கேற்றேன். அந்தக் காலகட்டத்தில் கர்நாடகாவில் ஏற்பட்ட 'பூசா இலக்கிய' கலவரத்தில் கடுமையாகத் தாக்கப்பட்டேன். அப்போது

பெரியாரும் அண்ணாவும் கருணாநிதியும் முன்னெடுத்த அரசியலிலிருந்து திராவிட இயக்கம் விலகக் கூடாது. மோடியின் ஆட்சியில் மனம் தானாக கருணாநிதியைத் தேடுகிறது!

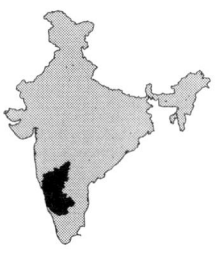

அண்டை
கர்நாடகம்

பெங்களூரு வந்திருந்த பெரியார் இதைக் கண்டித்துப் பேசியதோடு, என்னை மேடையில் ஏற்றியும் பாராட்டினார். பெரியாருடனான இந்தச் சந்திப்பை மறக்கவே முடியாது. அதேபோல, பெங்களூருவில் திருவள்ளுவர் சிலையும், சென்னையில் சர்வக்ஞர் சிலையும் திறக்கப்பட்ட காலகட்டத்தில், அப்போதைய முதல்வர் கருணாநிதியுடன் ஏற்பட்ட நட்பும் நெருக்கமும் மறக்க முடியாதது.

தமிழர்களின் இந்தி ஆதிக்க எதிர்ப்புப் போராட்டத்துக்குக் கிடைத்த வெற்றியைத் தொடர்ந்தே, கர்நாடகாவில் கன்னடப் பாதுகாப்புப் போராட்டங்கள் அதிகரித்தன. மக்களுக்குக் கன்னட மொழியுணர்வை ஊட்டும் வகையில் புதிய திட்டங்கள் பிறந்தன. இந்தி ஆதிக்கத்தை எதிர்த்தும், கன்னடத்தைக் காக்கவுமான போராட்டங்கள் இப்போது அதிகரித்துள்ளன. மெட்ரோ ரயில் நிலையங்களிலும், மைல் கற்களிலும் உள்ள இந்தி எழுத்துகள் அகற்றப் படுகின்றன. பள்ளிகளிலும் வங்கிகளிலும் மத்திய அரசுப் பணிகளிலும் இந்தியைத் திணிப்பதை வலுவாக எதிர்க்கத் தொடங்கியிருக்கிறோம். மூன்றாம் மொழி என்கிற பெயரால் இந்தி நுழைவதைத் தடுக்க, இரு மொழிக் கொள்கையை வலியுறுத்துகிறோம். கர்நாடகாவுக்குத் தனிக் கொடி கேட்கிறோம். மாநில சுயாட்சி நோக்கி நகர்கிறோம். இதற்கெல்லாம் ஒருவகையில் தமிழ்நாடே முன்னோடி.

எங்களது மொழியைப் பாதுகாக்கத் திரள்வதால், தற்போது கர்நாடகாவுக்குத் தனி அடையாளம் உருவாகிவருகிறது. மொழி உரிமையைப் பேசுவதால், எங்கள் நிலமும் வளமும் காக்கப்படுகிறது. எங்களின் இந்தி எதிர்ப்புப் போராட்டமும், தனி தேசிய இன அடையாளக் குரலும் நாடு தழுவிய அளவில் கவனத்தைப் பெற்றிருக்கிறது. எங்களின் தனித்த குரல், தற்போதைய மத்திய பாஜக அரசின் ஒற்றை மொழி, ஒற்றைக் கொள்கை, ஒற்றை வரி, ஒரே நாடு என்ற முழக்கத்தைத் தகர்க்கிறது. இப்படி ஒரு சூழலில், எங்கள் முன்னோடியான தமிழகம் தற்போது மௌனித்திருப்பதைப் பார்ப்பதற்குத் தாங்க முடியவில்லை. பெரியாரும் அண்ணாவும் கருணாநிதியும் முன்னெடுத்த அரசியலிலிருந்து அது விலகக் கூடாது. மோடியின் ஆட்சியில் மனம் தானாக கருணாநிதியைத் தேடுகிறது!

தமிழில்: **இரா.வினோத்**

தெற்கிலிருந்து ஒரு சூரியன் 75

எதிர்ப்புகளின் வடிவங்கள்!

கல்பனா கண்ணபிரான்
வரலாற்றறிஞர்,
இயக்குநர், சிஎஸ்டி,
ஹைதராபாத்

கடுமையான அநீதி, கற்பனை செய்துகூடப் பார்க்க முடியாத வன்முறை, வேலைவாய்ப்பும் ஊதியமும் நிரந்தரமாக இல்லாத நிலை என இழப்புகள் நிரம்பிய காலத்தில் வாழ்ந்துகொண்டிருக்கிறோம்; 'உண்மை கடந்த' ஒரு காலம் இது. மக்களை உணர்ச்சியை நோக்கித் தூண்டும் ஆட்சியாளர்களின் காலத்தில் சிறைப்பட்டிருக்கிறோம்; விவாதம், கருத்து வேறுபாடு, கருத்தை ஏற்க முடியாத நிலைமை என்ற வளமான மரபுகளின் இடத்தை ட்விட்டர் எடுத்துக்கொண்ட காலம் இது. ஆனால், வேலிகள் நம்மை வேகமாகச் சுற்றி வளைக்கின்றன. பணமதிப்பு நீக்கம் முதல் உயிர் நீக்கம் வரை மக்களின் சுதந்திரங்களை முடிவுக்குக் கொண்டுவருகின்றன; அரசியல் சட்டப்படியான ஜனநாயகத்தில் குடிமக்களின் உரிமைகளுக்கு எதிராகச் சதிகள் கைகோக்கின்றன. இப்படிப்பட்ட சூழலில் என்ன செய்ய வேண்டும்?

கனவுகளின் சக்தி மீது நாம் கொண்ட நம்பிக்கையை மீண்டும் புதுப்பிக்க வேண்டும். புரட்சிகர அரசமைப்புச் சட்டம் ஒன்றைக் கனவு காணும் துணிச்சல் நமக்கு வேண்டும். வேறு காலங்களின் – வேறு உலகங்களின் நினைவுகளுக்கு உயிர் கொடுத்து, நம்முடைய நிகழ்காலத்தை மீட்டு, எதிர்காலத்தையும் அதன் வழியாக மீட்க வேண்டும். ஆம். இது போன்ற தருணங்களில்தான் நாம் கடந்த காலங்களின் நினைவுகளை மீட்க வேண்டும்; அதாவது, உரிமை கோரலுக்கான அரசியலின் வெவ்வேறு திசைகளை உறுதிப்படுத்திய நினைவுகளின் காலத்தை; அரசியலையும் அரசுருவாக்கத்தையும் அரசாங்கத்தையும் குறித்து எழுந்த, வெவ்வேறு குரல்களின் காலத்தை!

தேசிய சக்தியாகவும் அரசாங்கமாகவும் இந்துத்துவ சக்திகள் தலையெடுத்து இருப்பது, நாம் போராடிப்பெற்ற அரசியல் லாபங்களை அடியோடு அழித்துவிடும் ஆபத்தாக உருவெடுத்திருக்கிறது; இந்த அழித்தொழிப்பு

தெலுங்கு மக்கள் கலாச்சார உரிமைகளுக்காகவும் தனி மாநிலத்துக்காகவும் நடத்திய போராட்டங்களுக்கும், தமிழ் மக்கள் தங்களுடைய மொழி உரிமைக்காகவும் இன மரியாதைக்காகவும் நிகழ்த்திய போராட்டங்களுக்கும் பல ஒற்றுமைகள் உண்டு!

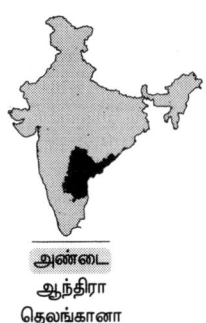

அண்டை
ஆந்திரா
தெலங்கானா

எல்லாவற்றிலும் ஒற்றைத் தன்மையைப் புகுத்த நினைக்கும் பேச்சுகளாலும், எல்லாவற்றையும் விழுங்கி வளரும் போக்குகளாலும் மேற்கொள்ளப்படுகிறது. நாடு முழுவதற்கும் ஒரே மொழி, சாதி ஆதிக்கங்களை நிலைநாட்ட கடுமையான வன்முறை, பாலினப் பாகுபாடுகளைக் கூர்மைப்படுத்திப் பெண்களைக் கட்டம் கட்டுவது, சிறுபான்மைச் சமூக மக்களுக்கு எதிரான வெறுப்பை வளர்த்து வன்செயல்களுக்கு வித்திடுவது இன்றைய அரசியலாக இருக்கிறது. இம்மாதிரியான காலங்களில்தான் கருத்து வேறுபாடுகளையும் பன்மைத்துவத்தையும் சாதிக்கெதிரான கருத்துகளையும் போராட்டங்களையும் வலியுறுத்திய அப்போதைய ஆட்சியாளர்களின் வெவ்வேறு நடவடிக்கைகளையும் அரசுகளின் வெவ்வேறு மொழிகளையும் நாம் நினைவுகூர வேண்டும்.

கலைஞர் கருணாநிதி தன் அரசியல் வாழ்க்கை முழுவதும் இப்படிப்பட்ட ஒற்றைக் கலாச்சாரத் திணிப்பு முயற்சிகளுக்கு சவாலாக இருந்தார். தெலுங்கு மக்கள் கலாச்சார உரிமைகளுக்காகவும் தனி மாநிலத்துக்காகவும் நடத்திய போராட்டங்களுக்கும் தமிழ் மக்கள் தங்களுடைய மொழி உரிமைக்காகவும் இன மரியாதைக்காகவும் நிகழ்த்திய போராட்டங்களுக்கும் பல ஒற்றுமைகள் உண்டு. தனி மாநிலம், அரசியல் அதிகாரம் ஆகிய கோரிக்கைகளுக்குப் பின்னால் கலாச்சாரப் பன்மைத்துவத்தைக் காப்பாற்ற வேண்டிய சவால்கள் இருந்தன; சாதி, பால் அடிப்படையிலான ஆழமான, முடமாக்குகிற ஒடுக்கு முறைகளுக்கு எதிரான போராட்டம் தொடர்ந்து நடத்தப்பட வேண்டிய நிலையிலானது.

நம்மைச் சுற்றி நடக்கும் வன்முறைச் சம்பவங்கள் கூட்டுப் போராட்ட வலிமையை மீண்டும் நாம் பெறுவதற்கு நம்மை உந்தித்தள்ள வேண்டும்; இதுவரை அறிந்து வைத்துள்ள அனைத்து வழிகள் மூலமும் எதிர்ப்பைத் தெரிவிக்க வேண்டும். எதிர்காலத்தை நோக்கி ஓரடி எடுத்து வைக்க வேண்டும் என்றாலும்கூட, நமக்கு முன் உள்ள சேதமுற்ற சாலையைச் செப்பனிட்டாக வேண்டும். நம் நினைவுகளிலிருந்தே நாம் செல்ல வேண்டிய திசைக்கான ஆற்றலை நாம் பெற முடியும்!

தமிழில்: **வ.ரங்காசாரி**

திராவிட இயக்கம் திராவிடக் கட்சிகள் ஆட்சி: ஒரு மறுபார்வை!

பசியிலிருந்து மக்களை விடுவித்தது
திராவிட இயக்கமும் திராவிடக் கட்சிகளின் ஆட்சியும்.

- ஜெ.ஜெயரஞ்சன்

பக்கம்-120

தமிழ்ச் சமூகத்துக்கு அரசியல் கற்றுக்கொடுத்த அறிவியக்கம்!

கே.கே.மகேஷ்
பத்திரிகையாளர்,
சிறப்புச் செய்தியாளர்,
'இந்து தமிழ்' நாளிதழ்

ஆரம்பக் காலம் தொட்டே திராவிட இயக்கம் சாமானிய மக்களிடம், ஏழை - எளியோரிடம் தனது கொள்கைகளைக் கொண்டு செல்வதில் மிகுந்த அக்கறை கொண்டிருந்தது. கட்சி அரசியல் என்பதைத் தாண்டி, தமிழ் மக்களை அறிவுத் தளத்தை நோக்கி நகர்த்துவதில் திராவிட இயக்கம் ஆற்றிய பணியே அதன் நூற்றாண்டு சாதனைகளில் முக்கியமானது என்று சொல்லலாம். நூறாண்டுகளுக்கு முன்பே இடஒதுக்கீடு போன்ற ஒரு விஷயத்தை மக்களிடம் கொண்டுசென்று அதை அரசியல் உரையாடலாக மாற்றி, மிக விரைவில் சாதிக்கவும் முடிந்தது என்றால், கருத்துருவாக்கத் தளத்தில் திராவிட இயக்கம் தொடர்ந்து செலுத்திவந்த கவனம்தான் காரணம்.

பெரியார் இந்தத் தளத்தை வெகுவாக விஸ்தரித்தார். பெரியாரியர்கள் சுவரெழுத்தைக்கூட ஒரு வலிய ஆயுதமாக்கினர். மயிலாடுதுறை 'சுவரெழுத்து சுப்பையா' ஒரு உதாரணம். கரித்துண்டு அல்லது கொஞ்சம் தார். இதுதான் இவர் ஆயுதம். 'சக்தியுள்ள சாமியின் கோயிலுக்கு சாவியும், பூட்டும் ஏன்?' இவ்வளவுதான். சுவரில் இப்படி எழுதப்படும் ஒரு வரி அவ்வளவு வலிமையாக மக்களிடம் போய்ச் சேர்ந்தது.

தமிழகத்தில் ஒரு அரசியல் இயக்கமாக திமுக உருவெடுத்ததும் இந்தப் பணி மேலும் உத்வேகம் பெற்றது. பொதுக்கூட்டங்கள், நாடகங்கள், வில்லுப் பாட்டு, சினிமா என்று வாய்ப்புள்ள வடிவங்களில் எல்லாம் கொள்கைகளைக் கொண்டுசென்றாலும், வாசிப்பது ஒரு முக்கியமான விஷயம் என்று திரும்பத் திரும்பப் பொதுவெளியில் வலியுறுத்தப்பட்டது. படித்தவர்களிடமே வாசிப்புப் பழக்கம் குறைவாகவுள்ள சமூகம் இது. மேலும், அந்நாட்களில் படிக்காதவர்கள்

**நாட்டிலேயே முதன்முதலில்
தேர்தல் அறிக்கையை சித்திர விளக்கக்
கதைத் தொகுப்பாக வெளியிட்ட பெருமை
திமுகவுக்கு உண்டு.**

அல்லது பள்ளிப் படிப்பைத் தாண்டாதவர்கள் அதிகம். எப்படி வாசிப்பை அவர்களிடம் கொண்டுசெல்வது?

கிராமங்கள்தோறும், நகரின் முக்கியமான சந்திப்புகள்தோறும் திறந்தவெளி வாசகசாலைகள், படிப்பகங்கள் திறக்கப்பட்டன. தேநீர்க் கடைகளும், முடிதிருத்தும் நிலையங்களும்கூடப் படிப்பகங்கள் ஆயின. மரத்தடியும்கூட திறந்தவெளி வாசகசாலைகள் ஆயின. படித்தவர்கள் சத்தமாக வாசிக்க, ஏனையோர் கூடி நின்று கேட்டார்கள். விவாதித்தார்கள். ஒருபுறம் பத்திரிகைகளில், அரசமைப்புச் சட்ட மாற்றம் உள்ளிட்ட ஆழமான விஷயங்களைப் பற்றி நீளமான கட்டுரைகளை வெளியிட்டுவந்தாலும், மறுபக்கம் சாமானிய மக்களிடம் தம் கொள்கைகளைக் கொண்டுசேர்க்கப் பல்வேறு உத்திகளைக் கையாண்டது திமுக. சித்திர விளக்கக் கதைகள் அதில் முக்கியமான வடிவம். நாட்டிலேயே முதன்முதலில் தேர்தல் அறிக்கையை சித்திர விளக்கக் கதைத் தொகுப்பாக வெளியிட்ட பெருமை திமுகவுக்கு உண்டு. 'முரசொலி' அதைச் செய்தது. எளியோருக்குத் தன்னுடைய கொள்கைகளைக் கொண்டுசேர்க்கும் வகையில், திமுக வெளியிட்ட 'எது கொள்கையில்லாக் கட்சி?' சித்திர விளக்கக் கதைத் தொகுப்பு மிகப் பிரபலமான ஒன்று.

திராவிட இயக்கம் சமூக நீதி சார்ந்து கல்வி, வேலைவாய்ப்புகளை உருவாக்கியது எவ்வளவு முக்கியமானதோ அவ்வளவுக்கு முக்கியமானது தமிழ்ச் சமூகத்தில் சமூக நீதிக்கான அரசியல் உரையாடல்களை உருவாக்கியது. ஏனென்றால், கதையாடல்கள், உரையாடல்களின் வழியாகவே ஒரு சமூகம் தன் சிந்தனையை வளர்த்தெடுத்துக்கொள்கிறது. தன்னைத் தானே மேம்படுத்திக்கொள்கிறது!

சித்திரக்கதைகள் எனும் ஆயுதம்!

அரை நூற்றாண்டுக்கு முந்தைய காலகட்டத்தை இன்று பத்திரிகைகளின் வழி பார்வையிட்டால், திமுக எதிர்கொண்ட விமர்சனங்களின் கடுமையின் சூட்டை இன்றும் உணர முடிகிறது. இங்கு முதலாவதாக இடம்பெற்றிருக்கும், காங்கிரஸ் ஆதரவு ஏடான 'நவசக்தி' வெளியிட்ட கேலிச்சித்திரம் ஒரு உதாரணம். இப்படியான தாக்குதல்களுக்குப் பதில் தரும் வகையில் திராவிட இயக்கப் பத்திரிகைகள் கேலிச்சித்திரத்தையும் சித்திரக்கதைகளையும் நேர்த்தியான ஆயுதங்களாகக் கையாண்டன. விமர்சனங்களுக்கான பதில் தந்ததோடு தொண்டர்களுக்குக் கட்சியின் சித்தாந்தங்களைக் கொண்டுசேர்க்கவும் இவை பயன்படுத்தப்பட்டிருக்கின்றன. வெகுஜனப் பத்திரிகைகளுக்கு இணையாக 'முரசொலி' பல விஷயங்களை இவ்வகையில் செய்திருக்கிறது.

வரும் பொதுத்தேர்தல்

நவசக்தி
1961

தீயணைப்புப் படை மக்களுக்கு நெருக்கடிக் காலத்தில் உதவுவதுபோல, தமிழ்ச் சமூகத்துக்கு திமுக செயல்படும் எனபதை உணர்த்தும் சித்திரம்.
முரசொலி 1963

திமுக என்னவெல்லாம் செய்தது
என்பதை விளக்கும் சித்திரம்.
முரசொலி 1963

திமுகவைக் கொள்கையில்லாக் கட்சி என்று விமர்சித்த காங்கிரஸாருக்குப் பதில் அளிக்கும் விதமாக வெளியிடப்பட்ட சித்திரத் தொகுப்பு. முரசொலி 1964

மக்களின் அடிப்படை உரிமைகளையும், எதிர்க் கட்சியினரின் அரசியல் உரிமைகளையும், பாதிக்கும் சட்டப்பிரி வுகளையும், அரசாங்க உத்திரவுகளையும் மாற்றியமைக்கப்...

...பாடுபடும் தி.மு. கழகத்தை கொள்கையில்லாக் கட்சியென் றால் விலாநோகவன்றோ சிரிப்பர் விவேகிகள்!

கொழுத்த வரிகள்
டில்லிக்கு என்றிருப்பதை
மாற்றி மாநிலங்களுக்கு
ஆக்கிட;
வடநாடு தொழிற்பேட்டை;
தென்னாடு வாணிபச்சந்தை
என்பதை மாற்றி தென்-
னகத்தைத் தொழில்
மயமாக்கிட;
பணக்காரர் மேலும்
பணக்காரராகவும்,
ஏழை மேலும் ஏழையாவ
தையும் தடுத்து உண்
மையான சமதர்மம்
நிலைநாட்டிட;

திமுக வரலாறு!

கட்சியின் புதிய உறுப்பினர்களுக்கு திமுகவின் வரலாற்றைச் சொல்ல எளிமையான படக்கதைகள் உருவாக்கப்பட்டன. போராட்டங்கள், தியாகங்கள் எனக் கட்சி கடந்துவந்த பாதையை இப்படக்கதைகள் தொடராக வெளிவந்து கூறின.

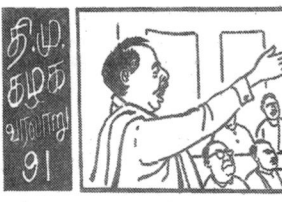

டில்லி மாநிலங்களவையில், சென்னை அரசு என்றிருப்பதை மாற்றி 'தமிழ் நாடு' என்று பெயரிடக் கோரிவந்த தீர்மானத்தை அண்ணா ஆதரித்துப் பேசினார்.

அங்கிருந்த தமிழ் நாடு காங்கிரஸ் உறுப்பினர்கள் தமிழ் நாடு' எனப் பெயர் வைக்கக் கூடாது என்று வாதிட்டனர்.

இறுதியில் காங்கிரஸ் காரர்கள் அந்தத் தீர்மானத்தைத் தோற்கடித்தனர்.

சபையில் தீர்மானத்தைத் தோற்கடித்துவிட்டாலும் தமிழகத்தில் காங்கிரஸ் தலைநிமிர முடியாத நிலை ஏற்பட்டது.
[தொடரும்]

- முரசொலி
20.6.1968

உன்னைத்தான் தம்பி!

"ஆட்சியைக் கைப்பற்ற வேண்டும்; அமைச்சரவை ஏற்கவேண்டும் என்பதுதான் கழகத்தின் இறுதி முடிவு என்று கருதிவிடாதே! அதுதான் இலட்சியம் என்றால், பார்க்க வேண்டியவர்களைப் பார்த்து — கொடுக்க வேண்டியவைகளைக் கொடுத்து — அழைக்க வேண்டியவர்களை அழைத்து—பதவியைப் பெறுவது என்பது முடியாத காரியமல்ல!

ஆனால்—

தமிழ்மொழியைக் காத்தாக வேண்டும்; தமிழ் இனத்தை - தமிழ்ப் பண்பாட்டைக் காத்தாக வேண்டும். இதற்கு இன்னும் ஐம்பது ஆண்டுகளாவது தொடர்ந்து உத்வேகத்துடன் பாடுபட்டால்தான் உலக வரலாற்றில் 'நாங்கள் தமிழர்கள்' என்று தலை நிமிர்ந்து கூறக்கூடிய நிலை ஏற்படும்! அந்த இலட்சியத்தை அடைய மேற்கொள்ளும் பணியில் பங்கு கொள்ளத்தான் உன்னை அழைக்கிறேன்!"

உன்னைத்தான் தம்பி!

கருணாநிதி தொண்டர்களை ஒருங்கிணைக்க 'முரசொலி'யில் பயன்படுத்திய உத்திகளில் சக்தி வாய்ந்த, பிரபலமான ஒன்று 'உன்னைத்தான் தம்பி!' உத்தரவிடும் தொனியில் அண்ணா தன் விரலை நீட்டி நம்மிடம் பேசுவது போன்ற இந்த ஓவியம் 1914–ல் பிரிட்டன் அரசு ராணுவத்துக்கு ஆள் சேர்ப்பதற்காக வெளியிட்ட விளம்பரத்தை மாதிரியாகக் கொண்டதாகும். ஆல்ஃப்ரெட் லீ உருவாக்கிய அந்தச் சுவரொட்டி உலக நாடுகள் பலவற்றையும் வசீகரித்தது. பிரிட்டனின் அப்போதைய ராணுவ அமைச்சர் கிட்ச்ணர் பிரபு முகம் இருந்த இடத்தில் அண்ணாவைப் பொருத்திவிட்டார் கருணாநிதி!

திராவிட இதழ்கள்!

திராவிடன்

திராவிடன்- நாளிதழ், 1917, நீதிக்கட்சியினால் ஆரம்பிக்கப்பட்ட முதல் இதழ், ஆசிரியர்: என்.பக்தவச்சலம் பிள்ளை, பின்னாள் ஆசிரியர்: பெரியார்

திராவிட இயக்கத்தின் வளர்ச்சிக்கு மிக முக்கியமான பங்களித்தவை இயக்கத்தினர் நடத்திய பத்திரிகைகள். வெகுஜனப் பத்திரிகைகளில் திராவிட இயக்க எழுத்துகள் வெகுவாகப் புறக்கணிக்கப்பட்ட நிலையில், தம்முடைய கருத்துகளைக் கொண்டுசெல்லத் தாமே பத்திரிகைகளை நடத்தினார்கள். ஒரு காலகட்டத்தில் 400–க்கும் மேற்பட்ட பத்திரிகைகள் இப்படி வெளிவந்திருக்கின்றன. இவற்றில் முக்கியமான சில பத்திரிகைகள் குறித்த குறிப்புகள் இங்கே...

Justice

SELL POWER TO YOURSELF AT A PROFIT

Blackstone Oil Engines

WRITE FOR DETAILS

MARSHALL SONS & CO. (INDIA) LTD.

MADRAS

ஜஸ்டிஸ், ஆங்கில நாளிதழ், 1917, நீதிக்கட்சியின் சார்பில் ஆரம்பிக்கப்பட்டது. நீதிக்கட்சி- ஜஸ்டிஸ் பார்ட்டி என்று அமைப்பின் பெயர் விளங்கியது இதன் மூலமாகத்தான்.

குடிஅரசு

குடி அரசு, 1925, வார இதழ், சுயமரியாதை இயக்கத்தின் முதல் இதழ், ஈரோடு, ஆசிரியர்கள்: பெரியார், மு.தங்கப்பெருமாள் பிள்ளை

ரிவோல்ட், 1928,
ஆசிரியர்கள்: பெரியார்,
எஸ்.ராமநாதன்

நகரதூதன், வாரஇதழ்,
1933, ஆசிரியர்:
மணவை திருமலைச்சாமி

புரட்சி, வார இதழ், 1933,
ஆசிரியர்:
ஈ.வெ.கிருஷ்ணசாமி

விடுதலை, 1935, சென்னை,
முதல் ஆசிரியர்:
டி.ஏ.வி.நாதன்;
தற்போதைய ஆசிரியர்:
கி.வீரமணி

தி சண்டே அப்சர்வர், 1938,
ஆசிரியர்:
பி.பாலசுப்பிரமணியம்

திராவிட நாடு, 1942,
காஞ்சிபுரம்,
ஆசிரியர்: அண்ணா

முரசொலி, 1942,
ஆசிரியர்:
மு.கருணாநிதி

ஜஸ்டிசைட், 1944
ஆங்கில வார இதழ்,
ஆசிரியர்:
என்.கரிவரதசாமி

போர்வாள், வார
இதழ், 1948,
ஆசிரியர்கள்: காஞ்சி
மணிமொழியார்,
மா.இளஞ்செழியன்

குயில்,
கவிதை இதழ்,
1948, ஆசிரியர்:
பாரதிதாசன்

மன்றம்,
மாதமிருமுறை, 1952,
ஆசிரியர்:
நாவலர்
இரா.நெடுஞ்செழியன்

தோழன், வார இதழ்,
1955,
ஆசிரியர்:
ஏ.பி.ஜனார்த்தனம்.

தமிழ் அரசு,
வார இதழ், 1959,
சென்னை,
ஆசிரியர்:
பாவலர்
பாலசுந்தரம்

ஹோம் லேண்ட்,
ஆங்கில இதழ்,
1961, காஞ்சிபுரம்,
ஆசிரியர்:
அண்ணா

ஆசிரியர் படங்கள் கிடைககாத பத்திரிகைகள்

உண்மை, 1970,
ஆசிரியர்- புலவர்
கோ.இமயவரம்பன்,
தற்போதைய
ஆசிரியர்: கி.வீரமணி

தி மாடர்ன்
ரேசனலிஸ்ட்,
ஆங்கில மாத இதழ்,
சென்னை, 1971,
ஆசிரியர்:
கி.வீரமணி

குமரன், வார
இதழ், 1923,
காரைக்குடி,
ஆசிரியர்:
சொ.முருகப்பா

புதுவைமுரசு,
வார இதழ், 1930,
நிறுவனர்-
பாரதிதாசன்,
ஆசிரியர்:
க.இராமகிருஷ்ணன்.

வெடிகுண்டு,
வார இதழ் 1931,
மதுரை,
ஆசிரியர்:
ஏ.எஸ்.ஆனந்தன்

சமதர்மம், 1934,
ஜோலார்பேட்டை,
ஆசிரியர்:
வி.பார்த்தசாரதி

கதிரவன்,
மாதமிருமுறை
இதழ், 1947,
ஆசிரியர்: புலவர்
பி.செல்வராஜ்

கிளர்ச்சி,
மாதமிருமுறை
இதழ், 1953, மதுரை,
ஆசிரியர்:
இரா.சு.தங்கப்பழம்

பழைய வாசிப்பு இயக்கத்தைத் திமுக கையில் எடுக்க வேண்டும்!

க.திருநாவுக்கரசு பேட்டி

● செல்வ புவியரசன்

திராவிட இயக்க ஆய்வாளரும் நீதிக் கட்சி, திமுகவின் வரலாற்றாசிரியருமான க.திருநாவுக்கரசு, திராவிட இயக்கம் தமிழகத்தில் வளர்த்தெடுத்த வாசிப்புக் கலாச்சாரத்தை முழுதாக அறிந்தவர். அதன் பெருமைகளை அடிக்கடி குறிப்பிட்டுப் பேசுபவர். வாசிப்பு இயக்கத்தின் வரலாற்றை இங்கே நினைவுகூர்கிறார்.

திராவிட இயக்கத்தின் தொடக்கக் கால இதழ்களின் வரலாற்றைச் சொல்லலாமா?

திராவிட இயக்கம் என்று சொன்னால், அதை நான் நான்கு பிரிவுகளாகப் பார்க்கிறேன். முதலாவது 1916-ல் தொடங்கப்பட்ட தென்னிந்திய நல உரிமைச் சங்கம். அது நடத்திய 'ஜஸ்டிஸ்' பத்திரிகையின் பெயரால், அதை நீதிக் கட்சி என்று சொல்கிறோம். இரண்டாவது, 1925-ல் தொடங்கப்பட்ட சுயமரியாதை இயக்கம். மூன்றாவதாக, 1944-ல் நீதிக் கட்சியும் சுயமரியாதை இயக்கமும் இணைந்து பெயர் மாற்றமடைந்த திராவிடர் கழகம். நான்காவது, அண்ணாவுக்கும் பெரியாருக்கும் ஏற்பட்ட கருத்து மாறுபாடு காரணமாக தோன்றிய திமுக. இந்த நான்கு இயக்கங்களுக்குமே பத்திரிகைகள் ஒரு பெரும் ஆயுதம். பத்திரிகைகள் ஆரம்பத்திலிருந்தே பிராமணர்கள் கைகளில் இருக்கின்றன. பிராமணியத்துக்கு எதிரான திராவிட இயக்கத்தின் குரல் அழுத்தப்படுவது என்பது தொடக்கம் முதலாகவே நடக்கிறது. இதுதான் திராவிட இயக்கம் பத்திரிகைகளில் செலுத்தும் கவனத்துக்கான மையம்.

பூங்காக்களில், தெருமுக்குகளில், மரத்தடியில்
நின்று படிப்பார்கள் - விவாதிப்பார்கள்.
இன்று அந்தத் தீவிர வாசிப்பு, ஆழ்ந்த வாசிப்பு,
ஆழ்ந்த எழுத்து மரபு சரிந்துவிட்டது.
அதைத் தூக்கி நிறுத்த வேண்டும்!

நீதிக் கட்சி 'ஜஸ்டிஸ்' என்கிற ஆங்கில ஏட்டையும், 'திராவிடன்' என்கிற தமிழ் ஏட்டையும், 'ஆந்திரப் பிரகாசினி' என்ற தெலுங்கு ஏட்டையும் நடத்தியது. இவையெல்லாம் படித்தவர்களுக்கான நாளிதழ்களாகவே இருந்தன. பெரியாரால் 1925 மே 2 அன்று தொடங்கப்பட்ட 'குடிஅரசு' வந்ததும்தான் சாமானிய மொழி வருகிறது. நான் 'குடிஅரசு' தொடங்கப்பட்ட நாளையே சுயமரியாதை இயக்கம் தொடங்கப்பட்ட நாளாகக் கூறிவருகிறேன். முதலில் 'பிரார்த்திக்கிறேன், இறைவனை இறைஞ்சுகிறேன்' என்றெல்லாம் பணிவாகவும் இறை நம்பிக்கை உடையவராகவும்தான் பெரியாரின் எழுத்துகள் ஆரம்பிக்கின்றன. படிப்படியாகவே அது மாறுகிறது. பாரதிதாசன், ஜீவானந்தம், குத்தூசி குருசாமி என்று 'குடிஅரசு' ஒரு புது எழுத்தாள மரபை உருவாக்குகிறது. 1934 வாக்கில் 'குடிஅரசு' தடைசெய்யப்பட்டபோது 'புரட்சி' என்கிற ஏடும், 'ரிவோல்ட்' என்கிற ஆங்கில ஏடும் தொடங்கப்பட்டன. கூடவே, நான்கு மாதக் காலம் வரை 'பகுத்தறிவு' எனும் ஏடும் வந்தது. இவற்றையெல்லாம் பார்த்து, 'முன்னேற்றம்', 'சமதர்மம்', 'புதுவை முரசு', 'நகரதூதன்' என்றெல்லாம் தொடங்கினார்கள். பலதும் நின்றுவிட்டன. பழைய பாரம்பரியத்தில் வருவது என்றால், நீதிக் கட்சிக்காகத் தொடங்கப்பட்டு, இன்று திராவிடர் கழகத்தால் கொண்டு வரப்படும் 'விடுதலை' ஒன்று. கலைஞரின் 'முரசொலி' மற்றொன்று!

ஒருகட்டத்தில் 1,250 ஏடுகள் வந்தன என்று எழுதியிருக்கிறார் அ.மா.சாமி. அவையெல்லாம் என்னவாயிற்று ?

உண்மைதான். பத்திரிகை நடத்த வேண்டும் என்ற ஆசையில் பதிவுசெய்து பாதியிலேயே விட்டுவிடுபவர்களும் உண்டு. பெயர் பதிவோடு நிறுத்தி விடுபவர்களும் உண்டு. என் அனுபவத்தில் 400 ஏடுகளைப் பார்த்திருக்கிறேன். ஏன் நிறுத்திவிட்டார்கள் என்றால், அடிப்படையில் இந்த இயக்கம் சாமானியர்களைப் பெரும்பான்மையாகக் கொண்ட இயக்கம். சாதி, மதம், பல சமயங்களில் அரசாங்கம் இப்படி எல்லாவற்றையும் எதிர்த்து பத்திரிகை நடத்துவது சாமானிய விஷயமா? ஆனால் ஒன்று, திராவிட இயக்க ஏடுகள் வெறுமனே அவற்றின் கருத்துகளை மட்டும் அல்ல; பல ஒத்த சிந்தனையாளர்களை, அவர்களுடைய கருத்துகளைத் தமிழ்நாட்டுக்குக் கொண்டுவந்து சேர்த்தன. இங்கர்சால், பெர்னாட்ஷா முதல் புலே, அம்பேத்கர் வரை பட்டியலிடலாம். கம்யூனிஸ்ட் கட்சியின் அறிக்கை முதலில் தமிழில் வெளியானது 'குடிஅரசு' பத்திரிகையில்தானே!

திமுக சார்ந்தே எவ்வளவோ ஏடுகள் வந்தபோது, 'முரசொலி' மட்டும் எப்படி நீடித்தது?

1942–ல் அது தொடங்கப்பட்டபோது துண்டறிக்கை ஏடாகவே இருந்தது. 1948–ல் வார இதழாகி நின்றது. அதன் பிறகு, 1954–ல்தான் தொடங்கி மீண்டும் வெளிவர ஆரம்பித்தது. 1960–ல் நாளேடானது. திமுகவின் அதிகாரபூர்வ ஏடாக இருந்தது 'நம் நாடு'. 1953–ல் தொடங்கப்பட்ட அது 1970–ல் நின்றுபோனது. அண்ணா தொடங்கிய 'திராவிட நாடு' ஏட்டை நாளிதழாக மாற்ற வேண்டும் என்று நினைத்து தனியார் நிறுவனமாக்க முயன்று, பங்குகள் எல்லாம் சேர்த்து கூட அந்த முயற்சியில் தோற்றார். இப்படி எவ்வளவோ பட்டியலிடலாம். 'முரசொலி' மட்டும் எப்படி நீடித்தது என்றால், மூன்று விஷயங்கள், 1. கலைஞர் சினிமாவில் சம்பாதித்த பணத்தை இதில் போட்டுக்கொண்டே இருந்தார். 2. அவரது அபாரமான எழுத்துத் திறனும் நிர்வாகத் திறனும். 3. தன்னுடைய எழுத்துகளோடு மட்டும் அல்லாமல் அண்ணா, சிற்றரசு, மதியழகன் என்று ஏனைய தலைவர்களின் எழுத்துகளுக்கும் செய்திகளுக்கும் முக்கியத்துவம் கொடுத்து வெளியிட்டு, 'கழக கெஸட்' என்ற பெயரை உருவாக்கியது. கலைஞருக்கும் சங்கடம் ஏற்படாமல் இல்லை. அண்ணா காலத்திலேயே நிறுத்திவிடுவதாகச் சொன்னார். 'முரசொலி'யை ஒருநாளும் நிறுத்தக் கூடாது என்று சொல்லிவிட்டார் அண்ணா. ஏழெட்டு ஆண்டுகளுக்கு முன்புகூட நிறுத்திவிடுகிறேன் என்றார் கலைஞர். அப்போதுதான் திமுக தலைவர்கள் எல்லோரும் நிதி திரட்டி, அதற்கென ஒரு அறக்கட்டளையை உருவாக்கி தொடர்ந்து வர வழிவகுத்தார்கள்.

திராவிட இயக்க ஏடுகளின் – இதழ்களின் பெரிய பங்களிப்பு என்று எதைச் சொல்வீர்கள்?

அவை நடத்திய வாசிப்பு இயக்கம். திராவிடர் இயக்கம் இது ஒன்றுக்காகவே அவ்வளவு பெருமைப்படலாம். ஏழை எளிய மக்கள், படிப்பறிவற்றவர்களிடம் அரசியலைக் கொண்டுசெல்ல, சமூக நீதித் தத்துவத்தைக் கொண்டுசெல்ல அவ்வளவு உழைப்பைக் கொடுத்திருக்கிறார்கள். ஒவ்வொரு ஊரிலும் மன்றங்கள், படிப்பகங்கள் திறக்கப்பட்டன. ஒரு சின்ன கொட்டகை. திராவிட இயக்க ஏடுகள் வரும். பெரியார், அண்ணா புத்தகங்கள் இருக்கும். அவ்வளவு தான். அதுவும் இல்லாத ஊர்களில் தேநீர்க் கடைகள், முடிதிருத்தும் கடைகள் படிப்பகங்களாகச் செயல்பட்டன. படிப்பகத்தில் உறுப்பினராக இருக்கும் ஒவ்வொரு தோழரும் ஒவ்வொரு இதழை வாங்கிக் கொடுப்பார்கள். பலர் கூலித் தொழிலாளியாக இருப்பார்கள், பெரிய படிப்பும்கூட இருக்காது. அப்படிப் பட்டவர்கள்தான் இந்த இயக்கத்தை வளர்த்தெடுத்தார்கள். கட்சியின் சார்பில் ஒவ்வொரு ஊரிலும் சிலரைச் சுழற்சி முறையில் அன்றாடம் வாசித்துக் காட்ட அனுப்புவார்கள். பெரும்பாலும் இப்பணியை இளம் ஆசிரியர்களும் கல்லூரி மாணவர்களும் ஏற்றுக்கொண்டார்கள். ஒருவர் வாசிக்க, பத்து பேர் சுற்றி நின்றுகொண்டு கேட்பார்கள். பூங்காக்களில், தெருமுக்குகளில், மரத்தடியில் நின்று படிப்பார்கள் - விவாதிப்பார்கள். இன்று அந்தத் தீவிர வாசிப்பு, ஆழ்ந்த வாசிப்பு, ஆழ்ந்த எழுத்து மரபு சரிந்துவிட்டது. அதைத் தூக்கி நிறுத்த வேண்டும்.

திராவிட இயக்கம், திமுக எதிர்கொள்ளும் பெரும் சவால் என்று எதைச் சொல்வீர்கள்?

சித்தாந்தரீதியிலான சரிவு. இன்றைக்கு அதிமுக இவ்வளவு சிதைந்து சின்னா பின்னமாகியிருப்பதற்கு சிந்தாந்த அடிப்படையற்றுப் போனதே காரணம். திமுக நிற்கிறது என்றால், அதற்கும் சித்தாந்த பலமே காரணம். ஆனால், முன்பிருந்த சித்தாந்த பலம் இன்றில்லை. காலத்துக்கேற்ப வியூகம் மாற வேண்டும். சித்தாந்த பலத்தை வளர்த்தெடுக்க வாசிப்பு மரபை வளர்த்தெடுக்க வேண்டும்.

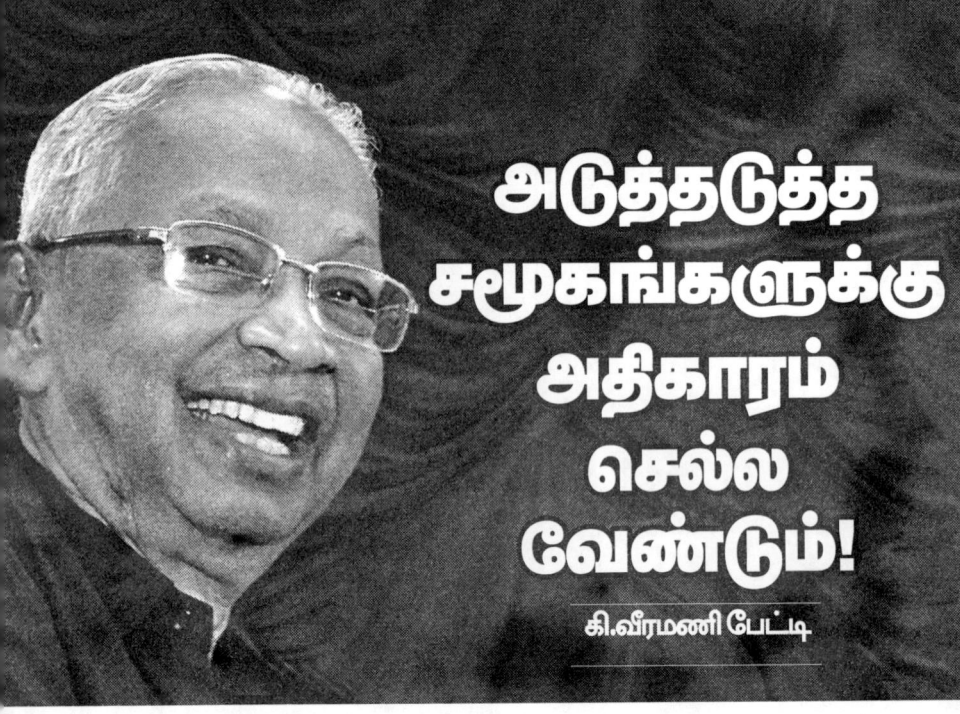

அடுத்தடுத்த சமூகங்களுக்கு அதிகாரம் செல்ல வேண்டும்!

கி.வீரமணி பேட்டி

● சமஸ்

சுறுசுறுப்பாக இருக்கிறது சென்னை பெரியார் திடல். "எத்தனை வேலை இருந்தாலும், இந்த வேலை முக்கியமானதில்லையா..." என்றபடியே மறுநாள் 'விடுதலை' நாளிதழின் பக்கங்களைச் சரிபார்த்துக்கொண்டிருந்தார் திராவிடர் கழகத் தலைவர் கி.வீரமணி. ஆங்காங்கே சிற்சில திருத்தங்கள். 'கேரளத்தில் அனைத்துச் சாதியினரும் அர்ச்சகராக நியமனம்' என்ற செய்தியைப் பார்த்துவிட்டு நிமிர்கிறார். "சாதியைக் கோயில் கருவறையில் இருந்து அகற்ற தந்தை பெரியார் முன்னெடுத்த போராட்டங்களின் தொடர்ச்சி இது. நேற்று தமிழ்நாட்டில் கலைஞர் முயன்றதை இன்று கேரளத்தில் பினராயி விஜயன் முயல்கிறார். திராவிட இயக்கத்தின் கோட்பாடுகள் எப்படிப் பரவுகின்றன, பார்த்தீர்களா?" என்கிறார். திராவிட இயக்கத்தின் ஒரு நூற்றாண்டுப் பயணத்தை நினைவுகூர்ந்தபடியே அது எதிர்கொள்ளும் சவால்களைப் பேசினார்.

இன்றிலிருந்து நீங்கள் சிறுவயதில் கண்ட தமிழகச் சூழலை நினைவுகூர முடியுமா?

சொந்த ஊரான கடலூர் முதுநகரில் ஆரம்பப் பள்ளியில் படித்தபோது, அதன் தலைமை ஆசிரியராக இருந்தவர் ஆ.சுப்பிரமணியம். திராவிட இயக்கம் பற்றி எனக்குச் சொல்லித்தந்த ஆசான் அவர். சம்ஸ்கிருத பெயர்களைத் தமிழில் மாற்றுவதை வழக்கமாகக் கொண்டவர். தன் பெயரையே திராவிட

> தமிழ்நாட்டைத் தாண்டியும் இன்று திராவிட
> இயக்கத்தின் சமூக நீதி அரசியல் படர்ந்துவிட்டது.
> இந்தியாவில் இடஒதுக்கீட்டை எவரும் ஒழித்துவிட
> முடியாது. திராவிடக் கட்சிகளின் பொருளாதாரக்
> கொள்கை, அவை முன்னெடுத்த சமூகநலத் திட்டங்கள்
> நாட்டிலேயே முன்னோடியாகப் பார்க்கப்படுகின்றன!

மணி என்று மாற்றிக்கொண்டவர். சாரங்கபாணி என்கிற என் பெயரையும் வீரமணி என்று மாற்றியவர் அவரே. சுற்றிலும் கடுமையான பாகுபாடுகளும் ஏற்றத்தாழ்வுகளும் ஒடுக்குமுறைகளும் இருந்தன. அதற்கான காரணம் சாதி என்பதைத் திராவிட இயக்கம்தான் புரியவைத்தது. 1943, ஜூன் 27-ல் பழைய கடலூர் செட்டிக்குளம் திடலில் பொதுக்கூட்டம் நடந்தது. அப்போது எனக்கு 10 வயது. என்னையும் மேடை ஏற்றிவிட்டார்கள். பேசினேன். அடுத்த சில மாதங்கள் கழித்து தென்ஆற்காடு மாவட்ட மாநாடு. அன்று மாலை பலத்த மழை. சென்னை திரும்புவதற்காக பெரியாரை ரிக்ஷாவில் அழைத்துப் போனோம். அவர் மீது பாம்பையும் செருப்பையும் வீசினார்கள். இப்போது அதே இடத்தில், பெரியாருக்குச் சிலை வைத்திருக்கிறோம். ஆனால், எப்படிப்பட்ட பாதையில் நாம் பயணிக்க வேண்டியிருக்கும் என்பதை இந்தச் சம்பவம் அன்றைக்கே சொல்லிவிட்டது. 1920-1937 நீதிக் கட்சி ஆட்சியில் இருந்தது என்றாலும், அதற்குப் பின் காங்கிரஸ் ஆட்சிக் காலத்தில் நிலைமை மோசமாகிவிட்டது. எனக்கு விவரம் தெரிய அரிசிக்கு அவ்வளவு பஞ்சம் இருந்திருக்கிறது. ரேஷனில் ஆறு அவுன்ஸ் கொடுப்பார்கள். 'விடுதலை'யில் காங்கிரஸைப் பற்றி எழுதும்போது, 'ஆறு அவுன்ஸ் ஆட்சி' என்றே குறிப்பிட்டார் குத்தூசி. எம்.ஆர்.ராதா நாடகங்களிலும் இந்த ஆறு அவுன்ஸ் வசனம் வரும். சுவரில் 'ஆறு அவுன்ஸ் ஆட்சி ஒழிக!' என்று மக்கள் எழுதுவார்கள். இன்றைக்கு சமூகரீதியான மேம்பாட்டுக்குத் திராவிட இயக்கம் எவ்வளவு காரணமோ அதே அளவுக்கு நம் மக்களின் பொருளாதார மேம்பாட்டுக்குத் திராவிடக் கட்சிகள் காரணம்!

இந்த நூறாண்டுகளில் திராவிட இயக்கத்தின் பயணம் உங்களுக்குத் திருப்திகரமாக அமைந்திருக்கிறதா?

திருப்தி என்பது முழுக் காரியங்களும் நடந்து முடிந்த பின்னர் வருவது. எப்படி நாம் திருப்தி அடைய முடியும்? தமிழ்நாட்டில் ஐம்பதாண்டுகளாக ஆட்சியில் இருக்கும் இரு கட்சிகளும் பெரியார், அண்ணாவை அடியொற்றி வந்தவை என்றாலும், முழுச் சூழலையும் மாற்றுவதற்கு ஏற்ற அதிகாரங்கள் ஒரு மாநில அரசுக்கு இல்லையே! அவ்வளவு தீவிரமாக மாநில சுயாட்சிக் கோரிக்கையை அண்ணா எழுப்பினார் என்றால், அது வெறுமனே வார்த்தை

நீங்கள் எங்கள் போராட்டத்துக்கான நியாயத்தை யோசிக்க வேண்டும்! இந்த மேலாதிக்கம் ஒரு சமூகக் குற்றம் என்பதை உணர்ந்து, பிராமணர்களில் பலர் தங்களைச் சாதிக்கு எதிரானவர்களாக மாற்றிக்கொண்டிருக்கிறார்கள். சிலர் எங்களோடு இணைந்து பணியாற்றியிருக்கிறார்கள்!

களாக வந்ததல்ல; ஏமாற்றத்தின் வலி! விரக்தியின் வலி! முதல்வராகப் பொறுப்பேற்றுக் கொஞ்ச காலம்தான் ஆகியிருந்தது. திராவிடர் கழகம் சார்பில் நாகரசன்பட்டியில் ஒரு பள்ளிக்கூடம் திறக்கிறோம். பெரியார், அண்ணா, நான், ராஜாராம் என்று நான்கு பேரும் போயிருக்கிறோம். "முதல்வர் பதவிக்குப் பெரிய அதிகாரங்கள் இல்லை. நாம் நினைத்த மாதிரியோ, அய்யா எதிர்பார்க்கிற மாதிரியோ செயல்பட முடியும் என்று எனக்குத் தோன்றவில்லை. ஆகவே, முதல்வர் பதவியில் உட்கார்ந்து ஆட்சிப் பணியை நான் தொடரவா அல்லது மறுபடியும் பழையபடியே உங்கள் பின்னாலேயே வந்து சமூகப் பணியைத் தொடரவா?" என்று விழாவில் பேசும்போது கேட்கிறார் அண்ணா. பெரியார் பேசுகையில் பதில் சொன்னார், "உங்களுக்கு வழங்கப்பட்ட ஐந்தாண்டுகளில் ஒரு நாள், ஒரு மணி நேரம், ஒரு நிமிடம்கூட விடாமல் நீங்கள் ஆட்சி நடத்த வேண்டும். இந்தப் பணிகளைச் செய்ய நான் இருக்கிறேன். இந்த ஆட்சியை எவ்வளவு பயன்படுத்த முடியுமோ அவ்வளவு பயன்படுத்தி, உங்களால் என்ன செய்ய முடியுமோ அதைச் செய்யுங்கள்!" ஆக, இந்த வரையறைக்குள்தான் நம் பணிகளையும் மதிப்பிட்டுக்கொள்ள வேண்டும். ஆனால், தமிழ்நாட்டைத் தாண்டியும் இன்று திராவிட இயக்கத்தின் சமூக நீதி அரசியல் படர்ந்துவிட்டது. இந்தியாவில் இடஒதுக்கீட்டை எவரும் ஒழித்துவிட முடியாது. திராவிடக் கட்சிகளின் பொருளாதாரக் கொள்கை, அவை முன்னெடுத்த சமூகநலத் திட்டங்கள் நாட்டிலேயே முன்னோடியாகப் பார்க்கப்படுகின்றன. ஒற்றைக் கட்சி ஆட்சி யுகத்துக்கு மாற்றாக ஒரு கூட்டணி யுகத்தைத் தொடக்கிவைத்ததில் தமிழகம் முக்கியப் பங்காற்றியிருக்கிறது. மதவாத சக்திகளைத் தடுத்து நிறுத்த மாநில உணர்வை வளர்த்தெடுப்பது ஒரு நல்ல மாற்று என்று தமிழகத்தைப் பார்த்து எல்லோரும் பேச ஆரம்பித்திருக்கிறார்கள். இவையெல்லாம் பயணத்தில் மகிழ்ச்சியைத் தருகின்றன.

நீதிக் கட்சி தொடங்கி திராவிடக் கட்சிகளின் அரசியலின் தலையாய பங்களிப்பு என்று நீங்கள் எதைச் சொல்வீர்கள்?

தமிழருக்கு ஜனநாயக அரசியல் பயிற்சியை இவையே அளித்தன. காங்கிரஸ் இல்லையா என்று கேட்டால் இல்லை! ஏனென்றால், மேலிருந்து வரும்

உத்தரவுகளை நிறைவேற்றி, அதிகாரத்தை நீங்கள் அனுபவிப்பது வேறு. கீழிருந்து உங்கள் உரிமைகளுக்குக் குரல் எழுப்புவதன் மூலமாக அதிகாரம் பெற்று உங்களை நீங்களே ஆண்டுகொள்ளும் அதிகாரத்தைக் கையில் வைத்திருப்பது வேறு! அப்புறம், எல்லோருக்குமான வளர்ச்சி என்பது ஒவ்வொருவரையும் உள்ளடக்கியதாக இருக்க வேண்டும் என்ற பார்வையைத் திராவிடக் கட்சிகளே இந்நாட்டு ஆட்சியாளர்களுக்குக் கொடுத்தன. 1920-களிலேயே வகுப்புவாரி இடஒதுக்கீட்டை நீதிக் கட்சியினர் பெரிய அளவில் இங்கே நடைமுறைப்படுத்திட முயன்றார்கள். வாய்ப்புகளைப் பரவலாக்கி அதிகாரத்தையும் பரவலாக்கியவர்கள் பெண்கள், ஒடுக்கப்பட்ட மக்கள் மேம்பாட்டுக்குப் பிரதான கவனம் அளித்தார்கள். இங்கிலாந்துக்கு 8 ஆண்டுகளுக்கு முன்பே, அதாவது 1921-லேயே இங்கு பெண்களுக்கு வாக்குரிமையைக் கொண்டுவந்துவிட்டது நீதிக் கட்சி ஆட்சி. இன்று உள்ளாட்சியில் 50% இடங்களைப் பெண்களுக்கு அதிமுக ஒதுக்கியிருப்பதை அதன் நீட்சி எனலாம். அதேபோல, தாழ்த்தப்பட்ட மக்களின் மேம்பாடு மீதான அக்கறை. தாழ்த்தப்பட்ட மக்களின் மேம்பாட்டுக்காகவே 'தொழிலாளர் அலுவலர்' என்று ஒரு புதிய பணியிடத்தையே உருவாக்கியது நீதிக் கட்சி ஆட்சி. முழுக்க முழுக்க ஆதிதிராவிட மக்களின் நலனுக்கான அலுவலர் அவர். தாழ்த்தப்பட்ட மக்களின் கல்வி மேம்பாட்டுக்காகப் பள்ளிகளின் எண்ணிக்கையைக் கிட்டத்தட்ட 10,000 ஆக அதிகரித்தார்கள். எல்லோருக்கும் சமமாக சாலைகளில் நடக்க முடியாமல் இருந்த நிலையை மாற்றியது, உணவு விடுதிகளில் நுழைய முடியாமல் இருந்த நிலையை மாற்றியது, பஸ்களில் ஏற முடியாமல் இருந்த நிலையை மாற்றியதில் தொடங்கி இன்று நாட்டிலேயே வேறு எந்தக் கட்சியிலும் இல்லாத சூழலாக திமுகவில் கட்சிப் பதவிகளில் அவர்களுக்கான ஒதுக்கீடு நடந்திருப்பது வரை இந்த அக்கறை தொடர்கிறது.

நூறாண்டுகளில் அதிகார அடுக்குகளில் நிறைய மாற்றம் ஏற்பட்டிருக்கிறது. பிராமணரல்லாதோர் என்ற வார்த்தைக்குள் அன்றிருந்த மாதிரி இன்று எல்லாச் சமூகங்களின் நிலையையும் ஒரே எல்லைக்குள் அடக்கிவிட முடியாது. குறிப்பாக, திராவிடக் கட்சிகள் ஆட்சிக்கு வந்த இந்த 50 ஆண்டுகளில் பிற்படுத்தப்பட்ட சமூகங்கள் கணிசமாக அதிகாரத்தைப் பிடித்திருக்கின்றன. அதேசமயம், ஒடுக்கப்பட்ட மக்கள் இன்னும் கீழேயே இருப்பதை மிகுந்த வலியோடு உணர்கிறார்கள். முஸ்லிம்களிடத்திலும் போதிய பிரதிநிதித்துவம் இல்லை என்ற குரல்கள் ஒலிக்கின்றன. இவற்றை எல்லாம் திராவிட இயக்கம் கவனத்தில் கொண்டிருக்கிறதா?

நான் தொடக்கத்திலேயே சொன்னேன், திராவிடக் கட்சிகளின் தலையாய சாதனை என்று கீழினும் கீழாக அழுத்தப்பட்டவர்கள் மீதான அவற்றின் அக்கறையை. பிராமணர் – பிராமணரல்லாதோர் விவாதம் அவ்வளவு சீக்கிரம் முற்றுப்பெற்றுவிடக்கூடியது அல்ல. இன்னும் மிக முக்கியமான அதிகாரங்கள், பிராமணர்களிடம் இருக்கின்றன. மோடி பிரதமராக இருக்கலாம். அவருக்கும் மேலே உட்கார்ந்திருப்பவர் மோகன் பாகவத். ஒவ்வொரு உயர் அமைப்பிலும் முடிவெடுக்கும் இடங்களில் பிராமணர்களே இருக்கிறார்கள். உச்ச நீதிமன்றம்

தெற்கிலிருந்து ஒரு சூரியன் 101

‘திராவிடர்களால் பார்ப்பனர்களுக்கு
இந்த நிலைமை வந்திருந்தால்,
நான் பார்ப்பனர்களுக்காகப் போராடியிருப்பேன்!’
என்று சொன்னவர் பெரியார். இந்த
வார்த்தைகளிலிருந்துதான் எங்கள் போராட்டத்துக்கான
நியாயத்தை யோசிக்க வேண்டும்!

முதல் ஊடகங்கள் வரை. இந்த அதிகாரங்கள் அடுத்த கட்டத்தை நோக்கி நகரும்போது, நிச்சயம் நாம் வலியுறுத்தும் சமூக நீதிக்கு அதில் இடம் இருக்க வேண்டும். பிராமணர்களிடம் எங்களுக்கு என்ன பிரச்சினை? பத்து பேர் கையில் தொண்ணூறு பேருக்கான அதிகாரத்தை வைத்திருக்கிறார்கள் என்பது தானே? பிற்படுத்தப்பட்ட சமூகங்கள் மட்டும் அதைத் தொடர அனுமதிப்போமா? எப்போதும் உள்முரண்களின் பின்னணியில் வரும் வெளிச் சதிகளையும் நாங்கள் அறிவோம். மிகுந்த அக்கறையுடனும் பொறுப்புணர்வுடனுமே இந்த விஷயத்தை அணுகுகிறோம்.

பிராமண துவேஷ மொழி தேவையா? அவர்களையும் உள்ளிழுக்க வேண்டாமா?

முதலில் பிராமண துவேஷம் என்ற குற்றச்சாட்டையே மறுக்கிறேன். பிராமணர்கள் மீது இதுவரை ஒரு வன்முறை நடந்தது கிடையாது இங்கே! எப்படி ஆரம்பித்தது இந்தப் போராட்டம்? அன்று தமிழ்நாட்டில் பிராமணர்களின் எண்ணிக்கை 3%. அவர்கள் கையில் 99% அதிகாரம் இருந்தது. ‘சோஷியலி மோ னோபாலி!’ இதை எதிர்த்தோம். ‘திராவிடர்களால் பார்ப் பனர்களுக்கு இந்த நிலைமை வந்திருந்தால், நான் பார்ப்பனர்களுக்காகப் போராடியிருப்பேன்!’ என்று சொன்னவர் பெரியார். இந்த வார்த்தைகளிலிருந்து தான் எங்கள் போராட்டத்துக்கான நியாயத்தை யோசிக்க வேண்டும்! இந்த மேலாதிக்கம் ஒரு சமூகக் குற்றம் என்பதை உணர்ந்த பிராமணர்களில் பலர், தங்களைச் சாதிக்கு எதிரானவர்களாக மாற்றிக்கொண்டிருக்கிறார்கள். சிலர் எங்களோடு இணைந்து பணியாற்றியிருக்கிறார்கள். வ.ரா. முதல் சின்னகுத்தூசி வரை பலரை உதாரணம் காட்டலாம். அப்படி மாற்றிக்கொள்ள முடியாதவர்கள், தங்கள் அதீத அதிகாரம் குறித்து அக்கறையில்லாதவர்கள்தான் எங்களைத் துவேஷிகளாகப் பேசுகிறார்கள். உண்மையாகவே, இங்கே பிராமண துவேஷம் இருந்திருந்தால், ஜெயலலிதா எப்படி முதல்வராகியிருக்க முடியும்? பிரச்சினை அதிகாரத்திலும் பகிர்விலும்தான் இருக்கிறது. திராவிட இயக்கத்தை நீங்கள் அதனுடைய செயல்பாட்டின் வழியாக மதிப்பிட வேண்டும். இந்தியா சுதந்திரம்

அடைந்துவிட்டால், இந்த நாட்டின் எல்லாப் பிரச்சினைகளும் தீர்ந்துவிடும் என்று நம்புபவராகவே பெரியாரும் இருந்தார்.

ஆனால், "பிரச்சினைகளின் மையம் சாதியில், சாதி ஒடுக்குமுறையில் பிராமணியத்தில் இருக்கிறது. அதை காங்கிரஸால் ஒன்றுமே செய்ய முடியாது" என்பது தெரியவரும்போதே அவர் வெளியே வருகிறார். பொது வாழ்க்கையில் 29 பதவிகளில் இருந்தவர், ஒரே கடிதத்தில் அத்தனையையும் வீசி எறிந்துவிட்டு வந்தார். 'காங்கிரஸை ஒழிப்பதே வேலை!' என்று சொல்லி வெளியேறி வந்தவர், பின்னாளில் காமராஜர் செய்த நன்மைகளுக்காக காங்கிரஸுக்காகப் பிரச்சாரம் செய்தார். ராஜாஜியையே அவர் ஆதரித்திருக் கிறாரே? முற்பகுதியில் ஆதரித்ததுபோக, பிற்பகுதியில் பிரகாசத்துக்குப் பின் முதல்வரான காலத்திலும் ஆதரித்தாரே! குலக்கல்வித் திட்டத்தை ராஜாஜி கொண்டுவந்தபோதுதானே, ராஜாஜிக்கு எதிராகத் திரும்பினார்! அப்போது கம்யூனிஸ்ட்டுகள் பெரியாரை விமர்சித்தார்கள், "பிரகாசம் பிராமணர்; ராஜாஜி பிராமணர் இல்லையா?" என்று! "கம்யூனிஸ்ட்டுகளைச் சுட்டுக்கொன்றவர் பிரகாசம். ராஜாஜி அப்படிப்பட்டவர் கிடையாது. மேலும், ஆந்திர பிராமணரா, தமிழ்நாட்டு பிராமணரா என்று கேட்டால், நான் தமிழ்நாட்டு பிராமணரையே தேர்ந்தெடுப்பேன்" என்று பதில் சொன்னார் பெரியார். அவருடைய தனிப்பட்ட வாழ்வில் மிக முக்கியமான முடிவை எடுக்கையில் ராஜாஜியுடன்தானே கலந்தாலோசித்தார்! ராஜாஜியின் யோசனையை அவர் ஏற்கவில்லை என்பது வேறு விஷயம். ஆனால், துவேஷம் இருந்தால் எப்படி, இப்படி நெருக்கமான ஒரு உறவு சாத்தியமாகும்?

தமிழ் அரசியல் என்பது
இந்த மண்ணில் மாறவே மாறாது.
இந்தியாவில் சாதி இருக்கிற வரையில்
திராவிட இயக்கத்தின் தேவை இருக்கவே செய்யும்.
அதேசமயம், இளைய தலைமுறையினரைச்
சித்தாந்தரீதியாக வளர்த்தெடுப்பது முக்கியம்!

தமிழ்நாட்டின் அரசியல் தரத்தைத் திராவிடக் கட்சிகள் கீழே தள்ளிவிட்டன; குறிப்பாக, ஊழலைப் பெரிய அளவில் வளர்த்துவிட்டன என்ற குற்றச்சாட்டு இன்று தேசிய அளவில் பேசப்படுகிறது ?

திராவிட இயக்கத்தின் முன்னோடிகள் பலர் தங்கள் சொந்தப் பணத்தை, சொத்தைப் பொது வாழ்க்கைக்காக இழந்தவர்கள். பெரியார் ஒட்டுமொத்த சொத்தையுமே பொதுச் சொத்தாக்கியவர். தமிழ்நாட்டின் முதல்வர்களிலேயே மிக எளிமையானவர் அண்ணாதான். காங்கிரஸுக்குள் ராஜாஜியால் காமராஜர் கட்டம் கட்டப்பட்டு, அவமானப்படுத்தப்பட்டபோதும், பின்னாளில் அவர் வீழ்ந்தபோதும் 'குலக்கொழுந்தே, குணாளா!' என்று எழுதியவர், அவரை எதிர்த்துத் தேர்தலில் ஆளை நிறுத்தாதவர் அண்ணா. காமராஜரின் இறுதிக் காலத்தில் அவருக்கான எல்லா மரியாதைகளையும் அரசுரீதியாகவே செய்தவர் கலைஞர். ஆக, நேர்மை, எளிமை, அரசியல் நாகரிகம் இவற்றுக்கெல்லாம் திராவிட இயக்கத்தினருக்கு யாரும் பாடம் எடுக்க வேண்டியதில்லை. இந்திய அரசியலில் ஊழலைப் புரையோடவிட்டதற்கான பொறுப்பைத் தேசியக் கட்சிகளே ஏற்க வேண்டும். அரசியல் தரம் தாழ்ந்ததற்கும் அவர்களே முதல் பொறுப்பு! சுதந்திர இந்தியாவில் தமிழ்நாட்டில் முதன் முதலில் ஊழல் குற்றச்சாட்டுக்குள்ளானவர் டிடிகே. 1952 தேர்தலில் காங்கிரஸுக்குப் பெரும்பான்மை இல்லாத சூழலிலும், 'ஆயா ராம் கயா ராம்' என்று சொல்லிக் கட்சி மாறுவதை ஊக்குவித்து, ஆட்சிக்கு முதன்முதலில் வந்தவர் ராஜாஜி. இன்று வரை இப்படி நீளமாகப் பட்டியலிட முடியும். ஆனால், ஊழல் குற்றச்சாட்டுகள் பிராந்தியக் கட்சிகளையும் கீழ்நிலைச் சமூகங்களையுமே ஏன் வட்டமிடுகின்றன என்பதற்குப் பின்னுள்ள அரசியலை நீங்கள் யோசிக்க வேண்டும். அதேசமயம், ஊழலை நான் நியாயப்படுத்தவில்லை. ஒரு மாற்று அரசியலை முன்வைக்கக்கூடிய திராவிடக் கட்சியினர் எல்லாவற்றிலும் முன்னுதாரணமாக இருக்க வேண்டும் என்றே கருதுகிறேன். "பதவி எங்களுக்குத் துண்டு போன்றது; அது போனால் கவலை இல்லை. ஆனால், கொள்கை எங்களுக்கு வேட்டி போன்றது" என்றார் அண்ணா. அப்படி இருக்க வேண்டும். 'வேட்டி போனால்கூடப் பரவாயில்லை; துண்டு முக்கியம்' என்று இன்று சிலர் நடந்துகொள்கிறார்கள். இந்த நிலை தொடரக் கூடாது.

எதிர்வரும் நூற்றாண்டை எதிர்கொள்வதற்கான போதிய சித்தாந்த பலம் திராவிட இயக்கத்திடம் இருப்பதாக நினைக்கிறீர்களா?

அண்ணா இறப்பதற்குக் கொஞ்ச நாட்களுக்கு முன் பேசியது, என் காதில் இன்னும் ஒலிக்கிறது. "ஓராண்டுக்கு முன்னால், நான் பதவிக்கு வந்தேன். இந்த ஓராண்டில் மூன்று முக்கியமான காரியங்களைச் செய்திருக்கிறேன். ஒன்று, சுயமரியாதைத் திருமணத்துக்குச் சட்ட அங்கீகாரம். இரண்டு, தாய்த் திருநாட்டுக்குத் தமிழ்நாடு என்று பெயர் மாற்றம். மூன்று, தமிழ்நாட்டில் இந்திக்கு இடமில்லை என்ற இருமொழிக் கொள்கை அறிவிப்பு. இதைப் பார்த்துவிட்டுப் பலருக்குக் கோபமும் ஆத்திரமும் வருகிறது. இவர்களை விட்டுவைக்கலாமா? ஆட்சியைக் கலைக்க வேண்டும் என்று நினைக் கிறார்கள். முடியுமா என்று நான் சவால் விட மாட்டேன். உங்களால் முடியும். ஆனால், கலைத்துவிட்டு வேறொருவர் இங்கு வந்து உட்கார்ந்து அண்ணாதுரை கொண்டுவந்த இவற்றை எல்லாம் மாற்ற வேண்டும் என்று கருதினாலே, உடனே மக்கள் வெகுண்டெழுவார்கள் என்ற அச்சமும் கூடவே வரும். அந்த அச்சம் இருக்கிற வரையில், அண்ணாதுரைதான் இந்த நாட்டை ஆள்கிறான் என்று பொருள். அந்த அச்சம் எவ்வளவு காலத்துக்கு இருக்கிறதோ, அவ்வளவு காலத்துக்கும் ஆட்சியில் யார் இருந்தாலும் இல்லாவிட்டாலும் அண்ணாதுரைதான் இந்த நாட்டை ஆள்வதாகப் பொருள்" என்று பேசினார். இதைத்தான் உங்கள் கேள்விக்கான பதிலாகவும் சொல்வேன். தமிழ் அரசியல் என்பது இந்த மண்ணில் மாறவே மாறாது. இந்தியாவில் சாதி இருக்கிற வரையில் திராவிட இயக்கத்தின் தேவை இருக்கவே செய்யும். அதே சமயம், இளைய தலைமுறையினரைச் சித்தாந்தரீதியாக வளர்த்தெடுப்பது முக்கியம். அடையும் அதிகாரம் நம்மை வந்தடைந்ததோடு அல்லாமல், நமக்குக் கீழுள்ள சமூகங்களுக்கும் செல்கிறதா என்று ஒவ்வொரு தலை முறையிலும் உறுதிப்படுத்திக்கொண்டே வருவது முக்கியம். தமிழ்நாட்டைப் பொறுத்தவரையில் எந்தக் காலகட்டத்திலும், எந்தக் காரணத்துக்காகவும் சாதி, மத வெறி சக்திகளுடன் திராவிடக் கட்சிகள் சமரசம் செய்துகொள்ளக் கூடாது. அதற்கான சூழலை உருவாக்குவதில் திராவிடர் கழகத்தினர் உறுதியாக இருப்போம். அண்ணா அழகாகச் சொல்வார், 'சாப்பர்ஸ் அண்டு மைனர்ஸ்' என்று. அதாவது, ராணுவத்தில் தூசுப்படை என்றொரு பிரிவு உண்டு. பின்னால் படை வருகிறபோது, முன்னால் வழி ஏற்படுத்திக்கொண்டே செல்லும் வீரர்கள் குழு அது. அப்படித்தான் திராவிடர் கழகமும். திமுக உள்ளிட்ட முற்போக்கு இயக்கங்களின் பணிகளுக்குப் பிரச்சாரத்திலும் களத்திலும் நாங்கள் எக்காலத்திலும் தூசுப்படையாகச் செயல்படுவோம். ஒருங்கிணைந்து பணியாற்ற வேண்டும். அவ்வளவுதான். அதற்கான இலக்கணத்தை ஒரு வார்த்தையில் சொல்லிவிடலாம். கலைஞர் தன்னைப் பற்றி இரு வார்த்தைகளில் குறிப்பிடச் சொன்னபோது ஒரு முறை சொன்னார்: 'மானமிகு சுயமரியாதைக்காரன்!' இதுதான் கைடுலைன்! திராவிட இயக்கத்தைச் சேர்ந்த ஒவ்வொருவரும் இந்த வரையறைக்குட்பட்டு நடந்துகொண்டால், இன்னும் ஆயிரம் ஆண்டுகளுக்கு நாம் முன்னே செல்லலாம்!

திராவிடக் கட்சிகள் சாதித்தது என்ன?

கலி.பூங்குன்றன்
துணைத் தலைவர்,
திராவிடர் கழகம்

பிராமணர் அல்லாதார் இயக்கமான திராவிட இயக்கம் தோன்றியதற்கு முக்கியக் காரணம், காங்கிரஸில் ஆதிக்கம் செலுத்திய பிராமண வழக்கறிஞர்கள்தான். அவர்கள் ஆதிக்கம் எங்கும் நிறைந்திருந்தது என்பதைத் தனது 'விடுதலைப் போரில் தமிழகம்' என்னும் நூலில் பதிவுசெய்திருக்கிறார் திராவிட இயக்க எதிர்ப்பு மாநாடுகளை நடத்திவந்த சிலம்புச் செல்வர் ம.பொ.சி.

பிராமணர் அல்லாதோர் நிலை

அந்தக் காலகட்டத்தில் உத்தியோகத் துறையில் எங்கும் பிராமணர் ஆதிக்கம்; பிராமணர் அல்லாதாருக்கு முட்டுக்கட்டை என்ற நிலை இருந்தது. எடுத்துக்காட்டாக, 1912-ல் சென்னை மாகாணத்தின் நிலை என்ன? துணை ஆட்சியர்களில் 55%, சார்பு நீதிபதி 82.5%, மாவட்ட முன்சீப்களில்

72.6% பிராமணர்கள். இப்பதவிகளில் இந்து பிராமணர் அல்லாதார் முறையே 21.5%, 16.7%, 19.5%. கடப்பை மாவட்டத்தில் வருவாய்த் துறையில் உயர் பதவி வகித்த டி.கிருஷ்ணாராவ் (ஹுஸூர் செரஸ்தார் – மாவட்ட ஆட்சியர் பதவிக்கு நிகரானது) என்பவரின் உறவினர்கள் 116 பேர் அந்தத் துறையில் இருந்தனர். சென்னை சட்டமன்றத்தில் 1914–ல் சட்டமன்ற உறுப்பினர் குன்சிராமன் நாயர் எழுப்பிய வினாவுக்குக் கொடுக்கப்பட்ட பதில் என்ன? சென்னைப் பல்கலைக் கழகத்தில் பதிவுசெய்யப்பட்ட 650 பட்டதாரிகளில் பிராமணர்கள் 452 பேர், பிராமணர் அல்லாத இந்துக்கள் 12 பேர், பிற இனத்தவர் 74 பேர்!

கல்வி, வேலைவாய்ப்பு நிலைதான் இப்படி என்றால் சமுதாய நிலை என்ன? உணவு விடுதிகளைப் பெரும்பாலும் பிராமணர்களே நடத்தி வந்தனர். பிராமணர் அல்லாதார் உள்ளே சென்று உட்கார்ந்து சாப்பிட முடியாது. எடுப்புச் சாப்பாடுதான் வாங்கிச் சென்று வெளியே சாப்பிட வேண்டும். சென்னையில் அன்றைய மவுன்ட் ரோடிலும், ஜார்ஜ் டவுனிலும் இருந்த உணவு விடுதிகளில், 'பஞ்சமர்களும், நாய்களும், குஷ்டரோகிகளும் உள்ளே நுழையக் கூடாது' என்று விளம்பரப் பலகைகளை வைத்திருந்தனர். ரயில்வே உணவு விடுதிகளில் பிராமணாள், இதராள் என்று விளம்பரப் பலகை வைக்கப்பட்டு இருந்தது. இது மட்டுமல்ல. இருப்புப் பாதைகள் போடப்பட்டு, ரயில் பயணம் தொடங்கிய காலத்தில், நான்கு வகைப் பெட்டிகள் இருந்தன. அவற்றை நான்கு வருணத்தாரும் தனித்தனியாகப் பயன்படுத்தும்படியாக உத்தரவு பிறப்பிக்க வேண்டும் என இந்து மத வேதியக் கூட்டம் ரயில்வே நிர்வாகத்தைக் கேட்கும் அளவுக்குப் பேதங்கள் மோசமாக இருந்தன.

இயக்கத்தின் தொடக்கம்

இப்படிப்பட்ட சூழலில்தான் 1912–ல் டாக்டர் சி.நடேசனாரின் முயற்சியால் தோற்றுவிக்கப்பட்டது 'மெட்ராஸ் யுனைடெட் லீக்'. அதுவே 1913 முதல் பிராமணர் அல்லாதாரைக் குறிக்க 'திராவிடர் சங்கம்' என்று புதுப் பெயர் பெற்றது. 1916–ல் டி.எம்.நாயர், தியாகராயர் உள்ளிட்டோர் முன்னின்று தொடங்கிய தென்னிந்திய நலவுரிமைச் சங்கம், நீதிக் கட்சியாக அழைக்கப்பெற்றது. நீதிக் கட்சி திராவிடர் கழகம் ஆனது. திராவிடர் கழகத்திலிருந்து திமுகவும் அதிலிருந்து அதிமுகவும் உருவாயின. ஒட்டுமொத்தமாக இவற்றை 'திராவிடர் இயக்கம்' என்று ஒரு பொதுச் சொல்லால் குறிப்பதாகக் கொண்டால், இழிவுகள் பலவற்றில் இருந்து இந்தத் திராவிடர் இயக்கமே நம் மக்களை மீட்டெடுத்தது.

திராவிடர் என்ற பெயர் மாற்றமே திராவிட இயக்கத்தின் சாதனை என்று சொல்லலாம். ஏனென்றால், 1901–ல் எடுக்கப்பட்ட சென்னை மாகாணத்து மக்கள்தொகைக் கணக்கில் 'பிராமணர்கள் 3.4%, சூத்திரர்கள் 94.3%' என்று பிராமணர் அல்லாதாரை அரசாங்கமே சூத்திரர்கள் என்று குறிப்பிடும் இழி நிலைதான் அன்று இருந்தது. இந்த நிலையில்தான் பெரியார், 'சூத்திரன் என்றால் ஆத்திரம் கொண்டடி!' என்ற பெருமுழக்கத்தை வீதிகளில் எல்லாம் ஒலிக்கச் செய்தார். பின்னதாக, நீதிக் கட்சி ஆதரவு பெற்ற டாக்டர் சுப்பராயன்

பிட்டி.. தியாகராயர் சென்னை மாநகர மேயராக இருந்தபோதுதான், 1921-ல் பள்ளிகளில் இலவச நண்பகல் உணவு அளித்தார். இதற்காக சென்னை மாநகராட்சிப் பணம் செலவழிப்பதை நகராட்சி சட்டத்தைத் திருத்தி மாகாண அரசே ஏற்றுக்கொண்டது.

அமைச்சரவை 'சூத்திரன்' என்ற இழி பட்டத்தைப் பதிவேடுகளிலிருந்து ஒழித்தது.

ஆட்சியில் பங்கேற்று நேரடி மாற்றங்களைக் கொண்டுவந்தது மட்டும் அல்லாமல், எல்லாத் தளங்களிலும் மாற்றுகளை உருவாக்க முற்பட்டது திராவிட இயக்கம். டாக்டர் சி.நடேசன், பிராமணர் அல்லாத மாணவர்கள் தங்கிப் படிக்க சென்னையில் 1916-ல் உருவாக்கிய திராவிட சங்க விடுதியை (Dravidian Association Hostel) ஓர் உதாரணமாகச் சொல்லலாம். மாணவர் விடுதிகளில் கூடப் பாகுபாடுகள் நிறைந்திருந்த காலத்தில் மாற்றாகத் தொடங்கப்பட்ட மாணவர் விடுதி இது. பிற்காலத்தில் இந்திய நிதியமைச்சராக ஆகவிருந்த ஆர்.கே.சண்முகம், பாரிஸ்டர் ரங்கராமானுஜம், அண்ணாமலைப் பல்கலைக் கழகத்தில் துணை வேந்தர்களாக விளங்கிய டி.எம்.நாராயணசாமிப் பிள்ளை, எஸ்.ஜி.மணவாள ராமானுஜம் மற்றும் சடகோப முதலியார், பிற்காலத்தில் சென்னை உயர் நீதிமன்ற நீதிபதியாக வந்த சுப்பிரமணிய நாடார் போன்றவர்களெல்லாம் இந்த விடுதியில் தங்கிப் படித்தவர்கள்தான்!

திராவிட இயக்கம் கொண்டுவந்த மாற்றங்கள்

திராவிட இயக்கம் கொண்டுவந்த மாற்றங்களை மூன்று பிரிவுகளாகப் பிரிக்கலாம். 1) சுதந்திரத்துக்கு முன்பு சென்னை மாகாணத்தில் 1920-1937 காலகட்டத்தில் ஆட்சியிலிருந்து நீதிக் கட்சி ஆட்சி கொண்டுவந்த மாற்றங்கள். 2) ஆட்சியிலிருந்து இறங்கிய நீதிக் கட்சியின் தலைவராக 1938-ல் பெரியார் பொறுப்பேற்று, பிறகு 1944-ல் திராவிடர் கழகமாக அதை உருமாற்றிய பின்னர், தேர்தல் அரசியலிலிருந்து விலகி, பொதுத் தளத்திலிருந்து அது மேற்கொண்டுவரும் மாற்றங்கள். 3) 1967 முதலாகத் தமிழகத்தில் ஆட்சியில் இருந்துவரும் திமுக, அதிமுக இரு திராவிடக் கட்சிகள் தங்கள் ஆட்சிக் காலத்தில் கொண்டுவந்த மாற்றங்கள்.

இவற்றில் தேர்தல் அரசியலில் பங்கேற்காமல், பொதுத் தளத்தில் நின்று அரசியல் கட்சிகளுக்கான சமூக நீதி அழுத்தங்களையும் கொடுத்துவரும் திராவிடர் கழகம் வெளியிலிருந்து உண்டாக்கிவரும் மாற்றங்கள் என்றால், இரு திராவிடக் கட்சிகளின் ஐம்பதாண்டு ஆட்சிக் காலம் மட்டுமின்றி காமராஜரின்

ஆட்சிக் காலகட்டத்தையும்கூடச் சேர்த்துக்கொள்ள வேண்டியிருக்கும். பிராமணியத்துக்குத் துணைபோகும் காங்கிரஸை ஒழிப்பதே என் கடமை என்று கூறி காங்கிரஸிலிருந்து வெளியேறி வந்த பெரியார், காமராஜரின் ஆட்சிக்காக அதே காங்கிரஸைத் தன் தோளில் தூக்கிச் சுமந்தார் என்பதும் பெரியார் முன்மொழிந்த பல திட்டங்களையும் யோசனைகளையும் நிறைவேற்றியவர் காமராஜர் என்பதும் வரலாறு. ராஜாஜி கொண்டுவந்த குலக்கல்வித் திட்டத்தைத் தந்தை பெரியார் தலைமை தாங்கி, தடுத்து நிறுத்தியது முக்கியமான ஒன்று. எதற்காக இதைக் குறிப்பிடுகிறேன் என்றால், சமூக நீதி, தமிழ், தமிழர் நலன் என்பதே எல்லாவற்றுக்கும் அப்பாற்பட்டு திராவிடர் கழகத்தினுடைய உயிர்மூச்சாக இருந்திருக்கிறது. அதேபோல, பொதுத் தளத்தில் அது உருவாக்கிய கருத்துருவாக்கம், கட்சிக்கு அப்பாற்பட்டு ஆட்சியாளர்களைச் செயல்பட வைத்திருக்கிறது. ஆகையால், திராவிடர் கழகம் பொதுத் தளத்தில் செய்த காரியங்களை இந்தச் சின்ன கட்டுரைக்குள் கொண்டுவருவது சாத்தியமற்றது என்பதால், முன்னதாக நீதிக் கட்சி வடிவிலும் பின்னதாக திராவிடக் கட்சிகளுக்குப் பின்னின்றும் செய்த மிக முக்கியமான மாற்றங்களை மட்டும் இங்கே தருகிறேன்.

நீதிக் கட்சி கொண்டுவந்த முக்கியமான 10 அரசாணைகள், சட்டங்கள்

- நாட்டிலேயே முன்னோடியாகப் பெண்களுக்கு வாக்குரிமை (10.05.1921).

- பஞ்சமர் என்ற சொல் நீக்கி ஆதிதிராவிடர் என்றழைக்கும் அரசாணை (25.3.1922).

- கல்லூரிகளில் எல்லாத் தரப்பு மாணவர்களையும் சேர்க்க குழுக்கள் அமைக்கும் அரசாணை (20.5.1922). கல்வி மறுக்கப்பட்ட பிராமணரல்லாத குழந்தைகளைத் தொடக்கப் பள்ளிகளில் சேர்ப்பதற்கான நடவடிக்கை (21.6.1923). புதிய பல்கலைக்கழகம் காண சட்டம் இயற்றப்பட்டது. பின்னாளில் அண்ணாமலைப் பல்கலைக்கழகம் உருவாக இது காரணமாயிற்று.

- தாழ்த்தப்பட்ட மாணவர்களைக் கல்வி நிலையங்களில் மிகுதியாகச் சேர்ப்பதற்கான நடவடிக்கை (24.9.1924).

- குறிப்பிட்ட சாதியைச் சேர்ந்த பெண்களைக் கோயிலுக்குப் பொட்டுக் கட்டிவிட்டு, தேவரடியார் என்று முத்திரை குத்தும் முறைக்கு முடிவுகட்டும் சட்டம் (1.1.1925).

- கோயில்களில் கொள்ளையை முடிவுக்குக் கொண்டுவர இந்து சமய அறநிலையச் சட்டம் (27.01.1925).

- சென்னையிலுள்ள மாநிலக் கல்லூரியில் பிராமணரல்லாத மாணவர்களைச் சேர்ப்பதற்கான உத்தரவு (15.9.1928).

- எஸ்.முத்தையா முதலியாரின் முயற்சியால் முதல் இடஒதுக்கீட்டுச் சட்டம் (13.9.1928). வகுப்புவாரி ஒதுக்கீட்டுக்கான அரசாணை (27.2.1929).

அடுத்தடுத்து வந்த எம்ஜிஆர், ஜெயலலிதாவின்
ஆட்சிகளும் சமூக நீதிப் பாதையிலேயே
சென்றதன் விளைவாக இன்று நாட்டிலேயே
முன்னோடியாக 69% இடஒதுக்கீடு தமிழ்நாட்டில்
இருக்கிறது. அதற்கு அரசமைப்புச்
சட்டப் பாதுகாப்பும் இருக்கிறது.

சமூக மாற்றத்துக்கு அடித்தளமிட்ட கல்வி, சமூகநலத் திட்டங்கள்

• கல்லூரி முதல்வர்கள் எல்லாம் பிராமணர்களாகவே இருந்த நிலையில், பிராமணர் அல்லாத மாணவர் சேர்க்கைக்கு முட்டுக்கட்டை ஏற்பட்டிருந்த காலகட்டம் அது; பனகல் அரசர் என்ன செய்தார்? ஒவ்வொரு கல்லூரியிலும் மாணவர் சேர்க்கைக்குக் குழுக்கள் அமைக்க உத்தரவிட்டார். மருத்துவக் கல்லூரியில் சேர்வதற்கு சம்ஸ்கிருதம் படித்திருக்க வேண்டும் எனும் நடைமுறையை நீக்கினார். ஆங்கிலேயர் ஆதிக்கத்தில் இருந்த மருத்துவத் துறையை இந்தியமயமாக்கிய பெருமையும் நீதிக் கட்சி முதலமைச்சர் பனகல் அரசரையே சேரும்.

• சென்னை மாநிலக் கல்லூரி சம்ஸ்கிருதப் பேராசிரியர் குப்புசாமி சாஸ்திரிக்கு மாதச் சம்பளம் ரூ.300, தமிழ்ப் பேராசிரியர் கா.நமசிவாயனாருக்கு மாதச் சம்பளம் ரூ.81 என்றிருந்தது. இந்த பேதம் நீக்கப்பட்டது. சென்னைப் பல்கலைக்கழகத்தில் சம்ஸ்கிருதம் படிப்பதற்குத்தான் வழி இருந்ததே தவிர, தமிழ் படிக்கக் கதவுகள் அடைக்கப்பட்டன. நீதிக் கட்சியினுடைய பிரமுகர்கள் ஆர்.வெங்கடரத்தினம் நாயுடு, டி.என்.சிவஞானம் பிள்ளை, எஸ்.முத்தையா முதலியார், டாக்டர் ஏ.இலட்சுமணசாமி முதலியார் போன்ற தலைவர்கள் போராடிப் போராடிதான் சென்னைப் பல்கலைக்கழகத்தில் தமிழ் மொழி கற்பிக்கப்படுவதற்கு வழிவகுத்தனர்.

• பிட்டி. தியாகராயர் சென்னை மாநகர மேயராக இருந்தபோதுதான், 1921–ல் பள்ளிகளில் இலவச நண்பகல் உணவு அளித்தார். இதற்காக சென்னை மாநகராட்சிப் பணம் செலவழிப்பதை நகராட்சி சட்டத்தைத் திருத்தி மாகாண அரசே ஏற்றுக்கொண்டது. இதன் காரணமாகப் பள்ளிகளுக்கு வரும் மாணவர்கள் எண்ணிக்கை அதிகரித்தது. இன்னும் ஒரு குறிப்பிடத்தகுந்த தகவல் உண்டு. இலவச இரவுப் பள்ளிகள் நடத்த முன்வந்தால், மாநகராட்சிப் பள்ளி ஆசிரியர்கள் அனுமதிக்கப்படுவார்கள் என்ற நிலைப்பாடுதான் அது. பகல் பொழுதில் பணியாற்றச் செல்வோர் இரவில் படிக்கும் ஒரு வாய்ப்புக்குத் கதவைத் திறந்துவிட்டவர் நீதிக் கட்சித் தலைவர் பிட்டி. தியாகராயர்தான்.

● தஞ்சை மாவட்டத்தில் திருவையாறு அரசினர் கல்லூரி சம்ஸ்கிருதக் கல்வி நிலையமாக இருந்ததை மாற்றி, தமிழும் சொல்லிக்கொடுக்கப்பட ஆவன செய்தார் நீதிக் கட்சித் தலைவர் ஏ.டி.பன்னீர்செல்வம். பிராமண மாணவர்கள் மட்டும் பயன் கண்ட ராஜா மடம், ஒரத்தநாடு விடுதிகள் மற்றவருக்கும் திறந்துவிடப்பட்டன. தாழ்த்தப்பட்ட மாணவர்கள் 10–ம் வகுப்புத் தேர்வுக்குப் பணம் கட்டத் தேவையில்லை என்று ஆணை பிறப்பிக்கப்பட்டது. அதேபோல, பிற்படுத்தப்பட்ட மாணவர்கள் கல்லூரிகளிலும், உயர்நிலைப் பள்ளிகளிலும் அரைச் சம்பளம் கட்டினால் போதும் என்று அறிவிக்கப்பட்டது. அரசுப் பள்ளிகளில் வகுப்புரிமையை நிலைநாட்ட ஆண்டுதோறும் அறிக்கைகள் வெளியிடப்பட உத்தரவிடப்பட்டது.

● பேருந்துகளில் தாழ்த்தப்பட்டவர்களை அனுமதிக்காவிட்டால் பேருந்துகளின் உரிமம் ரத்துசெய்யப்படும் என்று ஆணையிட்டு, தாழ்த்தப்பட்ட மாணவர்கள் ஊரிலிருந்து பள்ளிகளை நோக்கிச் செல்ல வழிவகுத்தவர் நீதிக் கட்சித் தலைவர்களில் ஒருவரான ஊ.பு.அ.சவுந்தரபாண்டியன். தாழ்த்தப் பட்டவர்களைப் பள்ளிகளில் சேர்க்காத பள்ளிகளுக்கு மானியம் நிறுத்தப் படும் என்று ஆணையிட்டவர் முன்னோடிகளில் ஒருவரான சிவகங்கை எஸ்.இராமச்சந்திரன்.

● தாழ்த்தப்பட்டோரின் முன்னேற்றம் கருதித் தனி அலுவலர்கள் நியமனம். தனி அலுவலர் என்பது 'லேபர் கமிஷனர்' என்று மாற்றம். இம்மக்களுக்கு 7 லட்சத்து 36 ஆயிரம் ஏக்கர் தரிசு நிலங்கள் வழங்கப்பட்டன. தாழ்த்தப்பட்ட வகுப்பாரில் என்னென்ன சாதிகள் உள்ளன என்பதைத் தொகுக்கும் பணி தொடங்கப்பட்டது. குறவர்கள் சீர்திருத்த நடவடிக்கைகளின் தொடர்ச்சியாக 2,776 கூட்டுறவுச் சங்கங்கள் உருவாக்கப்பட்டன. வலையர், குறவர் ஆகியோரைக் குற்றப் பரம்பரையிலிருந்து மீட்க அவர்களின் குழந்தைகளுக்கு நிதி உதவி அளிக்கப்பட்டது. துப்புரவு வகுப்பினர், தோடர்கள், கோடர்கள், படுகர்கள் ஆகியோருக்காகக் கூட்டுறவுச் சங்கங்கள் தொடங்கப்பட்டன. மீனவர் நலன் காப்பதற்காக 'லேபர் கமிஷன்' நியமிக்கப்பட்டது. இதேபோல, கள்ளர் சமுதாய முன்னேற்றத்துக்காகவும் 'லேபர் கமிஷன்' நியமிக்கப்பட்டது.

திராவிடக் கட்சிகள் முன்னெடுத்த பெரும் மாற்றத்துக்கான நகர்வுகள்

● திமுகவின் முதல் முதல்வரான அண்ணா மிக விரைவில் காலமாகிவிட்டதால், இரண்டாண்டுக்கும் குறைவாகவே ஆட்சியில் இருந்தார். எனினும், திராவிடக் கட்சிகள் செல்ல வேண்டிய திசையைச் சுட்டும் வகையில், நான்கு முக்கியமான முடிவுகளை அவர் முன்னெடுத்தார். 1) சடங்குகள், தாலி மறுத்து நடைபெறும் சுயமரியாதைத் திருமணங்களுக்கும் சட்ட அங்கீகாரம் அளிக்கும் வகையில் சட்டத் திருத்தம். 2) சென்னை மாநிலத்துக்குத் தமிழ்நாடு என்ற பெயர் மாற்றம். 3) தமிழ்நாட்டில் இந்திக்கு இடமில்லை; தமிழ், ஆங்கிலம் மட்டுமே பயிற்றுமொழி என்ற இருமொழிக் கொள்கை முடிவு. 4) அரசு அலுவலகங்களில் எந்த மதம் தொடர்பான கடவுள் படங்களும் உருவங்களும் இருக்கக் கூடாது என்ற ஆணை.

மாநிலங்களுக்குத் தனிக் கொடி வேண்டும் என்று கருணாநிதி தொடங்கிய போராட்டமே, பிற்பாடு சுதந்திர நாளன்று தலைமைச் செயலகத்தில் தேசியக் கொடியேற்றும் உரிமையை மாநில முதல்வர்களுக்கு வாங்கித் தந்தது. மத்திய அரசு - மாநில அரசுப் பணியாளர்களுக்கு இடையேயான ஊதிய வேறுபாட்டையும் நீக்கினார்!

- கருணாநிதி பொறுப்பேற்றார். கல்வி, வேலைவாய்ப்பில் அதுவரை 31% ஆக இருந்த இடஒதுக்கீடு 49% ஆக உயர்த்தப்பட்டது. அடுத்தடுத்து வந்த எம்ஜிஆர், ஜெயலலிதாவின் ஆட்சிகளும் சமூக நீதிப் பாதையிலேயே சென்றதன் விளைவாக, இன்று நாட்டிலேயே முன்னோடியாக 69% இடஒதுக்கீடு தமிழ்நாட்டில் இருக்கிறது. அதற்கு அரசமைப்புச் சட்டப் பாதுகாப்பும் இருக்கிறது.

- கிராம அலுவலர்கள் பதவிகள் பெரும்பாலும் பிராமணர்கள் கையில் இருந்ததை மாற்றி, அரசு அலுவலர்களாக மாநிலத் தேர்வு ஆணையத்தின் மூலம் தேர்வுசெய்யும் நடவடிக்கையைக் கொண்டுவந்தார் எம்ஜிஆர். தெருக்களில் சாதிப் பெயர்களை நீக்க உத்தரவிட்டார். சாதி ஒழிப்புப் பயணத்தில் முக்கிய மைல் கல்லாக அனைத்துச் சாதியினரும் அர்ச்சகராகலாம் எனும் சட்டத்தைக் கொண்டுவந்தார் கருணாநிதி. சுடுகாட்டில் – இடுகாட்டில் பணியாற்றியோரை, ‘வெட்டியான்’ என்று சமூகத்தால் ஒதுக்கப்பட்டவர்களை அரசுப் பணிச் சட்டகத்துக்குள் கொண்டுவந்தார். எல்லாச் சமூகத்தினரும் இணைந்து வாழும் சமத்துவபுரங்களைக் கொண்டுவந்தார். தாழ்த்தப்பட்டோர், பிற்படுத்தப்பட்டோருக்குப் பட்டப்படிப்பு, முதுகலைப் பட்டம் வரை கட்டணம் ரத்துசெய்யப்பட்டது.

- நீதிக் கட்சித் தலைவர் பிட்டி. தியாகராயர் சென்னை மாநகர மேயராக இருந்த காலத்தில் கொண்டுவரப்பட்ட மதிய உணவுத் திட்டம் – காமராஜர் காலத்தில் விரிவுபடுத்தப்பட்டு, எம்ஜிஆர் காலத்தில் மேம்படுத்தப்பட்ட சத்துணவுத் திட்டமானது. மதிய உணவோடு வாரம் முழுவதும் முட்டைகள் அளிக்கும் திட்டத்தை கருணாநிதி கொண்டுவந்தார். தமிழகத்தில் கல்விச் சூழலை வெகுவாக மேம்படுத்திய புரட்சித் திட்டம் இது.

- மத்திய அரசிடம் குவிந்து கிடக்கும் அதிகாரங்களைப் பரவலாக்கி, மாநிலங்களின் அதிகாரத்தை உயர்த்தும் வகையில் அரசமைப்புச் சட்டத்தைத் திருத்தப் பரிந்துரைத்தது பி.வி. ராஜமன்னார் குழு. நாட்டிலேயே இப்படி ஒரு குழுவை ஒரு மாநில அரசு அமைத்தது இதுவே முதன்முறை. மாநிலங்களுக்குத் தனிக் கொடி வேண்டும் என்று கருணாநிதி தொடங்கிய போராட்டமே, பிற்பாடு சுதந்திர நாளன்று தலைமைச் செயலகத்தில் தேசியக் கொடியேற்றும்

உரிமையை மாநில முதல்வர்களுக்கு வாங்கித் தந்தது. மத்திய அரசு – மாநில அரசுப் பணியாளர்களுக்கு இடையேயான ஊதிய வேறுபாட்டையும் நீக்கினார்.

● நில உச்ச வரம்பை 15 ஸ்டாண்டர்டு ஏக்கர் வரையறைக்குக் கொண்டு வந்தார் கருணாநிதி. பெரும் நிலச் சீர்திருத்த நடவடிக்கை இது. விவசாயிகளுக்கு இலவச மின்சாரம் அளிக்கப்பட்டது. விவசாயிகளினுடைய உற்பத்தி விளை பொருட்கள் விற்பனைக்கு உழவர் சந்தைகள் திறக்கப்பட்டன. விவசாயிகளின் நலன் பேண ஒரே நேரத்தில் 40,433 விவசாயிகள் பயனடையும் வகையில் ரூ. 7,000 கோடி கூட்டுறவு விவசாயக் கடன் தள்ளுபடிசெய்யப்பட்டது. விவசாயத் தொழில் நலவாரியம் உட்பட 34 அமைப்பு சாரா தொழிலாளர் நல வாரியங்கள் உருவாக்கப்பட்டன. இந்தியாவிலேயே ஒரு புரட்சியாக, குடிசைகளிலும் நடைபாதைகளிலும் வாழ்ந்த மக்களுக்குக் குடிசை மாற்று வாரியம் கொண்டுவந்து குடியிருப்புகள் கட்டப்பட்டன. கை ரிக்‌ஷாக்களை ஒழித்தார் கருணாநிதி.

● பெண்கள் உயர்வுக்கும் மறுமலர்ச்சிக்கும் அடுக்கடுக்கான திட்டங்கள். ஈ.வெ.ரா.நாகம்மையார் நினைவு ஏழை மகளிர் இலவசப் பட்டப் படிப்புத் திட்டம். மூவலூர் இராமாமிர்தம் அம்மையார் திருமண உதவித் திட்டம். டாக்டர் முத்துலட்சுமி ரெட்டி மகப்பேறு நிதி உதவித் திட்டம். ஈ.வெ.ரா.மணியம்மையார் விதவைத் தாய்மார்களின் மகள் திருமண நிதி உதவித் திட்டம். அன்னை தெரசா ஆதரவற்ற பெண்களுக்கான திருமண நிதி உதவித் திட்டத்தின் கீழ் சாதி மறுப்புத் திருமணம் செய்துகொள்ளும் ஆதரவற்ற பெண்களுக்குத் தங்கம் வழங்கும் திட்டம். இப்படி ஒரு பெண்ணின் படிப்பில் தொடங்கி திருமணம், மகப்பேறு வரை துணை நின்றது அரசு. அரசுப் பணிகளில் பெண்கள் பங்கேற்பை அதிகரிக்கும் வகையில் 30% இடஒதுக்கீட்டை அவர்களுக்குக் கொண்டுவந்தார் கருணாநிதி. அதேபோல, அரசியலில் பெண்கள் பங்கேற்பை அதிகரிக்கவும் உள்ளாட்சியில் 33% இடஒதுக்கீட்டைக் கொண்டுவந்தார் கருணாநிதி. பின்னாளில் இதை 50% ஆக உயர்த்தினார் ஜெயலலிதா. அரவாணிகள் என்று அதுவரை குறிப்பிடப் பட்டவர்கள் மூன்றாம் பாலினத்தவராக அறிவிக்கப்பட்டதோடு, திருநங்கைகள் என்றழைக்கப்பட்டு, அவர்கள் நலனுக்காகத் தனி வாரியம் உருவாக்கப்பட்டது.

● தமிழைப் பயிற்றுமொழியாகக் கொண்டவர்களுக்குப் பணி நியமனங் களில் 20% அளிக்கும் சட்டம் நிறைவேற்றப்பட்டது. தமிழுக்குச் செம்மொழி அங்கீகாரம் பெறப்பட்டது. செம்மொழித் தமிழ் ஆய்வுக்காக சென்னையில் மத்திய நிறுவனம் கொண்டுவரப்பட்டது. தை முதல் நாளே தமிழ்ப் புத்தாண்டு என்று சட்டம் பிறப்பித்தார் கருணாநிதி.

இவை எல்லாவற்றைக் காட்டிலும் பெரும் சாதனை ஒன்று உண்டு. இந்த மண்ணின் உணர்வில் அழியா சக்தியாக திராவிடர் எனும் உணர்வை விதைத்தது. மண்ணுள்ள வரை விதைக்கப்பட்ட விதைகள் துளிர்த்துக் கொண்டே இருக்கும். பெருமரங்கள் விழுது பரப்பிப் புது மரங்கள் காடாகப் பெருகிக்கொண்டே இருக்கும்!

சட்டக் குறியீடுகள் காட்டும் அக்கறைகள்!

கே.சந்துரு
நீதித் துறை வல்லுநர்,
மேனாள் நீதிபதி,
சென்னை உயர் நீதிமன்றம்

மாணவர் பருவத்தில், 'சட்டம் சட்டம் ஏட்டிலே! வாட்டம் வாட்டம் நாட்டிலே!' என்று முழக்கம் எழுப்பி ஆர்ப்பாட்டங்கள் நடத்தியது உண்டு. இந்தியாவில் சுதந்திரத்திற்குப் பின்னர் நாடாளுமன்றத்தாலும் சட்டமன்றங்களாலும் நிறைவேற்றப்பட்ட சட்டங்கள் ஆயிரக்கணக்கில் உண்டு. அப்படி இயற்றப்படும் சட்டங்கள் நடைமுறையில் எந்த அளவுக்குப் பயன்பட்டன, அவற்றைச் செயல்படுத்தும் அதிகாரவர்க்கம் எந்த அளவுக்குச் சட்டங்களைச் செயல்படுத்த முற்பட்டன என்பதை ஆராய்ந்த பின்னரே, குறிப்பிட்ட சட்டத்தின் வெற்றி என்ன என்பதை உணர முடியும். அதே சமயத்தில், ஒரு சட்டம் என்பது, ஒரு அரசை அல்லது ஆட்சியாளரை மதிப்பிடும் குறியீடாகவும் கருதலாம்.

சுதந்திர இந்தியாவில், திராவிடக் கட்சிகள் சார்பில் கடந்த ஐம்பது ஆண்டுகளில் குறுகிய காலங்களில் பதவி வகித்த சில முதல்வர்களை ஒதுக்கி விட்டுப் பார்த்தோமானால் அண்ணா, கருணாநிதி, எம்ஜிஆர், ஜெயலலிதா நால்வரையும் முக்கியமானவர்களாகக் குறிப்பிடலாம். இவர்களில் நீண்ட கால முதல்வராகப் பணியாற்றியதோடு, முதல்வர் பதவியில் இல்லாத பெரும் பகுதி

> தொழிலாளர் உரிமை நாளான
> மே தினத்துக்குக் கட்டாய விடுமுறை அளிக்கும்
> சட்டத் திருத்தம் 1969-ல் கொண்டுவரப்பட்டது.
> இன்றும் இந்தியாவில் வேறெந்த மாநிலத்திலும்
> ஊதியத்துடன்கூடிய மே தின விடுமுறை
> கிடையாது!

காலங்களில் எதிர்க்கட்சித் தலைவராகவும் பணியாற்றியவர் கருணாநிதி. புதிய சட்டங்களைக் கொண்டுவருவதிலும், தங்களுக்கு உடன்பாடில்லாத சட்டங்களை எதிர்ப்பதிலும் பெரும் பங்காற்றியவர் அவர். திராவிடக் கட்சிகள் கொண்டுவந்த சட்டங்களை ஐந்து பிரிவுகளில் பகுத்து நாம் ஆராயலாம்: சமூக நீதி, பெண் உரிமை, தொழிலாளர் உரிமை, விவசாயிகள் நலன், இதரச் சட்டங்கள்!

சமூக நீதிச் சட்டங்கள்

திமுகவை ஆட்சிப் பொறுப்பில் அமர்த்தி அடுத்த இரண்டாண்டுகளில் அண்ணா மறைந்துவிட்டாலும், அந்தக் குறுகிய காலகட்டத்தில் சரித்திர முக்கியத்துவம் வாய்ந்த சில சட்டங்களை நிறைவேற்றி நல்ல தொடக்கத்தை அவர் கொடுத்துச் சென்றார்.

1955 இந்துத் திருமணச் சட்டப்படி, 'மணப் பெண்ணுக்கு மணமகன் தாலி கட்டியிருக்க வேண்டும் மற்றும் சமயச் சடங்குகளை நடத்தியிருக்க வேண்டும்'. அதுவே சட்டப்படியான திருமணம். ஆனால் தொடர்ந்து, 'திருமணம் என்பது வாழ்க்கை ஒப்பந்தம். அதில் சமயச் சடங்குகளைப் புகுத்துவது தவறு' என்று பொது மேடைகளில் பிரச்சாரம் நடத்திவந்த இயக்கம் திராவிட இயக்கம். திமுக 1968–ல் இந்துத் திருமணச் சட்டத்தில் புரட்சிகரமான ஒரு திருத்தத்தைக் கொண்டுவந்தது. அதன் விளைவாக, 'தாலி கட்டாத திருமணங்களும், சமயச் சடங்குகள் இல்லாத திருமணங்களும் சட்டப்படி செல்லும்' என்றானது. சீர்திருத்தத் திருமணங்களுக்கும், சுயமரியாதைத் திருமணங்களுக்கும் சட்ட அங்கீகாரம் கொடுத்ததோடு, திருமணம் எனும் பிணைப்பைச் சமயச் சார்பிலிருந்து விடுவித்த சட்டம் இது. இந்தியாவிலேயே இப்படிப்பட்ட ஒரு சட்டப் பிரிவு எந்த மாநிலத்திலும் இன்று வரை இல்லை.

1971–ல் இந்து அறநிலையத் துறைச் சட்டம் திருத்தப்பட்டு, 'எந்தச் சாதிப் பிரிவினராக இருப்பினும் அவர்கள் திருக்கோயில்களினுடைய வழிபாட்டு முறைகளை முறையாகக் கற்றுத் தேர்ந்திருப்பின், அவர்களை அர்ச்சகர்களாக நியமிப்பதற்குத் தடையில்லை' என்னும் சட்டத் திருத்தம் கொண்டுவரப்பட்டது. துரதிர்ஷ்வசமாக உச்ச நீதிமன்றம் அர்ச்சகர் நியமனத்தில் பரம்பரை

மத்திய அரசால் 2005-ல் தகவல் அறியும் உரிமைச் சட்டம் கொண்டுவரப்பட்டது. அதற்கு 8 ஆண்டுகளுக்கு முன்னரே தமிழ்நாட்டில் தகவல் அறியும் சட்டம் 1997-ல் கொண்டுவரப்பட்டது. சில ஓட்டைகள் இருந்தாலும் தகவல் அறிவதற்கான உரிமையைப் பிரகடனப்படுத்திய முதல் சட்டம் என்று இதைக் கூறலாம்.

உரிமையை ஆகமம் என்ற பெயரில் நிலைநாட்டி, 2015-ல் இந்தச் சட்டத் திருத்தத்தை ரத்துசெய்துவிட்டது.

கிராமங்களிலிருந்து ஒதுக்கி காலனிகளில் வைக்கப்பட்டிருந்த பட்டியலின மக்களின் தேவைகளுக்கு, அவர்களுக்கான வளர்ச்சித் திட்டங்களுக்கு அரசுக்கு நிலம் தேவைப்பட்டது. ஆனால், சிறிய அளவு நிலங்களைக்கூடக் கையகப் படுத்த முடியாமல் நீதிமன்றங்களில் வழக்குகள் தொடுக்கப்பட்டன. பட்டியலின மக்களுக்கு வீட்டு மனைகள் வழங்குதல், காலனிகளிலிருந்து பிரதான சாலை களுக்குச் செல்வதற்கு இணைப்புச் சாலைகள் அமைத்தல், அவர்களுடைய இடுகாடுகளை விரிவுபடுத்தல் இப்படியான திட்டங்கள்கூட நிலமில்லாமல் முடங்கிக் கிடந்தன. இவற்றையெல்லாம் களைவதற்காக 1978-ல் தமிழ்நாடு நிலம் கையகப்படுத்தும் (அரிஜன நலத் திட்டங்களுக்காக) சட்டம் நிறைவேற்றப் பட்டது. இடையில் நீதிமன்றத்தால் ரத்துசெய்யப்பட்டு, மேல் முறையீட்டில் மீண்டும் 1995-ல் உயிர்பெற்ற சட்டம் இது. விளைவாக, பட்டியலின மக்களுக்குத் தேவையான வசதிகள் செய்வதற்கான நிலங்கள் எளிதாகக் கையகப்படுத்தப் பட்டன. நிறைய மேம்பாட்டுப் பணிகள் நடந்தன.

நகர்ப்புறங்களில் குடிசைப் பகுதிகளில் வாழும் மக்களுக்குப் புதிய குடியிருப்பு களை அமைத்துத் தருவதற்கான வாரியம் அமைக்கும் சட்டம் 1971-ல் நிறைவேற்றப்பட்டது. அதுதான் தமிழ்நாடு குடிசைப் பகுதிகள் (முன்னேற்றம் & அகற்றும்) சட்டம். இதன் மூலம் பல்லாயிரக்கணக்கான மக்களுக்கு அடுக்குமாடிக் குடியிருப்புகள் கட்டித் தரப்பட்டன. கல்வி நிலையங்களிலும் பொதுச் சேவைகளிலும் கட்டாயமாக 69% இடங்கள் பட்டியலின மக்களுக்கும், தொல் குடியினருக்கும், பிற்படுத்தப்பட்ட மற்றும் மிகவும் பிற்படுத்தப்பட்ட வகுப்பினருக்கும் இடஒதுக்கீடு செய்யப்படுவது உறுதிசெய்யப்பட்டது!

பெண்ணுரிமைச் சட்டங்கள்

இந்துச் சமூகத்தில் வாரிசுரிமைப் பிரச்சினையில் எப்போதுமே பெண்கள் பாரபட்சமாகவே நடத்தப்பட்டுவந்தனர். 1956 இந்து வாரிசுரிமைச் சட்டத்திலும் பெண்களுக்கான வாரிசுரிமை ஓரளவுக்கே சமன் செய்யப்பட்டிருந்தது. இந்துக் கூட்டுக் குடும்பத்தின் சொத்துப் பிரச்சினைகளில் பெண்களுக்கான உரிமை

மறுக்கப்பட்டது. பெற்றோரின் சுயசம்பாத்தியத்தில் பெறப்பட்ட சொத்துகளில் சமபங்கு அளிக்கப்பட்டிருந்தாலும், இந்துக் கூட்டுக் குடும்பச் சொத்துகளில், மகன்களுக்கு இருக்கும் உரிமை அளிக்கப்படாததோடு, அவர்கள் அச்சொத்து வாரிசுரிமையில் புறக்கணிக்கப்பட்டே வந்தனர். இதைக் களையும் விதமாக 1989–ல் இந்து வாரிசுரிமைச் சட்டத்தில் திருத்தம் கொண்டுவரப்பட்டது. அதன் மூலம் இந்துக் கூட்டுக் குடும்பச் சொத்து என்றாலும், அதில் மகள்களுக்கும் மகன்களுக்குச் சமமான உரிமை கொண்டுவரப்பட்டது. இதற்குப் பின் 15 வருடங்களுக்குப் பிறகே 2005–ல் இந்து வாரிசுரிமைச் சட்டத்தைத் திருத்தி, பாலின வேறுபாடுகளைக் களைந்தது மத்திய அரசு.

மற்ற மாநிலங்களில் உள்ளாட்சிக்கான தேர்தல்களில் பெண்களுக்கு மூன்றில் ஒரு பங்கு இடங்கள் ஒதுக்கீடு செய்யப்பட்டிருக்கும் நிலையில், தமிழ்நாட்டில் 2016–ம் வருடம் உள்ளாட்சிகளுக்கான இடங்களில் 50% இடங்கள் ஒதுக்கப்பட்ட சட்டத் திருத்தம் கொண்டுவந்ததன் மூலம், இந்தப் பிரச்சினையில் இந்தியாவுக்கே வழிகாட்டியாக தமிழகம் மாறியது.

தொழிலாளர் உரிமைச் சட்டங்கள்

1967–ல் திமுக அரசு ஆட்சிக்கு வந்தவுடன் பல்வேறு தொழிலாளர் போராட்டங்களைச் சந்திக்க நேரிட்டது. சில இடங்களில் துப்பாக்கிச் சூடு நடத்தப்பட்டது. இதனால், தொழிலாளர் பிரச்சினைகளில் ஓரளவுக்குக் கவனம் செலுத்த முற்பட்டதோடு, சில குறிப்பிடத்தக்க தொழிலாளர் சட்டத் திருத்தங் களையும் கொண்டுவந்தனர். தொழிலாளர்கள் தியாகத்தை நினைவுகூரும் மே தினத்தைக் கொண்டாடும் வகையில், அன்றைக்குக் கட்டாய விடுமுறை அளிக்கும் சட்டத் திருத்தம் 1969–ல் நிறைவேற்றப்பட்டது. இன்றும் இந்தியாவில் வேறெந்த மாநிலத்திலும் ஊதியத்துடன்கூடிய மே தின விடுமுறை இல்லை.

முன்னதாக, தொழிலாளர்கள் தங்களது நிர்வாகத்தால் வேலைநீக்கம் செய்யப்படும்போது, அவர்கள் அப்பிரச்சினையைத் தொழிலாளர் நீதிமன்றங் களுக்கு எடுத்துச் செல்வதற்கு அரசாங்கத்தின் அனுமதி தேவைப்பட்டது. அரசோ பல பணி நீக்க வழக்குகளைத் தொழிலாளர் நீதிமன்றத்துக்கு அனுப்ப அனுமதி மறுக்கும். 1982–ல் ஆவின் தொழிலாளர்கள் 1,800 பேர் ஒரே நாளில் பணிநீக்கம் செய்யப்பட்டனர். அந்த வழக்கையும்கூடத் தொழிலாளர் நீதிமன்றத்தின் விசாரணைக்கு அனுமதிக்க அரசு மறுத்துவிட்டது. 1988–ல் தொழில்தகராறுச் சட்டத்தில் கொண்டுவரப்பட்ட திருத்தம், ஒரு தொழிலாளி வேலைநீக்கம் செய்யப்பட்டால், நேரடியாக தொழிலாளர் நீதிமன்றம் செல்வதற்கான உரிமைக்கு வழிவகுத்தது.

ஒரு தொழிலாளி வேலையை விட்டு தற்காலிகமாகப் பணிநீக்கம் செய்யப்பட்டால், அவருக்கு வாழ்க்கைப் படி வழங்குவது என்பது, முன்னதாக சம்பந்தப்பட்ட நிறுவனத்தின் விருப்பத்தின் அடிப்படையில் அமைந்திருந்தது. ஒரு சில நிறுவனங்களில் மட்டுமே பாதிச் சம்பளம் கொடுக்கும் வழக்கம் இருந்தது. 1981–ல் கொண்டுவரப்பட்ட தமிழ்நாடு (தற்காலிக வேலை

நீக்க வாழ்க்கைப்படி அளிக்கும்) சட்டம் இதற்கு முற்றுப்புள்ளி வைத்தது. 'தற்காலிகப் பணிநீக்கப்பட்ட தொழிலாளிக்கு முதல் 90 நாட்களுக்குள் 50% ஊதியம், 180 நாட்களுக்குள் 75% ஊதியம், 180 நாட்களுக்கு மிகைப்பட்டால் 100% ஊதியம் கொடுக்க வேண்டும்' என்று இந்தச் சட்டம் சொன்னது. தொழிலாளர்கள் அநியாயமாக தொடர்ச்சியாகத் தற்காலிகப் பணி நீக்கத்தில் வதைக்கப்படுவதை இது தடுத்து நிறுத்தியது. இத்தகைய சட்டப் பிரிவு மத்தியத் தொழிலாளர் சட்டப் பிரிவில்கூட இல்லை.

தொழிலாளர்களைத் தொடர்ந்து தற்காலிகப் பணியாளர்களாக வைத்துக் கொள்ளும் நடைமுறை பல தொழில் நிறுவனங்களில் கடைப்பிடிக்கப்பட்டது. தொழிலாளர்களுக்குப் பணி நிரந்தர வாய்ப்பைப் புறக்கணிப்பதோடு அவர்களைக் குறைந்த சம்பளத்தில் வைத்து நிறுவனங்கள் வதைக்கவும் இந்நிலை அவர்களுக்கு உதவியது. 1981–ல் கொண்டுவரப்பட்ட தமிழ்நாடு தொழில் நிறுவனங்களுக்கான (தொழிலாளருக்கு நிரந்தரப் பணி அளிக்கும்) சட்டம், 'ஒரு தொழில் நிறுவனத்தில் 480 நாட்கள் தொடர்ச்சியாகப் பணியாற்றும் ஒரு தொழிலாளி, தானாகவே நிரந்தரமாக்கப்படுவார்' என்று சொன்னது. இத்தகைய சட்டம் இன்று வேறெந்த மாநிலத்திலும் நடைமுறையில் இல்லை. அதேபோல் அமைப்புரீதியாகத் திரட்டப்படாத தொழிலாளர்களுக்கான நல வாரியங்களை அமைக்கும் 'உடல் உழைக்கும் தொழிலாளர்கள் சட்டத் திருத்தம்' 1982–ல் கொண்டுவரப்பட்டது.

நிலச் சீர்திருத்தச் சட்டங்கள்

கீழ்வெண்மணியில் 1968–ல் பட்டியலின மக்கள் 44 பேர் தீயிட்டுக் கொல்லப்பட்டது கொடூரச் சம்பவம். இதைத் தொடர்ந்து அன்றைய முதல்வர் அண்ணா ஓய்வுபெற்ற நீதிபதி கணபதியா பிள்ளை தலைமையில் ஒரு விசாரணை ஆணையத்தை அமைத்தார். "வெண்மணி உள்ளிட்ட கிழக்குத் தஞ்சை மாவட்டத்திலுள்ள விவசாயத் தொழிலாளர்களுக்கு நியாயமான கூலி நிர்ணயத்துக்கு அரசு முயல வேண்டும்" என்று அவர் கொடுத்த பரிந்துரையின் விளைவாக 1969–ல் 'தமிழ்நாடு விவசாயத் தொழிலாளர்கள் நியாயமான கூலிச் சட்டம்' நிறைவேற்றப்பட்டது. இதன் பின்னர் கிழக்குத் தஞ்சை மாவட்டத்திலுள்ள விவசாயத் தொழிலாளர்களுக்கு மற்ற மாவட்டங்களிலுள்ள தொழிலாளர்களைவிட அதிகமான கூலி நிர்ணயம் செய்யப்பட்டதோடு, பண்ணையாள் முறையும் ஒழிக்கப்பட்டது.

காங்கிரஸ் ஆட்சிக்கு ஆதரவளித்ததில் பெரும் தொழிலதிபர்களும், பண்ணையார்களும் கணிசமான பங்கு வகித்தனர். நிலச் சீர்திருத்தம் குறித்துப் பேசிவந்தாலும், அதற்காக காங்கிரஸ் அரசானது எதையும் செய்யவில்லை. கடுமையான போராட்டங்களின் விளைவாக 1961–ல் தமிழ்நாடு நிலச் சீர்திருத்த (உச்சவரம்பு நிர்ணயம்) சட்டம்' கொண்டுவரப்பட்டது. ஒரு தனி நபருக்கான நில உச்சவரம்பாக 30 ஸ்டாண்டர்டு ஏக்கர் நிலம் நிர்ணயிக்கப்பட்டது. ஆனால், பயன் இல்லை. 1970–ல் திமுக அரசு மிகுந்த துணிச்சலோடு உச்சவரம்பிற்கான அளவை 15 ஸ்டாண்டர்டு ஏக்கராகக் குறைத்தது. இதன்

மூலம் கணிசமான நிலங்கள் கையகப்படுத்தப்பட்டு, விவசாயத் தொழிலாளர்களுக்கும், சிறு விவசாயிகளுக்கும் பகிர்ந்தளிக்கப்பட்டது.

முன்னோடிச் சட்டங்கள்

2002–ல் அனைவருக்கும் கட்டாயக் கல்வி என்பதை அடிப்படை உரிமையாக்கி, அரசமைப்புச் சட்டத்தில் திருத்தம் கொண்டுவரப்பட்டது. ஆனால், 1994–லேயே தமிழ்நாடு கட்டாய (ஆரம்பக் கல்வி) சட்டம், 1994–ல் கொண்டுவரப்பட்டது.

இன்றைக்கு லோக்பால், லோக் ஆயுக்தா சட்டங்களை நடைமுறைப்படுத்த வேண்டும் என்று கோரிக்கைகள் வலியுறுத்தப்படுகின்றன. ஆனால், 1973–ம் ஆண்டிலேயே தமிழ்நாடு பொது ஊழியர் (குற்ற ஒழுங்கீனங்கள்) சட்டம் உருவாக்கப்பட்டது. இச்சட்டத்தின் கீழ் முதல்வர் மற்றும் இதர அமைச்சர்கள் மீதுகூட யார் வேண்டுமானாலும் புகார் கூறலாம். அப்புகார்களை ஓய்வு பெற்ற நீதிபதி ஒருவர் விசாரித்துக் குற்றவாளிகளுக்குச் சிறைத் தண்டனை வழங்கலாம். மத்திய அரசால் 2005–ல் தகவல் அறியும் உரிமைச் சட்டம் கொண்டுவரப்பட்டது. அதற்கு 8 ஆண்டுகளுக்கு முன்னரே தமிழ்நாட்டில் தகவல் அறியும் சட்டம் 1997–ல் கொண்டுவரப்பட்டது. சில ஓட்டைகள் இருந்தாலும் தகவல் அறிவதற்கான உரிமையைப் பிரகடனப்படுத்திய முதல் சட்டம் என்று இதைக் கூறலாம்.

இப்படியான சட்டங்களை நிறைவேற்றிய திராவிடக் கட்சிகள் நல்ல சட்டங்களை மட்டுமே நிறைவேற்றவில்லை; சில கறுப்புச் சட்டங்களையும், மக்கள் விரோதச் சட்டங்களையும்கூட நிறைவேற்றின, செயல்படுத்தின. மேலே குறிப்பிட்ட இச்சட்டங்களெல்லாம் ஒரு அடையாளக் குறியீடுகள். சட்ட முயற்சிகளின் வழி கடந்த அரை நூற்றாண்டு திராவிடக் கட்சிகளின் நோக்கங்களையும் அக்கறைகளையும் அறிய இக்குறியீடுகள் உதவும்!

○

அரிசியல்!

ஜெ.ஜெயரஞ்சன்
பொருளாதார
ஆய்வறிஞர்.

இந்தியா விடுதலை பெற்றபோதும், அதற்குப் பிந்தைய அரை நூற்றாண்டு வரையிலும்கூட வேளாண் சமூகமாகவே நாடு நீடித்தது. தமிழகமும் இதற்கு விதிவிலக்கல்ல. ஏனைய மாநிலங்களைப் போலவே தமிழகத்தின் வேளாண் அமைப்பும் சாதிய அமைப்பை ஒத்ததாகவே கட்டமைக்கப் பட்டிருந்தது. நிலவுடைமை மிகப் பெரும்பான்மையான அளவில் எண்ணிக்கையில் குறைவான மேல் சாதியினரிடம் குவிந்திருந்தது. மாறாக, எண்ணிக்கையில் பெரும்பான்மையான நடுத்தர, ஒடுக்கப்பட்ட மக்கள் நிலமற்ற கூலிகளாகவும் குத்தகைதாரர்களாகவும் இருந்தனர். எனினும், நிலவுடைமையாளர்கள் ஒரு மாயக் கட்டுக்குள் ஏனையோரை வைத்திருந்தனர். அந்த மாயக் கட்டின் மையப் புள்ளியாக உணவு இருந்தது.

திராவிட இயக்கமும் ஐம்பதாண்டு திராவிடக் கட்சிகளின் ஆட்சியும் என்ன செய்தது என்று கேட்பவர்களுக்கான முதல் பதில் இதுதான்: பசியிலிருந்து மக்களை விடுவித்தது! உணவு விடுதலையின் வாயிலாக சமூக விடுதலையைத் தந்தது!

உணவு எப்படி மக்களைக் கட்டிப்போட்டிருந்தது என்பதை உணர, அரை நூற்றாண்டுக்கு முந்தைய தமிழகத்தின் வேளாண் சூழலை நினைவுகூர்வது அவசியம். அப்போதெல்லாம் தமிழகத்தில் நீர்ப்பிடிப்பு மிக்க வெகுசில இடங்களில் மட்டுமே இரு போகச் சாகுபடி நடந்தது. ஏனைய பகுதிகளில் ஒரு போகச் சாகுபடியே பெரிய சவால்தான்!

வருடம் முழுவதும் வேலை என்பது கிராமத்தில் சாத்தியமே இல்லாதது. இரு போக நெல் சாகுபடி நடைபெற்ற பகுதியிலேயேகூட 120-150 நாட்கள் மட்டுமே வேலை கிடைக்கும். இந்த நாட்களில் கிடைக்கும் சொற்பக் கூலியைக் கொண்டு வருடம் முழுவதற்குமான வயிற்றுப்பாட்டைப் பார்த்துக்கொள்ள வேண்டும். எப்படிச் சாத்தியம்?

சாப்பிடுவதற்கே உடைமைகளை அடகு வைப்பது ஒரு வழக்கமாக இருந்தது. உடைமைகளும் சொற்பம்தானே! அடுத்த கட்டமாக வட்டிக்கு நெல் வாங்கும் வழக்கம் இருந்தது. வாங்கும் நெல்லை வட்டியுடன் (நெல்) அடுத்த அறுவடையில் திரும்பச் செலுத்த வேண்டும். அதுவும் தீர்ந்த பின், இருந்த ஒரே வழி நில உடைமையாளர்களிடம் போய்க் கெஞ்சி நிற்பதுதான். நில உடைமையாளர்களிடம் 'சோற்று நெல்' வேண்டும் என்று வீதியில் விவசாயத் தொழிலாளர்கள் மன்றாடி நிற்பது அன்றைக்கு அன்றாடக் காட்சி. இது தவிர, இயற்கைச் சீற்றம் உண்டாக்கும் பட்டினியும் பட்டினிச் சாவுகளும். இப்படி எல்லாம் சோற்றுக்கு மக்கள் அலைந்த காலத்தில் அவர்களது சுதந்திரமும் சுயமரியாதையும் என்ன கதியில் இருந்திருக்கும் என்பதை யோசிக்க வேண்டும்.

அப்படியே சம காலத்துக்கு வாருங்கள். தமிழகத்தில் இன்று இந்தச் சூழல் உண்டா? திராவிட இயக்கமும் ஐம்பதாண்டு திராவிடக் கட்சிகளின் ஆட்சியும் என்ன செய்தது என்று கேட்பவர்களுக்கான முதல் பதில் இதுதான்: பசியிலிருந்து மக்களை விடுவித்தது! உணவு விடுதலையின் வாயிலாகச் சமூக விடுதலையைத் தந்தது!

இந்தியாவில் பொது விநியோகத் திட்டத்துக்கான விதை ஆங்கிலேயர்கள் காலத்திலேயே ஊன்றப்பட்டது என்றாலும், அது பெருமளவில் விரிவாக்கப் பட்டது சுதந்திரத்துக்குப் பிறகுதான். 1960-களில் உணவுப் பற்றாக்குறை பெரும் சவாலானபோது, பொது விநியோகத் திட்டம் மேலும் விரிவாக்கப்பட்டது. வேளாண் உற்பத்தியைப் பெருக்குவதிலும் அரசின் கவனம் சென்றது. வீரிய ஒட்டுரக விதைகள், உரங்கள், கடன் வழங்க கூட்டுறவுச் சங்கங்கள், விலையை

திராவிடக் கட்சிகளின் அரிசி அரசியல் என்பது வெறும் ஓட்டு அரசியல் அல்ல; அதன் பின் ஆழமான அக்கறை இருக்கிறது, தமிழகம் மனிதவளக் குறியீடுகளில் உயர்ந்து நிற்பதற்கான அடித்தளம் இருக்கிறது, ஒரு பெரும் புரட்சி இருக்கிறது!

முன்கூட்டியே நிர்ணயிக்க விவசாய விலை நிர்ணயக் குழு, விளைந்த பொருளை நிர்ணயித்த விலையில் கொள்முதல் செய்து இருப்பு வைக்க இந்திய உணவுக் கழகம் எனப் பல்வேறு அமைப்புகளும் உருவாக்கப்பட்டு, மக்களைப் பசியிலிருந்து காக்கும் செயல்திட்டம் முடுக்கிவிடப்பட்டது. நினைவில் கொள்ள வேண்டிய விஷயம், இது மத்திய – மாநில அரசுகளின் கூட்டுச் செயல் பாடாகவே அமைந்தது என்பதாகும்.

சரி, இப்போது ஒரு கேள்வியைக் கேட்டுக்கொள்வோம். மத்திய அரசால் கொண்டுவரப்பட்டு எல்லா மாநில அரசுகளும் பங்கேற்ற பொது விநியோகத் திட்டத்துக்காகத் தமிழகத்தை மட்டும் அனைத்து முன்னணிப் பொருளாதார நிபுணர்களும் ஏன் புகழ்கிறார்கள்? தமிழகத்தை ஆண்ட திராவிடக் கட்சியினர் அப்படி எதை இதில் சாதித்தனர்?

ஏனைய மாநிலங்களைப் போல அல்லாமல், பசியிலிருந்து மக்களை விடுவிப்ப தானது சமூக விடுதலையின் ஒரு பகுதி என்பதைத் திராவிடக் கட்சி யினர் பரிபூரணமாக உணர்ந்திருந்தார்கள். உண்மையான அக்கறையோடு இந்த விஷயத்தை அணுகினார்கள். 1967-ல் 'ஒரு ரூபாய்க்கு மூன்று படி அரிசி' எனும் தேர்தல் வாக்குறுதியோடு மக்களைச் சந்தித்தவர்கள் 2017-ல் அந்த ஒரு ரூபாயையும் பெறாமல் குடும்பத்துக்கு 20 கிலோ அரிசியை வழங்குகிறார்கள் என்றால், இந்தச் சாதனைக்குப் பின்னுள்ள அக்கறையை எவர் புறக்கணிக்க முடியும்!

உணவு விடுதலைக்காக திமுக, அதிமுக இரு கட்சிகளும் கடந்த ஐம்பதாண்டுகளில் ஆற்றியிருக்கும் பணி இந்திய அளவில் மகத்தானது. ஒரு பெரிய ஆய்வுக்குரிய இத்தளத்தில் இரு கட்சிகளும் மேற்கொண்ட நான்கு முக்கியமான நடவடிக்கைகளை மட்டும் இங்கே பார்ப்போம்.

1. இந்திய உணவுக் கழகத்துக்கு இணையாகத் தமிழக நுகர்பொருள் வாணிபக் கழகத்தை உருவாக்கி வளர்த்தெடுத்தது முதல் புரட்சிகர நட வடிக்கை. பசுமைப் புரட்சிக் கூட்டுத் திட்டத்தின் கீழ் தொடங்கப்பட்ட இந்திய உணவுக் கழகமானது, நெல்லைக் கொள்முதல் செய்து இருப்பு வைத்த பின், மத்திய அரசின் ஆணைக்கேற்ப மாநிலங்களுக்கு விநியோகித்துவந்தது. இங்கே ஆட்சியில் இருந்த திமுகவுக்கும் டெல்லியில் ஆட்சியில் இருந்த காங்கிரஸுக்கும் ஏற்பட்ட உராய்வின் விளைவாக, வறட்சியின்போது கூடுதல் நெல் கேட்ட தமிழகத்தின் குரலைப் புறக்கணித்தது காங்கிரஸ் அரசு. அப்போது

கருணாநிதியால் தோற்றுவிக்கப்பட்டதே தமிழ்நாடு நுகர்பொருள் வாணிபக் கழகம். இக்கழகம் தமிழகத்தில் அறுவடைக் காலங்களில் தானியங்களைக் கொள்முதல் செய்து இருப்பு வைக்கத் தொடங்கியதால், உணவு வழங்கலில் டெல்லியின் பிடி தளர்ந்தது. இப்போது தேசிய அளவில் மாநிலங்களுக்கு தானிய ஒதுக்கீடு செய்யப்படுவதால், தமிழ்நாடு நுகர்பொருள் வாணிபக் கழகம் இந்திய உணவுக் கழகத்தின் முகவராகச் செயல்படுகிறது. என்றாலும், தமிழக நிறுவனத்திடம் தேவையான அனைத்து வசதிகளும் உண்டு, கிட்டங்கி வசதி உட்பட. எதையும் சமாளிக்க முடியும்.

2. பொது விநியோகக் கடைகளின் எண்ணிக்கை அதிகரிக்கப்பட்டு, செயல்பாடுகள் செம்மைப்படுத்தப்பட்டது இரண்டாவது முக்கியமான நடவடிக்கை. 1977-ல் ஆட்சிக்கு வந்த அதிமுக, பொது விநியோகத் திட்டத்தின் மீது தனிக் கவனம் செலுத்தியது. இத்தனை அட்டைகளுக்கு ஒரு கடை என வரையறுத்துக் கடைகளின் எண்ணிக்கையை வெகுவாக அதிகரித்தார் எம்ஜிஆர். அதுபோல, போதிய விளைச்சல் இல்லாததால் மாநில உற்பத்தியை மட்டும் கொண்டு தேவையைப் பூர்த்திசெய்ய முடியாத சூழல் ஏற்பட்டபோது, பக்கத்து மாநிலங்களில் வெளிச்சந்தையில் அரிசியைக் கொள்முதல் செய்து பொது விநியோகத் திட்டத்தின் வழி விநியோகிக்கும் நடைமுறையை உருவாக்கினார். விளைவாக, மக்களில் பெரும் பகுதியினர் பொது விநியோகத் திட்டத்தைப் பயன்படுத்திக்கொள்ளும் சூழல் உருவானது.

3. தேர்தலில் திமுகவின் தேர்தல் வாக்குறுதியாக அறிவிக்கப்பட்டு, 1996-ல் கருணாநிதியால் கொண்டுவரப்பட்டது ரூ.2-க்கு ஒரு கிலோ அரிசி வழங்கும் திட்டம். ரூ.40 செலவில் ஒரு குடும்பம் தனது உணவுத் தேவையின் பெரும் பகுதியைப் பூர்த்திசெய்துகொள்ளும் வகையில் கொண்டுவரப்பட்ட இத்திட்டம், உணவு சார்ந்த உற்பத்தி உறவுகளையே புரட்டிப்போட்டது. ஆண்டைகளை நம்பித் தொழிலாளர்கள் வயிறு வளர்க்க வேண்டியிருந்த காலம் மலையேறியது. உழைக்கும் மக்களின் புதிய விடுதலையால் அவர்கள் பல்வேறு புதிய பணிகளில் ஈடுபடும் சூழல் உருவானது. தமிழகத்தின் கிராமப்புறப் பொருளாதாரம் மாறியது.

4. 2011-ல் இலவச அரிசித் திட்டத்தை அறிவித்தார் ஜெயலலிதா. அதாவது, அதுவரையில் ரூ.20-க்கு 20 கிலோ அரிசி வழங்கிவரப்பட்ட நிலை மாறி, அரிசி முற்றிலும் இலவசம் என்றானது. பசியால் ஒருவர் சாகும் அவலம் தமிழகத்தில் இல்லை என்ற சூழல் உருவாக்கப்பட்டது. உணவு என்பது நிலவுடைமையாளர்களிடமிருந்து பெறுவது என்றிருந்த நிலை மாற்றப்பட்டு இன்று அது அரசின் கடமை என்றானது.

ஆக, திராவிடக் கட்சிகளின் அரிசி அரசியல் என்பது ஏதோ வெறும் ஓட்டு அரசியல் அல்ல; அதன் பின் ஆழமான அக்கறை இருக்கிறது, அதன் விளைவுகளில் சமூக விடுதலை இருக்கிறது, தமிழகம் மனிதவளக் குறியீடு களில் உயர்ந்து நிற்பதற்கான அடித்தளம் இருக்கிறது, ஒரு பெரும் புரட்சி இருக்கிறது!

தெற்கிலிருந்து ஒரு சூரியன்

சமூகநலத் திட்டங்களின் முன்னோடி!

வெ.சந்திரமோகன்
பத்திரிகையாளர்,
முதுநிலை உதவி ஆசிரியர்,
'இந்து தமிழ்' நாளிதழ்

இந்தியாவில், சமூகநலத் திட்டங்களின் முன்னோடி என்று தமிழகத்தைத்தான் சொல்ல முடியும். இன்று "தமிழகத்தின் பொருளாதார வளர்ச்சிக்கு அதன் சமூகநலத் திட்டங்களும் ஒரு முக்கியமான காரணம்" என்பதை நோபல் பரிசு வென்ற அமர்த்திய சென் போன்ற பொருளாதார நிபுணர்களே மெச்சும் நிலையில், தேசிய ஆட்சிகள் தாம் ஆளும் மாநிலங்களிலும் இத்திட்டங்களைக் கையில் எடுக்க ஆரம்பித்திருக்கும் நிலையில்... இவை அதற்குரிய முக்கியத்துவத்துடன் பார்க்கப்படுகின்றன. ஆனால், தமிழகத்தில் திராவிடக் கட்சிகள் ஐம்பதாண்டுகளாக இவற்றை முன்னெடுத்தபோது 'இலவச அரசியல்', 'வெகுஜன அரசியல்' என்று பெரிதும் சாடப்பட்டன. அரிசியில் தொடங்கி கால்நடைகள் வரை நீளும் திராவிடக் கட்சிகளின் சமூகநலத் திட்டங்கள் ஏராளமானவை. மிக முக்கியமான ஆறு திட்டங்களைப் பார்க்கலாம்.

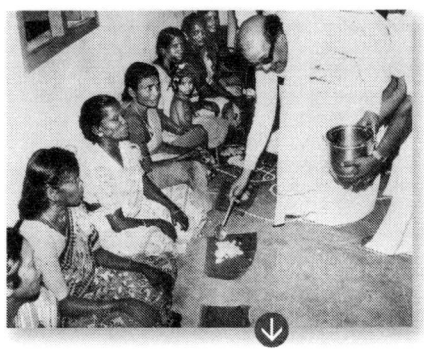

வயிற்றுக்கு வஞ்சம் இல்லை!

தமிழகத்தில் நியாயவிலைக் கடைகள் ஒவ்வொரு குடும்பத்துக்கும் தலா 20 கிலோ இலவச அரிசி வழங்கப்பட்டுவந்தது. இன்றைக்கு ஒருவருக்கு 5 கிலோ வீதம் இலவச அரிசி வழங்கப்படுகிறது. குடும்பத்தில் 10 பேர் இருந்தால் 50 கிலோ வழங்கப்படுகிறது. தமிழக அரசின் அனைவருக்குமான பொது விநியோகத் திட்டத்துடன் மத்திய அரசின் உணவுப் பாதுகாப்புச் சட்டமும் இணைக்கப்பட்டிருப்பது குறிப்பிடத்தக்கது.

கல்விக்கு மரியாதை!

காமராஜர் கொண்டுவந்த மதிய உணவுத் திட்டத்தை எம்ஜிஆர் சத்துணவுத் திட்டமாக மேம்படுத்தினார். கூடவே சீருடைகள், காலணிகளையும் வழங்கினார். கருணாநிதி மாணவர்கள் பள்ளி செல்ல பஸ் பாஸ் அளிக்கும் திட்டத்தைக் கொண்டுவந்தார். சத்துணவோடு முட்டைகள் வழங்கும் முறையையும் கொண்டுவந்தார். ஜெயலலிதா மாணவர்களுக்கு இலவச சைக்கிள் வழங்கும் திட்டத்தையும் மடிக்கணினியை வழங்கும் திட்டத்தையும் கொண்டுவந்தார். ஆக, தொடக்கக் கல்விச் சுமை ஏழைகளிடமிருந்து விடுவிக்கப்பட்டது.

விவசாயிகளுக்கு மின்சாரம்!

1971-ல் நில உச்சவரம்புச் சட்டத்தைக் கொண்டுவந்த கருணாநிதி, ஏராளமான நிலமற்ற விவசாயிகளுக்கு நிலம் கிடைக்க வழிவகுத்தார். தொடர்ந்து விவசாயிகளுக்கு இலவச மின்சாரம் வழங்கும் திட்டத்தை 1989-ல் கொண்டுவந்தார். அதேபோல, குடிசை வீடுகளுக்கு இலவச மின்சாரம் அளிக்கும் திட்டத்தையும் கொண்டுவந்தார். 10 லட்சம் குடிசை வீடுகளுக்கு இன்று இலவச மின்சாரம் வழங்கப்படுகிறது. இவர்களிலும் பெரும்பாலானோர் விவசாயக் கூலித் தொழிலாளர்கள்தான். இதேபோல, நெசவாளர்களுக்கும் இலவச மின்சாரம் வழங்கும் திட்டத்தையும் அவர் அறிமுகப்படுத்தினார். 2006-ல் ஆட்சிக்கு வந்தபோது, நிலமற்ற விவசாயிகளுக்கு இரண்டு ஏக்கர் நிலம் அளிக்கும் திட்டத்தைக் கொண்டுவந்தார்!

கவின்மிகு காட்சி!

கருணாநிதி கொண்டுவந்த இலவசத் திட்டங்களில் மிக முக்கியமானது வண்ணத் தொலைக்காட்சிப் பெட்டி வழங்கும் திட்டம். 2006–ல் நடந்த சட்டமன்றத் தேர்தலின்போது, இலவச வண்ணத் தொலைக்காட்சிப் பெட்டி வழங்கப்படும் என்று கருணாநிதி அறிவித்தபோது, பலருக்கு ஆச்சரியம். ஏராளமான விமர்சனம். ஆனால், தேர்தலில் திமுக வென்று ஆட்சிக்கு வந்த பிறகு, இந்தத் திட்டம் வெற்றிகரமாக நிறைவேற்றப்பட்டது. ரூ.3,742 கோடியில் கிட்டத்தட்ட 2 கோடிக் குடும்பங்களுக்கு வண்ணத் தொலைக்காட்சிப் பெட்டிகள் வழங்கப்பட்டன. "ஏழைகள் தொலைக்காட்சி பார்க்க இன்னும் எவ்வளவு காலம் காத்திருக்க வேண்டும்? கேளிக்கை நிகழ்ச்சிகள் மட்டும் அல்லாது, செய்திகளையும் அறிவுசார் நிகழ்ச்சிகளையும் ஏழைகள் பார்க்க மாட்டார்கள் என்று யார் சொன்னது?" என்று கேட்டார் கருணாநிதி. 2011 தேர்தலின்போது 'இலவச' எனும் வார்த்தைக்குப் பதிலாக 'விலையில்லா' எனும் வார்த்தையுடன் 'மிக்ஸி, கிரைண்டர், மின்விசிறி வழங்கப்படும்' என்ற அறிவிப்பை வெளியிட்டார் ஜெயலலிதா. ஜெயித்தார். செய்தார். குடிசைகளுக்கு உள்ளேயும் மிக்ஸி, கிரைண்டர்கள் நுழைந்தன.

அரசு மகள்!

திமுக, அதிமுக இரண்டுமே பெண்கள் நலனில் போட்டி போட்டுக்கொண்டு அக்கறை காட்டின. மூவலூர் ராமாமிருதம் பெயரிலான ஏழை திருமண உதவித் தொகைத் திட்டத்தை 1989–ல் கொண்டுவந்தார் கருணாநிதி. பட்டம் படித்த ஒரு ஏழை இளம்பெண்ணின் திருமணத்துக்கு இன்று அரை பவுன் தங்கத் தாலி, ரூ.50,000 நிதியுதவியை வழங்குகிறது தமிழக அரசு. இதேபோல, முத்துலட்சுமி ரெட்டி பெயரிலான கருவுற்ற பெண்களுக்கு உதவும் திட்டத்தின் கீழ், அவர்கள் ஊட்டச்சத்து மிக்க உணவை எடுத்துக்கொள்வதற்காகவும் உடல்நலனை மேம்படுத்திக்கொள்வதற்காகவும் ரூ.12,000 நிதியுதவி அளிக்கிறது. பெண் சிசுக் கொலைகளைத் தடுப்பதற்காக 1992–ல் நாட்டிலேயே முதல் முறையாக 'தொட்டில் குழந்தை' திட்டத்தை ஜெயலலிதா தொடக்கிவைத்தார். பெற்றோர் வளர்க்க மறுக்கும் பெண் குழந்தைகளை அரசே தன் சொந்தப் பொறுப்பேற்று வளர்க்கும் திட்டம் இது. 2015–ல் பிறந்த குழந்தைகளுக்கு 16 பொருட்கள் அடங்கிய பரிசுப் பெட்டகம் வழங்கும் திட்டத்தையும் ஜெயலலிதா தொடங்கிவைத்தார். பணிபுரியும் பெண்களுக்கு மகப்பேறு விடுமுறையையும் 9 மாத காலமாக்கினார்.

கால்நடைச் செல்வம்!

இந்தியாவில் விவசாயிகளுக்கான சார்பு மற்றும் மாற்றுப் பொருளாதாரங் களில் ஒன்று கால்நடை வளர்ப்பு என்றாலும், அதை இவ்வளவு தீவிரமாக அணுகிய மாநிலம் இல்லை என்றுதான் சொல்ல வேண்டும். நிலமற்ற ஏழை விவசாயக் குடும்பங்களுக்கு உதவும் வகையில், கிராமப்புறப் பெண்களுக்குக் கால்நடைகள் வழங்கும் திட்டத்தை ஜெயலலிதா 2011–ல் கொண்டுவந்தார். ஆடுகள் என்றால், ஒரு கிடா மற்றும் மூன்று பெட்டை ஆடுகள்; மாடு என்றால், ஒரு கறவைப் பசு என்று வழங்கப்பட்டது. முதல் ஐந்தாண்டுகளில் மட்டும் 7.8 லட்சம் பெண்களுக்குக் கால்நடைகள் வழங்கப்பட்டன! இப்படி ஒரு திட்டம் எங்கும் கிடையாது!

மூன்றாம் இடம் முதலிடமாகும் கதை!

சுபகுணராஜன்
வரலாற்று ஆய்வாளர்,
முன்னாள்
கலால் துறை
அதிகாரி

தமிழ்நாட்டில் திராவிடக் கட்சிகள் தொழில் துறை வளர்ச்சிக்கு என்ன செய்தன என்று கேட்பவர்களுக்கு, தமிழ்நாட்டில் அந்நாள் காங்கிரஸ் தலைவர்களில் ஒருவரும் மத்திய உணவு அமைச்சராகவும் இருந்த சி.சுப்பிரமணியனின் சுயசரிதையைப் பரிந்துரைக்கும் பழக்கம் எனக்கு உண்டு. வெறும் இந்தி ஆதிக்க எதிர்ப்புப் போராட்டம் மட்டுமே 1967–ல் காங்கிரஸை வீழ்த்தி திமுகவை ஆட்சிக்குக் கொண்டுவரவில்லை; வேலை வாய்ப்பின்மைக்கும் பஞ்சத்துக்கும் பசி பட்டினிக்கும் அதில் ஒரு முக்கியமான பங்குண்டு என்பதை அந்தப் புத்தகத்தைப் படிப்பவர்கள் உணர்ந்து கொள்வார்கள்!

> நவீன இந்தியாவின் பொருளாதாரம்
> என்பது குஜராத்திகளின் பொருளாதாரம்.
> குஜராத், மகாராஷ்டிரம் இந்த இரு மாநிலங்களே
> இந்தியாவின் தொழில் துறையைக்
> கையில் வைத்திருக்கின்றன!

பண்டைய தமிழகத்தின் வணிகப் பெருமைகளுடன் நவீனத் தமிழகத்தை ஒப்பிட முடியாது. நவீன இந்தியாவின் பொருளாதாரம் என்பது குஜராத்திகளின் பொருளாதாரம். குஜராத்திகள் குஜராத்திலும் பின்னர் மகாராஷ்டிரத்திலும் தங்களை நிலைநிறுத்திக்கொண்டதால், இந்த இரு மாநிலங்களே இந்தியாவின் தொழில் துறையைக் கையில் வைத்திருக்கின்றன. ஒரு ரிலையன்ஸுடன் அம்பானியுடன் ஒப்பிட்டால் தமிழ்நாட்டின் மிகப் பெரிய பல நிறுவனங்களை ஒன்றுசேர்த்தால்கூட அது சுண்டைக்காய்க்குச் சமானம்தான். சுதந்திரத்துக்குப் பின் வட இந்தியாவுக்கே வளர்ச்சித் திட்டங்களில் முன்னுரிமை அளிக்கப்பட்டது. திராவிட நாடு முழக்கம், பின்னாளில் மாநில சுயாட்சி என்று அண்ணா போர் முழக்கமிட முக்கியமான காரணங்களில் ஒன்றாக இருந்தது தமிழகம் வஞ்சிக்கப்பட்டதுதான். இப்படிப்பட்ட பின்னணியில் 50 ஆண்டுகளில் குஜராத், மகாராஷ்டிரத்துக்கு அடுத்த நிலையில் – இங்கே தொழில் துறை வளர்ந் திருப்பதே ஒரு சாதனை!

தமிழ்நாட்டு வணிகச் சமூகங்கள் என்று எடுத்துக்கொண்டால் குறிப்பிடத் தக்க வரலாற்று நீட்சியைக் கொண்ட ஒரே வணிகச் சமூகமாக நாட்டுக்கோட்டை செட்டியார் சமூகம் இருந்தது. அவர்களது பிரதான வணிகம் முத்து, பிற்காலத்தில் வட்டித்தொழில் என்றானது. காரைக்குடியைத் தலைமையிடமாகக் கொண்டு மட்டும் சுமார் 1,500-க்கும் மேற்பட்ட வட்டி நிறுவனங்கள் நடந்த காலம் உண்டு. இரண்டாம் உலகப்போரின்போது பர்மா, மலேசியாவில் செல்வத்தையும் பல லட்சம் ஏக்கர் நிலங்களையும் இழந்த பின் அவர்களும் முடங்கினார்கள். சுதந்திரத்துக்குப் பிறகு தொழில் முதலீட்டின் பக்கம் அவர்கள் வந்தார்கள் என்றாலும், முருகப்பா குழுமம், எம்.ஏ.எம். குழுமம் போன்ற சில குழுமங்களைத் தாண்டி அவர்கள் மேலே செல்லவில்லை. இவை நீங்கலாக வேறு எந்தச் சமூகத்துக்கும் பெரிய அளவிலான தொழில் முதலீடு கிடையாது. விதிவிலக்கு பிராமணச் சமூகம். தமிழகத்தில் பிராமணர்களிடமே சொல்லிக்கொள்ளும் படியான தொழில் முதலீடுகள் பெரிய அளவில் எல்லாத் துறைகளிலும் இருந்தன. டிவிஎஸ், சிம்சன், மெட்ராஸ் சிமென்ட்ஸ், சேஷசாயி என்று இந்தப் பட்டியல் மிகப் பெரியது. காங்கிரஸ் ஆட்சி தமிழகத்தில் நடந்தபோது இந்த நிறுவனங்களில் பலவும் அதன் பின்னணியில் இருந்தன. பலனடைந்தன.

> தகவல் தொழில்நுட்பத் துறை ஒரு புரட்சியை உண்டாக்கும் என்பதைக் கணித்து நாட்டிலேயே முதல் முறையாக 1997-ல் அத்துறைக்கான கொள்கையை அறிவித்தார் கருணாநிதி. இதற்கு 7 ஆண்டுகளுக்குப் பின்னரே வாஜ்பாய் காலத்தில் தேசிய தகவல் தொழில்நுட்பக் கொள்கை வெளியானது.

பிராமணரல்லாதோர் இயக்கமாக வளர்ந்து ஆட்சியில் உட்கார்ந்த திமுகவுக்குத் தொழில் துறையை வளர்த்தெடுப்பதில் இருந்த சவால்களை மேற்கண்ட பின்னணியில் பொருத்திப்பார்த்தால் விளங்கும். ஒருபுறம் குஜராத் போன்ற பொருளாதாரம் நம்மிடம் கிடையாது. மறுபுறம் டெல்லியில் ஆட்சியில் உட்கார்ந்திருந்தவர்கள் அந்நாளில் திமுகவைத் தடைசெய்ய நேரம் பார்த்துக் கொண்டிருந்தவர்கள். தமிழகத்தில் தொழில் துறையைக் கையில் வைத்து இருந்தவர்களோ திமுகவைச் சங்கடமாகப் பார்த்தவர்கள். இந்த நெருக்கடி களினூடாகவே தொழில் துறையை வளர்த்தெடுத்தது திமுக. தமிழர், தமிழ் நிறுவனங்கள் என்ற எல்லைக்குள் எல்லோரையும் அரவணைத்தது. தொழில் வளர்ச்சிக்கும் முதலீடுகளுக்கும் ஏற்ற வன்முறையற்ற அமைதியான சூழலை வளர்த்தெடுத்தது.

காமராஜர் ஆட்சியில் தமிழகத் தொழில் துறையில் சில முக்கியமான கட்டு மானங்கள் உருவாக்கப்பட்டன. என்றாலும், தமிழ்நாட்டில் இன்றுள்ள தொழில் துறைக்கான முழுக் கட்டுமானங்களில் பெரும் பகுதி திராவிடக் கட்சிகளின் ஆட்சிக் காலகட்டத்தில், குறிப்பாக திமுக ஆட்சிக் காலகட்டத்திலேயே உரு வாக்கப்பட்டன. காமராஜர் பார்வையும் கருணாநிதி பார்வையும் என்றுகூடத் தமிழ்நாட்டின் தொழில் வளர்ச்சியை ஒப்பிடலாம். தமிழகத்தின் தொழில் வளர்ச்சிக்காக, எந்தெந்தப் பகுதிகளில், எந்தெந்தத் தொழில்கள் நடைபெறு கின்றனவோ அவற்றை ஊக்குவிக்கும் வகையில் காமராஜர் தொழிற் பேட்டை களை உருவாக்கினார். ஓர் உதாரணம் – திண்டுக்கல்லில் பூட்டு தயாரிக்கிற தொழிற்பேட்டை. தொழில் சூழல் இல்லாத இடங்களிலும் தொழிற் பேட்டைகளை உருவாக்கினார். தமிழக வரலாற்றில் 1971 - 1976 காலகட்டம் முக்கியமானது. தமிழகத்தின் ஒவ்வொரு 50–வது கிலோ மீட்டரிலும் ஒரு தொழிற்பேட்டை இருக்க வேண்டும் என்பதை இலக்காகக் கொண்டு திமுக அரசு செயல்பட்ட காலகட்டம் அது. சென்னை தொடங்கி நாகர்கோவில் வரையில் அப்போது தான் பல தொழிற்பேட்டைகள் அமைக்கப்பட்டன. மானிய விலையில் இடம், தடையில்லா மின்சாரம், விரைவான தொழில் ஒப்புதல் போன்றவற்றால் தொழில் முனைவோர் பெருகினர்.

டெல்லியுடனான உறவை மாநிலத்துக்குத் திட்டங்களைக் கொண்டு வரும் உறவாக வளர்த்தெடுத்தவர் கருணாநிதி. சேலம் உருக்காலை அதன் தொடக்கம். டெல்லியிலேயே உட்கார்ந்து இந்திராவுடன் சண்டை போட்டு அவர் கொண்டுவந்த திட்டம் அது. மத்திய அரசின் ஆதிக்கத்தைத் தொழில் துறையில் நீர்த்துப்போகச் செய்யும் வகையில் அவர் யோசனையில் உதித்ததுதான் மாநில - மத்திய - தனியார் கூட்டு முதலீட்டுத் திட்டம். அப்படி உருவானவைதான் தூத்துக்குடி ஸ்பிக், மதுரை தமிழ்நாடு கெமிக்கல்ஸ், காரைக்குடி டிசிஎல், மெட்ராஸ் பெர்ட்டிலைசர்ஸ் எல்லாம். அதேபோல, மத்திய அரசின் பொதுத்துறை மாதிரி, மாநில அரசின் பொதுத்துறை நிறுவனங்களையும் உருவாக்கினார். இதில் ஒன்று தனியார் பங்களிப்புடன் கூடியது, மற்றொன்று அரசின் கட்டுப்பாட்டில் உள்ள நிறுவனங்கள். அதாவது, பூம்புகார் கப்பல் நிறுவனம், டான்ஸி நிறுவனம் (தமிழ்நாடு இன்டஸ்ட்ரியல் கார்ப்பரேஷன் லிட்), தமிழ்நாடு அக்ரோ இன்டஸ்ட்ரி போன்றவை. இத்திட்டத்தின்படி தொழில் தொடங்குவதற்கு மட்டுமே அரசு உதவும். மற்றபடி வரவு–செலவு அனைத்தையும் அவர்களே செய்துகொள்ள வேண்டும். இதே பாணியில் தீப்பெட்டி, நெசவு என்று பல்வேறு சிறுதொழில்களுக்கான கூட்டுறவு நிறுவனங்களும் உருவாக்கப் பட்டன. இவற்றில் பல தனியாருடன் போட்டியிட முயன்று தோற்றாலும் இந்த முயற்சியின் பின்னிருந்த கனவு மெச்ச வேண்டியது.

1990–களில் மத்திய அரசின் தாராளமயமாக்கல் கொள்கையைத் தமிழ்நாடு மிகவும் கச்சிதமாகப் பயன்படுத்திக்கொண்டது. 1996–2001 திமுக ஆட்சிக் காலகட்டமும் மிக முக்கியமானது. தகவல் தொழில்நுட்பத்துறை ஒரு புரட்சியை உண்டாக்கும் என்பதைக் கணித்து நாட்டிலேயே முதல் முறையாக 1997–ல் அத்துறைக்கான கொள்கையை அறிவித்தார் கருணாநிதி. இதற்கு 7 ஆண்டுகளுக்குப் பின்னரே வாஜ்பாய் காலத்தில் தேசிய தகவல் தொழில்நுட்பக் கொள்கை வெளியானது. ஒருபுறம் 'டைடல் பார்க்' மூலம் நிறுவனங்களை இங்கு ஈர்த்தபோது, மறுபுறம் அங்கு வேலைவாய்ப்புகளுக்கு நமது மாணவர்களைத் தயாராக்கும் வகையில் உயர் கல்வித் துறையையும் முடுக்கிவிட்டார் கருணாநிதி. 1999–ல் அவர் நடத்திய உலகத் தமிழ் இணைய மாநாடு இன்னொரு முக்கியமான செயல்பாடு. இன்று இணைய உலகில் தமிழ் முன்னே நிற்க பல வகைகளில் விதை போட்ட நிகழ்வு அது. அதேபோல, தமிழ்நாட்டை மின் ஆளுகையின் கீழ் கொண்டுவரும் முயற்சியின் தொடக்கமாக திருவாரூர், திருவள்ளூர் மாவட்டங்களில் மின் நிர்வாகத்தைக் கொண்டு வந்தார். இதன் பின்னிருந்த கனவுகள் பெரியவை.

தமிழகத்தில் இன்றைய இளம் தலைமுறையினர் பலர் "திராவிட இயக்கம் - குறிப்பாக, கருணாநிதி தமிழ்நாட்டுக்கு என்ன செய்தார்?" என்று ஃபேஸ்புக்கில் கமென்ட் போடும்போதெல்லாம் நான் இதைத்தான் நினைத்துக்கொள்வேன்: நம்மைக் கணினிக்கு முன் கொண்டுவந்தது தான் அவர்கள் செய்த மகத்தான சாதனை என்று!

கற்பென்ற சொல்லே பித்தலாட்டம் என்று சொல்ல யாரிருந்தார்கள் வரலாற்றில்?

ஓவியா
பெண்ணியச்
செயல்பாட்டாளர்,
எழுத்தாளர்

ஒரு வயதில் பெண் குழந்தைகள் விதவைகளாகி இருந்திருக்கின்றனர். நம்மால் கற்பனை செய்யக்கூட முடியவில்லை அல்லவா? அவ்வளவு மோசமாகத்தான் இருந்தது நமது சமூகம்!

புரட்சிக் கவிஞர் பாரதிதாசன் பாடல் ஒன்றுண்டு. 'நமக்குத்தாண்டி அந்த வாட் படை... நம்மை அவரின் போருக்கு ஒப்படை!' சிறுவயதில் என்னைப் போன்ற பலரைச் செதுக்கிய பாடல் இது. எந்த மூலையில் ஒலித் தாலும் கேட்டவுடன் மனதைக் கிளர்ந்தெழுச் செய்யும் பாடல் இது.அதுவும், 'நமக்குத்தாண்டி அந்த வாட்படை' என்ற வரிகள் நேரடியாகப் பெண்களுக்கானவையாக ஒலிக்கும்!

என் தாத்தாவும் பாட்டியும் 1935–ல் சுயமரியாதைத் திருமணம் செய்து கொண்டவர்கள். சாதி ஒழிப்புத் திருமணம். தங்கள் பிள்ளைக்குத் தங்களது இரண்டு சாதிகளையும் தவிர்த்து மூன்றாவதொரு சாதியில் மணம் முடித்தார்கள். ஆக பெற்றோர், பிள்ளைகளுக்கு மாப்பிள்ளையோ பெண்ணோ பார்ப்பதே குற்றம் என்ற சிந்தனை என்னிடம் வளர்ந்திருந்தது. தோழர் வள்ளிநாயகத்தை இயக்கத்திலிருந்தே தேர்ந்தெடுத்துக்கொண்டேன் – என் துணைவராக. எனது காதல், சுயமரியாதை இயக்கம் எனக்குக் கற்றுக் கொடுத்த அல்லது பெற்றுத் தந்த தேர்வு சுதந்திரத்தின் விளைவாக வந்தது என்பதற்குத் தனி அர்த்தம் இருக்கிறது. மத அடையாளங்கள் மறுத்து, பள்ளிகளில் இறை வழிபாடு மறுத்து, பெண்ணுக்குரியது என்று பூட்டப்பட்டிருந்த மங்கல அடையாளங்கள் அனைத்தையும் மறுத்து, இளமையிலிருந்து இன்று வரை என்னுடைய வாழ்க்கையின் ஒவ்வொரு நிமிடமும் என் கையில்... என் கையில் மட்டுமே இருக்கிறது என்று இந்த மண்ணில் எத்தனை பெண்களால் சொல்லிவிட முடியும்? என்னால் அது முடிந்திருக்கிறது!

> தாலியிலிருந்து பெண்ணுக்கு விடுதலை கேட்டபோது, சங்க இலக்கியத்தில் தாலி இல்லை என்று சுட்டிக்காட்டிய இயக்கம் இது. தமிழரின் தன்மானம் உயர திருவள்ளுவருக்கு மாநாடு கண்ட இதே இயக்கம், பெண்ணுரிமை என்று வருகிறபோது அதே வள்ளுவரையும் தமிழ் இலக்கியங்களையும் கேள்வி கேட்கவும் தவறவில்லை!

பெண்களுக்குத் திராவிட இயக்கம் என்ன செய்தது என்ற கேள்விக்கு முன், இந்த மண் ஒரு நூற்றாண்டுக்கு முன் எப்படி இருந்தது என்பதை அறிந்துகொள்ளுதல் முக்கியம். அந்த நாளைய அரசாங்கக் கணக்கெடுப்பு தரும் விதவைகள் எண்ணிக்கையில் ஒரு வயதுக் குழந்தைகளும் அடக்கம். அதாவது, ஒரு வயதில் பெண் குழந்தைகள் விதவைகளாகி இருந்திருக்கின்றனர். நம்மால் கற்பனை செய்யக்கூட முடியவில்லை அல்லவா? அவ்வளவு மோசமாகத்தான் இருந்தது நமது சமூகம்! குழந்தைப் பருவம்கூட மறுக்கப்பட்ட பெண்கள் வீட்டுப் பணியாளர்களாக, மனைவியராக, பிள்ளை பெறும் இயந்திரங்களாக, விதவைகளாக, தாசிகளாக மட்டுமிருந்து, தங்களுக்கென்ற தனித்த அடையாளமோ வாழ்க்கையோ இல்லாதிருந்த இருண்ட காலம் அது. அப்படிப்பட்ட காலகட்டத்தில்தான் பெரியாரின் சுயமரியாதை இயக்கம் பிறந்தது; காலத்தைப் புரட்டிப்போட்டது.

பெண்கள் வரலாற்றை மட்டுமல்ல; இந்த மண்ணின் அனைத்துப் பிரிவினர் வரலாற்றையும் இங்கு திராவிட இயக்கத்துக்கு முன் – திராவிட இயக்கத்துக்குப் பின் என்று பிரித்திட இயலும். இந்த மண்ணின் பெரும் அவலங்கள் என்று பெரியார் உணர்ந்தது இரண்டு அம்சங்கள். ஒன்று, சாதிய ஒடுக்குமுறை. இரண்டாவது, பெண்கள் மீதான அடக்குமுறை. இந்த இரண்டுக்குமான இணைப்பு சூட்சுமமான பிராமணியத்தையே குறிவைத்து அடித்தார் பெரியார். அப்புரட்சியின் ஊற்றுக்கண் எதுவென்றால், பெரியாரால் உருவாக்கப்பட்டு, அண்ணாவால் சட்ட வடிவம் கொடுக்கப்பட்ட சுயமரியாதைத் திருமணம்.

ஒரு சமூகத்தின் பெரும் மாற்றத்தை அம்மக்கள் பின்பற்றும் திருமண முறையை மாற்றி, புதிய முறையை அறிமுகப்படுத்தியதன் மூலம் சாதித்துக் காட்டிய இயக்கம் திராவிட இயக்கம். 1920 முதல் 1935 வரை இவ்வாறு சுயமரியாதை இயக்கத்தவரால் நடத்தப்பட்ட திருமணங்களில் பலவும் சாதி ஒழிப்புத் திருமணங்கள் மட்டுமல்ல; விதவைத் திருமணங்களும் ஆகும். சாதி ஒழிப்புக்கு இணையாகத் தாலி ஒழிப்பும் அத்திருமணத்தின் முக்கிய அம்சமாக வைக்கப்பட்டது. 1928-ல் அருப்புக்கோட்டை அருகில் சுக்கிலா நத்தத்தில் தொடங்கி, 1967-ல் அண்ணாவால் திருத்தப்பட்ட இந்துத் திருமணச் சட்டம் தமிழ்நாட்டில் அறிமுகப்படுத்தப்படும் வரையில் நடத்தப்பட்ட

சுயமரியாதைத் திருமணங்கள் அனைத்தும் உண்மையான சட்ட மறுப்புப் போராட்டங்களே ஆகும்.

தாலியிலிருந்து பெண்ணுக்கு விடுதலை கேட்டபோது, சங்க இலக்கியத்தில் தாலி இல்லை என்று சுட்டிக்காட்டிய இயக்கம் இது. தமிழரின் தன்மானம் உயர திருவள்ளுவருக்கு மாநாடு கண்ட இதே இயக்கம், பெண்ணுரிமை என்று வருகிறபோது அதே வள்ளுவரையும் தமிழ் இலக்கியங்களையும் கேள்வி கேட்கவும் தவறவில்லை. கடவுள் மறுப்புக்கு முன்னோடிகள் உண்டு. கற்பென்ற சொல்லே பித்தலாட்டம் என்று சொல்ல யாரிருந்தார்கள் வரலாற்றில்?

திராவிடர் கழகத் தலைவர் வீரமணியின் துணைவி மோகனாம்மாளின் பெற்றோர் சிதம்பரம் – ரெங்கம்மாள் 1934-ல் சுயமரியாதைத் திருமணம் செய்துகொண்டவர்கள். அவர்கள் குடும்ப வழக்கு நீதிமன்றம் வந்தபோது, அந்தத் திருமணத்தை நடத்திவைத்த பெரியாரே நேரில் நீதிமன்றம் சென்று,

திருமண உதவித் திட்டங்கள் அறிவிக்கப்பட்டபோது பெண்ணுக்கான உதவியை ஏன் திருமணத்தில் வழங்க வேண்டும் என்ற கேள்வி எங்களுக்கும் எழுந்தது. கருணாநிதி சொன்னார்: 'எட்டாம் வகுப்பு வரை படித்த பெண்ணின் திருமணத்துக்குத் தாலிக்குத் தங்கம் என்று சொல்லும்போது, அப்பெண்ணை எட்டாம் வகுப்பு வரை படிக்க வைத்தாக வேண்டும் என்ற நிலை ஏற்படும். அதனால், பெண் கல்வி உயரும்!'

அவர்களது திருமணத்தைத் தானே நடத்தி வைத்ததாகக் கூறிய பிறகும் அந்தத் திருமணம் செல்லாது என்று தீர்ப்பளித்தது நீதிமன்றம். இந்தத் தீர்ப்பு 1954–ல் வந்தது. 1967–ல் திமுக முதல் முறையாக அரசு அமைத்ததும் அண்ணா தனது அரசாங்கத்தின் முதல் சாதனையாக சுயமரியாதைத் திருமணத்தைச் சட்டமாக்கினார். தனது அரசாங்கம் பெரியாருக்குக் காணிக்கை என்று அண்ணா சொன்ன சொல்லின் செயல் வடிவம் அது.

அண்ணாவைத் தொடர்ந்து திமுக ஆட்சியில் கலைஞரால் அறிமுகப் படுத்தப்பட்ட பல சட்ட முன்வரைவுகள், பெண்கள் நலத் திட்டங்கள்யாவும் 1929 செங்கல்பட்டில் நடத்தப்பட்ட முதலாவது சுயமரியாதை மாநாட்டின் தீர்மானங்களின் செயல் வடிவங்களே. 1989–ல் சட்டமன்றத்தில் கருணாநிதி 60 வருடங்களுக்கு முன்பு நடந்த அம்மாநாட்டை நினைவுகூர்ந்தார். சென்னை தியாகராயர் அரங்கத்தில் தொடங்கி செங்கல்பட்டு வரை 35 மைல் தூரம் அந்த ஊர்வலம் நடந்ததாம். அன்று நமக்காக நடந்தார்கள். மாநாட்டின் முதல் தீர்மானம் ஆணுக்கு இணையாகப் பெண்ணுக்குச் சொத்துரிமை கோரியது. 1989–ல் இந்தியாவிலேயே முதன்முறையாகப் பெண்களுக்குச் சொத்துரிமைச் சட்டம் தமிழகத்தில் நிறைவேற்றப்பட்டபோது கருணாநிதி சொன்னார், 'செங்கல் பட்டு மாநாடு நடந்து அறுபதாண்டுகள் கழித்தல்லவா இச்சட்டத்தை நிறைவேற்ற முடிந்திருக்கிறது!' பின்னாளில் 16 ஆண்டுகள் கழித்து, 2005–ல் நாடு முழுக்க அந்தச் சட்டம் நிறைவேற்றப்பட்டதும், அதற்கும் அப்போது மத்திய அரசிலே அங்கம் வகித்த திமுக ஒரு காரணமாக இருந்ததும் குறிப்பிட வேண்டியதாகும்.

உரிமைகளுக்காகச் சமரசமற்று, குரல் கொடுக்கும் அதேநேரத்தில், நலிவுற்ற மக்கள் தங்கள் நிலையிலிருந்து அடுத்த கட்டத்துக்கு உயர உடனடித் தேவை என்னவென்பதைத் தாயினும் சாலப் பரிந்து சிந்தித்த இயக்கம் திராவிட இயக்கம் என்பதுதான் அதன் சிறப்பு. 'சாதி ஒழிக்கப்பட வேண்டும்; ஆனால், இன்று சாதி அடிப்படையில் இடஒதுக்கீடு வேண்டும்.' 'கடவுள் நம்பிக்கை ஒழிய வேண்டும்; ஆனால், இன்று என் மண்ணின் கோயில் கருவறையில் எனக்குச் சம உரிமை வேண்டும்.' 'ஆண்மை என்ற பதம் பெண்களால் அழிக்கப்பட வேண்டும். ராணுவம், காவல் துறையில் பெண்கள் வேண்டும். ஆனால், இன்று முதற்படியாக ஆசிரியர் பணிகள் முழுமையாக அவர்களுக்கு

ஒதுக்கப்பட வேண்டும்.' கேட்டது மட்டும் அல்ல; ஆட்சிக்கு வந்தபோது செயலாக்கவும் போராடினார்கள்.

இந்தியாவிலேயே பெண் காவலர்கள் முதலில் நியமிக்கப்பட்ட மாநிலம் தமிழ்நாடு. மகளிர் காவல் நிலையங்களை இந்தியாவுக்கு அறிமுகப்படுத்திய மாநிலம் தமிழ்நாடு. இந்தியாவிலேயே முதன்முறையாக ஒரு பெண்ணை பேருந்து ஓட்டுநராக நியமித்த மாநிலம் தமிழ்நாடு. அரசுப் பணி வாய்ப்புகளில் பெண்களுக்கென 30% ஒதுக்கீடு – இன்றளவும்கூட இந்தியாவில் வேறெங்கும் அரசு வேலைகளில் பெண்களுக்குத் தனி ஒதுக்கீடு இல்லை - கொடுத்தது தமிழ்நாடு. தொடக்கப் பள்ளி ஆசிரியர் பணி பெண்களுக்கென ஒதுக்கப்பட்டன. ஆசிரியர் பணி பெண்களுக்கு ஊதியத்தை மட்டுமல்ல; சமூக மதிப்பையும் ஈட்டித் தந்தன. கிராமங்களில் பெண் ஆசிரியர்கள் சமூகத்தில் பெண்கள் மதிப்பை உயர்த்துவதற்கான படிநிலையாகவும் நின்றார்கள். கிராமத்துப் பெண்களின் கைகளில் இந்த ஆட்சிகள் வழங்கிய சைக்கிள்கள் புதிய பாதை போட்டன. திராவிட இயக்க ஆட்சி திருமண உதவித் திட்டங்கள் அறிவிக்கப் பட்டபோது பெண்ணுக்கான உதவியை ஏன் திருமணத்தில் வழங்க வேண்டும் என்ற கேள்வி எங்களுக்கும் எழுந்தது. கருணாநிதி சொன்னார்: 'எட்டாம் வகுப்பு வரை படித்த பெண்ணின் திருமணத்துக்குத் தாலிக்குத் தங்கம் என்று சொல்லும்போது, அப்பெண்ணை எட்டாம் வகுப்பு வரை படிக்க வைத்தாக வேண்டும் என்ற நிலை ஏற்படும். அதனால், பெண் கல்வி உயரும்!' அதே போல் படிப்படியாக அக்கல்வித் தகுதி உயர்த்தப்பட்டு இன்று பன்னிரண்டாம் வகுப்பு வரை படித்திருக்க வேண்டும் என்ற நிலை ஏற்பட்டிருக்கிறது.

இந்தியாவிலேயே மக்கள்தொகையைக் கட்டுப்படுத்துவதில் தமிழகம் பெரு வெற்றி பெற்றிருக்கிறது என்று சொன்னால், அது ஆட்சியாளர்களின் நேரடி வெற்றி மட்டுமல்ல. 1930–களிலேயே 'கர்ப்பத்தடை ஏன்?' என்று நூல் எழுதி வெளியிட்டார் பெரியார். திராவிடர் கழகத்தின் பிரச்சாரத்தில் கர்ப்பத் தடை முக்கிய இடம் பெற்றிருந்தது. ஓர் ஏழைத் தாயின் கருவில் இருப்பது பெண் குழந்தையென்றால், அது அரசின் குழந்தையாக மாறியது – அரசின் உதவித் திட்டங்களால். தாய்–சேய் இறப்பு விகிதம் இந்தியாவிலேயே குறைவாக இருப்பது தமிழகத்தில்தான். 'உனக்கு வேண்டாம் என்றால் கொன்றுவிடாதே; என்னிடம் கொடு' என்று பெண் குழந்தைகளை வாங்கிக்கொண்டது ஜெயலலிதா அரசாங்கம் – தொட்டில் குழந்தைத் திட்டம். மீண்டும் ஒரு முன்னுதாரணமாக கருணாநிதி ஆட்சியில் பஞ்சாயத்துகளில் பெண்களுக்கான இட ஒதுக்கீடு 50% ஆக உயர்த்தப்பட்டது.

பெண் கல்வி உயர வேண்டும், பிள்ளைப் பேற்றைப் பெண்களுக்கு எளிமையாக்க வேண்டும் என்ற சமூக நீதித் தத்துவத்தின் பின்புலம் இந்த ஆட்சியாளர்களுக்குப் பின்னணியில் இருந்தது என்ற உண்மைதான் இந்தியாவின் முன்னோடி மாநிலமாகத் தமிழகத்தை ஆக்கியிருக்கிறது. பெருமையோடு தலை நிமிர்த்திச் சொல்ல நிறைய இருக்கிறது திராவிட இயக்க வரலாற்றில். அந்த இயக்கம் சரிந்துவிடாமல் காப்பது தமிழர்களின் கடமை!

◯

கிராமத்துக்கு வந்த விடுதலை!

சல்மா
கவிஞர், முன்னாள் பேரூராட்சித் தலைவர், சிறந்த நிர்வாகிக்கான விருது வென்றவர்

என்னுடையது சென்னை – மதுரை சாலையை ஒட்டியுள்ள சின்ன கிராமம். ஊரின் தலைப்பில் ஒரு குளம். ஒரு கரையில் சின்ன தர்கா. மறு கரையில் அம்மன் கோயில். இவற்றைத் தாண்டி வந்தால் ஒரு கடை வீதி, பத்திருபது சின்ன கடைகள். கடைவீதிக்குப் பின்புறத்தில் தெருக்கள், வீடுகள். வாரம் ஒரு நாள் கூடும் சந்தை. இவ்வளவுதான் துவரங்குறிச்சி. என் தலை முறை வரையிலான பெண்களுக்கு இவ்வளவுதான் மொத்த உலகமும்.

எங்கள் குடும்பத்தின் எல்லா உறவுகளும் ஊருக்குள் உள்ளடங்கியதாகவே இருக்கும். ரம்ஜான், பக்ரீத் பண்டிகைகளுக்கு உடை வாங்க மட்டும் நகரத்துக்குப் பெண்களைக் கூட்டிச் செல்லும் பழக்கம் ஓரிரு குடும்பங்களில் உண்டு ஏனையோர் நகரத்தைப் பற்றிக் கதைகள் வாயிலாகத் தெரிந்துகொள்ள வேண்டியதுதான். 'பொண்ணுங்க வயசுக்கு வந்துட்டா, வாசப்படி தாண்ட விட மாட்டோம்' என்று சொல்வதை ஒரு கெளரவமாகக் கருதுபவர்களிடையேதான் வளர்ந்தேன். என் பாட்டி பள்ளிக்குச் சென்றதில்லை; அம்மா எழுத்துக் கூட்டிச் சில வார்த்தைகள் படிப்பார்; என் சகோதரிகளுக்கும் எனக்கும் எட்டாம் வகுப்போடு முடிந்தது படிப்பு. பொழுதைக் கழிக்கப் புத்தகங்களில் புகுந்தபோது, பெரியாரின் எழுத்துகள் பெருவெள்ளம்போல உள்ளுக்குள் புகுந்தன. உலகத்தை இன்னொரு பார்வையில் கவனிக்க ஆரம்பித்தேன். திராவிடக் கருத்துகளின் முதல் பொறி அப்போதுதான் என்னுள் விழுந்தது.

ஊருக்குள் மாற்றங்கள் நிகழ ஆரம்பித்தபோது அரசியல் மீது கவனம் சென்றது. கருணாநிதி எனும் ஆளுமையை இந்த மாற்றங்களினூடாகத்தான் கண்டடைந்தேன். பக்கத்துத் தெரு பாத்திமா வயதுக்கு வந்த பிறகும் பள்ளிக்குப் போவதாக ஊருக்குள் பேச்சு அடிபட்டது. 'பத்தாவது படித்தால் அரசு திருமண

> **1996-ல் உள்ளாட்சியில் பெண்களுக்கு 33% இடஒதுக்கீட்டை கருணாநிதி அறிவித்தபோது, எந்த ஆண்கள் வீட்டுக்குள் பெண்களை அடைத்தார்களோ அவர்களே வலிய வீட்டிலிருந்து பெண்களை வீதிக்கு ஓட்டுக் கேட்க இழுத்ததை நான் நேரில் பார்த்தேன்.**

உதவித்தொகை தரும்' என்ற அறிவிப்பு அதன் பின் உந்து சக்தியாக இருந்தது. சுய உதவிக் குழுக்கள் என்ற பெயரில் பெண்கள் கூடினார்கள். வங்கியில் கடன் வாங்கி ஆடு, மாடு வளர்க்கலானார்கள். புதிதாகக் கட்டப்பட்ட சமத்துவபுரம் வீடுகளில் எங்கள் தோட்டத்தில் வேலை செய்துவந்த தலித் சமூகத்தைச் சேர்ந்த பெரியவருக்கும் ஒரு வீடு கிடைத்தது. இவை எல்லாவற்றுக்கும் பின்னணியில் கருணாநிதி எனும் பெயர் திரும்பத் திரும்ப அடிபட்டது. 1996–ல் உள்ளாட்சியில் பெண்களுக்கு 33% இடஒதுக்கீட்டை அவர் அறிவித்தபோது, எந்த ஆண்கள் வீட்டுக்குள் பெண்களை அடைத்தார்களோ அவர்களே வலிய வீட்டிலிருந்து பெண்களை வீதிக்கு ஓட்டுக் கேட்க இழுத்ததை நான் நேரில் பார்த்தேன். கடைசியில் மாற்றம் என் வீட்டின் கதவையும் தட்டியது.

எனக்கு நிச்சயிக்கப்பட்ட மணமகன் திமுக இளைஞரணியில் இருந்தார். கட்சித் திருமணம். ஒரு தலைவராக கருணாநிதியிடமிருந்து அவருக்கு வந்த வாழ்த்து மடலைப் பரவசத்தோடு பார்த்தேன். இடையிலேயே கவிதை எழுதத் தொடங்கிவிட்டாலும் புனைபெயருக்குள்தான் அப்போதும் அடைபட்டுக் கிடந்தேன். அடுத்த உள்ளாட்சித் தேர்தல் வந்தபோது, வேட்பு மனுவை என் கணவர் என்னிடம் வந்து நீட்டினார். "நம்ம ஊராட்சியைப் பெண்களுக்கு ஒதுக்கிட்டாங்க. நான் நிற்க முடியாது. நீ கையெழுத்துப் போடு" என்றார். அந்தக் கையெழுத்து என்னைச் சுற்றியிருந்த எல்லாச் சங்கிலிகளையும் நொறுக்கியது.

பிற்பாடு பேரூராட்சி நிர்வாகத்தில் நான் செய்த ஆத்மார்த்தமான வேலைகள் பாகிஸ்தான் செல்வதற்கான வாய்ப்பைத் தந்தன. பத்திரிகைகள் கொண்டாடின. அரசின் விருது கிடைத்தது. இடையிலேயே கட்சியில் சேர்ந்தேன். கனிமொழி என்னை ஒரு கவிஞராகவும் என் ஆதர்சத் தலைவரிடம் அறிமுகப்படுத்திவைத்தார். அடுத்தடுத்து எவ்வளவோ வாய்ப்புகளைத் தலைவர் உருவாக்கித் தந்தார். தனிப்பட்ட வகையில் நிறைய எழுதலாம். இன்னமும் அவர் உருவாக்கிய மாற்றங்களினூடாகவே அவரைப் பார்க்க விரும்புகிறேன். ஒரு சமூகத்தின், ஒரு காலகட்டத்தின் விடுதலை வேட்கையின் குறியீடு அவர்!

❍

தமிழகத்தில் தலித் அரசியல் எழுச்சியின் சமகால வடிவம் தொல்.திருமாவளவன். விடுதலைச் சிறுத்தைகள் கட்சியின் தலைவர். அம்பேத்கரையும் பெரியாரையும் ஒரு புள்ளியில் இணைத்து நெருக்கமாகப் பார்ப்பவர். அம்பேத்கரிய இயக்கங்களில் நாட்டிலேயே துணை தேசியத்தை – இங்கே தமிழ்த் தேசியத்தைச் சாதி ஒழிப்புக்கான ஒரு அரசியல் ஆயுதமாகக் கையில் எடுத்தவர். நூறாண்டு திராவிட இயக்கத்தின் பணி, அரை நூற்றாண்டு திராவிடக் கட்சிகளின் ஆட்சி, கருணாநிதியின் அறுபதாண்டு சட்டமன்றப் பணி மூன்றையும் சாதி ஒழிப்பு – சமூக நீதித் தளத்தில் மதிப்பிட்டார்.

திராவிட இயக்கத்தை எப்படிப் பார்க்கிறீர்கள்?

இந்தியச் சமூகம் சாதியக் கட்டமைப்புகளால் ஆனது. சாதியக்கூறுகள் இல்லாமல் ஒரு தனி மனிதனின் வாழ்க்கை இங்கே நகர்வதில்லை. இது ஆயிரக்கணக்கான தலைமுறைகளாக நிலவுகிறது. சாதிக்கு எதிராக, 'பிறப்பொக்கும் எல்லா உயிர்க்கும்' என்று வள்ளுவர் பாடிய காலத்திலிருந்து, 'ஆண் சாதி பெண் சாதி ஆக இரு சாதி. வீண் சாதி மற்றதெல்லாம்' என்று சித்தர்கள் பாடிய காலத்திலிருந்து எதிர்க் குரல்களும் ஒலிக்கின்றன. சாதியை எதிர்த்துப் போராடியவர்கள் சாதியை ஒழிக்கவில்லை. காரணம், முடியவில்லை. ஆனால், ஒவ்வொரு போராட்டமும் ஒரு தாக்கத்தையும் விளைவையும் உருவாக்கியிருக்கிறது. திராவிடர் இயக்கத்தையும் இதன் நீட்சியாகவே நான் பார்க்கிறேன்.

பெரியாருடைய பணிகளை இன்றைக்கு எப்படிப் பார்க்கிறீர்கள்?

தமிழகத்தைப் பொறுத்தவரை பெரியாருக்கு முன், பெரியாருக்குப் பின் என்றே இரண்டாகப் பகுக்கலாம். பெரியாருக்கு முன் இங்கே இரட்டைமலை சீனிவாசன், அயோத்திதாசப் பண்டிதர், எம்.சி.ராஜா என்று தலித் சமூகத்தைச் சேர்ந்தவர்கள் மட்டுமே சாதி அமைப்புக்கு எதிராக அரசியல் தளத்தில் பேசியிருக்கிறார்கள். பெரியார்தான் இதை உடைக்கிறார். பிராமண ஆதிக்க எதிர்ப்பை மையமாகக் கொண்டிருந்தாலும் நீதிக் கட்சி சாதி ஒழிப்பைப் பிரதானப்படுத்தவில்லை. சமூக நீதியை, இடஒதுக்கீட்டை ஒரு ஆயுதமாக அது கைக்கொண்டது சாதி அமைப்புக்கு அது கொடுத்த வலுவான அடி. என்றாலும், சாதி சமத்துவத்தை நோக்கியே அது நகர்கிறது; சாதி ஒழிப்பை நோக்கி அல்ல. பெரியார்தான் அந்தப் புள்ளியை நோக்கி நகர்கிறார். சாதி ஒழிப்பைப் பேசுகிறார். பெண் விடுதலையை உயர்த்திப்பிடிக்கிறார். மொழி, இன உரிமைகளையும் பேசுகிறார்.

பெரியார் ஏன் கடவுள் மறுப்பை முன்வைக்கிறார் என்று நாம் ஆராய்ந்தால், அவருடைய அக்கறையையும் தொலைநோக்கையும் நாம் விளங்கிக்கொண்டு விடலாம். சாதியத்தை இங்கே கட்டிக்காப்பது மதமும் கடவுளும் என்று பெரியார் உணர்கிறார். மக்கள் கடவுளுக்கு அஞ்சுகிறார்கள், மதத்துக்குக் கட்டுப் படுகிறார்கள். ஏற்றத்தாழ்வுகள், தீண்டாமை எல்லாம் கடவுளாலும் மதத்தாலும் 'முற்பிறவியின் பயன்' என்று நியாயப்படுத்தப்படுகின்றன. ஆகையால்தான்,

சாதி ஒழிப்பில் திராவிட இயக்கம் நெருக்கமான கூட்டாளி!

தொல்.திருமாவளவன் பேட்டி

● சமஸ்

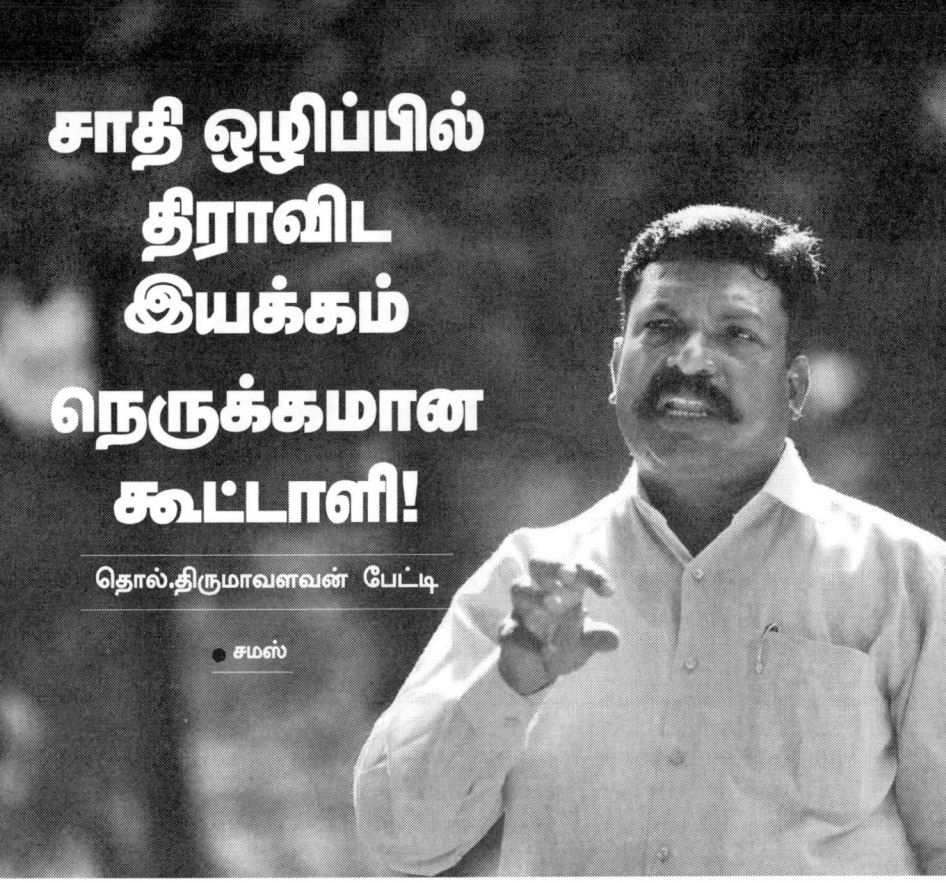

படம்: என்.விவேக்

'மதமும் பிழை, கடவுளும் பொய்' என்று சொல்ல வேண்டிய நிலை பெரியாருக்கு ஏற்படுகிறது.

சாதி ஒழிப்பானது குடும்பம் என்ற அமைப்பிலிருந்தே கற்பிக்கப்பட வேண்டியது. ஏனென்றால், குடும்பத்திலிருந்துதான் கடவுள் நம்பிக்கை கற்பிக்கப்படுகிறது, உயர்வு தாழ்வு கற்பிக்கப்படுகிறது, சாதிப் பெருமை, சாதித் தாழ்வு கற்பிக்கப்படுகிறது. பெண்கள் துணையின்றி குடும்பத்தில் சீர்திருத்தம் சாத்தியம் இல்லை. ஆனால், குடும்ப அமைப்பானது பெண்களையும் அடிமைப் படுத்தி வைத்திருக்கிறது. அவர்களுடைய சிந்தனையையும் அடிமைப்படுத்தி வைத்திருக்கிறது. ஆகையால், பெண் விடுதலையைப் பேசுகிறார். இதனூடாகவே மொழிரீதியாக, இனரீதியாக நிகழ்கிற ஒடுக்குமுறைகளையும் எதிர்க்க வேண்டும் என்கிற நிலைக்கு அவர் வருகிறார். அதற்குக் காரணம் இந்து என்கிற பெயரால், இந்தியா என்கிற கட்டமைப்பு இங்கே நிறுவப்பட்டிருக்கிறது. இந்தியா என்கிற கட்டமைப்பின் பெயரால் இந்தி பேசுகிறவர்களின் ஆதிக்கம்,

சாதி ஒழிப்பில் கலைஞர் காட்டிய அக்கறைக்கு, பெரியார் நினைவுச் சமத்துவபுரம் திட்டம் ஒரு சான்று போதும் என்று நினைக்கிறேன். இந்தியா முழுவதும் இந்த நாடு இரட்டை இந்தியாவாகத்தான் இருக்கிறது. ஒன்று, ஊர்த்தெரு இந்தியா; இன்னொன்று சேரி இந்தியா. ஒரே ஊராக எந்தக் கிராமமும் இல்லை. சுடுகாடுகள்கூட இங்கு இரண்டுதான். எல்லாச் சாதி மக்களையும் ஒரே இடத்தில் வாழ வைக்க முடியாதா என்று யாரும் கவலைப்படாதபோது, பெரியார், அம்பேத்கர் வழியில் கலைஞர் அப்படி யோசித்தார்.

வடவர் ஆதிக்கம் நிலைநிறுத்தப்பட்டிருக்கிறது. விளைவாக, தமிழ் உள்ளிட்ட ஏனைய மொழிகள் நசுக்கப்படுகின்றன. தமிழர்கள் உள்ளிட்ட ஏனைய இனத்தவர் நசுக்கப்படுகிறார்கள். ஆகையால், அந்தந்தப் பிராந்திய மொழி களுக்கான உரிமைகளை உயர்த்திப் பிடிப்பதன் மூலமாகவே இந்த ஆதிக்கத்தைத் தகர்க்க முடியும் என்று கருதுகிறார்.

இப்படி பெரியார் பிராமண ஆதிக்க எதிர்ப்பில் தொடங்கி, சமூக நீதி, சாதி ஒழிப்பு, பெண் விடுதலை, மொழி, இன உரிமை, மாநில உரிமை என்று முன்னெடுத்த அரசியலானது சாதாரணமானதல்ல. இன்றைக்கு நாடு எதிர் கொள்ளும் 'இந்து – இந்தி – இந்துஸ்தான்' ஆதிக்க அரசியலுக்கு நேர் எதிர் அரசியலை, தீர்வை முன்வைப்பது. அம்பேத்கரியத்துக்கு மிக நெருக்கமான அரசியல் கருத்தாக்கமாகவே பெரியாரியத்தைப் பார்க்கிறோம்.

பெரியாரின் திக சென்ற பாதையில் பின்னர் வந்த திராவிடக் கட்சிகள் எந்த அளவுக்குப் பயணித்திருப்பதாகக் கருதுகிறீர்கள்?

தேர்தல் அரசியலைப் புறக்கணித்து, பண்பாட்டு அரசியல் தளத்தில் பணியாற்றியவர் பெரியார். சமரசமற்ற அந்த உறுதியைத் தேர்தல் அரசியலில் ஈடுபடும் கட்சிகளிடம் எதிர்பார்க்க முடியாது - அதேசமயம், பெரியாரிய இயக்கங்கள் அந்தப் பாதையில் தொடர்ந்து செல்கின்றன. திராவிடக் கட்சி களைப் பொறுத்த அளவில் ஆட்சி அதிகாரத்துக்கு வந்த பிறகு, பெரியாரியத்தை நடைமுறைப்படுத்துவதில் திராவிடக் கட்சிகள் எப்படி நடந்துகொண்டன என்பதன் வாயிலாக நாம் மதிப்பிட முயலலாம். சாதி ஒழிப்பில் அண்ணா நிச்சயமாக ஒரு முக்கியப் பங்காற்றியிருக்கிறார். பெயருக்குப் பின்னால் சாதியைப் போட்டுக்கொள்வதில்லை என்கிற நிலைப்பாட்டைக் கடைப் பிடித்தார்கள். தலித் இயக்கங்கள் நீங்கலாக இந்தியாவில் வேறு எந்தக் கட்சியில் இது நடைமுறையில் இருக்கிறது? திமுகவின் ஆரம்பக் காலகட்டங்களில் கட்சி நிர்வாகிகள் தேர்விலும் வேட்பாளர் தேர்விலும் சாதியின் ஆதிக்கம் மிகக்

குறைவு என்பதை இங்கே நாம் நினைவில் கொள்ள வேண்டும். சாதியச் சமூகம் கோலோச்சுகிற பொது நீரோட்ட அரசியல் களத்தில், சாதிய அடுக்குகளில் கீழ் நிலையிலுள்ள கலைஞர் திமுகவின் தலைவராக அண்ணாவுக்குப் பிறகு பொறுப்பேற்றதே ஒரு புரட்சி. பெரியாரின், அண்ணாவின் உழைப்புக்குக் கிடைத்த வெற்றி என்றே இதைச் சொல்ல வேண்டும். சாதி ஒழிப்புப் பாதையில் கலைஞர் இன்னும் வேகமாகப் பயணித்தார். அவருடைய முதலாவது ஆட்சிக் காலகட்டத்தில் எடுக்கப்பட்ட பல நடவடிக்கைகளை இதற்கு உதாரணமாகச் சொல்லலாம். எம்ஜிஆரின் அதிமுக உருவாக்கத்துக்குப் பிறகு இந்தப் பயணத்தில் வேகம் குறைகிறது. சுற்றியிருந்த சூழல்களுடனும் நாம் இதை ஒப்பிட வேண்டும்.

சாதியப் பாதையில் எம்ஜிஆர் சென்றதாக நினைக்கிறீர்களா?

அதிமுகவைச் சாதியப் போக்குக் கட்சி என்று கூற மாட்டேன். ஆனால், திராவிட இயக்கக் கொள்கைகளின் நீர்த்த வடிவம் அது. கொள்கைகளை விடவும் தேர்தல் வெற்றிகளுக்கே எம்ஜிஆர் முக்கியத்துவம் கொடுத்தார். நிர்ப்பந்தங்களுக்கு அவர் சாய்ந்துகொடுத்தார். இந்தியா முழுவதிலும் சமூகம் சாதியாகப் பிரிந்து கிடப்பதால், அதைப் பயன்படுத்திக்கொள்வது அரசியல்வாதிகளின் இயல்பாக இருக்கிறது. என்றாலும், இங்கே ஒரு இயக்கம் பெரும் வேலை பார்த்திருக்கிறது; அதன் வழியில் வந்த நாம் அதற்கு முரணாக நடந்துகொண்டுவிடக் கூடாது என்று எம்ஜிஆர் நடந்துகொள்ளவில்லை. கட்சி நிர்வாகிகள் தேர்வு, வேட்பாளர் தேர்வுகளில் சாதியின் ஆதிக்கம் திராவிடக் கட்சிகளில் தலைதூக்க அவரே வழிவகுத்தார். எம்ஜிஆருக்குப் பிறகு, ஜெயலலிதா காலகட்டத்தில் அதிமுக மேலும் நீர்த்துப்போனது. ஆனாலும்கூட, திமுகவும் அதிமுகவும் சாதி ஒழிப்பு என்கிற கருத்துக்கு எதிராக இல்லை; சமூக நீதி விஷயத்தில் உறுதியாக நின்றன என்பதையும் சுட்டிக்காட்ட வேண்டும். எம்ஜிஆர் காலத்தில் நிகழ்ந்த இரண்டு மாற்றங்களைச் சாதி ஒழிப்புக்கான அவருடைய பங்களிப்பாகப் பார்க்கிறேன். ஒன்று, கிராம நிர்வாக முறையில் அவர் ஏற்படுத்திய புரட்சி. நெடுங்காலமாக ஆதிக்க சாதியினர்கள் ஆதிக்கம் நிலவிய கிராம நிர்வாகத்தில், 'விஏஓ' பணியிடங்களைக் கொண்டு வந்ததன் மூலமாக அந்த ஆதிக்கத்தை உடைத்தெறிந்தார். விளைவாகவே, இன்றைக்குத் தாழ்த்தப்பட்ட சமூகத்தினரும் கிராம நிர்வாக அதிகாரிகளாக உட்கார முடிந்திருக்கிறது. இரண்டாவதாக வீதிகளின் பெயரில், கடைகளின் பெயரில் இனி சாதிப் பெயர்கள் ஒட்டு இருக்கக் கூடாது என்று ஓர் அரசாணை பிறப்பித்தார். அதை நடைமுறைப்படுத்தவும் செய்தார். ஆக, சாதிக்கு எதிராகச் செயல்படும் மனம் எம்ஜிஆருக்கும் இருந்தது. ஆனால், நிர்ப்பந்தங்களுக்குக் கட்டுப்பட்டுக் காய்களை நகர்த்தினார்.

கருணாநிதியின் செயல்பாடுகளை எப்படி மதிப்பிடுகிறீர்கள்?

சாதி ஒழிப்பில் கலைஞர் காட்டிய அக்கறைக்கு, பெரியார் நினைவுச் சமத்துவபுரம் திட்டம் ஒரு சான்று போதும் என்று நினைக்கிறேன். இந்தியா முழுவதும் இந்த நாடு இரட்டை இந்தியாவாகத்தான் இருக்கிறது. ஒன்று,

ஊர்த்தெரு இந்தியா; இன்னொன்று சேரி இந்தியா. ஒரே ஊராக எந்தக் கிராமமும் இல்லை. சுடுகாடுகள்கூட இங்கு இரண்டுதான். எல்லாச் சாதி மக்களையும் ஒரே இடத்தில் வாழ வைக்க முடியாதா என்று யாரும் கவலைப் படாதபோது, பெரியார், அம்பேத்கர் வழியில் கலைஞர் அப்படி யோசித்தார். எல்லாச் சாதியினரும் ஓரிடத்தில் வாழ ஒரு நகரமைப்பை உருவாக்கினார். நூற்றுக்கும் மேற்பட்ட இடங்களில் அவர் தொடங்கிய சமத்துவபுரங்கள் எவ்வளவு பெரிய கனவு! சாதி ஒழிப்பில் அவர் காட்டிய அக்கறை, அடையாள அரசியலுக்கானது அல்ல. அம்பேத்கர் சிலையைப் பார்த்தாலே சாணியெடுத்து வீசும் வெறுப்பு நெருப்பாய்த் தவித்துக்கொண்டிருக்கிற நிலையில், அம்பேத்கரின் பெயரில் சட்டக் கல்லூரி அமைத்தார். அதுவும் எப்போது? மகாராஷ்டிரத்தில் அம்பேத்கர் பெயரில் சட்டப் பல்கலைக்கழகம் அமைக்கக் கூடாது என்று சிவசேனையினர் போராடியதோடு மட்டுமில்லாமல், அம்பேத்கரின் பெயரில் அமைந்த நூலகத்தை எரித்தும் சாம்பலாக்கினார்கள். வன்முறை வெறியாட்டத்தில் இறங்கினார்கள். தலித் மாணவர்கள் வீதியிலே உயிரோடு கொளுத்தப்பட்டார்கள். அப்போது அதைக் கண்டித்த கலைஞர், அந்தக் கண்டனம் பெயர் அளவிலானது அல்ல என்று உணர்த்தும் வகையிலேதான் தமிழகத்தில் உருவான சட்டப் பல்கலைக்கழகத்துக்கு அம்பேத்கர் பெயரைச் சூட்டினார். எவ்வளவோ விஷயங்களை இப்படிப் பட்டியலிடலாம்.

நீங்கள் திமுக கூட்டணியில் இருந்ததோடு, கருணாநிதியோடு நெருக்கமான உறவிலும் இருந்தீர்கள். தனிப்பட்ட வகையில் உங்களது கோரிக்கைகளை அவர் எப்படி அணுகுபவராக இருந்தார்?

என் மீது தனிப்பட்ட வகையிலும் அவருக்கு அபிமானம் உண்டு. நான் திருமணம் செய்துகொள்ள வேண்டும் என்றுகூட அவ்வளவு மெனக்கெட்டார். அது தனி. விசிக முன்வைக்கும் கோரிக்கைகள் பொதுவாக சாதி ஒழிப்பு, தமிழ் – தமிழர் நலன் சார்ந்ததாகத்தான் இருக்கும் என்பதால், எப்போதுமே உடனடிக் கவனம் கொடுப்பார். முக்கியமான இரு கோரிக்கைகளைக் குறிப்பிடலாம். பாப்பாபட்டி, கீரிப்பட்டி, நாட்டார்மங்கலம், கொட்டக்காச்சியேந்தல் ஆகிய ஊராட்சி மன்றங்களுக்கு 10 ஆண்டு காலம் தேர்தல் நடத்த முடியாத சூழல் இருந்தது. சாதி வெறியர்களின் எதிர்ப்பே காரணம். மேலவளவு கிராமத்தில் சாதி வெறியர்களை மீறி தேர்தலில் நின்று வென்றார்கள் என்ற காரணத்தாலேயே தலித் சமூகத்தைச் சேர்ந்த முருகேசன், அவருடன் பயணித்த 6 பேர் என்று மொத்தம் 7 பேர் ஓடும் பேருந்தில் வெட்டிக் கொல்லப்பட்டார்கள். அதே காலகட்டத்தில்தான் இந்தக் கிராமங்களிலும் தாழ்த்தப்பட்ட மக்கள் வேட்பு மனுவே தாக்கல் செய்ய முடியாத நிலை இருந்தது. கலைஞர் மீண்டும் முதல்வ ரானபோது இப்பிரச்சினையைச் சுட்டிக்காட்டினோம். பெரிய முயற்சி எடுத்து, எதிர்ப்புத் தெரிவித்த சாதியவாதிகளையெல்லாம் அழைத்துப் பேசி, அவர் களையும் வெறுப்புக்கு உள்ளாக்காமல் நெளிவுசுளிவாக, நிதானமாக அவர்களைக் கையாண்டு அங்கு தேர்தலை நடத்திக் காட்டினார். அதேபோல, அரசு சார்பில் எளி யோருக்குக் கட்டிக்கொடுக்கிற வீடுகள் மிகவும் சிறியவை என்று சுட்டிக்காட்டி, 'தனியே சமையல் அறை, வரவேற்பறை, ஒரு படுக்கை அறை

கொண்ட 400 சதுர அடி அளவுக்காவது வீடு அமைய வேண்டும்' என்று நாங்கள் எங்கள் கட்சி மாநாட்டில் கேட்டபோது, அந்த மாநாட்டிலேயே அதை நிறைவேற்றுகிற வகையில் புதிய வீடு வழங்கும் திட்டத்தைக் அறிவித்தார் கலைஞர். நாங்கள் தீர்மானத்தில் பயன்படுத்திய அதே சொற்றொடரைப் பயன்படுத்தி மத்திய அரசுக்கு அவர் கடிதம் எழுதினார். சாதி ஒழிப்பு, சமூக நீதி, ஏழை மக்கள் மீதான கரிசனம் இதிலெல்லாம் அவருக்குத் தனித்த அக்கறை எப்போதும் உண்டு.

தமிழ்நாட்டில் பெரியாருக்கு எதிராக அம்பேத்கரையும் திராவிட அரசியலுக்கு எதிராக தலித் அரசியலையும் முன்னிறுத்தும் ஒரு போக்கு இப்போது தீவிரமாகியிருக்கிறது. இதை எப்படிப் பார்க்கிறீர்கள்?

நான் இந்துத்துவத்தை எதிர்ப்பதற்குக் காரணம், அது இந்துத்துவமாக இருப்பதால் அல்ல. ஆதிக்கம் திணிக்கப்படுவதால் அதை எதிர்க்கிறேன். நான் சாதியை எதிர்ப்பதற்குக் காரணம், அது எனக்குப் பிடிக்காத அல்லது நான் பிறக்காத சாதி என்பதால் அல்ல. ஆதிக்கம் திணிக்கப்படுவதால் அதை எதிர்க்கிறேன். என் தாய்மொழி தமிழ் என்ற உணர்ச்சிக்காக அல்ல; தமிழன் என்ற இனத்தின் மீது இந்தியின் வழியே வடவர் ஆதிக்கம் திணிக்கப்படுவதாலேயே இந்தியை எதிர்க்கிறேன். ஆக, ஆதிக்கம்தான் இங்கே பிரச்சினை. ஆதிக்கமும் ஒடுக்குமுறையும் எதற்காக நிகழ்த்தப்படுகின்றன என்றால், சுரண்டலுக்காக நிகழ்த்தப்படுகின்றன. மானுடத்தின் மீது இந்த மூன்றும் எப்போதும் நிகழ்ந்துகொண்டேயிருக்கிறது. ஆகவே எதிர்க்கிறோம். சாதி ரீதியிலான ஒடுக்குமுறைக்கு எதிராக எவ்வளவு தீவிரமாக இருக்கிறேனோ அதே அளவுக்கு மொழி – இனரீதியிலான ஆதிக்கத்துக்கு எதிராகவும் தீவிரமாக இருப்பவன் நான். பொது நீரோட்டத்தில் தலித்துகளை இணைக்கிற போராட்டம் இருக்கிறதே, அதுதான் சாதி ஒழிப்புப் போராட்டத்துக்கான முதல் படி. ஆக, தமிழன் என்ற அடையாளமும், சாதி ஒழிப்பு என்ற அடையாளமும் வேறு வேறு அல்ல. இந்திய அளவில் எந்த அம்பேத்கரிய இயக்கமும், மொழி வழி தேசியத்தை இணைத்துப் பேசியதில்லை. நாங்கள்தான் அதைத் தூக்கிப் பிடிக்கிறோம். ஏனென்றால், சாதியின் பாதுகாப்பு அரணாக இருக்கும் இந்து மதம் இன்று இவ்வளவு வலுவாக இருப்பதற்கு இந்திய தேசியமும் ஒரு காரணம். நான் முன்னரே குறிப்பிட்டபடி 'இந்தி–இந்து–இந்துஸ்தான்' ஒற்றைக் கலாச்சாரத்துக்கு எதிரான மாற்று பெரியாரிடத்தில் இருக்கிறது. திராவிடக் கட்சிகள் சாதி ஒழிப்பை மையமாகக் கொண்டிராவிட்டாலும் சாதி ஒழிப்பில் அக்கறை கொண்டவர்களுக்கு, குறிப்பாக தலித் இயக்கங்களுக்கு அவர்களே இங்கு நேச சக்திகள். இதை உணராதவர்கள் அல்லது இந்த இரு இயக்கங்கள் இடையில் ஒற்றுமை நீடிக்கக் கூடாது என்று விரும்புபவர்கள் இரண்டு தரப்பினருக்கும் இடையில் கொம்பு சீவிவிடுகிறார்கள். அதைக் கடக்க வேண்டும். திராவிட இயக்கத்தினரோடு கை கோத்து சாதி ஒழிப்பை நோக்கி நாம் நகர வேண்டும். நம்முடைய எதிரியான சாதி மிகப் பெரிய ராட்சதன். கோடி கைகள் அதை எதிர்க்க வேண்டும். அதனால், கோடி கைகள் இணைய வேண்டும்!

டிவிதான் பழங்குடி மக்களை உலகத்தோடு முழுமையாக இணைத்தது!

எஸ்.ராஜன் பேட்டி

• ஆசை

கன்னியாகுமரி மாவட்டம், பேச்சிப்பாறை பகுதியைச் சேர்ந்த ராஜன் வழக்கறிஞர், ஊராட்சித் தலைவராகப் பணியாற்றியவர். மேற்குத் தொடர்ச்சி மலைவாழ் மக்கள் மத்தியில் தொடர்ந்து ஓடும் செயல்பாட்டாளர். பழங்குடியினத்தைச் சேர்ந்த இவர், இரு திராவிடக் கட்சிகளின் ஆட்சி பழங்குடி மக்களுக்கு ஆற்றிய பணிகளை மதிப்பிடுகிறார்.

இந்தியாவின் ஏனைய மாநிலங்களில் பழங்குடி மக்களின் நிலையோடு தமிழ்நாட்டுச் சூழலை ஒப்பிடச் சொன்னால், எப்படி மதிப்பிடுவீர்கள்?

முதலில் ஒரு வேறுபாடு முக்கியம். பல மாநிலங்களுடன் தமிழ்நாட்டை ஒப்பிட முடியாது. ஏனென்றால், இங்கு பழங்குடி மக்களின் எண்ணிக்கை 1%–க்குள். சத்தீஸ்கர், ஜார்கண்ட் போன்ற மாநிலங்களில் 25%–30%. வட கிழக்கை எடுத்துக்கொண்டால், 90% வரைக்கும். ஓட்டு இருக்கிறது. ஆட்சிப் பொறுப்பிலும் அவர்களுக்கு முக்கியமான பங்கிருக்கிறது. தமிழ்நாடு மாதிரி குறைந்த மக்கள்தொகையைக் கொண்ட மாநிலங்களில் என்ன பிரச்சினை என்றால், மலையையும் காட்டையும் விட்டு எங்கள் ஆட்கள் வெளியே வருவதே கஷ்டம். அதனால், ஆட்சியாளர்களுக்குக் காட்டில் நடப்பதே போய்ச் சேராது. அதனால்தான், பழங்குடியினருக்கு அதிகாரமளிக்கும் வனவுரிமைச் சட்டம் இன்று வரை தமிழக அரசியல் களத்தில் விவாதம் ஆகவில்லை. ஆட்சியாளர்கள்

மட்டும் அல்ல; ஊடகங்கள், அதிகாரிகள் எல்லோரையுமே இதற்கான காரணமாகச் சொல்லலாம். ஒரு பள்ளிக்கூடம் எப்படிச் செயல்படுகிறது என்று பார்ப்பதற்கு மலை ஏறி இறங்கவே குறைந்தபட்சம் அரை நாள் நீங்கள் செலவிட வேண்டும். பத்திரிகையாளர்கள் மேலே வர மாட்டார்கள். கீழே கொண்டுபோய் அவர்களிடம் கொடுத்தாலும் செய்தி வராது. இப்படி இருக்கும்போது, ஆட்சியாளரை எப்படி எங்கள் குரல் போய்ச் சேரும்? இந்தப் பின்னணியில்தான் நம் மதிப்பீட்டை நாம் வைத்துக்கொள்ள வேண்டும். அப்படிப் பார்க்கையில், இரு கட்சிகளும் எவ்வளவோ செய்திருக்கின்றன. குறிப்பாக திமுக, கருணாநிதி. பழங்குடி மக்கள் பெரும் தொகையில் உள்ள மாநிலங்களிலேயே இல்லாத அளவுக்குச் சில விஷயங்களில் தமிழ்நாடு மேலே இருக்கிறது.

கொஞ்சம் விவரிக்க முடியுமா?

கல்வி. 'பழங்குடியினரெல்லாம் ஜஸ்ட் பாஸ் பண்ணா போதும்; மருத்துவக் கல்லூரியில் எளிதாக இடம் கிடைத்துவிடும்' என்று ஒருகாலத்தில் சொல்லப்பட்டதுண்டு. இன்று 'ஓசி' எனப்படும் பொதுப்பிரிவில் தேறிவருகிறார்கள் எங்கள் பிள்ளைகள். கல்வியில் அடைந்திருக்கும் வளர்ச்சிக்கான குறியீடு இது. தமிழ்நாட்டில் அடர்ந்த காடுகளிலும் உண்டு உறைவிடப் பள்ளிக்கூடங்கள் உண்டு. பிள்ளைகள் பள்ளிக்கூடம் போனால் போதும். சாப்பாடு, தங்குமிடம், சீருடை, பாடக் கருவிகள் எல்லாவற்றையுமே அரசு தருகிறது. அதேபோல சுகாதாரம். கடைக்கோடியிலும் ஆரம்ப சுகாதார நிலையங்கள் உண்டு. அவை வந்த பிறகுதான் பழங்குடிக் கிராமங்கள் எப்படி இருக்கின்றன என்பது துல்லியமாக அடையாளம் காணப்பட்டது. திமுக ஆட்சியில் 'நடமாடும் மருத்துவ முகாம்' நடத்தினார்கள். வாகனங்கள் போக முடியாத மலை முகடுகளுக்குக்கூட ஒரு குறிப்பிட்ட இடத்தில் வாகனத்தை நிறுத்திவிட்டு, வீடு தேடி வருவார்கள் மருத்துவர்கள். '108 ஆம்புலன்ஸ்' பெரிய வரப் பிரசாதம். நாட்டின் பல பகுதிகளையும் சுற்றும்போது சாலைகளையும் மின்சாரத்தையும் எல்லா இடங்களுக்கும் இவர்கள் கொண்டுவந்து சேர்த்ததே பெரிய வளர்ச்சி என்று நினைக்கிறேன்.

வேறு எங்கும் இல்லாத, ஒரு முன்னோடித் திட்டம் என்றால், எதைச் சொல்வீர்கள்?

கருணாநிதி கொண்டுவந்த இலவச வண்ணத் தொலைக்காட்சித் திட்டம். 'டிவி இருக்கு; மின்சாரம் இல்லை; கேபிள் இல்லை' என்றபோது அரசாங்கம் மிச்ச சொச்சம் மின்சாரம் இல்லாத இடங்களுக்கும் மின்சாரத்தைக் கொண்டு வந்தது. கேபிள் மூலமாக தகவல்தொடர்பு வந்தது. எல்லாவற்றுக்கும் மேல் எங்கள் மக்களில் பெரும்பாலானோர் அப்போதுதான், 'உலகம் எப்படி இருக்கிறது, நாம் எப்படி இருக்கிறோம்' என்று பார்த்தார்கள். உலகத்தை எங்களோடு இணைத்த திட்டம் அது!

திராவிட அரசியல் தமிழ் முஸ்லிம்களின் அரசியல் தாய்நிலம்!

கோம்பை அன்வர்
வரலாற்றாய்வாளர்,
ஆவணப்பட இயக்குநர்

சென்னை மாகாண சட்டசபையில் 1920–ல் சுயராஜ்ய கட்சியைச் சார்ந்த சி.வி.வெங்கட்டரமண அய்யங்கார், ‘காவல் துறையில் சில பதவிகளையாவது இந்தியர்களுக்கு வழங்க வேண்டும்’ என்று இந்திய மயமாக்குதல் தொடர்பான தீர்மானத்தில் திருத்தம் கொண்டுவர முற்பட்ட போது, நீதிக் கட்சியைச் சார்ந்த டாக்டர் நடேசன் குறுக்கிட்டுச் சொல்கிறார், “இந்தியர் என்பதை பிராமணரல்லாத இந்தியர் என்று மாற்றியமைக்க

> திராவிட அரசியல் என்பது தமிழ் அரசியல்.
> அது ஒருவகையில் நம் தாய்நிலம்.
> அறுவடையைப் பற்றிக் கேட்கும் முன்
> தயவுசெய்து நிலத்தில் நம்முடைய இன்றைய
> பங்களிப்பு என்ன என்று யோசியுங்கள்!

வேண்டும்!" இப்படி வாதிட்டதோடு மட்டுமல்லாமல், பிராமணரல்லாதார் யார் என்றும் நடேசன் தெளிவுபடுத்தினார். இஸ்லாமியர், இந்திய கிறிஸ்தவர், பிராமணரல்லாத இந்துக்கள், சமணர்கள், பார்ஸிக்கள், ஆங்கிலோ இந்தியர் என்று நீளும் அந்தப் பட்டியல், இஸ்லாமியரைத் திராவிட இயக்கத்தின் ஒரு அங்கமாக ஆரம்பக் காலகட்டத்திலேயே திட்டவட்டமாக அடையாளப்படுத்து கிறது. வெறுமனே அடையாள அரசியலாக மட்டும் அது இருந்திடாமல் அன்று சென்னை மாகாணத்தை ஆட்சிசெய்த நீதிக் கட்சி அமைச்சரவையில் முஹம்மது உஸ்மானுக்கு முக்கியப் பதவியும் வழங்கப்பட்டிருந்தது.

திராவிட இயக்கத்தினுடன் இஸ்லாமியர்களுடனான உறவு பெரியாரின் வருகையால் மேலும் வலுவடைந்தது. ஏற்றத்தாழ்வுகள் அற்ற சமநிலைச் சமூகத்தை வலியுறுத்தும் நபிகள் நாயகத்தின் மார்க்கம், சுயமரியாதையை வலியுறுத்தும் பெரியாருக்கு இசைவானதாக இருந்ததில் ஆச்சரியமில்லை. நபிகள் நாயகத்தின் பிறந்த தினமான மீலாது விழா நிகழ்ச்சிகளில் பங்கேற்ற பெரியார், முஹம்மது நபியைத் தலைசிறந்த தலைவராகவும், பெரிதும் குறைபாடு களற்ற மதமாக இஸ்லாத்தையும் சித்தரித்தது, முஸ்லிம்களிடையே பெரும் தாக்கத்தை ஏற்படுத்தியது. பெரியாரின் இஸ்லாமிய ஆதரவு என்பது கண்மூடித் தனமானது அல்ல. இஸ்லாத்தில் உள்ள நிறைகுறைகளையும் அவர் சுட்டிக் காட்டத் தவறியதில்லை. துருக்கியில் கமால் பாஷா, ஆப்கனில் மன்னர் அமானுல்லா கான் கீழ் நிகழ்ந்த மாற்றங்களையே பெரியார் தான் விரும்பும் இஸ்லாமாக முன்னிறுத்தினார். இதை விரும்பாத இஸ்லாமிய அடிப்படைவாதிகள் சிலர் இருந்தாலும், பெரியாரின் கருத்துகளால் பெரிதும் கவரப்பட்ட, நாகூரைச் சார்ந்த சித்தி ஜுனைதா பேகம், 1938-ல் வெளியிட்ட 'காதலா, கடமையா?' நாவலில் 'பெரியாரின் வழிநடப்போம்' என்று எழுதும் அளவுக்கு இஸ்லாமிய சமூகத்தினுள் பெரியார் பிரிக்க முடியாத அங்கமாகிவிட்டிருந்தார்.

ஏறத்தாழ அதே காலகட்டத்தில் பள்ளிக் கல்வியில் இந்தியைத் திணிக்க ராஜாஜி அரசு செய்த முயற்சி தமிழர்களைக் கிளர்ந்தெழச் செய்து, பெரியார் தலைமையில் இந்தி ஆதிக்க எதிர்ப்புப் போராட்டத்தில் நிறுத்தியபோது, திருப்பூர் முஹைதீன் அதில் முன்னணியில் நின்றார். பெரியாரும் கலிபுல்லாவும்

திமுகவின் இயல்பான கூட்டாளியாக அரசியல் களத்தில் முஸ்லிம் லீக் மாறியபோது, திமுக – முஸ்லிம் லீக் உறவானது வெறுமனே தொகுதிப் பங்கீடாக அல்லாமல், பிரிவினைக்குப் பிறகு தமிழ் மைய நீரோட்டத்திலிருந்து விலக்கப்பட்ட முஸ்லிம்களை மீண்டும் அந்தப் பொது நீரோட்டத்தில் கொண்டுபோய் இணைக்கும் உறவானது.

கொடியசைத்தே 100 இந்தி எதிர்ப்புப் போராளிகள் முதலாவது இந்தி எதிர்ப்புப் போரை, சென்னையை நோக்கிய தங்கள் நடைப்பயணப் பிரச்சாரத்தைத் தொடங்கினர்.

இந்த 'தமிழன்', 'திராவிடன்' என்ற உணர்வு கடலுக்கு அப்பாலும் வசித்துவந்த தமிழக மக்களிடம், குறிப்பாக தமிழ் முஸ்லிம்களிடமும் காணப்பட்டது. 1929–ல் பெரியாரின் மலேசியப் பயணத்தின்போது அவரை வரவேற்று கௌரவித்ததில் பல தமிழ் முஸ்லிம் செல்வந்தர்கள் முன்னிருந்தனர். இளம் வயதிலேயே பர்மா சென்று, நேதாஜி சுபாஷ் சந்திர போஸின் இந்திய விடுதலைப் படையில் இணைந்து, நேதாஜியின் முதன்மை ஆலோசகராகப் பணியாற்றிய அல்லாமா கரீம்கனி, போர் முடிந்து சிறையிலிருந்து விடுதலையான பின்னர் 'மலேயா நண்பன்' பத்திரிகையின் ஆசிரியர் பதவியை ஏற்றிருந்த சமயம். அதுவரை திராவிட இயக்கக் கருத்துகளை சிங்கப்பூரிலிருந்து வெளியான 'தமிழ் முரசு' மூலம் பரப்புரை செய்துகொண்டிருந்த கோ.சாரங்கபாணியின் பணிகளில் சுணக்கம் ஏற்பட்டது. திராவிட இயக்கப் பிரச்சாரத்தில் எந்தச் சுணக்கமும் ஏற்பட்டுவிடக்கூடாது என்ற நோக்கில், அல்லாமா கரீம்கனி 'மலேயா நண்பன்' பத்திரிகையில் திராவிட இயக்கப் பிரச்சாரத்தை செய்தது மட்டுமல்லாமல், பெரியாரின் பிறந்த நாளன்று அதைக் கொண்டாடும் வகையில், திராவிட இயக்கத்தின் கருப்பு நிறச் சட்டை அணியும் வழக்கத்தைக் கொண்டிருந்தார். அந்த அளவுக்குக் கடல் கடந்தும் திராவிட இயக்கத்தின் தாக்கம் அந்த நாட்களிலேயே தமிழ் முஸ்லிம் சமூகத்திடையே இருந்தது.

காலங்காலமாக ஒடுக்கப்பட்டோருக்காகக் குரல் கொடுத்தது மட்டும் அல்லாமல், அவர்களில் தீண்டத்தகாதவர்களாக ஒடுக்கப்பட்டவர்கள் இஸ்லாத்துக்கு மதம் மாறுவதை ஆதரித்துப் பேசிவந்த பெரியார், 1947 மார்ச் மாதத்தில் திருச்சியில் நடைபெற்ற பொதுக்கூட்டத்தில், 'இன இழிவு நீங்க இஸ்லாம்' என்று அறைகூவல் விடுக்க, அது கட்சிக்குள்ளும் பெரும் அதிர்வலைகளை ஏற்படுத்தியது. சில மாதங்களில் நிகழ்ந்த இந்தியப் பிரிவினை, அதையடுத்து நிகழ்ந்த காந்தியின் படுகொலை போன்ற சம்பவங்கள் நாட்டையே புரட்டிப்போட்டன.

இதன் தாக்கம் தமிழகத்திலும் இருந்தது. இங்கும் முஸ்லிம்களுக்கு எதிராக ஆங்காங்கே சில கலவரங்கள் நிகழ்ந்தன. சென்னை ராஜதானியின் ஆட்சிப் பொறுப்பில் இருந்த காங்கிரஸ் அரசு, இஸ்லாமியர் உரிமைகளைப் பறிக்கும் நடவடிக்கைகளில் இறங்கியது. முதலில் பறிபோனது முஸ்லிம்களுக்கு இருந்த தனி வாக்குரிமை. சிறப்புக் கௌரவங்களைப் பெற்ற ஆற்காடு இளவரசரின் 'அமீர் மஹால்' சோதனைக்குள்ளாக்கப்பட்டது. அதேபோல், தலைமை காஜியின் வீடு சந்தேகத்தின் அடிப்படையில் சோதனையிடப்பட்டது. நீதிக் கட்சி ஆட்சியில் ஆரம்பிக்கப்பட்ட யுனானி மருத்துவப் படிப்புக்கு முற்றுப்புள்ளி வைக்கப்பட்டது. முஸ்லிம்களின் மேற்படிப்புக்காக 1918–ல் சென்னையில் ஆரம்பிக்கப்பட்ட அரசினர் முஹம்மதன் கல்லூரியும் பொதுக் கல்லூரியாக மாற்றப்பட்டு, பின்னர் மகளிர் கலைக் கல்லூரியாக்கப்பட்டது. புதிதாக எழுப்பப்படவிருந்த ஒரு போலீஸ் பட்டாலியனில் முஸ்லிம்களுக்கு இடமில்லை என்று அரசாணை பிறப்பிக்கப்பட்டு, பின்னர் கடும் எதிர்ப்பைத் தொடர்ந்து 1952–ல் அது கைவிடப்பட்டது என்றாலும், முஸ்லிம்கள் புறக்கணிக்கப்படுவது தொடர்ந்தது. முஸ்லிம்கள் அரசியலில் இருந்தால் காங்கிரஸில் இருக்க வேண்டும் - அப்போதுதான் அவர்கள் தேசிய முஸ்லிம்கள்; இல்லாவிடில் சந்தேகத்துக்கு உரியவர்கள் என்ற சூழல் உருவாக்கப்பட்டது. காங்கிரஸில் இருந்த முஸ்லிம்களும் அப்படி ஒன்றும் உரிய பிரதிநிதித்துவத்தோடு நடத்தப்பட வில்லை. 1947 முதல் 1962 வரையிலான தமிழக காங்கிரஸ் ஆட்சியில் ஒரு முஸ்லிம் பிரதிநிதிக்குக்கூட அமைச்சர் பதவி வழங்கப்படவில்லை என்பதை உதாரணமாகச் சொல்லலாம். இதை பெரியாருடன் இயக்கத்தில் இருந்து, பின்னாளில் பிரிந்துவந்து அரசியல் இயக்கமாக திமுகவை ஆரம்பித்த அண்ணா சுட்டிக்காட்டி அரசியலாக்கிய பின்னர்தான், கடையநல்லூர் மஜீதுக்கு 1962–ல் அமைச்சர் பதவி வழங்கியது காங்கிரஸ்.

அண்ணாவுக்கும் இஸ்லாமியருடன் நெருக்கமான உறவு இருந்தது. திராவிடர் கழகத்தின் நாத்திகக் கொள்கை காரணமாக அதனிடமிருந்து கொஞ்சம் விலகியிருந்த முஸ்லிம்களின் ஒரு பிரிவினரையும்கூட திமுகவின் 'ஒன்றே குலம் ஒருவனே தேவன்' முழக்கம் ஈர்த்திழுப்பதாக அமைந்தது. பின்னாளில், திமுகவின் இயல்பான கூட்டாளியாக அரசியல் களத்தில் முஸ்லிம் லீக் மாறியபோது, திமுக - முஸ்லிம் லீக் உறவானது வெறுமனே தொகுதிப் பங்கீடாக அல்லாமல், பிரிவினைக்குப் பிறகு தமிழ் மைய நீரோட்டத்திலிருந்து விலக்கப்பட்ட முஸ்லிம்களை மீண்டும் அந்தப் பொது நீரோட்டத்தில் கொண்டுபோய் இணைக்கும் உறவானது. பெரியாரால் ஈர்க்கப்பட்டுத் தன்னை இயக்கத்துடன் இணைத்துக்கொண்ட நாகூர் ஹனீபா திமுக தனித்து இயக்கம் கண்டபோது அதன் ஆஸ்தான பாடகரானது, அண்ணாவுக்கும் இஸ்லாமியருக்கும் இருந்த நெருக்கத்துக்கான வெளிப்படையான சான்றானது. 'அல்லாவை நாம் தொழுதால்' என்று பக்தி, பரவசம் சொட்டப் பாடிய ஹனீபாவின் குரல்தான் 'அழைக்கிறார், அண்ணா அழைக்கிறார்' என்று திமுகவின் இசைக் குரலாகவும் ஒலித்தது. மாநில மாநாடுகள் நாகூர் ஹனீபாவின் பாடலோடுதான் தொடங்குவது என்பது ஒரு பாரம்பரியமாகவே திமுகவில் உருவானது. 'சமுதாய சேவைக்கு முஸ்லிம் லீக், அரசியல் சேவைக்கு திமுக' என்று தான் தேர்ந்தெடுத்ததாக

> ஏனைய பிராந்தியங்களைப் போல அல்லாமல் தமிழ்நாட்டில், தமிழர் எனும் அடையாளம் மதச்சார்பற்ற ஒரு அடையாளமாக, முஸ்லிம்கள் உட்பட அனைத்து மதத்தினரையும் உள்ளடக்கிய அடையாளமாகத் திகழக் காரணம் திராவிட இயக்கமே.

நாகூர் ஹனீபா 'புதிய காற்று' பத்திரிகை பேட்டி ஒன்றில் பின்னாளில் குறிப்பிட்டது அவர் தலைமுறையினர் பலருடைய இயல்பாகவே இருந்தது.

முதன்முதலில் 1957-ல் திமுக உதவியுடன் அப்துல் வஹாப் ஜானி சென்னை மாகாண மேலவைக்குத் தேர்ந்தெடுக்கப்பட்டார். தொடர்ந்து திமுக உடனான தேர்தல் கூட்டணி மூலம் முஸ்லிம் லீக் மீண்டும் கணிசமான சட்டமன்ற உறுப்பினர்களைப் பெற்றது. அதோடு, திமுகவிலுமே கணிசமான முஸ்லிம்கள் சட்டமன்றத்துக்குத் தேர்ந்தெடுக்கப்பட்டனர். 1967-ல் முஸ்லிம் லீக் உட்பட ஒரு மாபெரும் கூட்டணி அமைத்து அண்ணா தலைமையிலான திமுக வெற்றி பெற்று அமைத்த ஆட்சியில் சாதிக் பாட்சா அமைச்சரானார். ஒரு இஸ்லாமியருக்குத்தான் அமைச்சர் பதவி கொடுத்தாகிவிட்டதே, இனி அவர் பார்த்துக் கொள்வார் என்று ஆட்சிசெய்யாமல், இஸ்லாமியர்களுக்கு ஒரு பிரச்சினை என்றால், நேரடியாகக் களத்தில் இறங்குபவராக இருந்தார் அண்ணா. செங்கல்பட்டு அருகேயுள்ள பள்ளிப்பட்டில் முஸ்லிம்களின் தொழுகைக்கும், பள்ளிவாசல் கட்டுவதற்கும் பிரச்சினை என்று காயிதே மில்லத்திடமிருந்து தகவல் வர, புற்றுநோயால் கடுமையாகப் பாதிக்கப்பட்டிருந்த நிலையிலும் நேரடிக் கவனத்தில் அந்தப் பிரச்சினையைக் கையாண்டார் அண்ணா.

அண்ணாவின் மறைவுக்குப் பின்னர் கருணாநிதி தலைமையிலான திமுக ஆட்சியில், இந்த உறவு அடுத்த கட்டத்தை நோக்கி வளர்ந்தது. தனது சிறு வயதிலேயே பெரியார், அண்ணா போன்றவர்களால் மட்டுமின்றி பா.தாவூத் ஷா போன்ற இஸ்லாமிய சீர்திருத்தவாதிகளாலும் ஈர்க்கப்பட்டவர் கருணாநிதி பிற்படுத்தப்பட்டோர் பட்டியலில் இஸ்லாமியரை இணைத்தது, நபிகள் நாயகத்தின் பிறந்த நாளான மீலாது விழாவை அரசு விடுமுறையாக அறிவித்தது, இஸ்லாமியருக்கு இடஒதுக்கீடு அறிவித்தது, காயிதே மில்லத்துக்கு மணி மண்டபம் அமைத்தது என்று பல விஷயங்கள் அவருடைய ஆட்சிக் காலத்தில் நடந்தன. மிக முக்கியமாக, யுனானி மருத்துவப் படிப்பு மீண்டும் சித்த மருத்துவத்துடன் இணைத்துக்கொண்டுவரப்பட்டது. அதேபோல், காங்கிரஸ் அரசால் முஸ்லிம்களிடமிருந்து பறிக்கப்பட்டு, நாளடைவில் பெண்கள் கல்லூரி யாக மாற்றப்பட்ட 'அரசு முஹம்மதன் கல்லூரி' காயிதே மில்லத் கல்லூரி என்று

பெயர் சூட்டப்பட்டு விளங்கலாயிற்று. மேலும், முஸ்லிம்களுக்குப் புதிதாக இன்னொரு கல்லூரி தொடங்கவும் சென்னை மேடவாக்கத்தில் இடம் அளித்தார் கருணாநிதி. இப்படி நேரடியாக மட்டும் அல்லாமல் எல்லாத் தளங்களிலும் முஸ்லிம்களுக்குச் சமமான பிரதிநிதித்துவம் கிடைக்கும் சூழலை உருவாக்கினார் கருணாநிதி.

தொண்ணூறுகளில் ஜெயலலிதா தலைமையிலான அதிமுக அடியெடுத்து வைத்த புதிய பாதைகளும் அயோத்தி அரசியலும் திமுகவுக்குள்ளும் மாற்றங் களை உருவாக்கின. 1996-ல் இங்கு திமுக அரசு பொறுப்பேற்றபோது இந்திய அரசியல் புதுப் பாதையை நோக்கிச் சென்றுகொண்டிருந்தது ஏற்கெனவே இரு முறை ஆட்சிக் கலைப்பின் கீழ் அரசை இழந்திருந்த திமுகவுக்கு டெல்லியில் அனுசரணையான ஆட்சியாளர்கள் தேவைப்பட்டார்கள். அதிமுக உருவாக்கிய நெருக்கடி பாஜகவை நோக்கி திமுகவை நகர்த்தியது. இந்தக் கூட்டணியானது முஸ்லிம்கள் மத்தியில் மிகப் பெரிய அதிர்ச்சியை ஏற்படுத்தியது. இக்கட்டான இச்சூழல் திராவிட இயக்கத்துடனான முஸ்லிம்களின் உறவில் பெரும் குழப்பத்தையும், குறிப்பாக இளைஞர்களிடம் ஒரு இடைவெளியையும் ஏற்படுத்தியது. மிக விரைவில் திமுக தன்னுடைய பழைய இடம் நோக்கித் திரும்பியது. இன்றும், இடையில் புதிதாக உருவாகிவந்திருக்கும் முஸ்லிம் இயக்கங்களுக்கும் சேர்த்து இடமளிக்கும் கூட்டாளியாகவே திமுக நிற்கிறது.

ஏனைய பிராந்தியங்களைப் போல அல்லாமல் தமிழ்நாட்டில், தமிழர் எனும் அடையாளம் மதச்சார்பற்ற ஒரு அடையாளமாக, முஸ்லிம்கள் உட்பட அனைத்து மதத்தினரையும் உள்ளடக்கிய அடையாளமாகத் திகழக் காரணம் திராவிட இயக்கமே. என்னிடம் யாரேனும் முஸ்லிம்களுக்கு திராவிட இயக்கம் என்ன செய்தது என்று கேட்டால், நான் சொல்லும் பதில் இதுதான். "திராவிட அரசியல் என்பது தமிழ் அரசியல். அது ஒருவகையில் நம் தாய்நிலம். அறுவடையைப் பற்றிக் கேட்கும் முன், தயவுசெய்து நிலத்தில் நம்முடைய இன்றைய பங்களிப்பு என்ன என்று யோசியுங்கள்!"

திராவிட இயக்கத்துக்குத் தோள் தந்த பிராமணர்கள்!

● கே.கே.மகேஷ்

பிராமணரல்லாதோர் இயக்கமாகத் தோன்றி வளர்ந்த திராவிட இயக்கம் பிராமணியத்துக்கான கடுமையான சவாலாகத் திகழ்ந்தாலும், பிராமணர்களுக்கு எதிரானதாக அது செயல்படவில்லை. சாதிய அடுக்கில் பிராமணர், சத்திரியர், வைசியர், சூத்திரர், பஞ்சமர் என அடுக்கும்போது உருவாகும் ஏற்றத்தாழ்வும் இழிவுமே பிராமண எதிர்ப்புக்கான காரணம் என்பதைத் திராவிட இயக்க முன்னோடிகள் பலரும் பல்வேறு சூழல்களிலும் கூறியிருக்கிறார்கள். பிராமணர்களுடன் திராவிட இயக்கத் தலைவர்கள் நல்லுறவு கொண்டிருந்தது போக, சாதி ஒழிப்பிலும் சமத்துவப் பயணத்திலும் இணைந்து பணியாற்றிய பிராமணர்களும் உண்டு. சில முன்னோடிகள்.

வ.ரா. 1889-1951

திங்களூரில் ஆச்சாரமான ஐயங்கார் குடும்பத்தில் பிறந்தவர். முழுப் பெயர் வரதராஜ ராமசாமி. காந்தி, காங்கிரஸின் மீது பற்றுகொண்டிருந்தவர் ஒருகட்டத்தில் இந்நாட்டின் சாபக்கேடு சாதி என்று உணர்ந்தார். சாதிக்கு எதிராகத் தன் வாழ்வை அர்ப்பணித்தார். குல ஆச்சாரங்களைக் கைவிட்டார். பூணூலை அறுத்தெறிந்தார். குடுமியைத் துறந்தார். சாகும் வரை சடங்குகளுக்கும் மூடப்பழக்கவழக்கங்களுக்கும் எதிராகச் செயல்பட்டு வந்தார். பெரியார் மீது மிகுந்த மதிப்பு கொண்டிருந்தவர் திராவிட இயக்கக் கொள்கைகளைத் தூக்கிச் சுமந்து பரப்பினார்.

ஏ.எஸ்.கே. 1907-1978

தமிழகத்தைப் பூர்வீகமாகக் கொண்ட ஆச்சாரமான ஐயங்கார் குடும்பத்தில், பெங்களூரில் பிறந்தவர். 1934-ல் சென்னை வந்தவருக்கு சிங்காரவேலருடனும், பெரியாருடனும் நட்பு ஏற்பட்டது. பொதுவுடைமை இயக்கத்தின் முன்னோடிகளில் ஒருவரான இவர் சாதிக் கொடுமைகளையும் ஏற்றத்தாழ்வு களையும் பார்த்து மனம் குமுறியவர். விளைவாகப் பெரியாரோடு கை கோத்தார். ஆவியூர் சீனிவாச கிருஷ்ணமாச்சாரி எனும் தன் பெயரை ஏ.எஸ்.கே. என்று மாற்றிக்கொண்டவர். இவரது

ஓவியங்கள்: ஜீவா

'பகுத்தறிவின் சிகரம் பெரியார்' நூல் இந்திய தத்துவ ஞான மரபில் பெரியாரின் இடம் எப்படி மறுதலிக்க முடியாது என்பதை விளக்கக்கூடியது. ஏ.எஸ்.கே.வினுடைய குடும்பத்தினரும் முற்போக்காளர்கள். அண்ணன்கள் துரைசாமி சாதி கடந்த மணமும், பார்த்தசாரதி மதம் கடந்த மணமும் செய்து கொண்டனர். ஏ.எஸ்.கே. மணம் செய்துகொள்ளவில்லை!

ந.சுப்பிரமணியன் 1915-2013

சிதம்பரத்தில் ஆச்சாரமான ஐயர் குடும்பத்தில் 1915-ல் பிறந்தவர். சாதிக் கொடுமைகள் உண்டாக்கிய கோபம்தான் இவரையும் திராவிட இயக்கம், சாதி ஒழிப்புப் பிரச்சாரத்தில் கொண்டுவந்து சேர்த்தது. பெரியார், கி.வீரமணி மீது மிகுந்த மதிப்பு கொண்டிருந்த சுப்பிரமணியன், தான் இறந்த பின்பு தனது உடலுக்கு அருகில் அவரும் வீரமணியும் இணைந்திருக்கும் புகைப்படத்தை வைக்க வேண்டும் என்று தன் குடும்பத்தினரிடம் கூறியவர். அவரது குடும்பத்தினரும் அவ்வாறே செய்தனர். உடல்நிலை குன்றிய சூழலிலும் வீரமணி உடுமலைப்பேட்டைக்குச் சென்று அஞ்சலி செலுத்தி வந்தார்.

வி.பி.ராமன் 1932-1991

சென்னையில் ஆச்சாரமான ஐயர் குடும்பத்தில் பிறந்தவர் வேங்கட பட்டாபிராமன். சட்ட வல்லுநர். திராவிட இயக்கத்தின் பால் கொண்டிருந்த நாட்டமும் மாநிலங்கள் உரிமையில் அவர் கொண்டிருந்த அக்கறையும் திமுகவில் இணைத்தது. திமுக வுக்கான சாசனத்தை உருவாக்க அண்ணா தேர்ந்தெடுத்த மூவர் குழுவில் ஒருவர் ராமன். ஈ.வெ.கி.சம்பத், இரா.செழியனுடன் இணைந்து இப்பணியை மேற்கொண்டார்.

சின்னகுத்தூசி 1934-2011

திருவாரூரில் ஆச்சாரமான ஐயர் குடும்பத்தில் பிறந்தவர். இயற்பெயர் ரா.தியாகராஜன். இளமையிலேயே சாதிக்கு எதிரான உணர்வைப் பெற்றவர். திருச்சி பெரியார் ஆசிரியர் பயிற்சிப் பள்ளியின் தொடக்க ஆண்டில் படித்த மாணவர்களில் ஒருவர். பெரியாரியத்தின் மீது மிகுந்த பற்றுகொண்டிருந்தவர். பெரியாரியரான குத்தூசியின் எழுத்துகளால் கவரப்பட்டு தன் பெயரை சின்னகுத்தூசி என மாற்றிக்கொண்டவர். பின்னாளில் திமுகவின் இதழியல் குரல் ஆனார். 'முரசொலி'யில் இவரது எழுத்துகளுக்கு என்றே தனி வாசகர் வட்டம் இருந்தது!

தெற்கிலிருந்து ஒரு சூரியன்

திராவிட ஆட்சியில் பிராமணர்கள்: கற்பிதங்கள், கற்பனைகள், உண்மைகள்!

ராஜன் குறை
சமூக ஆய்வாளர்,
டெல்லி அம்பேத்கர்
பல்கலைகழகத்தில்
பணியாற்றுகிறார்

அமெரிக்கப் பல்கலைக்கழகம் ஒன்றில் ஒரு கருத்தரங்கம். காலை சிற்றுண்டி அறையில் நுழைந்தபோது, சற்றே மூத்த அமெரிக்கப் பேராசிரியர் ஒருவரைச் சந்தித்தேன். அவர் மிகுந்த ஆர்வத்துடன் என்னிடம் ஒரு கேள்வி கேட்டார். "சரியாக எந்த ஆண்டுகளில் 'எக்ஸோடாஸ்' (கூட்டமாக வெளியேறுவது) நிகழ்ந்தது ?"

பலரும் செய்வதுபோல என்னை ஈழத் தமிழனாக நினைத்துக் கேட்கிறாரோ என்று யோசித்து, "நான் தென்னிந்தியாவின் பகுதியான தமிழகத்தைச் சேர்ந் தவன்" என்று கூறினேன். அவர், "எனக்கு அது தெரியும்; திராவிடர் இயக்கம் ஆட்சிக்கு வந்ததால் பிராமணர்கள் கூட்டமாக வெளியேறியதைத் தான் கேட்கிறேன், அது சரியாக எந்த ஆண்டுகளில் நிகழ்ந்தது ?" என்று கேட்டார்.

நான் சொன்னேன், "அப்படியான வெளியேற்றம் எதுவும் அங்கு நடக்க வில்லை. நானே பிராமணச் சமூகத்தைச் சேர்ந்தவன்தான். முற்றிலும் தமிழகத்தில் வளர்ந்தவன்தான். தமிழக பிராமணர்கள் புலம்பெயர்கிறோம் என்றால், அது நூறாண்டுகளுக்கும் மேலாக நடந்துகொண்டிருக்கிறது. பிரிட்டிஷார் காலத்திலேயே நாடு முழுக்கச் சென்றார்கள். வேலைவாய்ப்புக்காக பம்பாய், கல்கத்தா, டெல்லி என்று சென்றார்கள். பிற்பாடு அமெரிக்கா அந்த இடத்தைப் பிரதானமாகப் பிடித்துக்கொண்டது. பிராமணரல்லாதோர் இயக்கம்

'திராவிடம் - ஆரியம்' என்ற காலனிய கால இனவேற்றுமைக் கருத்தாக்கத்தை எடுத்துக்கொண்டாலும் திராவிட இயக்கம் பிராமணர்கள் மீது வெறுப்பையோ காழ்ப்பையோ கொண்ட இயக்கமல்ல. பிராமணர்களின் சமூக, அரசியல் மேலாதிக்கம், நவீன சமூகத்தினுடைய கல்வி, வேலைவாய்ப்பு ஆகியவற்றில் அவர்கள் மேற்கொண்ட ஆக்கிரமிப்பு ஆகியவற்றால் தூண்டப்பட்ட பிராமணர் அல்லாதோர் இயக்கம் அல்லது திராவிட இயக்கம் என்பது, அதிகாரப் பகிர்வையும் ஜனநாயகத்தையும் வலுப்படுத்து வதாக அமைந்ததே அன்றி, சமூகத்தில் வேற்றுமையை வளர்ப்பதாகவோ முரண்களை, வன்செயல்களாகக் கூர்மைப்படுத்துவதாகவோ இருக்கவில்லை. ஒதுங்குவது, ஒதுக்குவது போன்ற வற்றைப் பிராமணர்கள் செய்தாலும், பிறர் அப்படி தமிழ்நாட்டில் பிராமணர்களை நடத்தியதில்லை. இன்னும் சொல்லப்போனால், பிராமணர்கள் பலருடனும் முரணும், அதேசமயம் உரையாடலும், உறவும் கொண்டாகத்தான் திராவிட இயக்கமே விளங்கியது. இந்த இடத்தில் ஜெயலலிதாவையும் குறிப்பிடலாம். இரு திராவிடக் கட்சிகளில் ஒன்றான அதிமுகவின் தலைமைப் பொறுப்பில் உட்கார்ந்து கிட்டத்தட்ட 25 ஆண்டுகள் கருணாநிதிக்கு எதிர் துருவமாக அரசியலில் செயல்பட்டவர் அவர். பிராமணச் சமூகத்தைச் சேர்ந்தவர். அதேசமயம், ஒரு திராவிடக் கட்சிக்குத் தலைமைப் பொறுப்பை ஏற்று நடத்த முடிந்ததுடன், ஒருசில சந்தர்ப்பங்களில் திராவிடர் கழகத் தலைவரான கி.வீரமணியின் பாராட்டுகளைப் பெறக்கூடிய அளவிலும் அவரால் செயல்பட முடிந்திருக்கிறது. நீங்கள் சொல்லுங்கள், இதில் எங்கே பிராமணர் ஒதுக்குதல் நடந்திருக்கிறது?"

நான் பேசியது அவருக்குப் பெரும் வியப்பைத் தந்தது. ஆனால், எனக்குத் தெரியும், இப்படியான பிம்பத்தை அவரிடம் உருவாக்கிய வேலையையும் புலம்பெயர்ந்த தமிழக பிராமணர்கள் சிலரே செய்திருப்பார்கள் என்பது. திராவிட இயக்கத்தினுடைய ஆட்சிக்குப் பிந்தைய காலகட்டத்தை ஏதோ நாஜி ஜெர்மனியின் யூதர்களைப் போல வர்ணிக்கும் பிராமணர் குரல்களை நான் உள்ளூரிலேயே கேட்டிருக்கிறேன். அதன் நீட்சியே அமெரிக்கா வரை வந்து படர்ந்து கிடக்கிறது என்று நினைத்துக்கொண்டேன்.

சுதந்திரவாத அரசியல் அமைப்புதான் திராவிட இயக்கத்தின் செயல்தளம். குறிப்பாக, திராவிட முன்னேற்றக் கழகம் வலுவான சுதந்திரவாத அடிப்படை களைக் கொண்டது. மக்களாட்சி, தேர்தல் ஆகியவற்றை முழுமையாக ஏற்றுக்கொண்டு ஆட்சியதிகாரம் நோக்கி நகர்ந்த ஒரு வெகுஜன இயக்கம் அது. தனிப்பட்ட முறையில் ஒருவர் தன் சாதி சார்ந்த கலாச்சார அம்சங்களை அகவாழ்வில் பேணுவதைச் சுதந்திரவாதம் மறுக்க இயலாது. புறவாழ்வில், குடிமைச் சமூகத்தில் சாதியின் தடங்களை அகற்றுவதே அதற்கு முக்கியம். அதனால், சாதி சமத்துவம் என்பதுதான் அதன் லட்சியம்; சாதி ஒழிப்பு என்பது சமத்துவத்தினால் உருவாகக்கூடிய ஒரு சாத்தியம் என்றுதான் கொள்ள வேண்டுமே தவிர, தனி வாழ்வில், அக வாழ்வில் ஒருவரும் சாதி சார்ந்த வாழ்க்கை முறையைக் கைக்கொள்ளவே கூடாது என்று கூற முடியாது.

இதன் பொருட்டு சாதியின் பிடியிலிருந்து மொழியையும் பொதுவெளியையும்

சாதி சமத்துவம் என்பதுதான் லட்சியம்;
இதன் பொருட்டு சாதியின் பிடியிலிருந்து
மொழியையும் பொதுவெளியையும் விடுவித்து,
அனைவரும் பங்கேற்கும் பொதுமன்ற
சாத்தியங்களை விரிவாக்குவதாகவே
திமுகவின் செயல்முறை அமைந்தது!

விடுவித்து, அனைவரும் பங்கேற்கும் பொதுமன்ற சாத்தியங்களை விரிவாக்கு வதாகவே திமுகவின் செயல்முறை அமைந்தது. இதனை உருவாக்குவதில் முக்கியப் பங்காற்றியவர் என்று கருணாநிதியைக் குறிப்பிடலாம். 'பராசக்தி' திரைப்படம் குறித்து ஆய்வுக் கட்டுரை எழுதிய பேராசிரியர் எம்.எஸ்.எஸ். பாண்டியன், 'கோயில்கள் கூடாது என்பதற்காக அல்ல; கோயில்கள் கொடியவர்களின் கூடாரங்கள் ஆகிவிடக் கூடாது என்பதற்காக' என்ற வசனத் தைக் கருத்தொருமிப்பு அரசியலின் (consensual politics) அடையாளமாகக் குறிப்பிட்டதை இங்கே நினைவுகொள்ள வேண்டும். அதாவது, கோயில்கள் கூடாது என்று தீவிர நாத்திக நிலை எடுப்பதைவிட, கோயில்கள் எப்படிச் செயல்படுகின்றன, அதன் நோக்கங்கள் என்ன என்பதை விமர்சனபூர்வமாக அறிவதே முக்கியம். பெரியாரின் புரட்சிவாத மொழிதல்களிலிருந்து விலகி, அவருடைய சுதந்திரவாதச் செயல்முறையைத் தனது மொழிதலாக திமுக உருவாக்கிக்கொண்டது எனலாம்.

கருணாநிதியின் அரசியல் வாழ்வின் முக்கியமான அடித்தளமாக 'பராசக்தி' படத்தைக் கொண்டால், அந்தப் படத்தை வைத்து ஒரு உண்மையை உணரலாம். 'பராசக்தி' படத்தை பிராமணர்கள் கடுமையாக எதிர்த்தார்களே தவிர, 'பராசக்தி' படத்தில் பிராமணப் பாத்திரங்களோ, அவர்கள் குறித்த விமர்சனமோ எதுவும் இருக்கவில்லை. அந்தப் படத்தை எதிர்த்ததைப் போலவே கருணாநிதியையும் அவர்கள் எதிர்த்தார்கள். அண்ணா, எம்ஜிஆர் ஆகியோரை ஏற்றுக்கொள்ளும் பிராமணர்கள்கூடப் பலர் கருணாநிதியை ஏதேதோ காரணங்களைத் தேடி நிராகரிப்பதை நான் கவனித்திருக்கிறேன். "அண்ணாவுக்குப் பிறகு, நாவலர்தான் முதலமைச்சர் ஆகியிருக்க வேண்டும்; கருணாநிதி குறுக்கே புகுந்துவிட்டார்" என்று ஒரு சித்திரத்தை பிராமணர்கள் தொடர்ந்து நம்பியும், பேசியும், பரப்பியும்வந்தார்கள். மிக மேலோட்டமான மனப்பதிவுகளின் விளைவு இது. கட்சியின் வளர்ச்சியில் கருணாநிதியின் பங்கு மிகக் கணிசமானது என்பதையும், அண்ணாவுக்குப் பிறகு ஆட்சி, கட்சி பொறுப்பேற்கத் தேவையும் நியாயங்களும் அவருக்கு இருந்தது என்பதையும்

அரசியல் அதிகாரத்தை மக்கள் பகிர்ந்துகொள்வது மக்களாட்சி. பிராமணரல்லாதோர் இயக்கத்தின் மக்களாட்சி அடிப்படைகள் இதில்தான் அடங்கியுள்ளன. திராவிட இயக்கத்தின் வெற்றியும் அதில்தான் அடங்கியுள்ளது!

வரலாற்றை ஆராயும் யாரும் சுலபமாக உணரலாம். கருணாநிதி பிராமணர்களைப் பிறப்பின் அடிப்படையில் வெறுக்கவில்லை என்பதையும் அவரது பொதுவாழ்வை ஆராய்ந்து புரிந்துகொள்ள முடியும். அவருடைய ஆட்சியிலும் தனிப்பட்ட வாழ்விலும் பலர் அவருக்கு நெருக்கமான இடத்தில் இருந்திருக்கிறார்கள்.

வரலாற்றுரீதியாக உருவாகும் சமூக அடையாளங்கள், பிராமணர்கள் அல்லது பிராமணரல்லாதோர் போன்ற அடையாளங்கள் தனிநபர்களுக்கும் உரியதாக இருந்தாலும், சுதந்திரவாதச் சிந்தனையின் முதிர்ச்சியில் தனி நபர்களை எப்போதும் அந்த அடையாளமும் சார்ந்து சுருக்கிப் பார்க்கக் கூடாது. அந்த அடையாளத்தின் எல்லைகளைத் தாண்டியும் அரசியல் என்பதில் பல பொதுநோக்குகளும் பொதுநலமும் இருக்க முடியும் என்பதை உணர்ந்தே செயல்பட வேண்டும். அப்படிப் பார்த்தால், கருணாநிதி போன்ற ஒரு தலைவர் செயல்பட்ட விதம் சமூக ஒருங்கிணைப்புக்கும், பொதுநலம் பேணுவதற்கும் இன்றியமையாத முன்மாதிரியாக விளங்கும் ஆற்றல் கொண்டது.

பெரியாருக்கும் ராஜாஜிக்கும் இடையில் இருந்த தீவிர அரசியல் முரண்பாடுகளும், தனிப்பட்ட நட்பும் இவ்வகையில் மிகவும் பரவலாகக் கவனிக்கப்பட்ட முன்னுதாரணம் ஆகும். ஆனால், அவர்கள் இருவருடன் மட்டும் நின்றுவிடாமல்,

தொடர்ந்து அரசியல் முதிர்ச்சி என்பது தமிழகத்தில் செயல்பட்டுவந்துள்ளது என்பது மிக முக்கியமானது. கருணாநிதிக்கும் சோவுக்கும் இடையேயான உறவை இங்கே குறிப்பிடலாம்.

கருணாநிதி முதல்வரானவுடன் 'துக்ளக்' பத்திரிகையைத் துவங்கியவர் சோ. அதில் திமுக மீது மிகக் கடுமையான விமர்சனத்தைத் தொடர்ந்து முன்வைத்தார். தமிழகம் 'தேசிய நீரோட்ட'த்திலிருந்து விலகுகிறது என்று பரிதவித்தார். நல்லதம்பி என்ற பெயரில் திமுக தலைவர்கள்போல ஒரு வகை மாதிரிக் கதாபாத்திரத்தை உருவாக்கி, புனைவுகளிலும் நாடகங்களிலும் உலவவிட்டார். வட்டம், மாவட்டம் என்று முகமற்ற பூஜ்யங்களைக் கேலிச் சித்திரத்தில் பயன்படுத்தினார். சோவின் நாடகத்துக்கு 'எதிர் நாடகம்'கூட எழுதினார் கருணாநிதி. திமுகவின் ஆதாரக் கொள்கைகளில் ஒன்றான மாநில சுயாட்சிக் கோரிக்கையை, கொள்கையைத் தொடர்ந்து 'துக்ளக்' வெற்றிடமாகப் பிரசுரித்து ஏளனம் செய்துவந்தது. சோவை பிராமணர்களின் பிரதிநிதியாகவும், கருணாநிதியை பிராமணரல்லாதோர் தலைவராகவும் எளிதில் சுருக்கிவிடும் வாய்ப்புகள் அதிகம். ஆனால், நிகழ்வுகள் அவ்வளவு சுலபமானவை அல்ல. ஏனெனில், அரசியல் பல்வேறு முரண்கள் ஒரே நேரத்தில் இயங்கும் களம். ஆட்சி என்பது பல்வேறு தரப்பினரின் ஒத்துழைப்பும் திறன்களும் இணைந்து செயல்பட வேண்டிய இயந்திரம். 1975 நெருக்கடி நிலைக் காலத்திலும், அதைத் தொடர்ந்த ஜனதா கட்சி ஆட்சிக் காலத்திலும் திமுகவும், சோவும் அரசியலில் ஒரே அணிக்குள் வந்தனர். அதேபோல, 1996–ல் தமிழ் மாநில காங்கிரஸ் உருவானதிலும், மீண்டும் திமுக ஆட்சி அமைந்ததிலும் சோவுக்கும் ஒரு பங்கு இருந்தது. குறுகிய இக்காலகட்டம் நீங்கலாகத் தன்னுடைய இறுதிக் காலம் வரை திமுகவைக் கடுமையாக விமர்சிப்பவராகவே சோ இருந்தார். ஆனால், இதையெல்லாமும் கடந்து சோ தீவிர நோய்வாய்ப்பட்டு மருத்துவமனையில் இருந்தபோது, தள்ளாத வயதிலும் அவரைச் சென்று பார்த்தார் கருணாநிதி. அரசியல் நாகரிகம் என்பது எவ்வளவு இன்றியமையாதது என்பதைக் குறிக்கும் நிகழ்வு அது!

கருணாநிதி ராமானுஜர் குறித்த தொலைக்காட்சித் தொடரை எழுதியதை இந்தப் பின்னணியில்தான் நாம் பார்க்க வேண்டும் என்று நினைக்கிறேன். ராமானுஜர் வாழ்வின் முக்கிய அம்சம், அவர் சாதிச் சமத்துவத்தை வலியுறுத்தியதுதான் என்று கூறும் தொடர் அது. பிராமணரல்லாதோரையும் வைணவ மார்க்கத்தில் இணைத்ததாக வரலாற்று ஆசிரியர்களால் கூறப்படுவதைக் கொண்டு, சமகால அரசியலுக்கான அணுகுமுறையை கருணாநிதியால் மீண்டும் மரபிலிருந்து காண முடிந்தது. பிரச்சினை பிராமணர்களை வெறுப்பதோ அந்நியப்படுத்துவதோ கிடையாது. அவர்களைச் சமத்துவத்தை அங்கீகரிக்கும் கட்டாயத்துக்கு உள்ளாக்குவதே முக்கியம்.

அரசியல் அதிகாரத்தை மக்கள் பகிர்ந்துகொள்வது மக்களாட்சி. பிராமணரல்லாதோர் இயக்கத்தின் மக்களாட்சி அடிப்படைகள் இதில்தான் அடங்கியுள்ளன. திராவிட இயக்கத்தின் வெற்றியும் அதில்தான் அடங்கியுள்ளது!

● என்.சுவாமிநாதன்

திராவிடம் பனை மரம்... நின்று பயன் தரும்!

தொ.பரமசிவன் பேட்டி

நாட்டார் வழக்காற்றியல் ஆய்வுகளின் வழி திராவிட மரபின் உன்னதங்களைப் புதிய தலைமுறைக்குக் கடத்திய ஆய்வாளர் தொ.பரமசிவன், அடுத்தடுத்த அறுவைச் சிகிச்சைகளுக்குப் பின் ஒரு அறைக்குள் முடங்கிவிட்டார். தன் பேச்சுகளாலும் எழுத்துகளாலும் ஒரு மாணவப் படையையே உருவாக்கிய பேராசிரியரின் பேச்சு, எழுத்து எல்லாம் கிட்டத்தட்ட முடங்கிவிட்டன. ஆனால், திராவிட அரசியல் என்று சொன்ன மாத்திரத்தில் தன் ஆற்றல் அத்தனையையும் பெருக்கிக்கொண்டு எழுந்தார்.

இன்றிலிருந்து பார்க்கும்போது திராவிட அரசியலுக்கான எதிர்காலம் எப்படித் தெரிகிறது?

எனக்கு 15 வயது. காரைக்குடிக்கு பெரியார் வந்திருந்தார். போய்ப் பார்த்தேன். அன்று அவர் பேசியதெல்லாம் இன்று காலை பேசியதைப் போலத்தான் இருக்கிறது. ஏன் கர்நாடகத்தில் இந்தியை எதிர்த்து இன்றைக்குப் போராடுகிறார்கள்? அதே பிரச்சினைகள் தொடர்வதால்தானே? திராவிடக் கருத்தியல் உயிர்த் துடிப்போடு இருப்பதால்தானே, இந்துத்துவ வெறியர்கள் மாட்டுக்கறிக்குத் தடை விதிக்க வேண்டும் என்று வன்முறையில் ஈடுபடும்போது, திராவிட நாட்டைப் பற்றிக் கேரளம் பேசுகிறது? தனிப்பட்ட சுக துக்கங்கள், பதவி அதிகாரச் சுகங்களையெல்லாம் தூக்கியெறிந்துவிட்டு, இந்தச் சமூகத்துக்காக ஓடி உழைத்து, தன் முழுச் சொத்துகளையும் பொதுவாக்கி விட்டுப் போன தலைவர் பெரியார்! அந்தத் தியாகம் எல்லாம் வீண் போகாது. ‘தென்னையை வெச்சவன் தின்னுட்டு சாவான்; பனையை வெச்சவன் பார்த்துட்டு சாவான்’ என்று ஒரு பழமொழி உண்டு. திராவிடம் பனை. காலத்துக்கும் நின்று பயன் தரும்!

திராவிட இயக்கம் பேசிய கடவுள் மறுப்புக் கொள்கைக்கு இன்று மதிப்பில்லையே?

பெரியார் எங்காவது கருப்பசாமியையும் சுடலைமாடனையும் உடைத்தாரா?

படம்: லெட்சுமி அருண்

கரைக்கும் பொம்மைப் பிள்ளையாரைத்தான் உடைத்தார். ஏனென்றால், அது வடநாட்டு வரவு. அதற்குப் பின் அதிகார அரசியல் இருக்கிறது. அதிகார ஆன்மிகத்தையே அவர் எதிர்த்தார். அவருடைய பிரதான எதிரி சாதி; கடவுள் அல்ல. உண்மையான ஆன்மிகத்துக்கான வழியை மூவாயிரம் ஆண்டு பழமையான நம்முடைய நாட்டார் வழக்காறு கொண்டிருக்கிறது. உலக மயமாக்கல் சுரண்டல் கலாச்சாரத்துக்கு எதிரான வாழ்க்கை வழிமுறையும் நாட்டார் வழக்காற்றின் வேர்களில்தான் இருக்கிறது. அதை நோக்கிய கவனமும் இன்றைக்கு அதிகமாகியிருக்கிறது. இது நல்லதுதான்.

கருணாநிதியை இன்று எப்படி மதிப்பிடுகிறீர்கள்?

ஒரு காலத்தையே அவர் ஆண்டிருக்கிறார். திரும்பிப் பார்க்கும்போது, 'பராசக்தி'யின் பின்னணியில் நாம் பார்த்த கருணாநிதியைப் பின்னாளில் அரசியல் களம் நீர்க்கடித்துவிட்டது என்று தோன்றுகிறது. ஆனால், கூட்டாட்சித் தத்துவத்தின் பெயரைச் சொல்லிக்கொண்டே மாநிலங்களை அதிகாரமே இல்லாததாக்கிவிட்ட நாட்டில் நாம் இருக்கிறோம் என்பதையும் ஞாபகப்படுத்திக் கொள்ள வேண்டியிருக்கிறது. எனக்கு வருத்தங்கள் உண்டு. ஆனால், திராவிட அரசியல் விதைகளை இந்த மண்ணில் விதைத்ததில் ஒருவர் அவர்!

திராவிடக் கட்சிகள் பலவீனமடைந்துவருகின்றன. வலுவான தலைவர்கள் கண்ணுக்குத் தெரியவில்லை...

உலகமே மூக்கில் கை வைக்கும்படி பத்து லட்சம் மக்கள் பங்கேற்ற ஜல்லிக்கட்டுக்கான போராட்டத்தை எந்த இயக்கம் அல்லது தலைவர் நடத்தினார்? திராவிட அரசியல் என்பது இந்த மக்களின் அரசியல். இரு திராவிடக் கட்சிகளுமே ஒன்றும் இல்லாமல் போகட்டுமே, திராவிட அரசியல் அழிந்துவிடுமா? அதிலிருந்து புதுப்புது இயக்கங்களும் தலைவர்களும் ஊற்றெடுப்பார்கள்!

கல்வித் துறை: ஒரு மதிப்பீடு!

தொடக்கக் கல்வி பொறுப்பேற்பு ஒரு சாதனை!

அனந்த கிருஷ்ணன் பேட்டி

● சமஸ்

ஒரு காலகட்டத்தைப் பிரதிபலிக்கக்கூடிய கல்வியாளர்களில் ஒருவர் அனந்த கிருஷ்ணன். கான்பூர் ஐஐடி, ஐக்கிய நாடுகள் சபை என்று விரிவான தளங்களில் பணியாற்றியவர். அண்ணா பல்கலைக்கழகத்தில் துணைவேந்தராக ஆறு ஆண்டுகள், பின் தகவல் தொழில்நுட்பத் துறை ஆணைய ஆலோசகர், உயர்கல்வி மன்றத் துணைத் தலைவர் என்று பல முக்கியப் பொறுப்புகளில் இருந்ததோடு, குறிப்பிடத்தக்க மாற்றங்களையும் முன்னெடுத்தவர். 50 ஆண்டு திராவிடக் கட்சிகளின் ஆட்சியில் தமிழகக் கல்வித் துறை அடைந்த மாற்றங்களை அதன் நிறைகுறைகளோடு மதிப்பிடுகிறார்.

திராவிடக் கட்சிகளின் ஆட்சியில் கல்வித் துறையில் நடந்த முக்கியமான செயல்பாடாக எதைக் குறிப்பிடுவீர்கள்?

இந்திய அளவில் ஒப்பிடுகையில், மிகச் சிறப்பான சாதனை தொடக்கக் கல்வியில் நிகழ்ந்திருக்கிறது. வாரம் முழுவதும் முட்டை வழங்கும் சத்துணவுத் திட்டத்தில் தொடங்கி பாடப் புத்தகங்கள், சீருடைகள், காலணிகள், பை, கட்டணமில்லா பஸ் பயணம், சைக்கிள், மடிக்கணினி வரை மாணவர்களுக்கு வழங்குவதன் மூலம் எளிய மக்களின் கல்விப் பொறுப்பைத் தமிழகத்தில் அரசு ஏற்றுக்கொண்டிருக்கிறது. சமூக நீதியை அடையும் பாதையாகக் கல்வியை அணுகும் பார்வை திராவிட இயக்கத்தவரின் சிறப்பம்சம் என்று சொல்வேன். சமூகத்தின் அடித்தளத்தில் இருப்பவர்கள் உண்மையிலேயே பலனடை கிறார்களா என்ற பார்வையும் இங்கிருக்கிறது. மருத்துவம், பொறியியல் படிப்புகளில் சேர நுழைவுத் தேர்வு முறை இருந்தபோது, தேர்வான 90%

மாணவர்கள் நகர்ப்புற, உயர் வர்க்க மாணவர்களாக இருந்தார்கள். கோச்சிங் கிளாஸ் பயிற்சியே இதன் பின்னிருந்தது. நுழைவுத் தேர்வை நீக்கியபோது, நிலைமை மாறியது. உயர் கல்வியிலும் வேகமாக மேலே வந்தோம். பிற்பாடுதான் தேங்கிவிட்டோம்.

உயர் கல்வியில் எப்படி மேலே ஏறினோம், எங்கே கீழே இறங்கினோம்?

உயர் கல்வியில் இந்திய அளவில் முன்னணியில் வர வேண்டும் என்ற வேட்கை இருந்தது. அதுவே தனியார் கல்லூரிகள் வருகைக்கும் வழிவகுத்தது. நிச்சயமாக அது உதவியது. ஆனால், முதலீடு நுழையும்போது தவறுகள் நடக்காமல் கண்காணிக்க வேண்டிய அரசியல் வர்க்கமும், அதிகார வர்க்கமுமே… இது ஒரு நல்ல வியாபாரம் என்று கருதிக் கல்வித் துறையில் இறங்கியபோது வீழ்ச்சி தொடங்கியது. ஓர் உதாரணம், தமிழ்நாட்டில் 16 அரசுப் பொறியியல் கல்லூரிகள் இருக்கின்றன. நமக்கு மேலும் 50 பொறியியல் கல்லூரிகள் வரை தேவையாக இருந்திருக்கலாம். துரதிர்ஷ்டவசமாக 550 தனியார் கல்லூரிகள் இங்கே அனுமதிக்கப்பட்டன. விளைவாக, பட்டதாரிகளின் எண்ணிக்கை அதிகரித்தது. கூடவே, விதிமீறல்களால் கல்வியின் தரம் குன்றியது. இதேபோல கல்வித் துறையில் – துணைவேந்தர் நியமனம் வரை – அனுமதிக்கப்பட்ட ஊழல் அதுவரை தொடர்ந்த கண்ணியமான கல்வியாளர் மரபுக்கு முட்டுக்கட்டையாகிவிட்டது. கல்வியிலிருந்து ஊழலை அகற்ற வேண்டும்.

உங்கள் அனுபவத்தில் ஒரு ஆட்சியாளராக யாரை நினைவுகூர்வீர்கள்?

கருணாநிதி. மிகச் சிறந்த சுதந்திரத்தை எனக்கு அவர் அளித்தார். கல்வியாளர்களுக்குப் பெரிய மதிப்பளிப்பவர். "அனந்த கிருஷ்ணன் என்னைச் சந்திக்க வந்தால், இரண்டு நிமிடங்களுக்கு மேல் அவர் காத்திருக்கும் சூழல் இல்லாதபடி அவருக்கான நேரத்தை ஒதுக்குங்கள்" என்று அவர் சொல்லியிருந்ததை அதிகாரிகள் எனக்குச் சொல்லியிருக்கிறார்கள். நான் அவரைச் சந்திக்கச் சென்றால், எழுந்து நின்று இரு கைகூப்பி வரவேற்பார். என்னை அமரச் சொல்லிவிட்டு பிறகு அவர் அமர்வார். அண்ணா பல்கலைக்கழகத்தில் பல துணிச்சலான முடிவுகளை நான் எடுக்க வேண்டியிருந்தது. நிறைய எதிர்ப்புகளையும் தாண்டி சீர்திருத்தங்களுக்குத் துணை நின்றார். தகவல் தொழில்நுட்பத் துறை புரட்சியை உண்டாக்கும் என்பதைக் கணித்து, நாட்டிலேயே முதல் முறையாக 1997–ல் அத்துறைக்கான கொள்கையை அவர் அறிவித்தது பெரும் முன்னோடிச் செயல்பாடு. இதற்கு ஏழு ஆண்டுகளுக்குப் பின்னரே தேசிய அளவில் உருவாக்கப்பட்டது. ஒருபுறம் 'டைடல் பார்க்' மூலம் நிறுவனங்களை இங்கு ஈர்த்தபோது, மறுபுறம் நம் மாணவர்களைத் தயாராக்கும் வகையில் உயர் கல்வித் துறையை முடுக்கி விட்டார். 1999–ல் அவர் நடத்திய உலகத் தமிழ் இணைய மாநாடு இன்னொரு முக்கியமான செயல்பாடு. இன்று இணைய உலகில் தமிழ் முன்னே நிற்க பல வகைகளில் விதை போட்ட நிகழ்வு அது. இதன் பின்னிருந்த கனவுகள் பெரியவை!

சுகாதாரத் துறை: ஒரு மதிப்பீடு!

பொது மருத்துவத்தில் தமிழகமே முன்னோடி!

முரளிதரன் பேட்டி

● தேவராஜ் பெரியதம்பி

சென்னை ஐஐடி பொருளாதாரத் துறைப் பேராசிரியரான வி.ஆர்.முரளிதரன், சுகாதாரப் பொருளாதார ஆய்வாளர்களில் தேசிய அளவில் குறிப்பிடத்தக்கவர்களில் ஒருவர். தமிழகம் சுகாதாரத் துறையில் இன்று தேசிய அளவில் அடைந்திருக்கும் இடத்தை அவர் மதிப்பிடுகிறார்.

இந்திய அளவில், தமிழக சுகாதாரத் துறையை எப்படி மதிப்பிடுவீர்கள் ?

ஆரம்ப சுகாதாரத்தைப் பொறுத்தவரை இந்திய அளவில் தமிழகமே முன்னணியில் இருக்கிறது. 1970–களில் கிட்டத்தட்ட 300 ஆக இருந்த அரசு ஆரம்ப சுகாதார நிலையங்களின் எண்ணிக்கை இன்று 1,400–ஐத் தொட்டு விட்டது. துணை சுகாதார நிலையங்களின் எண்ணிக்கை 8,700–க்கும் அதிகம். மற்ற மாநிலங்கள் இவ்வளவு வேகமாக அரசு ஆரம்ப சுகாதார நிலையங்களை மேம்படுத்தியதில்லை. அதுமட்டுமல்ல, ஹெச்ஐவி, மலேரியா, தொழுநோய்

போன்ற கடும் நோய்களைக் கட்டுப்படுத்துவதிலும் தமிழகம் முழுத் திறனோடு செயல்பட்டுள்ளது. இதைவிட முக்கியமானது, தமிழகத்தில் மட்டும்தான் பொதுநலச் சுகாதாரத் துறை என்ற அமைப்பு இருக்கிறது. பெரும்பாலான மாநிலங்களில் மருத்துவத் துறை மட்டும்தான். மாவட்ட அளவில் தலைமை மருத்துவமனை, வட்ட அளவில் மருத்துவமனை, பல கிராமங்களை இணைத்து ஒரு ஆரம்ப சுகாதார நிலையம். மேலும், கிராமவாரியாகத் துணைச் சுகாதார மையங்கள் என்ற தமிழக மருத்துவத் துறையின் கட்டமைப்பு மிக வலுவானது. முன்னோடியானது. அதேபோல, 'தமிழ்நாடு மெடிக்கல் சர்வீசஸ் கார்ப்பரேஷன்' என்ற அமைப்பைத் தொடங்கி, அதன் வழியே நடக்கும் மருந்துகள் கொள்முதல் முறை நாட்டில் மிகச் சில மாநிலங்களில் மட்டுமே நடப்பதாகும். தமிழகம் கவனம் செலுத்த வேண்டிய விஷயங்கள் என்றால், கொசுவால் பரவும் நோய்களைத் தடுப்பது பெரிய சவால் என்பேன். முக்கியமாக, உள்கட்டமைப்பு சார்ந்த திட்டங்களால் சுகாதாரத் துறைக்கு மிகப் பெரிய கேடுகள் ஏற்படுகின்றன. ஒரு திட்டத்தால் சுகாதாரப் பிரச்சினைகள் ஏற்பட்டால் யார் பொறுப்பேற்பது? இதற்குத் தீர்வு காணும் கொள்கையை வடிவமைக்க வேண்டும்.

சுகாதாரத் துறைக்கான நிதி ஒதுக்கீட்டைத் தமிழக ஆட்சியாளர்கள் போதுமான அளவுக்குச் செய்திருக்கிறார்கள் என்று நினைக்கிறீர்களா?

போதும் என்று சொல்ல முடியாது. மற்ற மாநிலங்களுடன் ஒப்பிடுகையில் தமிழகத்தின் நிதி ஒதுக்கீடு மேம்பட்டது; தொடர்ந்து அதிகரித்துவருவது. கடந்த ஆண்டில்கூட ரூ. 10,000 கோடிக்கு மேல் நிதி ஒதுக்கப்பட்டுள்ளது. கடந்த 10 ஆண்டுகளில் ஒதுக்கீட்டை மூன்று மடங்கு அதிகரித்திருக்கிறார்கள் சுகாதாரத் துக்கான ஒதுக்கீட்டை மத்திய அரசே குறைத்துவந்திருக்கும் நிலையில், ஒரு மாநில அரசு தொடர்ந்து அதிகரித்திருப்பது வரவேற்கப்பட வேண்டியது அல்லவா?

மருத்துவக் கல்லூரிகள், மருத்துவக் காப்பீடு தொடர்பாக என்ன நினைக்கிறீர்கள்?

இந்தியாவிலேயே அதிகமான அரசு மருத்துவக் கல்லூரிகள் தமிழகத்திலேயே இருக்கின்றன. திமுக, அதிமுக இரண்டின் ஆட்சியாளர்களுமே இரண்டு ஆண்டுகளுக்கு ஒரு மருத்துவக் கல்லூரி என்ற இலக்கோடு இதை விரிவுபடுத்தினார்கள். ஒவ்வொரு மாவட்டத்திலும் மருத்துவக் கல்லூரியோடு இணைந்த மருத்துவமனை இருந்தால், அனைத்துச் சிறப்புப் பிரிவுகளிலும் எந்நேரமும் மருத்துவர்கள் இருப்பார்கள். சிக்கலான, செலவுமிக்க சிகிச்சைகளும் எளிய மக்களுக்குக் கிடைக்க இது உதவியாக இருக்கும். நாட்டிலேயே முதன்முறையாக தமிழகத்தில்தான், 2009-ல் கலைஞர் காப்பீட்டுத் திட்டத்தில் உயிருக்கு ஆபத்தான நோய்களுக்கு ரூ.1 லட்சம் வரை காப்பீடு வழங்கப்பட்டது. இப்போது அது மேலும் விரிவுபடுத்தப்பட்டு, ஒரு குடும்பத்துக்கான ஆண்டு காப்பீட்டுத் தொகை ரூ.4 லட்சமாக உயர்ந்து இருக்கிறது. சுகாதாரத் துறை சார்ந்து தமிழகத்தில் ஒரு தொலைநோக்குப் பார்வை இருந்திருக்கிறது என்பதுதான் முக்கியம்! ○

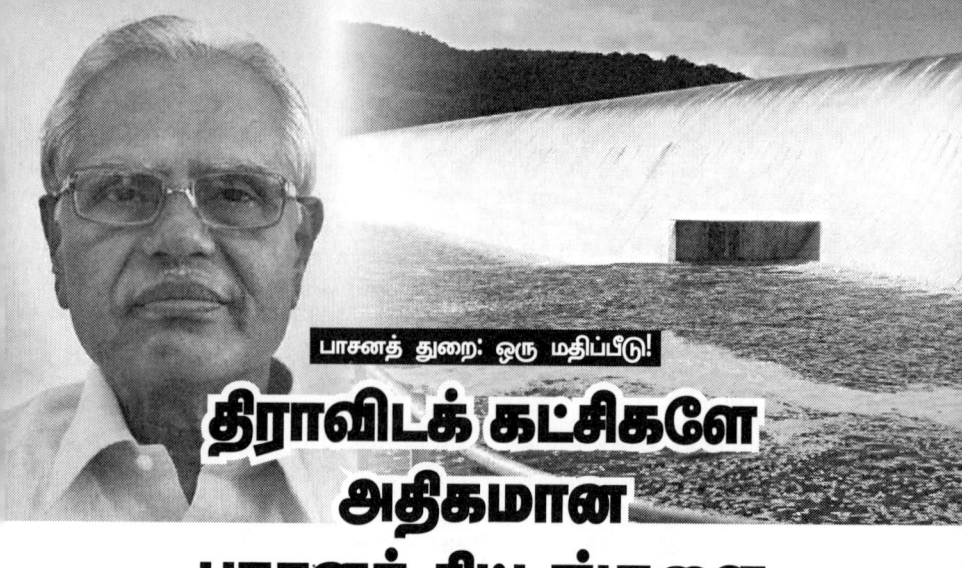

பாசனத் துறை: ஒரு மதிப்பீடு!

திராவிடக் கட்சிகளே அதிகமான பாசனத் திட்டங்களை நிறைவேற்றின!

அ.வீரப்பன் பேட்டி

● டி.எல்.சஞ்சீவிகுமார்

தமிழக அரசின் பொதுப்பணித் துறையின் பல்வேறு பாசனத் திட்டங்களில் பணியாற்றியவர் அ.வீரப்பன். பொறியியல் நிபுணர். விவசாயம் மற்றும் பாசனத் திட்டங்கள், கொள்கை முடிவுகள் தொடர்பாகப் பொதுத்தளத்தில் தொடர்ந்து விமர்சனங்களையும் முன்வைப்பவர். திராவிடக் கட்சிகளின் அரை நூற்றாண்டு ஆட்சியில் தமிழ்நாட்டில் பாசனத் துறையில் நடந்த மாற்றங்களை மதிப்பிடுகிறார்.

பொதுவாக ஒரு குற்றச்சாட்டு உண்டு. திராவிடக் கட்சிகளின் ஆட்சிக் காலத்தில் தமிழகத்தில் பெரிய அளவில் பாசனத் திட்டங்கள் நிறைவேற்றப்படவில்லை என்று. நீங்கள் என்ன நினைக்கிறீர்கள் ?

நவீன நீர்ப்பாசனத் திட்டங்களை இங்கே மூன்று காலகட்டத்தவையாகப் பிரிக்கலாம். ஆங்கிலேயர் காலம், காங்கிரஸ் காலம், திராவிடக் கட்சிகளின் காலம். ஆங்கிலேயர் காலத்தில் மேட்டூர் அணை, முல்லைப் பெரியாறு, வெல்லிங்டன், பேச்சிப்பாறை அணைகளைக் கட்டினார்கள். காங்கிரஸ் ஆட்சியில், குறிப்பாக காமராஜர் ஆட்சியில் 15 நீர்ப் பாசனத் திட்டங்கள் – முக்கியமான அணைத் திட்டங்கள் நிறைவேற்றப்பட்டன. ஏனைய எல்லா நீர்ப் பாசனத் திட்டங்களும் திராவிடக் கட்சிகள், குறிப்பாக திமுக ஆட்சியிலேயே நிறைவேற்றப்பட்டன.

கொஞ்சம் விவரிக்க முடியுமா?

மோர்தானா அணைக்கட்டு, ராஜாதோப்பு அணைக்கட்டு, மிருகந்தா நதி, செண்பகத்தோப்பு, கெலவரப்பள்ளி, தும்பலஹள்ளி, சூளகிரி – சின்னாறு, வாணியாறு, பாம்பாறு, ஆண்டியப்பனூர், வரட்டாறு, மணிமுக்தா நதி, கரியகோயில், ஆனை மடுவு, சின்னாறு, நாகாவதி, தொப்பையாறு, குண்டேரிப் பள்ளம், வறட்டுப்பள்ளம், சித்தமல்லி, பொன்னையாறு, குதிரையாறு, பாலாறு – பொருந்தலாறு, கொடகனாறு, சண்முகாநதி, மருதாநதி, பிளவுக்கல், ஆனைக்குட்டம், சோத்துப்பாறை, இருக்கன்குடி, கருப்பா நதி, குண்டாறு, நம்பியாறு, கோல்வார்பட்டி, பொய்கையாறு என ஏராளமான அணைக்கட்டுகள் கட்டப்பட்டு, நீர்ப் பாசனத் திட்டங்கள் திமுக ஆட்சியில் நிறைவேற்றப்பட்டன. இவை தவிர, 200-க்கும் மேற்பட்ட தடுப்பணைகளும் நூற்றுக்கணக்கான சிறிய, பெரிய வாய்க்கால்களும் கட்டப்பட்டன; சீரமைக்கப்பட்டன. அதிமுகவும் அந்தப் பணிகளைத் தொடர்ந்தது. முல்லைப் பெரியாறு அணை நீர்மட்டத்தை 142 அடிக்கு உயர்த்தியது, மேட்டூர் காவிரி – சரபங்கா – திருமணிமுத்தாறு இணைப்புக் கால்வாய்த் திட்டம், சாத்தனூர் அணை பெண்ணையாறு – செய்யாறு இணைப்புத் திட்டம், பெண்ணையாறு – நெடுங்கால் அணைக்கட்டு – பாலாறு இணைப்புத் திட்டம், காவிரி – அக்கினியாறு – தெற்கு வெள்ளாறு – மணிமுத்தாறு – வைகை – குண்டாறு இணைப்புத் திட்டங்களை அதிமுக அரசின் பங்களிப்பாகச் சொல்லலாம்.

பாசனத் திட்டங்களில் நடந்த நல்ல விஷயங்கள் மற்றும் மோசமான விஷயங்களாக நீங்கள் எதைக் கருதுகிறீர்கள்?

முதல்வராக இருந்த கருணாநிதி, பொதுப்பணித் துறை அமைச்சராக இருந்த துரைமுருகன் இருவருமே நீர்ப் பாசனத் திட்டங்களில் அதிக அக்கறை கொண்டார்கள். துரைமுருகனைத் தூக்கத்திலிருந்து எழுப்பிக் கேட்டால்கூடப் பாசனத் திட்டங்கள் பற்றி புள்ளிவிவரங்களுடன் ஒப்பிப்பார். போதிய நீர்வளம் இல்லாத தமிழகத்தில் இவ்வளவு கட்டுமானங்களை உருவாக்கியது சாதனை. தமிழகத்தின் ஆற்று நீர் வளம், நிலத்தடி நீர் வளம், ஒவ்வொரு பகுதியிலும் மழை பெய்யும் அளவு, ஆழ்துளைக் கிணறுகளின் நீர்மட்டம் அனைத்தையும் சேகரித்து, கணினியில் தொகுத்தது ஒரு முக்கியமான பணி. மோசமான செயல்பாடுகள் என்றால், இரு கட்சிகளின் ஆட்சியிலும் பாசனத் திட்டங்களில், தூர்வாரும் திட்டங்களில் நடந்த ஊழல். போதிய சுற்றுச்சூழல் விழிப்புணர்வின்மை. மணல் கொள்ளை. இதற்கெல்லாம் முடிவு கட்ட வேண்டும்.

அண்டை மாநிலங்களுடனான நதி நீர்ப் பிரச்சினைகள் தொடர்பாக எடுக்கப்பட்ட நடவடிக்கைகள் போதுமானவைதானா?

அண்டை மாநிலங்களில் ஆட்சியில் இருந்த காங்கிரஸ், பாஜக, இடதுசாரிகள் உட்பட யாரும் நதிகள் விஷயத்தில் தேசியப் பார்வையுடனோ நீதியுணர்வுடனோ நடந்துகொள்ளவில்லையே! நாம் எப்படி தமிழக ஆட்சியாளர்களை மட்டும் இதில் குறை கூற முடியும்? மத்திய அரசும் வஞ்சித்த நிலையில்தான் உச்ச நீதிமன்றம் சென்று தீர்ப்புகள் வாங்கிவந்தார்கள். அவையும் செயல்படுத்தப்படவில்லையே!

◯

வேளாண் துறை: ஒரு மதிப்பீடு!

வேளாண்மையில் பெரும் வளர்ச்சியைக் கண்டிருக்கிறது தமிழகம்!

எம்.எஸ்.சுவாமிநாதன் பேட்டி

● தேவராஜ் பெரியதம்பி

இந்திய பசுமைப் புரட்சியின் தந்தை. வேளாண் உற்பத்தியைப் பெருக்குவதற்காகப் புதிய உயர் ரக நெல் விதைகளை அறிமுகப்படுத்தியவர். சென்னையில் வேளாண் ஆராய்ச்சி மையம் நிறுவி, கடந்த 35 ஆண்டுகளாக வேளாண்மை தொடர்பான ஆராய்ச்சிகளை மேற்கொண்டுவரும் எம்.எஸ்.சுவாமிநாதன், தமிழகத்தில் திராவிடக் கட்சிகளின் ஆட்சியில் விவசாயத் துறையின் போக்கை மதிப்பிடுகிறார்.

கடந்த 50 ஆண்டுகளில் விவசாயத் துறை வளர்ச்சி எப்படி இருக்கிறது?

பசுமைப் புரட்சியை 1960–லேயே செயல்படுத்திய மாநிலம் தமிழ்நாடு. ஆடுதுறை நெல் ஆராய்ச்சி மையத்திலிருந்து ஏடிடி 27 என்ற நெல் விதை அறிமுகப்படுத்தப்பட்டது. இந்த நெல் விதை விவசாயிகளுக்கு நன்கு விளைச்சலை வழங்கியது. அதன் பிறகு, இரு திராவிடக் கட்சிகளின் ஆட்சியிலும் வேளாண் வளர்ச்சிக்கான திட்டங்கள் தொடர்ந்து செயல்படுத்தப்பட்டன. தமிழ்நாடு விவசாயிகள் மிகத் திறமையானவர்கள். கடந்த 50 ஆண்டுகளில் தமிழ்நாட்டில் மழைப்பொழிவு என்பது மிதமாகவே இருந்துவருகிறது. என்றாலும், அதைக் கொண்டு எவ்வளவு உற்பத்தியை மேற்கொள்ள முடியுமோ அவ்வளவுக்குச் சிறப்பாகச் செய்துவருகிறார்கள்.

ஏனைய மாநிலங்களோடு தமிழ்நாட்டின் விவசாயத் துறை வளர்ச்சியை ஒப்பிட முடியுமா?

தமிழ்நாட்டைப் பொறுத்தவரை நீர்ப்பாசன வசதிகள் மிகக் குறைவு. பஞ்சாப், ஹரியாணா, உத்தர பிரதேசம் போன்றவற்றோடு எப்படி நாம் ஒப்பிட முடியும்? அங்கெல்லாம் தண்ணீர் அதிகம். மண்ணின் வளமும் அதிகம்.

அது சரியான ஒப்பீடாக அமையாது. ஏனெனில், தமிழ்நாட்டைப் பொறுத்தவரை நீர்ப்பாசன வசதிகள் மிகக் குறைவு. பஞ்சாப், ஹரியாணா, உத்தர பிரதேசம் போன்றவற்றோடு எப்படி நாம் ஒப்பிட முடியும்? அங்கெல்லாம் தண்ணீர் அதிகம். மண்ணின் வளமும் அதிகம். ஆனால், வளங்கள் அடிப்படையில் பின்னே இருந்தாலும், இருக்கிற கட்டமைப்பைக் கொண்டு எப்படிச் சிறப்பாகச் செயல்படுவது என்பதில் நிச்சயம் தமிழ்நாடு முன்னே நிற்கிறது. சிக்கனமான நீர்ப் பாசனத்தைக் கையாள்வதில் சிறப்பாக இருக்கிறது. குறிப்பாக, சொட்டுநீர்ப் பாசன முறையைக் கையாள்வதைச் சொல்லலாம். விவசாயத்தோடு சேர்ந்து துணைத் தொழில்களைக் கையாளும் நம்மவர்களின் உத்தியைச் சொல்லலாம். குறிப்பாக முட்டை உற்பத்தி, மீன் உற்பத்தி. மழைநீர் சேகரிப்புத் திட்டம் ஒரு நல்ல திட்டம். மக்கள் இன்னும் கொஞ்சம் கூடுதல் அக்கறையை அதில் காட்டினால், இன்னும் நல்ல விளைவுகள் நமக்குக் கிடைக்கும். தண்ணீர்ப் பஞ்சம் ஏற்படாது.

உங்கள் ஆலோசனைகளை ஒரு ஆட்சியாளராகப் பெற்றிருக்கிறார்களா?

கருணாநிதி ஆட்சியில் இருக்கும்போது ஒவ்வொரு பட்ஜெட்டின்போதும் விவசாயிகளுக்கு என்னென்ன செய்ய வேண்டும் என்பது குறித்த பரிந்துரைகளை நான் வழங்குவேன். ஒவ்வொரு முறை சட்டமன்றத்தில் பட்ஜெட் தாக்கல் செய்யும்போதும் என் பெயரைக் குறிப்பிட்டு, நான் என்னென்ன பரிந்துரைகளை அளித்தேன்; அவற்றில் எவையெவையெல்லாம் நடைமுறைப்படுத்தப்படயுள்ளன; அவற்றுக்கு நிதி ஒதுக்கீடு எவ்வளவு என்பதையும் அறிவிப்பார். விவசாயிகள்மீது மிகுந்த அக்கறை கொண்டவர் அவர். விவசாய வளர்ச்சிக்கான குரல்கள் எங்கிருந்து வந்தாலும் அவர் காது கொடுப்பார். அவர் செம்மொழி மாநாட்டின்போது குறிஞ்சி, முல்லை, மருதம், நெய்தல், பாலை என ஐந்து கருப் பொருட்களைக் கொண்டு ஒரு பூங்கா அமைக்க வேண்டும் என்று கூறினேன். அதன்படியே சென்னையில் செம்மொழிப் பூங்காவை அமைத்தார். எதற்குச் சொல்கிறேன் என்றால், சின்ன விஷயங்களிலும் அதிலுள்ள நுட்பங்களைப் புரிந்துகொண்டு செயல்படுத்துபவர் அவர்!

திமுகவின் சித்தாந்தக் குரல்களில் முக்கியமானவர் நாகநாதன். தமிழகத்தின் குறிப்பிடத்தக்க பொருளாதார நிபுணர்களில் ஒருவர். அரசமைப்புச் சட்டத்திலும் நிபுணத்துவம் உடையவர். பெரியார், அண்ணா, கருணாநிதி என்று திராவிட இயக்கத்தின் மூன்று பெரும் ஆளுமைகளுடனும் உறவில் இருந்தவர். குடும்பப் பின்னணி சார்ந்து காங்கிரஸ், கம்யூனிஸ்ட் இயக்கங்களின் செயல்பாடுகளையும் நெருக்கத்தில் பார்த்தவர். கருணாநிதியின் நடைப்பயிற்சி இணையுமான நாகநாதன், திமுக ஆட்சியில் மாநிலத் திட்டக் குழுத் துணைத் தலைவராகவும் இருந்தவர். வரலாற்றில் தொட்டு திராவிட இயக்கம், தமிழகம், இந்தியா செல்ல வேண்டிய பாதை என்றெல்லாம் பேசினார் நாகநாதன்.

தேசிய இயக்கம், பொதுவுடைமை இயக்கம் இவை இரண்டிலிருந்தும் திராவிட இயக்கத்தை எப்படி வேறுபடுத்துவீர்கள்? அதாவது, உங்களுடைய தனிப்பட்ட அனுபவத்தின் அடிப்படையில்?

நான் பிறந்தது திருவாரூர். பின்னாளில் வளர்ந்ததெல்லாம் சென்னை சிந்தாதிரிப்பேட்டையில். சின்ன வயதிலேயே திராவிட இயக்கப் பற்று வந்து விட்டது. விசித்திரம் என்னவென்றால், எங்கள் குடும்பத்தில் நான்தான் அப்படி. காங்கிரஸ் குடும்பம். தாய்மாமா எம்.எஸ்.ராஜா சுதந்திரப் போராட்ட வீரர். ஆகையால், என் அம்மாவே என்னைக் கடுமையாகக் கண்டிப்பார். ஆனால், எனக்குத் திராவிட இயக்கம்தான் பிடித்தது. இளம் பிராயத்திலேயே பெரியார் மீது ஒரு ஈர்ப்பு. சிந்தாதிரிப்பேட்டை 'விடுதலை' அலுவலகத்துக்கு அவர் வரும் போது எங்கள் தெரு வழியாகத்தான் அவருடைய வேன் போகும். நாங்கள் சிறுவர்கள் எல்லாம் வேனின் பின்புறத்தில் தொற்றிக்கொண்டு போவோம். உள்ளே போனால், சாக்லேட் கொடுப்பார். பேசுவார். அந்தக் கருத்துகள் அப்படியே உள்ளே போய்விட்டன. சின்ன வயதிலேயே காமராஜரையும் பார்த்துவிட்டேன். ஒரு கூட்டத்துக்கு வந்திருந்தார். கூட்டம் முடித்து குளக்கரை ஒதுக்கத்தில் சிகரெட் பிடித்துக்கொண்டிருந்தவர், சிறுவர்கள் எங்களைப் பார்த்ததும் அப்படியே அதைக் கீழே போட்டுவிட்டு 'சாரி' என்றார். அதுவே பெரிய மரியாதையை உண்டாக்கிவிட்டது. பின்னாளில் நிறைய அவருடன் பேசியிருக்கிறேன். அவரை எனக்கு ரொம்பப் பிடிக்கும். அதேபோல எனது மாமனார் க.ரா.ஜமதக்னி தமிழ்நாட்டில் கம்யூனிஸ்ட் கட்சியை நிறுவியவர்களில் ஒருவர். மார்க்ஸிய அறிஞர். சம்ஸ்கிருத மொழியையும் கசடறக் கற்றவர். 'மூலதனம்' 6 தொகுதிகளையும் மொழிபெயர்த்தவர். ஆக, தேசிய இயக்கம், பொதுவுடைமை இயக்கம் இரண்டையும் வெறுமனே புத்தகங்கள் அல்லது வெளியே தெரியும் காட்சிகள் வழியாக மட்டும் அல்லாமல் நான் உள்வாங்கி இருக்கிறேன். இரண்டு இயக்கங்களிலும் உள்ள நல்ல விஷயங்களை நிறைய எடுத்துக்கொண்டிருக்கிறேன். நான் எப்போதும் அணியும் கதராடைகூட அப்படி எடுத்துக்கொண்டதுதான். ஆனால், இந்தியாவில் எல்லாப் பிரச்சினை களுக்குமான வேருமே இங்கே சாதியிலும் தீர்வுகள் சமூக நீதியிலும் இருப்பது தெளிவாகத் தெரிந்தது. திராவிட இயக்கம்தான் அதைப் பேசியது. பின்னாளில் எல்லாத் தத்துவங்களையும் உள்வாங்கிய பிறகு, திராவிட இயக்கத்தின் மீதான மரியாதை மேலும் அதிகமானதே தவிர குறையவில்லை.

• சமஸ்

திராவிடச் சித்தாந்த பலம்தான் எதிர்கால இந்தியாவைத் தூக்கி நிறுத்த வேண்டும்!

நாகநாதன் பேட்டி

ஒரு பொருளாதார ஆய்வாளராக திராவிடக் கட்சிகளின் ஆட்சியை மதிப்பிடச் சொன்னால், எதைப் பிரதானமான சாதனையாகச் சொல்வீர்கள்?

அறிஞர் பால் சீட்டன் சொல்வார், "சமூகத் தளத்தில்தான் பொருளாதார நடவடிக்கைகள் இயங்கும்" என்று. பொதுவாக நம் நாட்டில் சமூக நீதி, சமூகநலத் திட்டங்கள் சார்ந்து வளர்ச்சியை அணுகும் ஆய்வுகள் இன்னும் உரிய கவனம் பெறவில்லை. தமிழ்நாட்டை வளர்ச்சியின் முன்னுதாரணமாக அமர்த்திய சென் குறிப்பிடும் வரை தேசிய ஊடகங்கள், ஆய்வாளர்கள் என்றெல்லாம் சொல்லிக்கொள்பவர்கள் திராவிடக் கட்சிகளின் சமூகநலத் திட்டங்களை 'இலவச அரசியல்' என்றும் 'வெகுஜன கவர்ச்சி அரசியல்' என்றும்தானே ஏகடியம் பேசிக்கொண்டிருந்தார்கள்? இப்போது தமிழ்நாட்டைப் பார்த்து தேசியக் கட்சிகள் ஆளும் ஏனைய மாநிலங்களிலும் இதே போன்ற திட்டங்களை முன்னெடுக்கும்போதுதானே 'சமூகநலத் திட்டம்' என்று பெயர் மாறுகிறது!

பொருளாதாரம் சார்ந்தே திராவிடக் கட்சிகளின் மிக முக்கியமான சாதனை என்று சமூக நீதி, இடஒதுக்கீட்டில் அவர்கள் காட்டிய அக்கறையைக் குறிப்பிடுவேன். ஒட்டுமொத்த வளர்ச்சிக்கான அவர்களுடைய அடுத்த சாதனை சமூகநலத் திட்டங்கள். சமூகமும் பொருளாதாரமும் இணைகிற புள்ளிகள் இவை. ஓர் உதாரணம் – குழந்தைகள் நலத் திட்டம் தமிழ்நாட்டில் இருப்பது மாதிரி இந்தியாவில் வேறு எங்கேயும் இல்லை. குழந்தைதானே முதலில்? அதனுடைய உடல்நிலை பலவீனமாக இருக்கும்போது, எப்படி எதிர்காலத்தில் வளர்ச்சி ஏற்படும்? 2011 மக்கள்தொகைக் கணக்கெடுப்பின்படி, 'பிமாரு மாநிலங்கள்' என்று சொல்லப்படும் உத்தர பிரதேசம், பிஹார் உள்ளிட்ட இந்தி மாநிலங்களில் மட்டும் 51% குழந்தைகள் வளராத குழந்தைகளாக இருக்கிறார்கள் என்பது தெரியவந்தது. இந்தியாவின் வறுமை நிலம் என்று இந்த மாநிலங்களைச் சொல்கிறோம். இரண்டையும் பொருத்திப் பாருங்கள். ஆனால், தமிழகத்திலோ நிலைமை நேர் எதிர். காரணம், சத்துணவுத் திட்டம். இதை எல்லோரும் ஒப்புக்கொள்வார்கள். ஆனால், ஒரு சத்துணவுத் திட்டத்தைச் செயல்படுத்தக்கூட சமூக நீதி எவ்வளவு முக்கியமானதாக இருக்கிறது என்பதை நான் விளக்குகிறேன்.

முதலில் நீதிக் கட்சி அதை ஒரு சின்ன அளவில் கொண்டுவருகிறது. பின்னாளில், காமராஜர் அதை மதிய உணவுத் திட்டமாகக் கொண்டுவருகிறார். எம்ஜிஆர் அதைச் சத்துணவாக்குகிறார். எம்ஜிஆர் பெயரிலேயே இருந்தாலும் கூட அந்தத் திட்டத்தின் பெயரைக்கூட மாற்றாமல் கலைஞர் அதை மேலும் மேம்படுத்துகிறார். சனிக்கிழமையும் சேர்த்து வாரம் ஆறு முட்டைகள் போடுகிறார். அடுத்து ஜெயலலிதா அங்கன்வாடியில் உள்ள குழந்தைகளுக்கு 13 வகையான கலவை சாதம் வழங்கும் திட்டத்தைக் கொண்டுவருகிறார். எவ்வளவு பெரிய தொடர்ச்சி! தொடக்கத்தில் "இது திட்டம் இல்லை. சாப்பிடுவது எப்படி வளர்ச்சிக் கணக்கில் வரும்?" என்று ஏகடியம் பேசிய திட்டக் குழு, பின்னாளில் சத்துணவுத் திட்டத்தை ஒரு தேசியக் கொள்கையாக அறிவித்தது. அதாவது, 45 வருடங்களுக்குப் பிறகு. ஆனாலும், வெற்றி பெறவில்லை! ஏன்?

இந்தியப் பொருளாதாரம் என்பது குஜராத்தி பொருளாதாரம்தான். நேரு காலத்தில் வந்த அன்சாரி குழு அறிக்கையே தேசிய அளவில் 80% பொருளாதாரம் குஜராத்திகள் கையில் இருப்பதைச் சொன்னது!

இங்கேதான் சமூக நீதிக்கு ஒரு அரசியல் இயக்கம் கொடுக்கும் முக்கியத்துவம் வருகிறது.

சாதிக்கு எதிரான திராவிட இயக்கத்தின் போராட்டம் இங்கே சாதி உணர்வை ஒழிக்கவில்லை என்றாலும், சாதி வெறியை இல்லாமல் ஆக்கியிருக்கிறது. ஆனால், ஏனைய மாநிலங்களின் நிலை அதுவல்ல. பல மாநிலங்களில் சத்துணவுக்கூடம் வந்தபோது, எல்லாச் சாதியினரும் எப்படி ஒன்றுசேர்ந்து உட்கார்ந்து, ஒரே சாப்பாட்டைச் சாப்பிடுவது என்ற பிரச்சினை வந்தது. பிஹாரில் முதல் சமையல் கூடம் திறக்கப்பட்டபோது, சமையலர் ஒரு தலித் பெண் என்பதற்காக அந்த உணவையே கொண்டுபோய்க் கொட்டினார்கள். நாடாளுமன்றம் இதுகுறித்து விவாதித்தது. என்ன விவாதித்தது? சாப்பாட்டுக்குப் பதில் பேசாமல் பிஸ்கட் கொடுத்துவிடலாமா என்று விவாதித்தது. ஆனால், "ஏன் பிராமணப் பிள்ளைகளுக்கும் ஏனைய பிள்ளைகளுக்கும் ஒரே இடத்தில் சாப்பாடு போட மறுக்கிறீர்கள்?" என்று சேரன்மாதேவி குருகுலம் விவகாரத்தில் வ.வே.சு.ஐயருடன் மோதி, வகுப்புவாரிப் பிரதிநிதித்துவ விவகாரத்தில் ராஜாஜியோடு கசந்து காங்கிரஸிலிருந்தே பெரியார் வெளியே வந்த வரலாறு தமிழ்நாட்டினுடையது.

தமிழகத்தில் தாழ்த்தப்பட்ட பெண்கள்தான் பள்ளிகளில் அதிக அளவில் சமையலர்கள். ஏன் பிரச்சினை நடக்கவில்லை? இங்கேதான் திராவிட இயக்கத்தின் வேலை இருக்கிறது. அது காமராஜரோ ஜெயலலிதாவோ யார் திட்டத்தைத் தொடங்கினாலும் களம் தயாராக இருக்க வேண்டும் இல்லையா? அந்த வேலையை இங்கே பெரியார் பார்த்திருக்கிறார். திராவிடர் இயக்கம் – திராவிடக் கட்சிகள் தொடர்ந்து பார்த்திருக்கின்றன என்று சொல்கிறேன். தமிழ்நாட்டின் கல்வி, சுகாதாரத் துறை வளர்ச்சியை ஒப்பிட வேண்டும் என்றால், முன்னேறிய நாடுகளுடன்தான் ஒப்பிட வேண்டும்; ஏனைய இந்திய மாநிலங்களுடன் ஒப்பிட முடியாது என்றார் அமர்த்திய சென். மத்திய அரசு கல்விக்கு உள்நாட்டு ஒட்டுமொத்த உற்பத்தியில் 3.2% செலவிடும்போது, தமிழ்நாடு 10.2% செலவிடுகிறது. மத்திய அரசு பொதுச் சுகாதாரத்துக்கு 1.5% செலவிடும்போது, தமிழ்நாடு 13% செலவிடுகிறது. இந்தத் துறைகளின் வளர்ச்சிதான் பொருளாதார வளர்ச்சிக்கும் வழி அமைத்திருக்கிறது. உலகி

லேயே சிறந்த அரசு குழந்தைகள் மருத்துவமனை சென்னை எழும்பூர் மருத்துவமனை. உலகின் மிகச் சிறந்த கால்நடைப் பல்கலைக்கழகங்களில் ஒன்று வேப்பேரி மருத்துவமனை. இந்த இரண்டையும் தொடர்புபடுத்திப் பாருங்கள். வளர்ச்சி என்பதன் பின்னணியிலுள்ள தொலைநோக்கும் அர்ப்பணிப்பும் புரியும்!

தமிழகத்தில் தொழில் துறை அடைந்திருக்கும் வளர்ச்சி போதுமானது என்று நினைக்கிறீர்களா?

போதுமானது என்று சொல்ல மாட்டேன். அதேசமயம், அடைந்திருக்கும் வளர்ச்சி சாதனை என்று சொல்வேன். இந்தியப் பொருளாதாரம் என்பது குஜராத்தி பொருளாதாரம்தான். நேரு காலத்தில் வந்த அன்சாரி குழு அறிக்கையே தேசிய அளவில் 80% பொருளாதாரம் குஜராத்திகள் கையில் இருப்பதைச் சொன்னது. குஜராத்திலும் மகாராஷ்டிரத்திலும் குஜராத்திகள் தங்களை நிலைநிறுத்திக்கொண்டதன் விளைவாக, இந்த இரு மாநிலங்கள் போக மிச்ச 20% பொருளாதாரத்துக்குள்தான் ஏனைய எல்லா மாநிலங்களின் பொருளாதாரமும் உள்ளடக்கம். நவீன இந்தியாவில் தமிழ்ச் சமூகத்தை ஒரு பெரும் வணிகச் சமூகம் என்று சொல்ல முடியாது. தவிர, நம் நாட்டு அரசமைப்புச் சட்டப்படி, தொழில் துறையில் தனிப் பாதையில் செல்ல மாநில அரசுக்கு என்று பெரிய அதிகாரங்களும் கிடையாது. இப்படிப்பட்ட சூழலில் இன்று மகாராஷ்டிரம், குஜராத்துக்கு அடுத்த நிலையில் தொழில் துறையில் தமிழகம் இருக்கிறது என்றாலே அது பெரிய சாதனை! விவசாயமும்

அப்படித்தான். உத்தர பிரதேசம், பஞ்சாப் போன்ற பல மாநிலங்களின் நீர், நில வளத்தோடு தமிழ்நாட்டை ஒப்பிடவே முடியாது. அதைத் தாண்டியும் நாம் சாதித்திருக்கிறோம். நம்முடைய விவசாயிகளில் 98% பேர் சிறு விவசாயிகள். காரணம், திராவிட இயக்க ஆட்சியில் இங்கே நிலங்கள் பெரிய அளவில் பகிர்ந்தளிக்கப்பட்டுள்ளன. நில உச்ச வரம்புச் சட்டம், நிலமற்றோருக்கான இரண்டு ஏக்கர் நிலமளிப்புத் திட்டம் இரண்டாலும் பெரிய அளவில் சாத்தியமானது இது. இன்னொன்றையும் சொல்ல வேண்டும். தமிழகம் உள்ளிட்ட ஆறு மாநிலங்கள் மட்டும் 70% வரி வருவாயை டெல்லிக்குத் தருகின்றன. டெல்லியிடம் தமிழ்நாடு 100 ரூபாய் கொடுத்துவிட்டு 10 ரூபாய் வாங்குகிறது என்றால், உத்தர பிரதேசம் 10 ரூபாய் கொடுத்துவிட்டு 100 ரூபாய் வாங்குகிறது. பக்தவத்சலம் காலத்திலேயே, நிதிக் குழுவுக்கு 1966–ல் ஒரு அறிக்கை கொடுத்தார். தமிழ்நாட்டை நீங்கள் வஞ்சிக்கக் கூடாது என்றார். இப்படியான வஞ்சனை இன்று வரை தொடர்கிறது. இந்த வஞ்சனைக்கு இடையிலும்தான் எல்லாக் கட்டமைப்புகளும் இங்கே உருவாக்கப்பட்டிருக்கின்றன.

அரசமைப்புச் சட்டச் சீர்திருத்தம் தொடர்பாகத் தொடர்ந்து பேசிவருபவர் நீங்கள். இன்றைய சூழலில் உங்களிடம் கேட்டால் மாற்றத்துக்கான முன்மொழிவு என்னவாக இருக்கும்?

அடிப்படை உரிமைகள், அடிப்படைக் கடமைகள் இவை தவிர நம்முடைய அரசமைப்பில் எல்லாவற்றையும் மாற்ற வேண்டும் என்று சொல்வேன். அடிப்படையிலேயே அது மக்கள் கருத்தைக் கேட்டு உருவாக்கப்பட்ட அரசமைப்புச் சட்டம் அல்ல; நிபுணர்களின் அரசமைப்புச் சட்டம். பெண்களுக்கு ஓட்டில்லாத காலத்தில், பணக்காரர்களுக்கு மட்டும் – வெறும் 3% மக்களுக்கு மட்டும் ஓட்டுரிமை இருந்த காலத்தில் தேர்ந்தெடுக்கப்பட்ட பிரதிநிதிகளுடன் விவாதித்து உருவாக்கப்பட்டது அது. அதை உருவாக்கியவர்கள் என்னவோ பெரிய நிபுணர்கள்தான். ஒப்புக்கொள்கிறேன். ஆனால், பெரும்பான்மை மக்களின் கருத்துகளை அது புறந்தள்ளிவிட்டதே! விளைவாகத்தானே மையப்படுத்தப்பட்ட அதிகாரத்தை அது கொண்டிருக்கிறது. காந்தியே அது உருவாக்கப்படும்போது தன் அதிருப்தியைத்தானே வெளியிட்டார்? கூட்டாட்சி முறையில் அமைக்கப்பட்ட ஒன்றியம் என்று இந்தியாவை நம்முடைய அரசமைப்புச் சட்டம் சொல்கிறது. ஆனால், மாநிலங்களுக்கு என்ன அதிகாரம் இங்கே இருக்கிறது? ஓர் உதாரணம், ஒளிபரப்பு உரிமை மத்தியப் பட்டியலில் இருக்கிறது. ஏன்? என்ன தேவை? இன்றைக்கு இத்தனை தனியார் தொலைக் காட்சி நிறுவனங்கள் இருக்கின்றன, வானொலி நிலையங்கள் இருக்கின்றன. ஆனால், மாநில அரசு தொடங்க முடியாது! ஒரு முதலமைச்சரின் உதவிச் செயலாளருக்கு இணையான அதிகாரம்கூடக் கிடையாது அகில இந்திய வானொலி நிலையத்தின் இயக்குநர் பதவிக்கு. ஆனால், ஒரு முதலமைச்சர் அவசர நிமித்தம் மக்களிடம் உரையாற்ற நினைத்தால், அவரிடம் போய் முதலமைச்சர் அனுமதி கேட்டு நிற்க வேண்டும். இது சரியா? இதுதான் இந்தியாவின் அரசமைப்பா என்று நான் கேட்கவில்லை. நேருவையும் படேலையும் பார்த்து பட்டாபி சீதாராமையா கேட்ட கேள்வி இது.

காலையில் கடுமையான விவாதம் நடந்திருக்கும். இரவு தொலைபேசியில் அழைப்பார். "நாகநாதன், என்ன கோச்சுக்கிட்டியா? உன் கருத்தை நீ சொன்னய்யா, சரியாக்கூட இருக்கலாம். என் கருத்தை நான் சொன்னேன். பேசுவோம். நாளைக்கு காலையில வாக்கிங் வராம இருந்திடாத!" என்பார் கலைஞர்.

அரசாங்கத்தை மக்கள் நம்பும்போது, மக்களை அரசாங்கம் நம்ப வேண்டும். ஆனால், இந்திய அரசாங்கம் மக்களை நம்ப மறுக்கிறது. அதற்கான சாட்சியமாகவே நம்முடைய அரசமைப்புச் சட்டம் இருக்கிறது. அதனால்தான் அண்ணா கேட்டார், "ஏன் மக்களை நம்ப மறுக்கிறீர்கள்?" உள்ளபடி நம்முடைய அரசமைப்புச் சட்டத்தின் பல பகுதிகள் இன்று செயலிழந்து, செத்துவிட்டன. ஒரு மாநில அரசு பெரிய துறைமுகம் ஒன்றை நிறுவ வேண்டும் என்று நினைத்தால், இன்றைக்கும் முடியாது. ஏனென்றால், அதற்கான அதிகாரம் மத்தியப் பட்டியலில் இருக்கிறது. ஆனால், அம்பானிகளுக்கும் அதானிகளுக்கும் துறைமுகங்களை வாரிக் கொடுக்கிறார்களே, எப்படி? எந்த அரசமைப்புச் சட்டப்படி இதை நடைமுறைப்படுத்துகிறார்கள்? ராணுவம், நாணயம், வெளியுறவு இந்த மூன்று துறைகள் சம்பந்தமான அதிகாரங்களைத் தவிர, ஏனைய எல்லா அதிகாரங்களையும் மாநில அரசுகளுக்குப் பகிர்ந்து அளிக்கும் வகையில் அரசமைப்புச் சட்டம் திருத்தப்பட வேண்டும்.

தனிப்பட்ட வகையில் நீங்கள் முன்மாதிரியாக முன்னிறுத்தக்கூடிய அரச மைப்புச் சட்டம் எதுவாக இருக்கும்?

அமெரிக்காவினுடையது. அதன் அளவே கவரக்கூடியது. திருத்தங்கள், இணைப்புகள் எல்லாம் சேர்த்தே 74 பக்கங்கள்தான். மாகாணங்களுக்கு எவ்வளவு உரிமைகள்! ஒவ்வொரு மாநிலத்திலும் ஒவ்வொரு சட்டம்! இவ்வளவு பெரிய அளவே நமக்கு வேண்டாம் என்று நினைக்கிறேன். உலகின் மிகப் பெரிய அரசமைப்புச் சட்டத்தை ரஷ்யா கொண்டிருந்தது. 1991-ல் உடைந்து விட்டது. அடுத்த மிகப் பெரிய அரசமைப்புச் சட்டம் இந்தியாவினுடையது. பல்லாயிரக்கணக்கான பக்கங்கள். இந்த அபாயத்தைப் புரிந்துகொள்ள வேண்டும். இன்று காஷ்மீர், வடகிழக்கு மாநிலங்களை எப்படிப் பாதுகாத்து வருகிறது இந்திய அரசு? தண்டகாரண்யத்தின் நிலை என்ன? படைகளையும்

கடுமையான சட்டங்களையும் கொண்டு எவ்வளவு நாள் மக்களை ஆள முடியும்? மக்கள் கேட்பது அதிகாரம். அதைக் கொடுத்தால் ஏன் பிரிவினை கேட்கப்போகிறார்கள்? நீங்கள் அதிகாரத்தை மறுக்கும்போதும், அவர்களைப் பாரபட்சமாக நடத்தும்போதும்தான் அவர்கள் சுதந்திரம் கேட்கிறார்கள். மாநிலங்கள் தங்களைச் சமமாக உணர வேண்டும் என்றால், எல்லோரையும் சமமாக நடத்தும் இடத்தில் இந்த ஒன்றிய அரசு தன்னை அமர்த்திக்கொள்ள வேண்டும் என்றால், 'மத்தியில் கூட்டாட்சி, மாநிலத்தில் சுயாட்சி' என்று செயல்படத்தக்க அரசமைப்புச் சட்டம் நமக்கு வேண்டும். ஆனால், இந்திய அரசோ நேர் எதிரான பாதையில்தான் போகிறது. மாநிலங்களிடம் உள்ள வரிவிதிப்பு அதிகாரத்தையும் 'பொதுச்சரக்கு மற்றும் சேவை வரி' (ஜிஎஸ்டி) மூலமாக மறைமுகமாகப் பறித்துவிட்டவர்களை வேறு எப்படிப் பார்ப்பது?

திமுக முன்னிறுத்தும் பல விஷயங்கள் தேசிய விவகாரங்கள். ஆனால், ஏன் அவை தேசிய அளவில் அவ்வளவு முக்கியத்துவத்தைப் பெறவில்லை?

சமூக நீதி கவனம் பெற்றது. விளைவாகவே இன்றைக்குத் தேசிய அளவில் பிற்படுத்தப்பட்டவர்களுக்கான 27% இடஒதுக்கீடு கிடைத்திருக்கிறது. மாநில சுயாட்சிக்காக ராஜமன்னார் குழு ஆணையத்தை அமைத்து, அதன் பரிந்துரைகளைப் பிரதமருக்கு அனுப்பினார் கலைஞர். காஷ்மீர், பஞ்சாப், வங்கம், அஸ்ஸாம் வரை குரல்கள் ஒலித்தன. என்ன பிரச்சினை என்றால், சாதியிலிருந்து விடுபட நினைக்கும் மனம்தான் எல்லா இடங்களிலும் சமத்துவத்தை விரும்பும். வெறுமனே காங்கிரஸ், பாஜக அல்லாத இயக்கம் அல்லது மாநிலக் கட்சி என்பதாலேயே அவர்கள் சித்தாந்தம் மாறிவிடுவதில்லையே? உதாரணமாக, இந்தி ஆதிக்க விவகாரத்தில் சமாஜ்வாதி கட்சிக்கும் பாஜகவுக்கும் என்ன வேறுபாடு இருக்கிறது? ஆம் ஆத்மி கட்சிக்கு இதுகுறித்தெல்லாம் என்ன பார்வை இருக்கிறது? ஆக, இங்கே இப்படியான கருத்தாக்கங்களை தேசிய அளவில் ஒரு தொடர் விவாதமாகக் கொண்டுசெல்வதே சவால். அப்புறம் டெல்லி – அது காங்கிரஸோ, பாஜகவோ – உண்டாக்கும் எதிர்வினைகள். திமுக பிளவைச் சந்திக்க 1971–ல் மாநில சுயாட்சி கோரிக்கையை அது உரக்கப் பேசியது ஒரு காரணம் என்பதை ஊர் அறியும். தமிழர் பிரச்சினைகளில் உறுதியாக நின்றதாலேயே கலைஞர் ஆட்சி இரு முறை கலைக்கப்பட்டது. இதையெல்லாம் விடுங்கள். மாநிலங்கள் தங்களுக்குள் உரையாடிக்கொள்வதை டெல்லி விரும்புகிறதா? கிடையாது என்கிறேன். 2015–ல் மாநிலங்களிடை மன்றம் கூட்டப்பட்டது 10 வருட இடைவெளிக்குப் பிறகு. அடுத்த கூட்டம் எப்போது நடக்கும்? தெரியாது! 1956–ல் மாநிலச் சீரமைப்பு மசோதா வந்தபோது, ஸோனல் கவுன்சில் கூட்டம் என்று ஒன்றைக் கூட்டினார்கள். நன்றாகச் சென்றுகொண்டிருந்தது. பிறகு மத்திய அரசு அதில் தலையிட்டது. இன்று செயலற்றதாகிவிட்டது. மாநிலங்களைச் சந்தேகக் கண்ணோட்டத்திலேயே டெல்லி பார்ப்பதை ஒரு இழிவாகவே கருதுகிறேன். அதன் தடைகளை மீறி தமிழ்நாடு பேசும் விஷயங்கள் தேசிய விவாதம் ஆகும் நாட்கள் வெகுதொலைவில் இல்லை. அதேபோல, அவை எளிதானதும் இல்லை.

பழைய தமிழ் உணர்வு மீட்டெடுக்கப்பட
வேண்டும். சாதி உணர்வு,
மத உணர்வு இவையெல்லாம் சமூகத்தில்
தூண்டப்பட்டுக்கொண்டேதான் இருக்கும்.
அரசியல் களத்தில் தமிழ் உணர்வு
உயிர்ப்போடு இருந்தால்தான்
அவற்றை எதிர்கொள்ள முடியும்!

பெரியார், அண்ணா, கருணாநிதி மூவரிடமும் பழகியிருக்கிறீர்கள். ஒப்பிட முடியுமா?

பெரியார் இறுகப் பிடிப்பார். அண்ணா விட்டுப் பிடிப்பார். கலைஞர் சில இடங்களில் பெரியார் மாதிரியும் சில இடங்களில் அண்ணா மாதிரியும் இருப்பார். அவர் பெரியார், அண்ணாவின் கலவை. அந்தந்தக் காலகட்டங்கள் ஊடாகவே மூவரையும் ஒப்பிட வேண்டும். அப்படிப் பார்த்தால் மூவரும் அவரவர் காலகட்டங்களுக்கான காரியங்களைச் செய்திருக்கிறார்கள். எதற்கும் அஞ்சாத துணிச்சலும் கருத்து வேறுபாடுகளுக்கு அப்பாற்பட்டு மனிதர்களை அணுகும் அரவணைக்கும் குணமும் கலைஞரிடம் எனக்குப் பிடித்தமானவை. இவையும் திராவிட இயக்க மரபின் தொடர்ச்சிதான். நெருக்கடிநிலைக் காலகட்டத்தில் எல்லாம் எவ்வளவு உறுதியாக நின்றார்! அதேபோலத்தான் அரவணைப்பும். பல முறை அவரிடம் கருத்து வேறுபட்டிருக்கிறேன். சண்டை போட்டிருக்கேன். "கட்சிக்குள் என்னோடு சண்டை போடுபவர்கள் இருவர். ஒருவர் மாறன், இன்னொருவர் நாகநாதன்" என்றே சொல்லியிருக்கிறார். காலையில் கடுமையான விவாதம் நடந்திருக்கும். இரவு தொலைபேசியில் அழைப்பார். "நாகநாதன், என்ன கோச்சுக்கிட்டியா? உன் கருத்தை நீ சொன்னய்யா, சரியாக்கூட இருக்கலாம். என் கருத்தை நான் சொன்னேன். பேசுவோம். நாளைக்குக் காலையில வாக்கிங் வராம இருந்திடாத!" என்பார். அவர் அதிகாரத்தின் எவ்வளவு உயரத்தில் இருக்கும்போதும் இந்தத் தன்மையை இழந்ததில்லை. நெருக்கடிநிலையின்போது திமுகவுக்குத் தடை விதிக்கப்படலாம் என்ற சூழல் இருந்தது. கலைஞர், நாவலர், நான் மூவரும் பீச்சில் உட்கார்ந்திருக்கிறோம். நாவலர் சொன்னார், "தடை செஞ்சா என்ன? வேற பெயரில் ஒரு கட்சியைத் தொடங்கிடுவோம்! அதற்கு ஏன் கவலைப் படுறீங்க?" அதற்கு கலைஞர் சொன்னார், "அப்படியில்ல நாவலர், திராவிட முன்னேற்றக் கழகம்கிறது அண்ணா தொடங்கியது. அண்ணாவோட உயிர் அதில் இருக்குது. அப்படியே தடை விதிச்சாக்கூட கட்சியைக் கொஞ்ச நாளைக் குத் தள்ளி வெச்சி நடத்தலாம். எம்ஜிஆர் ஒரு கட்சியை வெச்சிருக்கார்ல! அதுலேயும் அண்ணாவும் திமுகவும் இருக்கு. நாம அதைப் பார்த்து ஆறுதல்

அடைஞ்சுக்குவோம்! ஆனா, திமுக திரும்ப முளைக்கும் நாவலர்!" எதற்காகச் சொல்கிறேன் என்றால், அதிமுகவைப் போட்டியாகப் பார்த்தாரே அன்றி அது இல்லாமல் போக வேண்டும் என்று அல்ல. இவையெல்லாம்தான் திராவிட இயக்கம் தக்கவைத்துக்கொள்ள வேண்டிய பண்புகள் என்று நினைக்கிறேன்.

திராவிடக் கட்சிகள் இன்று எதிர்கொள்ளும் மிகப் பெரிய குற்றச்சாட்டு ஊழல். அதுகுறித்து என்ன நினைக்கிறீர்கள்?

திருவாரூரில் சாம்பசிவம் என்று ஒரு செல்வந்தர் இருந்தார். பங்களா வீடு. வாசலில் புலியைக் கட்டிப்போட்டிருப்பார்கள். பிரமுகர்கள் யார் வந்தாலும் தன்னுடைய வீட்டில் தங்க வைப்பதை ஒரு கௌரவமாகக் கருதினார். நீதிக் கட்சித் தலைவர்களில் ஒருவரான கி.ஆ.பெ.விசுவநாதம் அவரது வீட்டில் தங்கியிருந்தபோது, அவரைப் பார்ப்பதற்காகக் கலைஞர் சென்றிருக்கிறார். வெள்ளை ஜிப்பா. கீழ்ப்பாய்ச்சி வேட்டிக்கட்டு. ஒரே சந்தனம், ஜவ்வாது மணம். அவர் வந்த தோரணையைப் பார்த்து 'அரசியலில் ஈடுபட வேண்டும் என்றால், இவ்வளவு படாடோபம் வேண்டுமா' என்று மிரண்டுவிட்டாராம் கலைஞர். அடுத்த ஒரு மாதத்தில் திருவாரூருக்கு அண்ணா வந்திருக்கிறார். திராவிடர் கழகத்தைச் சேர்ந்த ராமன் வீட்டில் தங்கியிருக்கிறார். அப்போது தான் அண்ணாவை முதல் முறை சந்திக்கிறார் கலைஞர். மூக்குப்பொடி கறை படிந்த வேட்டி, சட்டை. எதைப் பற்றியும் அலட்டிக்கொள்ளாமல் படித்துக் கொண்டிருந்தாராம். என்னுடைய அத்தானும்கூடச் சொல்லியிருக்கிறார். திருச்சிக்கு வந்திருந்தபோது சத்திரத்தில் ஒரு கிழிந்த பாயில், மேல் சட்டையைத் தலை க்குச் சுருட்டி வைத்துக்கொண்டு அண்ணா படுத்துத் தூங்கிக்கொண்டிருந்ததை.

எவ்வளவு பெரிய பேச்சாளர்! சித்தாந்தி! அவர் அளவுக்கு எளிமை தமிழ்நாட்டில் யாரிடமும் கிடையாது. நீதிக் கட்சிகளின் முன்னோடிகள் ஆகட்டும்... பெரியார் ஆகட்டும் தன்னுடைய சொத்துகளை அழித்துப் பொதுச் சமூகத்தை வளர்த்தவர்கள். அவர்கள் வழிவந்த கட்சிகள் எப்படி இருக்க வேண்டும் என்ற ஆதங்கம் எனக்கும் உண்டு. பெரியார் பொது ஒழுக்கத்தை ரொம்பவும் மதிப்பார். கூட்டத்தில் கடவுள் வாழ்த்து என்று சொன்னதும் எழுந்து நின்றுவிடுவார். அப்புறம் அதே கூட்டத்தில் "கடவுள் இல்லை" என்றும் பேசுவார். "பொது ஒழுக்கம் சமூகத்தால் கட்டப்பட்டது; அதைச் சிதைப்பது நம் வேலை இல்லை!" என்பார். எனக்கு அதில் பெரிய நம்பிக்கை உண்டு. ஏனென்றால், அதுதான் உங்களுக்கு ஒரு தார்மீகத் தகுதியையும் பலத்தையும் தருகிறது.

நான் கடைப்பிடித்த நேர்மை காரணமாக என் வாழ்க்கையின் பெரும் பகுதியை ஒண்டிக்குடித்தனத்தில்தான் கழித்தேன். திட்டக் குழுத் துணைத் தலைவராக இருந்தபோதுகூட வாடகை வீட்டில்தான் இருந்தேன். போலீஸ் பாதுகாப்பு வேண்டாம் என்றேன். அரசு காரையும் சொந்தப் பயன்பாட்டுக்குப் பயன்படுத்தியதே இல்லை. இப்போதுள்ள வீட்டின் மேல் இன்னும் ரூ.10 லட்சம் கடன் இருக்கிறது. எதற்காக இவ்வளவையும் சொல்கிறேன் என்றால், நானும்

திராவிட இயக்கத்திலிருந்து வந்தவன்தான். ஊழல் எதிர்ப்பாளிதான். ஆனால், ஒரு அரசியல் கட்சியையோ தலைவரையோ பார்த்து இதேபோல எளிமையாக, ஊழலுக்கு எதிராக இருந்துவிட முடியும் என்று சொல்ல முடியாது. ஏனென்றால், ஊழல் என்பது ஒரு அரசியல் கட்சி அல்லது தலைவர் சம்பந்தப்பட்டது மட்டும் இல்லை. இன்றைக்கு எந்த அரசியல் இயக்கத்தில் ஊழல் இல்லை? நீங்கள் டெல்லியில் நடக்கும் ஊழலின் சிறு முனையைக்கூட மாநிலங்களில் பார்க்க முடியாது. ராணுவ பேரங்களில் எவ்வளவு புரளும் என்பதை டெல்லியில் இருந்தால் புரிந்துகொள்ள முடியும். இந்தியாவில் பொதுவெளிக்கு வரும் ஊழல்களில் பெரும்பாலானவை ஏன் கீழ்நிலைச் சமூகங்களையும் மாநிலக் கட்சிகளையும் மட்டுமே குறிவைக்கின்றன? தேசியக் கட்சிகளைச் சேர்ந்த ஆதிக்கச் சாதிக்காரர்கள் எத்தனை பேர் தண்டிக்கப்பட்டிருக்கிறார்கள்? அமைப்புரீதியாகவே இங்கே ஊழல் நிலைநிறுத்தப்பட்டிருக்கிறது என்ற உண்மைக்கு நாம் முகம் கொடுக்காமல் இதை விவாதிக்க முடியாது!

திராவிடக் கட்சிகளில் தலித்துகள், முஸ்லிம்களின் பங்கேற்பு குறைந்து வருகிறது. திராவிடக் கட்சிகள் இடைநிலைச் சாதிகளின் கட்சிகளாகி வருகின்றன என்கிற குற்றச்சாட்டில் உண்மை இருக்கிறதல்லவா?

பழைய தமிழ் உணர்வு மீட்டெடுக்கப்பட வேண்டும். சாதி உணர்வு, மத உணர்வு இவையெல்லாம் சமூகத்தில் தூண்டப்பட்டுக்கொண்டேதான் இருக்கும். அரசியல் களத்தில் தமிழ் உணர்வு உயிர்ப்போடு இருந்தால்தான் அவற்றை எதிர்கொள்ள முடியும். தலித்துகள் அதிகாரத்துக்கு வருவதற்காக திமுகவில் ஒதுக்கீடே கொண்டுவந்தார் கலைஞர். அந்த அக்கறை மாவட்டச் செயலர்கள் முதல் வட்டச் செயலர்கள் வரை சென்றடைய வேண்டும். சித்தாந்த ரீதியாகக் கட்சியைப் பலப்படுத்துவதே அதற்கான ஒரே வழி.

ஆனால், சித்தாந்தரீதியாக இன்று பெரும் சரிவை திமுக சந்தித்திருக்கிறது. அண்ணாவுக்குப் பின் கட்சியைச் சித்தாந்தரீதியில் வளர்த்தெடுக்கத் தவறி விட்டதன் விளைவு என்று இதைச் சொல்லலாமா?

ஒரு பெரிய சரிவு நடந்திருக்கிறது. அது உண்மை. மாறனின் மரணம் மேலும் ஒரு கடுமையான பின்னடைவு ஆகிவிட்டது. ஒரு தீவிரமான அறுவைச் சிகிச்சைக்கு திமுக தயாராகித்தான் ஆக வேண்டும். இளைஞர்கள் பங்கேற்பு கட்சியில் போதுமான அளவுக்கு இல்லை என்பது அதைத்தானே காட்டுகிறது. தாங்கள் எங்கிருந்து வந்தோம், தங்களுடைய பலம் என்ன, தங்களுடைய சாதனைகள் என்ன என்பதெல்லாமே தெரியாத இடத்தில் கட்சியில் இன்று பலர் இருக்கிறார்களே! ஸ்டாலினிடம் இதைத்தான் வலியுறுத்தியிருக்கிறேன். மகிழ்ச்சி அளிக்கும் வகையில் அவரும் கட்சியைச் சித்தாந்தத் தளத்தில் வளர்த்தெடுப்பதில் பெரும் ஆர்வத்தோடு இருக்கிறார். சித்தாந்தரீதியாக திமுக பெறப்போகும் பலத்தில்தான் அதன் வளர்ச்சியும் எதிர்காலமும் இருக்கிறது. திமுக அப்படிப் பெறப்போகும் சித்தாந்த பலமே இந்தியாவையும் தூக்கி நிறுத்தும்!

கருணாநிதிக்கு ஈடு கருணாநிதிதான்!

ஒரு கட்சியை ஆரம்பித்து, ஆரம்பித்த முக்கியஸ்தர்களில் ஒருவராய் இருந்து, அந்தக் கட்சிக்கு உண்டான எதிர்ப்புகளை எல்லாம் சமாளித்து, அந்தக் கட்சியை நல்லவண்ணம் உருவாக்கி, அந்தக் கட்சியை நாடாளும் ஸ்தாபனம் ஆக்கி, இன்று மகாவன்மை படைத்த காங்கிரஸை எதிர்த்துத் தோல்வியடையச் செய்த முக்கியஸ்தர்களில் ஒருவராயும் கலைஞர் இருக்கிறார். கலைஞர் நமக்குக் கிடைத்தற்கரிய வாய்ப்பு என்றே சொல்ல வேண்டும்... ஒரு பகுத்தறிவாளராகவும், ஆட்சிக் கலையில் அரிய ராஜ தந்திரியாகவும் நடந்துவருவதன் மூலம் தமிழர்களுக்குப் புது வாழ்வு தருபவராகிறார் நமது கலைஞர்.

- பெரியார் (1968)

கடின உழைப்பாளி கருணாநிதி. ஒரு நாளைக்கு அவர் எத்தனை மணி நேரம் தூங்குகிறார் என்பதை யாராவது அவருக்குத் தெரியாமல் பார்த்தால்தான் இந்தத் திறமையை அவர் பெற்றதன் அடிப்படை உழைப்பு என்பதை உணர்வீர்கள். என்னை முழுவதும் அறிந்தவர்கள்தான் கழகத்திலே இருக்கிறார்கள். அதிலே முற்றிலும் அறிந்தவர் என்று சொல்லத் தக்கவர்களிலே கருணாநிதிக்கு மிகச் சிறந்த இடம் உண்டு. கருணாநிதிக்கு ஈடு கருணாநிதிதான்! அவர் மூலமாக நானும் நாடும் நிறைய எதிர்பார்க்கிறோம். இப்போது செய்திருக்கிற காரியங்களைப் போல் பல மடங்கு அதிகமான அவருடைய திறமையின் மூலம் நாட்டுக்குக் கிடைக்க வேண்டியிருக்கிறது.

- அண்ணா (1968)

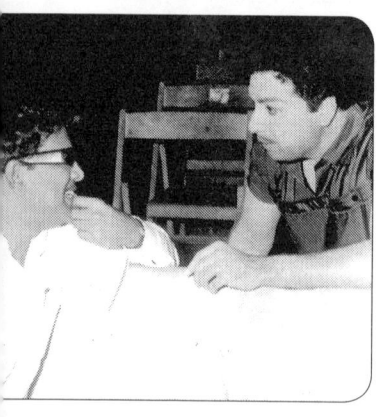

தனக்கென ஒரு கொள்கை, தனக்கென ஒரு தலைவன் என்று வகுத்துக்கொண்டு பற்றோடும் பிடிப்போடும் அயராது உழைத்துவருபவர் கலைஞர். கொள்கைப் பிடிப்பு சார்ந்து அண்ணாவோடும் சரி, என்னோடும் சரி; வாதிடுவதற்கு அவர் எப்போதுமே தயங்கியதில்லை. கழகத்துக்கு ஒரு கேடு வருகிறது என்றால், தன் உயிரையும் பொருட்படுத்தாமல் முனைந்து செயலாற்றுவதில் அவருக்கு இணையான செயலாற்றல் யாருக்கும் கிடையாது. சிலருக்குப் பதவி கிடைத்தால், நாடு குட்டிச்சுவராகிவிடுகிறது. நமது கலைஞருக்குப் பதவி கிடைத்தாலோ நாடு உயர்கிறது... அண்ணா உயிரோடு இருந்தால் எதையெதையெல்லாம் செய்வாரோ, அதையதையெல்லாம் கலைஞர் செய்து முடித்துக் கொண்டிருக்கிறார்.

- எம்ஜிஆர் (1971)

கருணாநிதியாக வாழ்தல்!

நான், கனிமொழி மட்டும் அல்ல;
உறவினர்கள் எல்லோரும்
'தலைவர்'னுதான் கூப்பிடுவோம்.
— மு.க.ஸ்டாலின்
பக்கம்-202

தன் கதையைத் தானே எழுதிக்கொண்ட கதாசிரியர்!

இரா.கண்ணன்
ஐ.நா. சபை ஈராக் பாகுரா அலுவலகத் தலைவர், 'அண்ணா', 'எம்.ஜி.ஆர்.' ஆகிய நூல்களின் ஆசிரியர்

அது 1936–ம் ஆண்டு. தனக்குப் பள்ளியில் இடமில்லை என்றால், கமலாலயம் தெப்பக் குளத்தில் விழுந்து உயிரை மாய்த்துக் கொள்வதாகச் சொன்ன அந்தச் சிறுவனை அதிர்ச்சியோடு பார்த்துக்கொண்டு இருந்தார் தலைமை ஆசிரியரான கஸ்தூரி ஐயங்கார். அவரால் அந்தச் சிறுவன் சொன்னதைக் கற்பனை செய்துகூடப் பார்க்க முடியவில்லை; தன்னை அனுமதிக்காத எந்தச் சட்டகத்தையும் உடைத்து உள்ளே செல்ல ஒரே வழி போராட்டம் என்பதைத் தன்னுடைய 12 வயதிலேயே உணர்ந்து, அதை வெற்றிகரமாக நடத்தி, ஐந்தாம் வகுப்புக்குள் அடியெடுத்து வைத்த அந்தச் சிறுவன் வேறு யாருமல்ல, கருணாநிதிதான்.

திருவாரூர் பக்கத்திலுள்ள திருக்குவளை கிராமத்தில் 1924 ஜூன் 3 அன்று முத்துவேலர்–அஞ்சுகம் தம்பதியின் மூன்றாவது குழந்தையாகப் பிறந்தவர் தட்சிணாமூர்த்தி என்கிற கருணாநிதி. முன்னதாகப் பிறந்த இருவரும் பெண் பிள்ளைகள் – பெரியநாயகம், சண்முகசுந்தரம் (இவர்களில் சண்முகசுந்தரத்தின்

தெற்கிலிருந்து ஒரு சூரியன்

பொதுப்பணித் துறை அமைச்சராய்ப் பொறுப்பேற்ற கருணாநிதி, பேருந்துகளை அரசுடைமையாக்கும் திட்டத்தைக் கொண்டுவந்ததும் வீராணம் திட்டத்துக்கு வித்திட்டதும் முக்கியமான செயல்பாடுகளாகப் பேசப்பட்டன!

புதல்வர்களே முரசொலி மாறனும், செல்வமும். பெரியநாயகத்தின் மகன் இயக்குநர் அமிர்தம்). எளிய குடும்பம் என்றாலும், கஷ்டப்பட்டுதான் சம்பாதிக்க வேண்டும் என்கிற சூழல் இல்லை. விவசாயியான தந்தை முத்து வேலரோ ஏரால் உழுததுபோலவே சொல்லாலும் உழுத கவிஞர்; வித்வான்; பண்டிதரைவிட அழகாய்க் கதை சொல்லக்கூடியவர். தந்தையிடமிருந்துதான் நிறைய கற்றார் கருணாநிதி.

பள்ளியில் படித்தபோது 'பனகல் அரசர்' என்ற சுமார் 50 பக்கங்கள் கொண்ட துணைப் பாட நூல் அவரை ஈர்த்தது. பிராமணரல்லாதார்க்கு அரசியல், பணிகளில் இடஒதுக்கீடு, தேவதாசி ஒழிப்புச் சட்டம், கோயில்களைத் தனியாரிட மிருந்து மீட்டது என்ற ஏராளமான நன்மைகளைச் செய்திருந்தது நீதிக் கட்சி. உயர்சாதி ஆதிக்கம் ஓங்கி வளர்ந்திருந்த தஞ்சை மண்ணில் ஒரு வைதீக, ஆனால் பிற்படுத்தப்பட்ட குடும்பத்தில் பிறந்த கருணாநிதியின் மனதில் பனகல் அரசரும், திராவிடர்களின் முதல் இயக்கமும் இடம்பிடித்ததில் ஆச் சரியம் என்ன! ஆனால், கருணாநிதியின் நெஞ்சில் நிரந்தர இடத்தைப் பிடித்தது பெரியாரும் அண்ணாவும்தான். பள்ளிப் பாடங்களைவிட பெரியாரின் 'குடி அரசு' பதிப்பக வெளியீடுகளே கருணாநிதியை வசப்படுத்தின. பட்டுக்கோட்டை அழகிரியின் பேச்சால் ஈர்க்கப்பட்டார் 14 வயது கருணாநிதி. தனது தோழர்களோடு நாள்தோறும் மாலைப் பொழுதுகளில் "வாருங்கள் எல்லோரும் போருக்குச் சென்றிடுவோம்! வந்திருக்கும் இந்திப் பேயை விரட்டித் திருப்பிடுவோம்" என்று முழக்கமிட்டு, ஊர்வலத்துக்குத் தலைமையேற்று நடத்துவது வழக்கம். இந்தி எதிர்ப்புத் துண்டறிக்கையை இந்தி ஆசிரியரிடத்தி லேயே கொண்டுசென்று கொடுக்கும் துடுக்கும், "இந்தி வீழ்க! தமிழ் வாழ்க!" என முழங்கும் துணிச்சலும் கருணாநிதிக்கே உரியவை.

அண்ணாவின் அறிமுகம்

அண்ணாவின் 'திராவிட நாடு' இதழில் 1942–ல் கருணாநிதி எழுதிய 'இளமைப்பலி' கட்டுரை வெளியானபோது அவருக்கு வயது 18. திருவாரூர்

வந்த அண்ணா, கட்டுரையாளர் என்ற பெயரில் எதிரே இப்படி ஒரு மாணவப் பிராயத்தனை எதிர்பார்க்கவில்லை. கட்டுரைகள் எழுதுவதை விட்டுவிட்டு, படிப்பில் கவனம் செலுத்தச் சொன்னார் அண்ணா. ஆனால், கலை, இலக்கியம், அரசியல் என்று பொது வாழ்க்கையிலேயே அதிக நேரத்தைச் செலவிட்டார் கருணாநிதி. இதற்கிடையே காதல் வந்தது; ஆனால், கைகூடவில்லை. 'சுயமரியாதைக்காரனுக்குப் பெண் இல்லை' என்றனர் காதலியின் பெற்றோர். சீர்திருத்தத் திருமணத்துக்கு வீட்டில் பார்த்த பெண் இல்லத்தார் ஒப்புக்கொண் டதையடுத்து, 1944–ல் கருணாநிதி – பத்மா திருமணம் நடந்தது. அடுத்த வாரமே 10 நாள் சொற்பொழிவாற்றப் புறப்பட்டுவிட்டார் கருணாநிதி. பத்மாவதி முத்துவைப் பெற்றுவிட்டு 1948–ல் மறைந்துவிட, செப் 15, 1948–ல் தயாளுவைத் திருமணம் செய்துகொண்டார் கருணாநிதி. இவர்களின் பிள்ளைகளே அழகிரி, ஸ்டாலின், செல்வி, தமிழரசு (துணைவி ராஜாத்தியின் மகள் கனிமொழி). 1948–ல் நடந்த திராவிடர் கழக மாநாட்டின் முதல் நாள் கலவரத்தில் முடிந்தது. அதற்குப் பின்னர் நடந்த தாக்குதலில் சுயநினைவு இழந்து, சாக்கடையோரத்தில் வீசப்பட்ட கருணாநிதியை ஒரு மூதாட்டி காப்பாற்றியிருந்தார். பெரியாரே அடிபட்ட இடங்களில் மருந்து தடவியது அவர் நெஞ்சை நெகிழ்த்தியது.

பெரியாரிடத்தில் 'குடி அரசு' துணையாசிரியராய் ஓராண்டு பயின்று முடித்த நேரத்தில் 'ராஜகுமாரி' படத்துக்கு எழுத அழைப்பு வந்தது. படத்தின் நாயகன் எம்ஜிஆர். கருணாநிதி – எம்ஜிஆர் என்ற இரு ஆளுமைகளும் திராவிட இயக்கத்தை சினிமா மூலம் பட்டிதொட்டிகளிலெல்லாம் கொண்டுசென்றனர். ஆனால், கருணாநிதி எழுதி வெளிவந்த 'அபிமன்யு' (1948) படத்தின் டைட்டில் கார்டில் அவர் பெயர் இடம்பெறவில்லை. இதையடுத்து, திருவாரூருக்குத் திரும்பிவிட்டார் கருணாநிதி. அதுவும் நல்லதாகவே போயிற்று. முன்னதாக துண்டுத் தாளில் வந்துகொண்டிருந்த 'முரசொலி', வார இதழாய் உருவெடுத்தது. இதற்கிடையில்தான் மனைவி பத்மா மு.க.முத்துவைப் பெற்றுத் தந்துவிட்டு மறைந்துவிட்டார். வீட்டில் இரண்டாவது திருமணத்துக்கு ஏற்பாடு செய்தனர். திருமண நாள் செப்டம்பர் 15, 1948. அண்ணாவின் பிறந்த நாள். தலைமைச் சொற்பொழிவாளராகவும் அண்ணாவின் பெயரே அழைப்பிதழில் இடம் பெற்றிருந்தது. திருமணமான கையோடு புது மணப்பெண் தயாளுவை விட்டு விட்டு, இந்தி எதிர்ப்பு ஊர்வலத்தில் கலந்துகொண்டார் கருணாநிதி.

'கலைஞர்' கருணாநிதி

தலைவர் பெரியாரோடான பிணக்குக்குப் பிறகு திகவிலிருந்து பிரிந்து, 1949–ல் பெரியார் பிறந்த நாளான செப்டம்பர் 17 அன்று திமுகவை அண்ணா உருவாக்கியபோது கருணாநிதி உற்ற துணையாகியிருந்தார். வெள்ளையனை வெளியேற்றிய காங்கிரஸை எதிர்ப்பதென்பது அரசியல் தற்கொலைக்கு ஒப்பானதாய் இருந்த காலம். இப்போது காங்கிரஸோடு பெரியாரும், திமுகவைக் கடுமையாக எதிர்த்தார். 25 வயது கருணாநிதியை கட்சியின் பிரச்சாரக் குழு உறுப்பினராக்கியிருந்தார் அண்ணா.

அண்ணா எழுதிய 'வேலைக்காரி', 'நல்லதம்பி', 'ஓர் இரவு' போன்ற

1976 பிப்ரவரி 3 அன்று "அண்ணா சதுக்கத்துக்கு மலர் வளையம் வைக்க வர இயலாதோர் பட்டியல்" என்று அவர் சூசகமாய் வெளியிட்ட பட்டியலில், மிசா சட்டத்தில் மாவட்டவாரியாகக் கைதுசெய்யப்பட்ட திமுகவினரின் பெயர்கள் இடம்பெற்றது ஒரு உதாரணம்.

திரைப்படங்கள் சாதி மறுப்பு, ஏழை பணக்காரன் பேதம் ஒழிப்பு, மூடநம்பிக்கை மீதான சாடல், சமதர்ம சமுதாயத்தின் தேவை போன்றவற்றை முழங்கின. ஆனால், கருணாநிதியின் எழுத்தோ இவற்றோடு அன்றைய அரசியலை விமர்சித்ததுடன் காங்கிரஸையும் வம்புக்கிழுத்தது. இன்னொருபுறத்தில் கருணாநிதி – எம்ஜிஆர் இணையில் வெளியான 'ராஜகுமாரி', 'மந்திரிகுமாரி', 'மருதநாட்டு இளவரசி' படங்கள் பெரும் வெற்றி பெற்றன. 'பராசக்தி' படத்தில் சமூக அநீதிகளை எதிர்த்து நெருப்பைக் கக்கிய கருணாநிதியின் வசனங்கள் அவரைப் புகழின் உச்சத்துக்குக் கொண்டுபோனது. அப்போதைய காங்கிரஸ் அரசு நெளிந்தது. "அம்பாள் எந்தக் காலத்திலடா பேசினாள், அறிவுகெட்டவனே!" என்ற பகுத்தறிவுப் பிரச்சாரம், தெய்வ நம்பிக்கை கொண்டவர்களையும் வசீகரித்தது. இசைத் தட்டுக்கள் ஒலித்த இடங்களில் 'பராசக்தி'யின் வசன ஒலித்தட்டுக்கள் ஒலிக்கத் தொடங்கின. கருணாநிதியையும் 'பராசக்தி'யையும் எதிர்த்துத் தீர்மானம் நிறைவேற்றும் நிலைக்குத் தள்ளப்பட்டார்கள் காங்கிரஸார்.

அண்ணாவைப் போலவே பேச்சால் தன்வயப்படுத்தும் வித்தையையும் கருணாநிதி கற்றிருந்தார். அமைப்புரீதியான ஆற்றலும் கொண்டவர் என்பதால், கட்சியில் குழு மனப்பான்மை, கட்சி வளர்ச்சியின்மை போன்ற பிரச்சினைகள் ஏற்பட்டால் சரிசெய்ய அவரையே அனுப்பினார் அண்ணா.

கல்லக்குடி போராட்டம்

1953–ல் மும்முனைப் போராட்டத்தில், ஒரு முனைக்கு கருணாநிதியைத் தலைவராக அமர்த்தியிருந்தார் அண்ணா. டால்மியாபுரத்தின் ரயில் நிலையப் பெயர்ப் பலகையின் மீது தமிழில் கல்லக்குடி என்ற பெயர் தாங்கிய சுவரொட்டியை ஒட்டுவதே போராட்டத் திட்டம். போராட்டத்தை அடுத்த கட்டம் நோக்கி நகர்த்தும் வகையில், நான்கு பேருடன் தண்டவாளத்தில் தலை வைத்துப் படுத்தார் கருணாநிதி. ஆறு மாதம் சிறைத் தண்டனை விதிக்கப்பட்டது என்றாலும், கட்சிக்குள்ளும் வெளியிலும் கருணாநிதியின் துணிச்சலைப் பற்றி எல்லோரிடமும் பேச்சு எழுந்தது.

திராவிட இயக்கம் தன்னுடைய வருங்காலத்துக்கு ஊறு விளைவிக்குமோ என்று அஞ்சி 1944–45-ல் அண்ணாவின், 'சிவாஜி கண்ட இந்து ராஜ்யம்' நாடகத்திலிருந்து எம்ஜிஆர் விலகிக்கொண்டதும், அதன் பிறகு அந்த நாட கத்தில் நடித்த கணேசன், பின்னர் சிவாஜி கணேசனாக உருவெடுத்ததும் வரலாறு. அதே எம்ஜிஆர் தன்னைத் திராவிட இயக்கத்தோடும் கருணாநிதியோடும் இறுக இணைத்துக்கொண்ட வித்தையும் நடந்தது. இருவரும் இணைந்து உருவாக்கிய 'மலைக்கள்ளன்' (1954) அவர்களின் கூட்டுறவைப் பறைசாற்றியது. 'உலகத்தில் எல்லாவற்றுக்குமே இலக்கணம் உள்ளது. பிறப்பைப் பொறுத்து அல்ல; சிறப்பைப் பொறுத்து' எனும் வசனம் புகழ்பெற்றது. அவ்வாண்டு ஒரு நாடக நிகழ்ச்சியில் 'புரட்சி நடிகர்' என்று எம்ஜிஆருக்குப் பட்டம் சூட்டினார் கருணாநிதி.

1954-லிருந்து 'முரசொலி'யும் எம்ஜிஆரின் பிம்பத்தை வடித்துத் தர உதவியது. அவ்வாண்டு 'மனோகரா'வில் சிவாஜி, கருணாநிதியின் வசனங்களைக் கர்ஜித்தார். "வசந்த சேனை... வட்டமிடும் கழுகு! வாய்பிளந்து நிற்கும் ஓநாய், நம்மை வளைத்துவிட்ட மலைப்பாம்பு. அவளுக்கு இரக்கமா? முடியாது... கூடாது!"

முதல் தேர்தல் வெற்றி

1957 தேர்தலில் திமுக போட்டியிட்டது. கருணாநிதி குளித்தலையில் நின்று வென்றார். அப்போது தொடங்கிய வெற்றி 13-வது முறையாக 2016-ல் திருவாரூர் வரை தொடர்ந்துவருகிறது. சட்டமன்றக் கன்னிப் பேச்சில் நங்கவரம் பண்ணை விவசாயிகளுக்காகக் குரல்கொடுத்தார். 1957 ஆகஸ்ட் 23-ல் தொடங்கி 1957 செப்டம்பர் 9 வரை சுமார் 20 நாட்கள் போராட்டம் நடத்தி அவர்களின் உரிமைகளை மீட்டுத் தந்தார்.

1959-ல் சென்னை மாநகராட்சி திமுக வசமானது. அண்ணாவிடம் பிடிவாதமாய் 100-ல் 90 இடங்களில் கழக வேட்பாளர்களை நிறுத்தி 45 இடங்களில் வென்று பரிசாய், அவர் கையாலேயே 'கணையாழி' பெற்றுக் கொண்டார் கருணாநிதி. முந்தைய ஆண்டு 'நாடோடி மன்னன்' எம்ஜிஆரைப் புதிய உச்சத்துக்குக் கொண்டுசென்றிருந்தது. 1960-ல் உட்கட்சிப் பூசல்கள் இடையே அண்ணாவே பொதுச்செயலாளர் ஆனார். ஈ.வெ.கி.சம்பத் அவைத் தலைவர். கருணாநிதி பொருளாளர். சம்பத்தின் குடும்பப் பின்னணி இல்லாமலும், நாவலரின் உயர் கல்வி இல்லாமலும் தனது ஆற்றலால், உழைப்பால் பத்தே ஆண்டுகளில் கட்சியின் மூன்றாவது இடத்துக்கு வந்திருந்தார் கருணாநிதி. அடுத்த ஆண்டு சம்பத் கட்சியிலிருந்து வெளியேறினார். கட்சியில் திரைத் துறையினரின் ஆதிக்கம் அதிகரித்து வருவதையும் வெளியேற்றத்துக்கு அவர் ஒரு காரணமாய்ச் சொன்னார்.

தேர்தல் நிதி 11 லட்சம்

1962-ல் 50 சட்டமன்ற இடங்களை திமுக பிடிக்க, 'திராவிட நாடு' முழக்கம் மேலும் அதிகரித்தது. அடுத்த ஆண்டு பிரிவினை பேசும் கட்சிகளுக்குத் தடை

> "யாரோ ஒரு சலவைத் தொழிலாளி
> சந்தேகிக்கிறான்... இராமன் அனுப்பினான்
> சீதையைக் காட்டுக்கு!
> இராமன் அனுப்பலாம், இராமச்சந்திரன்
> இப்படிக் கழகத்தைக் காட்டுக்கு
> அனுப்பத் துணியலாமா?" என்று
> இலக்கிய நயத்தோடு
> நியாயம் கேட்டார் கருணாநிதி.

போடும் அரசியல் சட்டத் திருத்தத்தைக் கொண்டுவந்தது நேரு அரசு. கட்சி முடக்கப்படுவதைத் தடுக்க அண்ணா 'திராவிட நாடு' கோரிக்கையைக் கைவிட்டார். ஆனால், அதற்கான காரணங்கள் அப்படியேதான் இருக்கின்றன என்றார். தமிழகத்தின் நலன்களுக்காக இப்போது மாநில சுயாட்சி முழக்கத்தை அவர் கையில் எடுத்தார். 1965-ல் இந்தி ஆட்சி மொழியாக இருந்த பேராபத்தைத் தடுக்கவும், 1967 தேர்தலைச் சந்திக்கவும் தன்னை ஆயத்தப் படுத்திக்கொண்டது திமுக.

1963 ஜூலை 7-ல் சென்னைக் கடற்கரைக் கூட்டத்தில் கருணாநிதியே, 1967 தேர்தலுக்கான வியூகத்தின் ஒரு பகுதியை வகுத்துத் தந்தார். 200 தொகுதிகளில் போட்டி, ஒரு தொகுதிக்கு ரூ.5,000 செலவுத்தொகை; ஆக மொத்தம் ரூ.10 லட்சம். அவரே அந்தத் தொகையைத் திரட்டும் பணியையும் ஏற்றுக்கொண்டார்.

1963-லிருந்து இந்தி எதிர்ப்புப் போர், கழகத்தைப் பம்பரமாய்ச் சுழல வைத்தது. 1965 ஜனவரி 26-ஐத் துக்க நாளாகக் கொண்டாட முடிவெடுத்தது திமுக. மாணவர்களைத் தூண்டிவிடுவதாகக் குற்றஞ்சாட்டப்பட்டு, 1965-ம் ஆண்டு பிப்ரவரி 16 அன்று தேசிய பாதுகாப்புச் சட்டத்தின் கீழ் கைதுசெய்யப்பட்டு, பாளையங்கோட்டையில் தனிமைச் சிறையில் அடைக்கப்பட்டார் கருணாநிதி. 1965 மார்ச் 25-ல் சிறையில் கருணாநிதியைப் பார்த்துவிட்டு பின் அன்று மாலை நெல்லையில் சொன்னார் அண்ணா: "என் தம்பி கருணாநிதி தனிமைச் சிறையில் கிடக்கும் இந்த இடம்தான், யாத்திரை செய்ய வேண்டிய புண்ணிய பூமி".

அமைச்சர் கருணாநிதி!

1966 டிசம்பர் 29-ல் விருகம்பாக்கம் திமுக தேர்தல் சிறப்பு மாநாட்டில் ரூ.11 லட்சத்தைப் பெற்றுக்கொண்ட அண்ணா சொன்னார்: "உன் தாயார் உனக்கு நிதி என்று பெயரிட்டார்களே, உன்னை நாட்டு மக்கள் நிதியாகப் பயன்படுத்திக்கொள்ளட்டும் என்றுதான்". வேட்பாளர்களை அறிவிக்கும் போது சைதாப்பேட்டை என்று நிறுத்தி "11 லட்சம்" என்றார் அண்ணா. பெரும்

ஆரவாரம்! பரங்கிமலை தொகுதிக்கு எம்ஜிஆர் நிறுத்தப்பட்டிருந்தார். அந்தத் தேர்தலில் திமுக வென்று முதல் முறையாக ஆட்சியைப் பிடித்தது. அண்ணா முதல்வரானார்.

1967-ல் நாவலருக்கு அடுத்து அண்ணா அமைச்சரவையில் மூன்றாவது இடத்தில் பொதுப்பணித் துறை அமைச்சராய்ப் பொறுப்பேற்ற கருணாநிதி, பேருந்துகளை அரசுடைமையாக்கும் திட்டத்தைக் கொண்டுவந்ததும் வீராணம் திட்டத்துக்கு வித்திட்டதும் முக்கியமான செயல்பாடுகளாகப் பேசப்பட்டன.

முதல்வர் கலைஞர்

1969-ல் அண்ணா மறைவுக்குப் பிறகு, "அண்ணாவுக்குப் பிறகு யார்?" என்ற கேள்வி எழுந்தபோது, கருணாநிதியே முன்னால் நின்றார். எம்ஜிஆரின் உதவியும் சேர்ந்துகொள்ள 45 வயதிலேயே முதல்வரானார். அண்ணாவைப் போலவே தம்பிக்கு 'தோழா!' என விளித்துக் கடிதம் எழுதத் தொடங்கினார். 1971 ஏப்ரல் முதல் 'உடன்பிறப்பே' என்று எழுதவும் பேசவும் தொடங்கினார். பல்வேறு விஷயங்கள் தொடர்பாக கருணாநிதி எழுதிய கடிதங்களின் எண்ணிக்கை மட்டுமே கிட்டத்தட்ட 7,000. இந்தக் காலகட்டத்திலேயே எம்ஜிஆர் உட்பட எல்லோராலும் அவர் 'கலைஞர்' என்று அழைக்கப்படவுமானார். திராவிட இயக்கத்தின் செல்வாக்கு மிக்க பிரச்சாரகராக இருந்த நடிகர் எம்.ஆர்.ராதா பல ஆண்டுகளுக்கு முன் அவருக்குக் கொடுத்த பட்டம் அது.

கருணாநிதி முதல்வரானதும், "கருணாநிதியா? அவர் மத்திய அரசோடு ஒத்துழைப்பாரா? தகராறு செய்யக்கூடியவர் என்று கேள்விப்பட்டேனே!" என்பதுதான் பிரதமர் இந்திரா காந்தியின் எதிர்வினையாக இருந்தது. அடுத்த சில மாதங்களில் கருணாநிதி, "உறவுக்குக் கை கொடுப்போம், உரிமைக்குக் குரல் கொடுப்போம்" என்றார். சொன்னபடியே 1969-ல் இந்திரா காந்தி ஆதரித்த வி.வி.கிரியைக் குடியரசுத் தலைவராக வெற்றி பெறச் செய்யவும், வங்கிகளை நாட்டுடைமையாக்குவதற்கும் உதவினார். அடுத்த ஆண்டு இந்திரா அரசு முன்னெடுத்த மன்னர் மானிய ஒழிப்புக்கும் துணை நின்றார்.

திட்டங்கள், ஐம்பெரும் முழக்கம்!

கருணாநிதி தலைமையிலான திமுக ஆட்சியில், பள்ளி இறுதி வகுப்பு வரை இருந்த இலவசக் கல்வி புதுமுக வகுப்பு வரை ஆனது; நில உச்சவரம்பு 15 ஏக்கராக ஆனது. சட்டநாதன் ஆணையம் அமைத்த திமுக அரசு, அதன் பரிந்துரையின்பேரில் பிற்படுத்தப்பட்டோருக்கான 25% இடஒதுக்கீட்டை 31% ஆக மாற்றியமைத்ததுடன், தாழ்த்தப்பட்டோருக்கு 16%-லிருந்து 18%-ஆகவும் மாற்றியமைத்தது. பிறப்பைக் கருத்தில் கொள்ளாமல் தகுதியுடைய அனைவரும் அர்ச்சகராகலாம் என்று 1970 டிசம்பர் 2-ல் சட்டம் இயற்றப்பட்டது. பரம்பிக் குளம்-ஆழியாறு பிரச்சினையில் ஒரு ஒப்பந்தமும் கையெழுத்தானது.

உரிமைக்குக் குரல் கொடுக்க 1969-ல் அமைத்ததுதான் மத்திய-மாநில உரிமைகளை ஆராய நீதிபதி ராஜமன்னார் கமிட்டி. அதன் தொடர்ச்சியாய்

> 75 திரைப்படங்கள், நாடகங்கள்,
> குறளோவியம், சங்கத்தமிழ்,
> தொல்காப்பியப் பூங்கா, இரண்டு லட்சம்
> பக்கத்துக்கும் அதிகமான எழுத்துகள்,
> ஆயிரக்கணக்கான பொதுக்கூட்டங்கள்,
> பல முறை சிறைவாசம், போராட்டங்கள்
> என்று அவர் அளவுக்கு
> அரசியல் அனுபவம் கொண்ட
> தலைவர்கள் மிக மிகக் குறைவு!

1970 பிப்ரவரி 22-ல் திருச்சியில் ஐம்பெரும் முழக்கங்களை வடித்துத் தந்தார்: 1) அண்ணா வழியில் அயராது உழைப்போம். 2) ஆதிக்கமற்ற சமுதாயம் அமைத்தே தீருவோம். 3) இந்தித் திணிப்பை என்றும் எதிர்ப்போம். 4) வன் முறை தவிர்த்து வறுமையை வெல்வோம். 5) மாநிலத்தில் சுயாட்சி, மத்தியில் கூட்டாட்சி!

மனோன்மணீயம் பெ.சுந்தரனார் எழுதிய 'நீராரும் கடலுடுத்த' என்று தொடங்கும் பாடல் தமிழ்த்தாய் வாழ்த்தானது.

1970 மார்ச் 21-ல் தேசிய வளர்ச்சிக் குழுக் கூட்டத்தில் சேலம் இரும்பு ஆலைக்கான அறிவிப்புக்குத் தீவிரமாக வலியுறுத்தி, ஏப்ரல் 17 அன்று இந்திரா காந்தியால் அதை நாடாளுமன்றத்தில் அறிவிக்கவும் செய்தார் கருணாநிதி. உதவிகளைப் பெற்றுக்கொள்வதில் இந்திராவுக்கு இருந்த ஆர்வம் கருணாநிதியின் உரிமைக் குரலுக்கு உதவுவதில் இல்லை. அதிகாரக் குவிப்பில் ஆர்வம் மிக்கவரான அவருடைய அமைச்சரவையிலும் பலர், மாநிலங்களின் உரிமைகளை உரக்கப் பேசிய கருணாநிதியை ரசிக்கவில்லை.

எதிரியான எம்ஜிஆர்

மாறனின் 'எங்கள் தங்கம்' (1970) படத்தில் எம்ஜிஆர் சம்பளம் வாங்கவில்லை. ஜெயலலிதாவையும் வாங்க வேண்டாம் என்று சொன்னார் எம்ஜிஆர். இந்த அளவுக்கு இருவர் இடையிலும் ஒரு நெருக்கம் இருந்தாலும் பரஸ்பரம் முரண்பாடுகளும் இருந்தன.

1971 தேர்தலில் கருணாநிதி தலைமையில், எம்ஜிஆரின் பிரச்சாரத்தில் காமராஜர்-ராஜாஜி கூட்டணியை வீழ்த்தி 184 இடங்களைப் பிடித்துப் பெரும் சாதனையை நிகழ்த்தியது திமுக! பேருந்துகள் நாட்டுடைமை, குடிசை மாற்று வாரியம், இலவசக் கண் சிகிச்சை முகாம்கள், இரவலர் மறுவாழ்வுத் திட்டம், கை ரிக்ஷா ஒழிப்பு, சிப்காட், புஞ்சை நிலங்களுக்கு நிலவரி எடுத்தது என்று ஏராளமான திட்டங்களைத் தந்தது கருணாநிதி அரசு. ஆனால் ஊழல், அதிகார

மமதை என்றும் பேச்சுகள் எழுந்திருந்தன. ஊழல் குற்றம்சாட்டப்பட்ட மூன்று அமைச்சர்களை நீக்கியிருந்தார் கருணாநிதி.

ஆனாலும், மத்திய அமைச்சர்கள் சி.சுப்பிரமணியமும் மோகன் குமாரமங்கலமும் திமுக ஆட்சியைத் தொடர்ந்து விமர்சித்தார்கள். 1972 ஜனவரி 17-ல் தஞ்சையில் கூடிய திமுக பொதுக்குழு 'விரும்பத்தகாத நிலை' என்று இவர்கள் போக்கை வர்ணித்தது. "இதற்குப் பின்னர் காங்கிரஸ் பகைக்கவே தொடங்கியது என்றே கூறலாம்" என்று குறிப்பிட்டிருக்கிறார் கருணாநிதி. இந்தப் பொதுக்குழுவில் எம்ஜிஆர் பங்கேற்கவில்லை.

இந்தச் சூழலினூடாகவே பிராந்திய சக்திகளின் எழுச்சிக்கு ஒரு முன்மாதிரியாகத் திகழ்ந்துகொண்டிருக்கும் திமுகவின் வளர்ச்சிக்கு அணை போட பல முயற்சிகள் நடந்துவருவதாகக் கட்சிக்குள்ளும் பேச்சுகள் அடிபடத் தொடங்கியிருந்தன. அக்டோபர் 8-ல், திருக்கழுக்குன்றத்திலும் பின்னர் சென்னையிலும் பேசிய எம்ஜிஆர், கழகம் கறைபடிந்துவிட்டதாகவும், கழக ஆட்சியிலும் கட்சியிலும் பொறுப்பில் உள்ளவர்கள் கணக்கு காட்ட வேண்டும் என்றும் கேட்டார். "யாரோ ஒரு சலவைத் தொழிலாளி சந்தேகிக்கிறான்... இராமன் அனுப்பினான் சீதையைக் காட்டுக்கு! இராமன் அனுப்பலாம், இராமச் சந்திரன் இப்படிக் கழகத்தைக் காட்டுக்கு அனுப்பத் துணியலாமா?" என்று இலக்கிய நயத்தோடு நியாயம் கேட்டார் கருணாநிதி.

1972 அக்டோபர் 18-ல் அதிமுகவைத் தொடங்கினார் எம்ஜிஆர். "கருணாநிதி பதவி விலக வேண்டும்" என்று ஒவ்வொரு கூட்டத்திலும் பேசினார். டெல்லி வரை சென்று ஊழல் புகார்களைக் கொடுத்தார். 1973-ல் திண்டுக்கல் மக்களவை இடைத்தேர்தலில் வெற்றிபெற்று சாதனை புரிந்தார். மறுபுறம் முதல்வர் கருணாநிதி ராஜராஜசோழனுக்குச் சிலை, பூம்புகார் கலைக்கூடம், கட்டபொம்மனுக்குக் கோட்டை, பொதுவாழ்வில் ஈடுபட்டோர் லஞ்ச ஊழலைத் தடுப்பதற்கான மசோதா, மாநில சுயாட்சித் தீர்மானம், கச்சத்தீவுத் தீர்மானம் என்று அயராமல் இயங்கிக்கொண்டிருந்தார்.

நெருக்கடிநிலை

1975 ஜூன் 25-ல் நெருக்கடி நிலை பிரகடனம் செய்யப்பட்டது. அடுத்த நாள் அதிகாலை 4.00 மணிக்குத் தன் கைப்பட எழுதிய கண்டன அறிக்கையில், "இந்திரா காந்தி சர்வாதிகாரத்துக்கான தொடக்கவிழாவை நடத்தியிருக்கிறார்" என்றார் கருணாநிதி. திமுகவினர் பலர் கைதுசெய்யப்பட்டனர். ஸ்டாலின் அப்போது ஊரில் இல்லை. ஸ்டாலினைத் தேடிவந்த போலீஸாரை அடுத்த நாள் வருமாறு சொன்னார். மறுநாள் மிசா சட்டத்தின் கீழ் கைதுசெய்யப்பட்டார் ஸ்டாலின். மாறனும் கைதுசெய்யப்பட்டார். நெருக்கடிநிலையின்போது பல அடக்குமுறைகளை திமுக அரசும் கருணாநிதியும் சந்திக்க நேர்ந்தது. கூடவே, சர்க்காரியா கமிஷனும் சேர்ந்துகொண்டது.

அதற்கு முன்னதாக 1976 ஜனவரி 31-ல் ஆட்சியும் கலைக்கப்பட்டது.

கடுமையான பத்திரிகைத் தணிக்கை இருந்த அந்தக் காலகட்டத்தில் ஒரு பத்திரிகையாளராக கருணாநிதி மிகச் சாதுரியமாகச் செயல்பட்டார். 1976 பிப்ரவரி 3 அன்று 'அண்ணா சதுக்கத்துக்கு மலர் வளையம் வைக்க வர இயலாதோர் பட்டியல்' என்று அவர் சூசகமாய் வெளியிட்ட பட்டியலில், மிசா சட்டத்தில் மாவட்டவாரியாகக் கைதுசெய்யப்பட்ட திமுகவினரின் பெயர்கள் இடம்பெற்றது ஒரு உதாரணம்.

நெருக்கடிநிலையின் மூலம் மத்திய அரசு தந்த அழுத்தத்தைத் தாங்க முடியாமல், பேசாமல் கழகத்தைக் கலாச்சாரக் கழகமாக்கலாம் என்றனர் சிலர். கட்சியில் இருந்தே கருணாநிதியை விலகச் சொன்னவர்களும் உண்டு. “கப்பலின் தலைவன் மூழ்கும் கப்பலை விட்டுச் செல்வதில்லை” எனச் சொல்லிவிட்டார் கருணாநிதி.

1977 மார்ச் 21–ல் நெருக்கடிநிலை முடிவுக்கு வந்தது. ஆனால், கருணாநிதிக்கும் திமுகவுக்கும் மேலும் சோதனைகள் காத்திருந்தன. 1977 ஜூன் சட்டமன்றப் பொதுத் தேர்தலில் அதிமுக ஆட்சிக்கு வந்தது. அதற்குப் பின் 1989 வரை திமுகவால் ஆட்சிக்கு வர முடியவில்லை. என்றாலும், எதிர்க்கட்சியாக, திமுகவை 13 ஆண்டுகள் சிறப்பாக வழிநடத்தினார் கருணாநிதி. அரசின் ஊழலைச் சுட்டிக்காட்டுவதிலும், ஈழத் தமிழர்களுக்குப் பெரும் ஆதரவளிப்பதிலும் சட்டமன்றத்தில் அவரது குரல் ஓங்கி ஒலித்தது!

சவால்கள், சோதனைகள், சாதனைகள்

1989 தொடக்கத்தில் மூன்றாவது முறையாக முதல்வரான கருணாநிதி பெண்களுக்குச் சொத்துரிமை, அரசுப் பணிகளில் 30% இடஒதுக்கீடு, விவசாயிகளுக்கு இலவச மின்சாரம், மிகவும் பிற்படுத்தப்பட்டோருக்கு 20% தனி ஒதுக்கீடு என்று செயலாற்றினார்.

இதற்கிடையில் வி.பி.சிங் அரசு கவிழ்க்கப்பட்டது. அதன் பிறகு, தமிழகத்தில் விடுதலைப் புலிகளை சுதந்திரமாய் நடமாடவிடுவதாய்ச் சொல்லி திமுக ஆட்சியும் கலைக்கப்பட்டது. இது போதாதென்று அதற்குப் பின் 1991 தேர்தல் சமயத்தில் நடந்த ராஜீவ் படுகொலை திமுகவின் படுதோல்விக்கு வழிவகுத்தது. சட்டமன்றத்தில் ஒரே உறுப்பினர் பணியாற்றினார் 1991–96 காலகட்டத்தில். திமுக அஸ்தமித்துவிட்டது என்றே அரசியல் நோக்கர்கள் கருதினர்.

இந்த ஆரூடங்களையெல்லாம் பொய்யாக்கி 1996–2001–ல் மீண்டும் தமிழகத்தில் திமுகவை ஆட்சிக்குக் கொண்டுவந்தார் கருணாநிதி. பெண்களுக்கு உள்ளாட்சியில் 33% இடஒதுக்கீடு, தொழில் முனைவோருக்கு ஒற்றைச்சாளர முறை, டைடல் பூங்கா, அருந்ததியினருக்கு 3% தனி ஒதுக்கீடு, நெம்மேலி கடல்நீர் திட்டம், மெட்ரோ ரயில், ஒகேனக்கல், பரமக்குடி கூட்டுக் குடிநீர்த் திட்டங்கள், ஒரு ரூபாய்க்கு ஒரு கிலோ அரிசி, கலைஞர் காப்பீட்டுத் திட்டம், ஹூண்டாய், ஃபோர்டு மற்றும் இதர வெளிநாட்டு முதலீடுகள், உழவர் சந்தை, சமத்துவபுரம், ஆதிதிராவிடர்களுக்கு இலவச வீடு, திருவள்ளுவருக்கு 133 அடி சிலை என்று திமுக ஆட்சியில் பல சாதனைகள் நிகழ்த்தப்பட்டன. பொற்கால

ஆட்சி என்று இந்த 5 ஆண்டுகளைக் குறிப்பிட்டன திமுக விளம்பரங்கள்.

1987 ஆகஸ்ட் 8-ல் டெல்லியில் திமுக உட்பட ஏழு கட்சிகள் இணைந்து 'தேசிய முன்னணி' எனும் கூட்டணியை அமைத்தன. 1988 செப்டம்பர் 17 அன்று சென்னையில்தான் தேசிய முன்னணி தொடக்க விழா நடந்தது. 1989 தேர்தலில் அக்கூட்டணி வென்று, வி.பி.சிங் பிரதமரானார். கூட்டணி அமைச்சரவையில் திமுக அங்கம் வகித்தது. காவிரி நடுவர் மன்றம் உருவானது. மண்டல் கமிஷன் போன்றவற்றில் திமுகவின் பங்கு முக்கியமானது. இதிலிருந்து 2014 வரை மத்திய அரசின் கூட்டணி யுகத்தில் பெரும் பங்காற்றினார் கருணாநிதி. காங்கிரஸ், பாஜக இல்லாத கூட்டணி, பாஜக கூட்டணி, காங்கிரஸ் கூட்டணி என்று அவர் அடுத்தடுத்து நகர்த்திய கூட்டணிக் காய்களில் திமுகவும் அதனால் தமிழ்நாடும் பெரும் பயனடைந்தன. குறிப்பாக, 2004-ல் மன்மோகன் சிங் பிரதமராகப் பொறுப்பேற்றபோது, மத்திய அமைச்சரவையில் தமிழகத்துக்கு 12 இடங்கள் கிடைத்தன. தமிழகமே அதிக அமைச்சரவைப் பொறுப்புகளைப் பெற்ற மாநிலமாக மாறிற்று. இந்தியாவின் தொழில்நுட்பம், தொலைத்தொடர்பு, நெடுஞ்சாலை, சுற்றுச்சூழல் ஆகிய துறைகளில் நடந்த சாதனைகள் திமுகவைச் சேர்ந்த அமைச்சர்களைச் சாரும். தமிழ் செம்மொழியாக அறிவிக்கப்பட்டது.

என்றாலும், இந்தக் கூட்டணி யுகத்தில் திமுக கடுமையான குற்றச்சாட்டு களையும் எதிர்கொள்ளாமல் இல்லை. வாஜ்பாய் காலத்தில் பாஜகவுடன் அவர் வைத்த கூட்டணி திமுகவின் மதச்சார்பின்மைப் பயணத்தில் ஒரு களங்கம் ஆனது. மன்மோகன் சிங் ஆட்சிக் காலத்தில் 2-ஜி அலைக்கற்றை ஏல முறைகேடு, குடும்ப அரசியல் குற்றச்சாட்டுகளுக்குக் கட்சி பெரும் விலையைக் கொடுக்க நேர்ந்தது. அதேபோல, 2008-09 இலங்கை இறுதிப் போர் காலகட்டத்தில் திமுக ஈழத் தமிழர்களுக்காக எவ்வளவு காரியங்களை முன்னெடுத்தபோதிலும் போதுமான அளவு துணை நிற்கவில்லை என்ற கடும் விமர்சனத்துக்குள்ளானார் கருணாநிதி. விளைவாக, 2011 சட்டமன்றத் தேர்தல், 2014 மக்களவைத் தேர்தல்களில் பெரும் பின்னடைவைச் சந்தித்தது கட்சி. ஆனால், 2016 சட்டமன்றத் தேர்தலில் மீண்டும் கட்சியைத் தூக்கி நிறுத்தினார் கருணாநிதி. ஆட்சியைப் பிடிக்கவில்லை என்றாலும், இதுவரை எந்த எதிர்க் கட்சியும் பெற்றிடாத வகையில் 89 இடங்களுடன் வலுவான எதிர்க்கட்சியாக உட்கார்ந்தது திமுக.

தன்னுடைய 80 ஆண்டு பொது வாழ்வில் கருணாநிதி சந்தித்த சவால்களும், அவற்றைத் தாண்டி அவர் புரிந்த சாதனைகளும் இந்தியாவில் மிக அரிதானவை. 75 திரைப்படங்கள், நாடகங்கள், குறளோவியம், சங்கத்தமிழ், தொல்காப்பியப் பூங்கா, இரண்டு லட்சம் பக்கத்துக்கும் அதிகமான எழுத்துகள், ஆயிரக்கணக்கான பொதுக்கூட்டங்கள், பலமுறை சிறைவாசம், போராட்டங்கள் என்று அவர் அளவுக்கு அரசியல் அனுபவம் கொண்ட தலைவர்கள் மிக மிகக் குறைவு. மாபெரும் உயரங்கள், படுமோசமான பள்ளங்கள் இரண்டையும் மாறி மாறி சந்தித்துவரும் கருணாநிதியின் கதையின் மிக மிக முக்கியமான அம்சம், தன்னுடைய கதையைத் தானே எழுதிக்கொண்ட கதாசிரியர் அவர் என்பது. அந்தக் கதை தமிழ்நாடு உள்ளவரை அதன் நினைவில் இருக்கும்!

10

கருணாநிதி எழுதிய சமூக நாவல்களின் எண்ணிக்கை. தவிர, 'தென்பாண்டிச் சிங்கம்', 'பொன்னர் சங்கர்', 'பாயும் புலி பண்டாரக வன்னியன்' உள்ளிட்ட 6 சரித்திர நாவல்களையும் எழுதியிருக்கிறார்.

37

கருணாநிதி எழுதிய சிறுகதைகளின் எண்ணிக்கை. அதில் 'பிள்ளையோ பிள்ளை' சினிமாவானது (நாயகன்: மு.க.முத்து). சில கதைகள் ஆங்கிலத்திலும் மொழிபெயர்க்கப்பட்டு இருக்கின்றன.

6

தன் வரலாற்றுடன், தமிழக வரலாறு, திராவிட இயக்க வரலாற்றையும் சேர்த்துச் சொல்கிற கருணாநிதியின் 'நெஞ்சுக்கு நீதி' தொகுதிகள். 2002-க்குப் பிறகு 'நெஞ்சுக்கு நீதி' எழுத கருணாநிதிக்கு நேரம் வாய்க்கவில்லை. பயண நூல் ஒன்றையும் எழுதியிருக்கிறார் - 'இனியவை இருபது'.

21

கருணாநிதி எழுதி, நடத்திய நாடகங்கள். 1957 தேர்தலில் திமுகவுக்குக் கிடைத்த சுயேச்சை சின்னமான உதய சூரியனைப் பிரபலப்படுத்துவதற்காக ஊரெங்கும் அவர் நடத்திய 'உதய சூரியன்' நாடகமும் இதில் அடக்கம். கருணாநிதியின் முதல் நாடகமான 'பழனியப்பன்', பின்னர் 'நச்சுக்கோப்பை' என்று பெயர் மாற்றப்பட்டது. 'தூக்குமேடை' நாடகத்தைப் பார்த்துத்தான் அவருக்கு கலைஞர் பட்டம் வழங்கினார் எம்.ஆர்.ராதா!

12

உடன்பிறப்புகளுக்கு அவர் எழுதிய கடிதங்களின் தொகுப்பு நூல்கள். இந்தத் தொகுப்பு 1990-களிலேயே நின்றுவிட்டது. பிந்தையவற்றையும் தொகுத்தால் எண்ணிக்கை 18 ஆகக்கூடும்!

8

கருணாநிதியின் கவிதை நூல்கள். இதில் அவர் பங்கேற்ற கவியரங்க நிகழ்வுகளும் புத்தகமாகி இருக்கின்றன.

6

கருணாநிதியின் உரை நூல்கள். அதில் இலக்கண நூலான தொல்காப்பியத்துக்கு அவர் எழுதிய உரையும் (தொல்காப்பிய பூங்கா), திருக்குறளுக்கு எழுதிய உரையும் பெரும் புகழ் பெற்றன!

தலைவர் என்றொரு அப்பா!

மு.க.ஸ்டாலின் பேட்டி

● சமஸ்

கருணாநிதியின் தள்ளாமைக்குப் பிறகு, திமுகவின் செயல் தலைவரான மு.க.ஸ்டாலினின் தோள்களில் முழுச் சுமைகளும் இறங்கியிருக்கின்றன. கருணாநிதியின் வேலைகளை ஒருவர் பதிலீடு செய்வது சாத்தியமற்றது – ஒரே நேரத்தில் பல தளங்களில் இணையான தீவிரத்தோடு அயராது இயங்கியவர் அவர். ஸ்டாலின் ஈடுகொடுக்க முயற்சிக்கிறார். ஒரு தலைவராகத் தன்னுடைய வழிகாட்டியான தந்தையைப் பற்றி ஆத்மார்த்தமாகப் பேசினார்.

பிள்ளைகளுடனான உறவு உங்கள் அப்பாவுக்கு எப்படி இருந்தது?

எனக்கு மட்டும் இல்லை, சின்ன வயசுல எங்க அண்ணன் தங்கச்சி எல்லோருக்குமே அம்மாதான் நெருக்கமா இருந்தாங்க. அவங்க மூலமாதான் எந்தக் காரியமும் நடக்கும். மாசத்துக்கு ஒரு முறை தலைவரோட பேச

படம்: பிரபு காளிதாஸ்

முடிஞ்சா அதிசயம். மாடியில அவரோட அறை. நேரா அங்கே போய்டுவார், சாப்பாடு – குளியல் எல்லாமே அங்கேதான். கிளம்பும்போதும் மாடியிலேர்ந்து இறங்கி நேரா வெளியே போய்டுவார். உண்மையைச் சொல்லணும்னா, அவரோட கட்சித் தோழர்கள் பலருக்கு அவர்கூட கிடைச்ச நேரத்துல சொற்பம்கூட எங்க யாருக்கும் கிடைக்கலை. எங்களோட படிப்பு விஷயங்களை எல்லாம்கூட மாறன் மாமாதான் கவனிச்சார். ஆனா, ஒரு பெரிய பிரியம் எங்க மேல அவருக்கு உண்டுங்கிறதை மட்டும் எப்படியோ உணர்த்திட்டார். மத்த அப்பாக்கள் மாதிரி அவர் இல்லைங்கிற குறை தோணியது இல்லை. பொங்கல் அன்னிக்கு வீட்டோட உள்கூடத்துல எல்லோரும் தலைவர்கூட உட்கார்ந்து ஒண்ணா சாப்பிடுவோம். அப்புறம், வெளியூர் பயணங்கள் புறப்படுற அன்னிக்கு வழியனுப்புறதுக்கு அவருக்கு எல்லோரும் இருக்கணும். அவங்க அம்மா,

அப்பா படத்தை வணங்குவார். எங்க எல்லோரையும் பார்த்து, பெயர் சொல்லித் தனித்தனியா 'போய்ட்டு வர்றேன்'னு சொல்வார். அதுவே எங்களுக்கு அவ்வளவு சந்தோஷமா இருக்கும்.

பிரியத்தை உணர்த்துவார் என்றால், எப்படி?

அவர் எங்களை அடிச்சதே இல்லை. ஒரே ஒரு முறை அடி வாங்கின நெனைப்பு இருக்கு... அவ்வளவுதான். அம்மா அடிச்சா, திட்டினாக்கூட அவங்களைத் திட்டுவார். வீட்டுல யாருக்கும் உடம்புக்கு முடியலைன்னா அவர் எங்கே இருந்தாலும் வீட்டுக்கு போன் வந்துகிட்டே இருக்கும். அது அவர் கூடவே இருக்குற மாதிரி தோணும். சில சமயங்கள்ல அரிதா சினிமா, டூர் போகும்போது எங்களையும் அழைச்சுக்கிட்டுப் போவார். அறைக்குள்ள உட்கார்ந்து வசனம் எழுதிக்கிட்டே இருப்பார்னாலும், சாயுங்காலம் ரெண்டு மணி நேரம் பீச்சுக்கோ பார்க்குக்கோ எங்ககூட வருவார். விளையாடுவார். பேசிக்கிட்டிருப்பார். பேச்சுன்னா கட்சியோட முன்னோடிகள் எவ்வளவு கஷ்டப்பட்டு அதைத் தூக்கி நிறுத்தினாங்கங்கிறதுதான் பெரும்பாலும் இருக்கும். ஒவ்வொருத்தர் பட்ட கஷ்டத்தைக் கேட்கும்போதும், நம்ம தலைவரும் அப்படித்தான் இருக்கணும்னு நினைக்கிறார்போலன்னு தோணும். மாறன் மாமா என்னையும் செல்வியையும் சர்ச் பார்க் கான்வென்ட்டுல சேர்க்க அழைச்சுக்கிட்டுப் போயிருந்தார். அப்போ அங்கே கோ–எஜுகேஷன் சிஸ்டம் இருந்துச்சு. "ஸ்டாலின்கிற பெயரை மாத்தினாதான் சேர்த்துக்க முடியும்"னு சொல்லிட்டாங்க. தலைவருக்கு மாமா போன் பண்ணினார். "ஸ்டாலின்கிற பெயரை மாத்தணும்னு சொன்னா, அந்தப் பள்ளிக்கூடமே நமக்கு வேணாம்"னு சொல்லி, வேற ஸ்கூல்ல சேர்க்கச் சொல்லிட்டார். வீடு திரும்பின எங்ககிட்ட "எப்பவும் நாம நாமளா இருக்கணும்பா"ன்னார் தலைவர். அப்போ ஒண்ணும் புரியலை. பின்னாடி புரிஞ்சப்போ ரொம்ப சந்தோஷமா இருந்துச்சு.

நீங்களும் சரி, கனிமொழியும் சரி; அப்பாவைத் தலைவர் என்றே குறிப்பிடுகிறீர்கள். இது என்ன வீட்டில் அரசியல்ரீதியாக அளிக்கப்பட்ட பயிற்சியா?

நானும் கனிமொழியும் மட்டும் அல்ல; அண்ணன், செல்வி, மாமா பசங்க யாரோட பேசினாலும் 'தலைவர்'னுதான் அவரைக் குறிப்பிடுவாங்க. இதுல ஒண்ணும் அரசியல் வியூகம்லாம் இல்லீங்க. 'அப்பா, அப்பா'ன்னு கூப்பிடுற சூழல்ல அவர் வீட்டுக்குள்ள இருந்தது இல்லை. அன்றாடம் நூற்றுக்கணக்கான கட்சிக்காரங்க பொழங்குற வீடு எங்களது. 'தலைவர்'னுதான் அவங்க எல்லாரும் சொல்வாங்க, நாங்களும் அவங்ககிட்ட அப்படித்தான் பேச வேண்டியிருக்கும். மாடிக்குப் போனாலும் பெரும்பாலும் கட்சித் தோழர்கள் மத்தியிலதான் இருப்பார். எங்க அம்மாவே 'தலைவர்'னுதான் எங்ககிட்டேயே அவரைக் குறிப்பிடுவாங்க. சின்ன வயசுலேர்ந்தே இது பழகிடுச்சு.

அப்பா ஒரு அரசியல்வாதி என்பதை எந்த வயதில் உணர்ந்தீர்கள்?

குளித்தலை தொகுதியில அவர் முதல் சட்டமன்றத் தேர்தல் பிரச்சாரத்துக்கே

உண்மையைச் சொல்லணும்னா, அவரோட கட்சித் தோழர்கள் பலருக்கு அவர்கூட கிடைச்ச நேரத்துல சொற்பம்கூட எங்க யாருக்கும் கிடைக்கலை. பொங்கல் அன்னிக்கு வீட்டோட உள்கூடத்துல எல்லோரும் தலைவர்கூட உட்கார்ந்து ஒண்ணா சாப்பிடுவோம். அப்புறம், வெளியூர் பயணங்கள் புறப்படுற அன்னிக்கு வழியனுப்புறதுக்கு அவருக்கு எல்லோரும் இருக்கணும். அவங்க அம்மா, அப்பா படத்தை வணங்குவார். எங்க எல்லோரையும் பார்த்து, பெயர் சொல்லித் தனித்தனியா 'போய்ட்டு வர்றேன்'னு சொல்வார். அதுவே எங்களுக்கு அவ்வளவு சந்தோஷமா இருக்கும்!

எங்களை அழைச்சுக்கிட்டுப் போயிருந்தார். அப்போ எனக்கு நாலு வயசு. ரொம்ப மங்கலாத்தான் ஞாபகம் இருக்கு. ஆனா, 1962 தஞ்சாவூர் தேர்தல் நல்லா நினைவுல இருக்கு. அஞ்சுகம் பாட்டி அப்போ உயிரோட இருந்தாங்க. அவங்களும் கூட இருந்தாங்க. பரிசுத்தம் நாடார் காங்கிரஸ் சார்புல நிக்குறார். கடுமையான போட்டி. 1957 தேர்தல்ல திமுக சார்புல ஜெயிச்ச 15 பேரையும் தோற்கடிக்க காங்கிரஸுல தீவிரமான வேலை பார்த்திருந்தாங்க. அந்த 15 பேருல தலைவர் மட்டும்தான் மீறி ஜெயிச்சார். பரிசுத்தம் நாடார் பெரிய செல்வந்தர். கட்சி செல்வாக்கு, தனிப்பட்ட செல்வாக்கு, பணபலம் இது எல்லாத்தையும் தாண்டித் தலைவர் ஜெயிச்சார். பிரச்சார சமயத்துல கட்சிக் காரங்க மத்தியில பேசும்போது, அவர் திரும்பத் திரும்பச் சொல்லிக்கிட்டே இருந்தது இன்னிக்கும் நினைவுல இருக்கு: "கடுமையான உழைப்பும் வியூக முமே நம்மைக் கரை சேர்க்கும்!"

சின்ன வயதில் உங்கள் கனவு என்னவாக இருந்தது? அரசியல்வாதியாக வேண்டும் என்று எப்போது முடிவெடுத்தீர்கள்?

தஞ்சாவூர் தேர்தலைப் பக்கத்துல இருந்து பார்த்தேன்ல, அப்போவே தலைவர் மாதிரி நாமளும் வரணும்னு முடிவெடுத்துட்டேன். கூட்டம் போடுறது, பேசுறது இது எல்லாம்தான் ஆர்வமா இருந்துச்சு. பன்னெண்டு, பதிமூணு வயசுல எல்லாம் கோபாலபுரத்துல நாங்க ஒரு பத்துப் பதினஞ்சு பசங்க சேர்ந்து 'இளைஞர் திமுக'னு தொடங்கி, வருஷா வருஷம் அண்ணா பிறந்த நாள் கூட்டங்களை நடத்த ஆரம்பிச்சுட்டோம். கோபாலபுரத்துல அப்போ சண்முகம்னு ஒரு அண்ணன் சலூன் வெச்சிருந்தார். அவரோட கடைதான்

அரசியல்ல நான் உள்ளே நுழைஞ்சு இப்போ 50 வருஷங்கள் ஆகுது. கடுமையா உழைப்பைக் கொடுத்து, படிப்படியா, எல்லோரோட அங்கீகாரத்தோடதான் இந்த இடத்துக்கு வந்திருக்கேன். பிற்பாடு சங்கடமான சில விஷயங்களும் நடந்துச்சு. ஆனா, தவறுகள் சரிசெய்யப்பட்டிருக்கு. திமுக என்னிக்குமே விமர்சனங்களுக்கு ஆரோக்கியமா முகம் கொடுக்கும். அதேசமயம், இன்னொண்ணையும் கவனிக்கணும். குடும்ப அரசியல் இந்தியா முழுக்க இருக்கு - எல்லாக் கட்சிலேயும் இருக்கு.

நாங்க கூடுற இடம். 1967–ல எனக்கு 14 வயசு. அந்த வருஷம் கூட்டத்துக்கு ஏற்பாடும் செஞ்சு, அண்ணாவையே கூப்பிடப் போய்ட்டேன். அப்போ அவர் முதல்வர் ஆயிட்டார். 'நீங்க வந்தாலே வரணும்'னு நிக்குறேன். 'உங்கப்பனை மாதிரியே நீயும் பிடிவாதக்காரனா இருக்கியேடா!'ன்னார். தேதி கொடுத்துட்டார். ஆனா, அதுக்குள்ள உடம்பு முடியாம அமெரிக்கா போற சூழல் ஆயிடுச்சு. அவர் இல்லாட்டினாலும் பெரிசா கூட்டம் நடத்தினோம்.

அப்பா இதற்கெல்லாம் ஆதரவாக இருந்தாரா?

ம்ஹூம்... அவ ருக்கு நாங்க நல்லாப் படிக்கணும்கிற எண்ணம்தான் இருந்துச்சு. கூப்பிட்டுச் சொல்வார். அம்மாவையும் அழைச்சுக் கண்டிப்பார். நாங்க ஜூட் விட்டுருவோம். அவரும் சின்ன வயசுல அப்படித்தானே இருந்துருக்கார், அதனால விட்ருவார். ஆனா, இந்த ஆர்வம்லாம் ஒரு வயசோட போயிடும்னு நெனைச்சு ஆதரவு கொடுத்தார். பின்னாடி, அது அப்படி இல்லைன்னு தெரிஞ்சப்போ ரொம்ப சங்கடப்பட்டார். எப்போ தெரிஞ்சுதுன்னா, 1971 தேர்தல் சமயத்துல 'முரசொலி' அடியார் எழுதின 'முரசே முழங்கு!' நாடகத்தைத் தமிழ்நாடு முழுக்க 40 இடங்கள்ல போட்டேன். தேர்தல் வெற்றிக்குப் பிறகு, அந்த நாடகத்தோட வெற்றி விழா நடத்தினேன். தலைவர் தலைமை. எம்ஜிஆர் முன்னிலை. தலைவர் என்னைக் கூப்பிட்டு, 'வெற்றி விழாங்கிறதுக்குப் பதிலா நிறைவு விழான்னு அழைப்பிதழ்ல போடு'ன்னார். எனக்குப் புரியலை. விழாவுல எம்ஜிஆர் பேசினப்போ அதுக்கு அர்த்தம் புரிஞ்சுது. 'நான் பெரியப்பா சொல்றேன். ஸ்டாலின் கேட்கணும். அப்பா ரொம்பக் கவலைப்படறார். இதோட இந்த நாடகம் போடுறதையெல்லாம்

விட்டுட்டுப் படிப்புல கவனம் செலுத்தணும்'னார். நாங்க யாரும் அரசியலுக்கு வந்ததுல தலைவருக்கு விருப்பம் இருந்துச்சுன்னு சொல்ல மாட்டேன்.

ஆனால், குடும்ப அரசியல்தான் அவர் வாழ்வில் எதிர்கொண்ட மிகப் பெரிய குற்றச்சாட்டு...

இது ரொம்ப சிக்கலான பிரச்சினை. மாறன் மாமா அண்ணா காலத்துல அரசியலுக்கு வந்தவர். அண்ணாவோட தொகுதியில அண்ணாவால் நிறுத்தப்பட்டவர். தலைவருக்கும் அவருக்கும் 10 வயசுதான் வித்தியாசம். அதனால, தலைவர் ஏதோ குடும்ப அரசியல் செஞ்சு உள்ளே கொண்டு வந்தார்னு சொன்னா அது அபத்தம். கட்சிக்குள்ள விசாரிச்சுப் பார்த்தீங்கன்னா தெரியும், கட்சிக்காக இந்தக் குடும்பத்துல எவ்வளவு பேர் தங்களோட வாழ்க்கையைக் கொடுத்திருக்காங்கன்னு. செல்வம், தமிழரசு இவங்க எல்லாம் கட்சிக்குக் கொடுத்தது அதிகம். ஆனா, எந்தப் பதவிக்கும் வரலை. தலைவர் ரொம்பக் கவனமாத்தான் இருந்தார். அப்புறம் நான். அரசியல்ல நான் உள்ளே நுழைஞ்சு இப்போ 50 வருஷங்கள் ஆகுது. கடுமையா உழைப்பைக் கொடுத்து, படிப்படியா, எல்லோரோட அங்கீகாரத்தோடதான் இந்த இடத்துக்கு வந்திருக்கேன். பிற்பாடு சங்கடமான சில விஷயங்களும் நடந்துச்சு. ஆனா, தவறுகள் சரிசெய்யப்பட்டிருக்கு. திமுக என்னிக்குமே விமர்சனங்களுக்கு ஆரோக்கியமா முகம் கொடுக்கும். அதேசமயம், இன்னொண்ணையும் கவனிக்கணும். குடும்ப அரசியல் இந்தியா முழுக்க இருக்கு – எல்லாக்

> எல்லோரையும் அனுசரிச்சுப் போ.
> இதைத்தான் அடிக்கடி சொல்வார்.
> எனக்கு அவர் வாயால் அதிகம் சொன்னது
> கட்சியோட வரலாற்றையும், கட்சிக்காரங்க
> செஞ்சிருக்குற தியாகத்தையும்தான். கட்சிக்குள்ள
> இருக்குற பிரச்சினைகளைப் பத்தியெல்லாமும்
> சொல்வார். 'ஆனா, இதையெல்லாம் தெரிஞ்சுக்கோ,
> வெளியில விவாதிக்காதே!'ன்னு சொல்வார்.
> கட்சிங்கிறது அவரைப் பொறுத்த அளவுல
> குடும்பம் மாதிரிதான்.

கட்சிலேயும் இருக்கு. நான் அதை நியாயப்படுத்தலை. ஆனா, அது நம்ம கலாச்சாரத்தோட ஒரு பகுதியா இருக்கு; திமுகவுல மட்டுமே இல்லைனு சொல்றேன். இன்னும் சொல்லப்போனா, அரசியல்ல மட்டும் இல்லை; எல்லாத் துறையிலேயும் இது இருக்கு. ஒரு மருத்துவரோட மகன் மருத்துவராகுறதுல, பேராசிரியரோட மகன் பேராசிரியராகுறதுல இருக்குற நியாயம் அரசியல்லகூட இருக்கலாம்தானே! இங்கே திமுகவுல இன்னொரு பாரம்பரியம் இருக்கு – இது குடும்பமா கட்சியில இருக்குற, கட்சிக்கு உழைக்குற கட்சி. எங்க கட்சி மாநாடுகளுக்கு நீங்க வாங்க... கட்சிக்காரங்க எப்படிக் கணவன், மனைவி, பிள்ளைகள்னு குடும்பம் குடும்பமா வருவாங்கன்னு அங்கே காட்டுறேன் இன்னிக்கு அப்பா, நாளைக்குப் பிள்ளைன்னு கட்சிக்கு உழைக்கிறவங்களை அவங்க குடும்பமா இருக்கிறதை மட்டும் காரணம் காட்டிப் புறக்கணிச்சுட முடியாது. அதேசமயம், அப்பா, பிள்ளை, பேரன்னு நியாயம் இல்லாம வாரிசு அரசியல் தொடர்கிற சூழலையும் அனுமதிக்க முடியாது.

அப்பா இதுகுறித்து தீவிர மாக என்றைக்காவது குடும்பத்துடன் விவாதித்திருக்கிறாரா?

விவாதிச்சிருக்கார், நடவடிக்கையும் எடுத்திருக்கார்.

உங்கள் குடும்பத்திலேயே பலர் அரசியலில் இறங்கியபோதும் அவருக்கு அடுத்த நிலையில் அவர் உங்களையே தேர்ந்தெடுத்தார். இந்தத் தேர்வுக்கான அடிப்படை எதுவென்று உங்களிடத்திலோ, குடும்பத்தின் ஏனையோரிடத்திலோ சொல்லியிருக்கிறாரா?

ஒரு கூட்டத்தில் பேசும்போது சொன்னார், 'ஸ்டாலின் என்றால் உழைப்பு, உழைப்பு, உழைப்பு'ன்னு. இதை உங்க கேள்விக்கான பதிலா மட்டும் சொல்லலை. என் வாழ்க்கையில வாங்கின பெரிய சான்றிதழாவும் சொல்வேன்.

ஏன்னா, காலமெல்லாம் ஓய்வில்லாம உழைச்சவர் அவர். அவர் வாயால் இப்படி ஒரு பாராட்டு வாங்குறதைக் காட்டிலும் நான் பெறப்போகும் பெருமை வேறு என்ன இருக்கு!

அப்பா உங்களுக்கு அதிகம் சொன்ன அறிவுரை என்ன?

எல்லோரையும் அனுசரிச்சுப் போ. இதைத்தான் அடிக்கடி சொல்வார். எனக்கு அவர் வாயால் அதிகம் சொன்னது கட்சியோட வரலாற்றையும், கட்சிக்காரங்க செஞ்சிருக்குற தியாகத்தையும்தான். கட்சிக்குள்ள இருக்குற பிரச்சினைகளைப் பத்தியெல்லாமும் சொல்வார். 'ஆனா, இதையெல்லாம் தெரிஞ்சுக்கோ, வெளியில விவாதிக்காதே!'ன்னு சொல்வார். கட்சிங்கிறது அவரைப் பொறுத்த அளவுல குடும்பம் மாதிரிதான். சின்ன வயசுல அண்ணா பிறந்த நாள் கூட்டம் நடத்துறப்போ ஒருமுறை கொஞ்சம் பெரிசா பந்தலைப் போட்டுட்டோம். தெருவுல இருக்குற கிருஷ்ணன் கோயிலை இந்தப் பந்தல் மறைச்சுடுச்சு. அப்போலாம் எங்க தெரு பிராமணர்கள் அதிகம் வசிச்ச தெரு. எங்க குடும்ப டாக்டர் கிருஷ்ணன் – அவரும் பிராமணர்தான் – 'மூணு நாளைக்கு வீட்டிலிருந்தபடி சுவாமியைச் சேவிக்க முடியாம செஞ்சுட்டான் உங்க பிள்ளை!'ன்னு தலைவர்கிட்ட சொல்லிட்டார். அன்னிக்கு சாயுங்காலம் கூட்டத்துல பேசினப்போ, "நேற்று ஸ்டாலின் கனவில் வந்த கிருஷ்ணன், 'எல்லோரும் வீட்டிலிருந்தே என்னைக் கும்பிடுகிறார்கள், ஒரு மூன்று நாட்களுக்காவது கோயிலுக்கு வந்து கும்பிடச் செய்' என்று சொல்லித்தான் ஸ்டாலின் இந்த வேலையைச் செய்துவிட்டார்போலும்" என்று ஹாஸ்யமாகச் சொல்லிச் சமாளித்த தலைவர், ராத்திரி என்னை அழைச்சார். "நமக்குக் கடவுள் மேல் நம்பிக்கை இருக்குதா, இல்லையாங்கிறது வேறு; கடவுள் நம்பிக்கை உள்ளவங்களோட நம்பிக்கையை மதிக்கிறது வேறு. அறியாமைகூட சில சமயங்கள்ல அலட்சியம் ஆகிடும்னு உணரணும்பா"ன்னார். இது ஒரு பெரிய பாடமா அமைஞ்சுச்சு.

இப்போது, அப்பாவின் உடல்நிலை முடக்கத்துக்குப் பின் பெரிய இழப்பாக எதை உணர்கிறீர்கள்?

ஓய்வில்லாம உழைச்சவர் அவர். வயோதிகத்துல உடல் நலக் குறைவு ஏற்படுறதை நாம ஏத்துக்கத்தான் வேணும். ஆனா, அவரோட பெரிய பலம், அவரோட நினைவாற்றல், பேச்சாற்றல், எழுத்தாற்றல். இந்த மூணையும் ஒருசேர அவர் இன்னிக்கு இழந்திட்டிருக்குறதைப் பெரிய இழப்பா உணர்றேன். இந்த இழப்பு என்னோடது மட்டும் இல்லை; ஒட்டுமொத்த தமிழ்நாட்டோட இழப்பு.

அப்பாவின் எந்தப் பழக்கத்தை நீங்கள் தக்கவைத்துக்கொள்ள வேண்டும் என்று நினைக்கிறீர்கள்?

இரவு படுக்கைக்குப் போகும்போது அவர் கையில ஏதாவது ஒரு புத்தகம் இருக்கும். அன்றாடம் நேரில் நூறு பேரையாவது சந்திச்சுடுவார். இது ரெண்டையும் தக்கவெச்சுக்கணும்னு நெனைக்கிறேன்! ❍

தந்தையுமானவர்!

கனிமொழி
திமுக
மாநிலங்களவை உறுப்பினர்,
கவிஞர்,
கருணாநிதியின் மகள்

தலைவருக்கும் மறைந்த மாறன் மாமாவுக்கும் நடைபெற்ற வாக்குவாதங்கள், சிறு மோதல்கள் கட்சி வட்டாரங்களில் பிரசித்தி பெற்றவை. எப்போதும் தனக்குச் சரி என்று பட்டதை எவ்வித வெளிப்பூச்சும் இல்லாமல் பேசக்கூடியவர் மாறன். சில நேரங்களில் இருவருக்கும் இடையிலான உரசல் கொஞ்சம் பெரிதாகி, அவர் கோபித்துக்கொண்டு போகும் அளவும் போய்விடும். என்றாலும், சில மணி நேரங்களில் அந்த ஊடல் சரியாகி இருவரும் சமாதானமாகிவிடுவார்கள்.

குடும்ப விஷயங்களில்கூட கட்சியின் முக்கிய தலைவர்களோடு கலந்து ஆலோசிக்கப்பட்டு முடிவுகள் எடுக்கப்படுவது என்பதுதான் வழிமுறையாகவே இருந்திருக்கிறது!

ஒருநாள் அப்படிப்பட்ட ஒரு விவாதத்தின் முடிவில், மாறன் கோபித்துக்கொண்டு விடுவிடு என்று மாடியிலிருந்து இறங்கி கீழே வந்தார். வெளியில் நின்றுகொண்டிருந்த என்னிடம் "உங்க அப்பாகிட்ட சொல்லு... எல்லா நேரத்துலேயும் அரசியல்வாதியாவே இருக்கக் கூடாதுன்னு" என்று சொல்லிவிட்டு வண்டியில் ஏறிப் போய்விட்டர். தலைவர் என்னை அழைத்தார். "என்ன சொன்னான் உன் பெரிய அத்தான்?" என்றார். அவர் சொன்னதைத் தலைவரிடம் சொன்னபோது, அவர் முகத்தில் ஒரு புன்னகை ஓடியது.

அவர்களுக்குள் அன்று என்ன கருத்து மோதல் என்பது எனக்கு இன்றுவரை தெரியாது. ஆனால், மாறன் மாமா சொன்ன வாக்கியம் அப்படியே மனதில் பதிந்துவிட்டது. தலைவரை இன்னொரு கோணத்தில் பார்க்கவும் அதுவே உதவியது. தலைவர் ஒரு அரசியல்வாதியாக இல்லாது வாழ்ந்திருக்கக்கூடிய தருணங்கள் இருந்திருக்க முடியுமா? முடியவே முடியாது என்றே தோன்றுகிறது. அரசியல்வாதி எனும் சொல்லை ஒரு குறுகிய கோணத்தில் அணுகாமல், நாம் கொண்டுள்ள கருத்தியல், அரசியல் சார்பு, நம்பும் வாழ்க்கை முறை, பின்பற்றும் நெறி ஆகியவற்றோடு விரித்துப் பார்த்தால், வீடு – பொதுவெளி இரண்டிலும் அவர் வாழ்க்கையில் எந்த வேறுபாட்டுக்குமே இடமிருந்ததில்லை. குடும்பம் தன்னுடைய அரசியல் கருத்தியல்களின் நீட்சியாக இருக்க வேண்டும் என்றே அவர் விரும்பினார். அதுபோலவே கட்சித் தோழர்களைத் தன் குடும்பத்தின் பகுதியாகவே வைத்திருந்தார். இன்று தனி இடம், தனிமை, தனிப்பட்ட சூழல் என்று பழகிவிட்ட நமக்கு, சில விஷயங்களை நினைத்துப் பார்க்க, ஜீரணிக்கக்கூட முடியாது. ஆனால், அவருக்குத் தனிப்பட்ட இடம் என்று ஒன்று தனியாக இருந்ததே இல்லை. வீட்டில் கட்சிக்காரர்கள் புழக்கடை வரை வருவது சாதாரண வழக்கம். இன்றளவும் அவரது படுக்கையறையில் அவரைச் சந்திப்பது என்பது கட்சித் தலைவர்களுக்கு வழக்கம்தான். வெளியூரி லிருந்து வரும் கட்சிக்காரர்கள் தலைவர் வீட்டில் தங்குவது என்பதோ, தலைவரோடு நாங்கள் வெளியூர் செல்லும்போது கட்சிக்காரர்களின் வீட்டில் தங்குவதோ மிக இயல்பானதாகவே இருந்திருக்கிறது. இரவு 10 மணிக்குப் படுக்கப் போகும்போது வெளியூரிலிருந்து கட்சிக்காரர்கள் வந்தாலும், "பாக்க வர நேரமாய்யா இது!" என்று லேசாகக் கடிந்துகொள்வாரே தவிர, சந்திக்காமல் திருப்பி அனுப்ப மாட்டார். அந்த நேரத்திலும் அவர்கள் சொல்வதற்கு

தெற்கிலிருந்து ஒரு சூரியன்

**வாழ்க்கையில் எத்தனையோ ஏற்றங்களையும்
இறக்கங்களையும் பட்டாபிஷேகங்களையும்
முள் கிரீடங்களையும் பார்த்த மனிதர் அவர். தலைவரிடம்
எனக்கு ரொம்பப் பிடித்தது அவருடைய தளராத
தன்னம்பிக்கை. அதேபோல், 'என்னால்தான் எல்லாமும்!'
என்ற இறுமாப்பை ஒருநாளும் அவரிடம் பார்த்ததில்லை.
அவருக்குள் ஒரு சிறிய கிராமத்திலிருந்து பட்டணம் வந்த
சிறுவனிடமிருந்த அந்த ஆச்சரியம் என்றும் குறைந்ததில்லை.**

முழுமையாகக் காது கொடுப்பார்.

குடும்ப விஷயங்களில் கட்சியின் முக்கியத் தலைவர்களோடு கலந்து ஆலோசிக்கப்பட்டு முடிவுகள் எடுக்கப்படுவது என்பதுதான் வழி முறையாகவே இருந்திருக்கிறது. நான் பள்ளிப் படிப்பை முடித்துவிட்டுக் கல்லூரி போகும்போது, தலைவரும் பேராசிரியரும் நாகநாதனும்தான் நான் என்ன படிக்க வேண்டும் என்று முடிவெடுத்தார்கள். நான் அரசியலுக்கு வர வேண்டும் என்ற தலைவரின் கருத்தை என்னிடம் வலியுறுத்திப் பேசி, என்னைச் சம்மதிக்க வைத்தவர் துரைமுருகன். கொஞ்சம் உடல் நலம் சரியில்லை என்றால், தலைவர் முதலில் தேடுவது 'துரை எங்கே, பொன்முடி எங்கே, வேலு எங்கே ? கூப்பிடு!' என்றுதான்.

மாலையில் அறிவாலயத்திலிருந்து வீடு திரும்பும் தலைவர், இரவு 10 மணி வரை தன்னுடன் வரும் கட்சிக்காரர்களோடு பேசிக்கொண்டிருப்பார். உடன் வரும் ஆட்களைப் பொறுத்துப் பேச்சின் கருப்பொருள் மாறும். சிலரோடு பழைய விஷயங்களைப் பற்றி அதிகம் பேசுவார், சிலரோடு கொள்கைரீதியான உரையாடல். சிலர் வந்தால் இலக்கியம், புத்தகங்கள். சிலரோடு வம்புப் பேச்சு. இதில் எப்போதும் அவர் பேச்சில் இழையோடும் நகைச்சுவை உணர்வு, அந்த நேரத்தை ஒரு கொண்டாட்டமாகவே மாற்றிவிடும். இந்த உரையாடலில் சீனியர், ஜூனியர், கட்சிக்காரர்கள், வெளியாட்கள், வீட்டில் இருப்பவர்கள் இப்படி எந்தப் பாகுபாடும் இருக்காது. யாரும் கருத்து சொல்லலாம். எல்லார் பேச்சையும் அவர் ரசிப்பார். அவரைப் பொறுத்த அளவில் அது ஒரு ஜுகல்பந்தி. 'எப்பொருள் யார்யார்வாய்க் கேட்பினும் அப்பொருள்/ மெய்ப்பொருள் காண்ப தறிவு' என்ற குறளை அவர் தாரக மந்திரமாகவே வைத்திருக்கிறாரோ என்று நினைக்கத் தோன்றும். ஒரு முடிவு எடுக்க வேண்டும் என்றால், தன் ஓட்டுநரிடமிருந்து கட்சித் தலைவர்கள் வரை பலரிடமும் கருத்து கேட்டுதான் முடிவெடுப்பார்.

அவரால் மன்மோகன் சிங்கிடம் மதச்சார்பற்ற சக்திகளின் ஒன்றிணைவின் அவசியம் குறித்துப் பேசும் அதே ஈடுபாட்டுடன், என் மகனிடம் தோனியின்

அபாரமான ஆட்டத் திறமை குறித்தும் பேச முடியும். வயதில் சிறியவர், கற்றவர், கல்லாதவர், ஆண், பெண் என்று பிரித்துப் பார்க்காமல் அவர்களின் கருத்துகளை, யோசனைகளை மதித்துக் கேட்கக்கூடிய எளிமை அவரிடம் எப்போதும் உண்டு. தலைமுறைகளைத் தாண்டி தன்னைக் காலத்தில் பொருத்திக்கொள்பவராக இருந்ததே அவருடைய வெற்றியின் ரகசியம் என்றுகூடச் சொல்லலாம்.

அவர் நான் எப்படிப் படிக்கிறேன், எந்த வகுப்பில் படிக்கிறேன் என்றெல்லாம் அதிகம் அக்கறை எடுத்துக்கொண்டதில்லை. ஆனால், எனக்குப் புத்தகம் படிப்பது பிடிக்கும் என்று தெரிந்த பிறகு அடிக்கடி, 'என்ன படிக்கிறாய் ?' என்று கேட்பார். யாராவது அவருக்குப் புத்தகம் பரிசளித்தால், பல நேரங்களில் அதைப் படித்துவிட்டு என்னிடம் தருவார். பிறந்ததிலிருந்தே தலைவரைப் பரபரப்பான மனிதராக, ஒரு தலைவராகப் பார்த்திருந்த எனக்கு, அவருடைய ஆளுமையின் வீரியம், வீச்சு புரியப் பல வருடங்கள் ஆகின. அவரது அரசியலோடு எனக்கு ஏற்பட்ட முதல் புரிதல் நெருக்கடிநிலைக் காலகட்டத்தில் ஏற்பட்டது. தானே போலீஸாரை அழைத்து, பெற்ற மகனையே அவர்களிடம் ஒப்படைத்தார். தலைவரின் சொல்லுக்கு மறு சொல் பேசாமல் அண்ணன் ஸ்டாலினும் சிறைக்குச் சென்று பல துன்பங்களை அனுபவித்தார். மாமா, அத்தை, சித்தப்பா என்று சொந்தம் கொண்டாடிய பலர், அப்போது சிறையில் இருந்தார்கள் அல்லது எங்களிடமிருந்து விலகியிருந்தார்கள். எங்கள் வீடு இருந்த தெருவில் அப்போது ஒரு வீட்டுக்கும் அடுத்த வீட்டுக்கும் முள்வேலிதான் தடுப்பு, ஆனால், ஒருசிலரைத் தவிர எங்களோடு யாரும் அதிகம் பேச மாட்டார்கள். பள்ளிக்கூடத்திலிருந்து நான் பலமுறை வீட்டுக்குச் செல்லாமல், என் அம்மாவையும் பாட்டியையும் விசாரித்துக்கொண்டிருந்த மத்திய அரசு அலுவலகங்களுக்குச் சென்று, அவர்கள் திரும்பும் வரை காத்திருந்து அவர்களோடு வீடு திரும்பியிருக்கிறேன். எங்கள் வீட்டுக்குப் பூ விற்றவரைக்கூட விசாரணை என்ற பெயரில் கூட்டிச்சென்று அடித்து, உதைத்து அனுப்பியிருக் கிறார்கள். எத்தனையோ குடியரசுத் தலைவர்கள், பிரதமர்கள், எழுத்தாளர்கள், கலைஞர்கள் தலைவரை வந்து சந்தித்துச் சென்ற அதே வீட்டில் வைத்துதான் அவரை நள்ளிரவில் கைதுசெய்து இழுத்துச் சென்ற நிகழ்வும் நடந்தேறியது.

வாழ்க்கையில் எத்தனையோ ஏற்றங்களையும் இறக்கங்களையும் பட்டாபிஷேகங்களையும் முள் கிரீடங்களையும் பார்த்த மனிதர் அவர். தலைவரிடம் எனக்கு ரொம்பப் பிடித்தது அவருடைய தளராத தன்னம்பிக்கை. அதேபோல், 'என்னால்தான் எல்லாமும்!' என்ற இறுமாப்பை ஒருநாளும் அவரிடம் பார்த்ததில்லை. அவருக்குள் ஒரு சிறிய கிராமத்திலிருந்து பட்டணம் வந்த சிறுவனிடமிருந்த அந்த ஆச்சரியம் என்றும் குறைந்ததில்லை. புதிய விஷயங்களை, மாறும் உலகத்தைப் புரிந்துகொள்ள வேண்டும் என்ற துடிப்பு அவரிடம் எப்போதும் தணிந்ததில்லை. அதனால்தான், அவரால் கடலைப் பொட்டலம் கட்டப் பயன்பட்ட காகிதத்தைக்கூடப் படிக்காமல் தூர எறிய முடிந்ததில்லை!

படம்: பிரபு காளிதாஸ்

இந்தப் பிறவி தலைவருக்கானது!

சண்முகநாதன் பேட்டி

● சமஸ்

கருணாநிதியின் நிழல் என்று இவரைச் சொல்லலாம். சண்முகநாதன். கருணாநிதியின் செயலர். அவர் இல்லாமல் இவருக்கும் இவர் இல்லாமல் அவருக்கும் முடியாது. சண்முகநாதனுக்கும் இப்போது 75 வயது ஆகிவிட்டது. உடலில் ஏகப்பட்ட கோளாறுகள். முதுமையின் விளைவாக

முதல் நாள் காலையில ஆரம்பிச்சு
மறுநாள் மதியம் வரைக்கும் ஒண்ணுக்குப்
போகக்கூட எழுந்திரிக்காம வேலை பார்த்த
நாளெல்லாம் உண்டு. பத்து, பதினஞ்சாயிரம்
பேரைப் பட்டியல்ல அடிக்கணும்னா?
ரிவார்டெல்லாம் வாங்கியிருக்கேன்!

கருணாநிதி மௌனமாகி ஓராண்டு நெருங்கும் நிலையிலும், வழக்கம்போல அன்றாடம் கருணாநிதியின் வீட்டுக்கு வந்துவிடுகிறார் சண்முகநாதன். "தலைவர் சீக்கிரமே தேறிவிடுவார்; கூப்பிடுவார்" என்று கோபாலபுரம் வீட்டில் அவருக்கென உள்ள சின்ன அறையில் எந்த நேரமும் வேலைக்கான ஆயத்த நிலையில் கணினி முன் உட்கார்ந்திருக்கிறார். பத்திரிகையாளர்கள் சூழவே இருந்துவந்தாலும் இதுவரை சண்முகநாதன் தன் வேலையைத் தாண்டி யாரிடமும் பேசியதில்லை. தன் வாழ்வில் அவர் அளித்த முதல் பேட்டி இது.

திருக்கண்ணமங்கையிலிருந்து நாம் தொடங்கலாம்...

திருவாரூர் பக்கமுள்ள சின்ன ஊரு. நிறையப் பேரு 'பக்தவத்சலம்'னு பேரு வைக்கிறாங்களே, அது எங்க ஊரு சாமிதான். 1942–ல பொறந்தேன். அப்பா நாகஸ்வர வித்வான். வாழ்ந்து கெட்ட குடும்பம். கூடப் பொறந்தது மூணு தம்பிங்க. மூணு தங்கச்சிங்க. நான்தான் மூத்த பிள்ளை. கஷ்ட ஜீவனம். காவிரியோட கிளை ஆறான ஓடம்போக்கியைத் தாண்டித்தான் போய்ப் படிக்கணும். உள்ளூர்ல, அப்புறம் அம்மையப்பன்ல, அப்புறம் திருவாரூர் வி.எஸ்.டி. ஸ்கூல்ல படிச்சேன். ரொம்ப சிரமப்பட்டுதான் படிக்க வெச்சாங்க. இன்னும் நெனைப்பிருக்கு. ஃபீஸ் கட்ட கடைசி நாள். காலையில 'இரு வந்திடுறேன்'னு சொல்லிட்டுப் போனார் அப்பா. ஊருணிக்கரையில போய் சாயங்கா லம் வரைக்கும் உட்கார்ந்திருக்கேன். அப்பா வரலை. ராத்திரி எதையோ அடகு வெச்சுப் பணம் வாங்கிட்டு வந்தார். மறுநாள் ஸ்கூல் போனா, எங்க ஆசிரியரே பணம் கட்டிட்டார். வாழ்க்கை இப்படிப் பலரோட உதவியோடும் சேர்த்துதான் நம்மளை ஒரு இடத்துல கொண்டுவந்து உட்கார வைக்குது.

படிப்பு முடிச்சதும் திருவாரூர் கூட்டுறவு வங்கியில வேலைக்குச் சேர்ந்தேன். மாதம் 50 ரூபாய் சம்பளம். எழுத்தர் வேலை. ஆனா, எல்லா வேலைகளையும் இழுத்துப்போட்டுக்கிட்டு செய்வேன்கிறதால எல்லோருக்கும் என்னைப் பிடிக்கும். கூடவே, நான் டைப்ரைட்டிங் கத்துக்கிட்ட இன்ஸ்டிடியூட்லேயே பகுதி நேர வேலைக்கும் போனேன். வேலையிருந்தால் மூணு ரூபாய் கூலி. ஆனா, எல்லா நாளும் வேலை இருக்காது. காத்துக் கிடக்கணும். அந்தச் சமயத்துலயே சர்வீஸ் கமிஷன் தேர்வெழுதித் தேர்வானேன். வங்கியில யாருக்கும் அனுப்ப

எம்.ஜி.ஆர். திமுகல இருந்தப்போ அவருக்கு என்னை ரொம்பப் பிடிக்கும். அவர் முதலமைச்சர் ஆனதும் நான் அவருக்கு பிஏவாக இருக்கணும்னு கூப்பிட்டனுப்பினார். நான் மறுத்துட்டேன். இதை அவரால சகிச்சுக்க முடியலை!

மனசில்லை. அப்புறம் அவங்களே, 'சிட்டி போலீஸ் கமிஷனர் ஆபீஸ்ல வேலை கிடைச்சிருக்கு. பெரிசா வருவே'ன்னாங்க. சென்னைக்கு வந்தேன். சென்னைக்குப் போறேன்னு தெரிஞ்சதும் என்னோட இன்ஸ்டிடியூட் வாத்தியார் எனக்கு பேன்ட்–சட்டை எடுத்துத் தந்தார். சென்னை வந்து முதல் ஒரு மாசம் அந்த பேன்ட் சட்டையைத்தான் தினம் துவைச்சிப் போட்டுக்கிட்டு வேலைக்குப் போனேன். வேற நல்ல உடுப்பு என்கிட்ட கிடையாது. ராயப்பேட்டைல சொர்ணண்ணன் வீட்டுல தங்கியிருந்தேன். ஆபீஸுக்குத் தினம் நடந்துதான் போவேன். மாசம் 135 ரூபாய் சம்பளம். அதுல 75 ரூபாயை வீட்டுக்கு அனுப்பிடுவேன். மீதி 60 ரூபாய் என் செலவுக்கு. அது போதாது. வேலையோடேயே தொலைநிலைப் படிப்புல வேற சேர்ந்துட்டேன்.

சரி, இங்கே பகுதிநேர வேலை என்ன கிடைக்கும்னு பார்த்தேன். என்விஎஸ் பட்டணம் பொடி நிறுவனத்துல வேலை கிடைச்சுது. காலையில் 5 மணிக்கெல்லாம் எந்திருச்சு ஓடுவேன். 8 மணி வரைக்கும் வேலை. மாசம் 50 ரூபாய் கிடைக்கும். அவர் டிக்டேட் பண்ணுவார். அதை டைப் அடிச்சுக் கொடுக்கணும். கமிஷனர் ஆபீஸ்லேயும் வேலைக்குக் குறைவிருக்காது. பல நாட்கள் அங்கேயே தங்கி வேலை பார்க்க வேண்டியிருக்கும். 1965 இந்தி ஆதிக்க எதிர்ப்புப் போராட்டம் நடந்தப்போ வேலைப் பளு தாங்காம ஓடிப்போன ஆட்களெல்லாம் உண்டு. தினம் ஆயிரக்கணக்கான கைதுகள் நடக்கும். எல்லாரோட விவரமும் அடிச்சு சேகரிக்கணும். முதல் நாள் காலையில ஆரம்பிச்சு மறுநாள் மதியம் வரைக்கும் ஒண்ணுக்குப் போகக்கூட எழுந்திரிக்காம வேலை பார்த்த நாளெல்லாம் உண்டு. பத்து, பதினஞ்சாயிரம் பேரைப் பட்டியல்ல அடிக்கணும்னா..! அப்படி வேலை பார்த்ததுக்காக ரிவார்டெல்லாம் வாங்கியிருக்கேன். அப்புறம் தமிழ் ஷார்ட்ஹேண்ட் பாஸ் பண்ணினேன். அதுதான் இன்னிக்கு இந்த இடத்துல உட்கார வெச்சிருக்கு.

கருணாநிதிக்கு எப்படி அறிமுகமானீர்கள்?

அவர் கூட்டத்தை போலீஸ் ரிப்போர்ட் பண்ணுறதுக்காக என்னை அனுப்பியிருந்தாங்க. அப்போது அவர் எதிர்க்கட்சி வரிசையில இருக்கார்.

பேச்சை நான் எடுத்திருந்த குறிப்பின் அடிப்படையில அவர் மேல கேஸ் விழுந்துச்சு. அப்போ அவர் பேச்சை நான் எடுத்த குறிப்போட ஒரு பிரதியை அவருக்கும் அனுப்பியிருக்காங்க. படிச்சுப் பார்த்தவர், "என் பேச்சை ஒரு மனுஷன் அப்படியே எழுதியிருக்காரே!"னு ஆச்சரியமாயிருக்கார். அப்போ அவர்கிட்ட தமிழ் ஷார்ட்ஹேண்ட் எழுத ஆள் கிடையாது. திமுக ஆட்சிக்கு வந்தவுடனே நான் யார்னு கண்டுபிடிச்சுட்டார். "உன்னைப் பொதுப்பணித் துறை அமைச்சர் பார்க்கணும்னு சொன்னாருப்பா"னு சேதி வந்துச்சு. நான் பயந்துட்டேன். கோபாலபுரம் வீட்டில் வந்து பார்த்தேன். "எனக்கு பிஏ வேணும். வந்துடுறியாய்யா?"ன்னார். நான் மறுத்துட்டேன். ஏன்னா, அப்போ என் சம்பளம் போலீஸ்ல 240 ரூபாய் ஆயிருந்துச்சு. அவருக்குக் கீழ வந்தா அது 140 ரூபாய் ஆயிடும். "கஷ்டப்படுற குடும்பம் ஐயா"ன்னேன். "சரி, போ"ன்னுட்டார்.

அப்புறம் எப்படிச் சேர்ந்தீர்கள்?

எங்க அப்பா கோதண்டபாணி திககாரர். அவருக்குத் தலைவரைத் தெரியும். ஒருமுறை திருவாரூர் பக்கம் போனப்போ எங்கப்பாவைப் பார்த்திருக்கார். "உங்க பையனை பிஏவா வெச்சிக்கலாம்னு கூப்பிட்டா, 'வர மாட்டேன்'னு போயிட்டான்!" என்று அவரிடம் சொல்லியிருக்கிறார் தலைவர். எங்கப்பா உடனே எனக்குக் கடிதம் போட்டார். "பணம் பெருசில்லடா தம்பி, அவரு பெரிய மனுஷன். அவருக்கு உதவியா இருக்குறது பெரிய காரியம்"னு எழுதியிருந்தார். அப்பாவுக்குப் பயந்துகிட்டு திரும்பவும் கோபாலபுரம் வந்தேன். "என்னய்யா, அன்னிக்கு வரலைன்னு போன?"ன்னாரு தலைவர். "எங்க அப்பா கடிதம் எழுதியிருக்காருய்யா"ன்னேன். "சரி, ஏற்பாடு பண்றேன்"னார். ஆனா, அதுக்குள்ளேயே அவர் வேற ரெண்டு பேரை வேலைக்கு எடுத்துட்டார். அதனால, "முதல்ல சட்டமன்றத்துக்கு மாறிக்கோ. சமயம் பார்த்து எடுத்துக்குறேன்"னார். ஒரு வருஷம் அப்படிப் போச்சு. அண்ணா மறைஞ்ச சமயம், என் தங்கச்சி கல்யாணத்துக்காக லீவுல ஊருல இருக்கேன். 'லீவ் கேன்சல். ஜாயின் சீஃப் மினிஸ்டர் ஆபீஸ் அஸ் பிஏ'னு தந்தி வந்துச்சு. உடனே, சென்னைக்கு ஓடி வந்துட்டேன். 16.2.1969 அன்னிக்குத் தலைவர்கிட்ட சேர்ந்தேன். 50 வருஷம் நெருங்குது!

இடையிடையே ஆட்சி மாறினபோதும் எப்படி நீங்கள் அவரிடமே தொடர்ந்தீர்கள்?

வேலைக்குச் சேர்ந்தப்போவே மூணு பிஏக்கள்ல நான்தான் ஜூனியர். குட்டி பிஏன்னு பேர் ஆயிடுச்சு. அம்மா (தயாளு), சின்னம்மா (ராசாத்தி) ரெண்டு பேருமே பிரியமா இருப்பாங்க. 1976–ல் ஆட்சி போச்சு. எல்லாரும் அவர்கிட்டேயிருந்து விலகிட்டாங்க. நான் மட்டும் தினம் வீட்டுக்கு வந்துகிட்டிருந்தேன். தலைவர் கூப்பிட்டு, "நீ அரசாங்க வேலையை ரிஸைன் பண்ணிடு"ன்னார். "சரிங்கய்யா"ன்னு நானும் சொல்லிட்டேன். "பாவம் சின்ன வயசு. இவரு வயசுக்கு செகரட்ரி வரைக்கும் ஆகலாம் மாமா; வேலையை விடச் சொல்ல வேண்டாம். எதிர்க்கட்சித் தலைவருக்கும் ஒரு பிஏ வெச்சிக்கலாம்

"எனக்கு சுகாதாரத் துறை
அமைச்சகம் வேணும். அதனால,
நான் ஷூட்டிங்குலேர்ந்து திரும்புற
வரைக்கும் அமைச்சரவையை அறிவிச்சுட
வேணாம்"னு தகவல் அனுப்பினார்
எம்ஜிஆர். பலர் "கூடாது"ன்னாங்க.
"அமைச்சரவையைக் கொடுத்துடலாம்;
ஆனா, சினிமாவை அவர் விட்டுடணும்"னு
முடிவெடுத்தாங்க. "அப்ப முடியாதுன்றாங்க,
அப்படித்தானே!"ன்னு
கோபமா கேட்டார் எம்ஜிஆர்.

மாமா. அந்த இடத்துக்குச் சண்முகநாதனைக் கேட்டு வாங்கிடுவோம்"னு மாறன் சொன்னாரு. அவருக்கு என் மேல ரொம்பப் பிரியம் உண்டு. கோபம் வரும். திட்டுவாரு. ஆனா, ரொம்பப் பிரியமா இருப்பார். எல்லாருமே வீட்டுல ஒருத்தனாத்தான் பார்ப்பாங்க. ஆனா, முதல்வரா இருந்த எம்ஜிஆர் வேற கோபத்துல 'முடியாது'ன்னு கோளாறு கொடுத்தார். தலைவருக்குக் கோபம் வந்திருச்சி. அப்படின்னா, "எனக்கு எதிர்க்கட்சித் தலைவர் பதவியே வேண்டாம்"னு சொல்லிவிட்டார். நாஞ்சிலாருக்கு விஷயம் தெரிஞ்சு எம்ஜிஆர் கிட்ட பேசினார். "இதையெல்லாம் மறுத்தால் பெரிய கெட்ட பெயர் வந்து விடும்"னு அவர் சொல்லவும் எம்ஜிஆர் ஏத்துக்கிட்டார்.

எம்ஜிஆருக்கு உங்கள் மேல் என்ன கோபம்?

திமுகல அவரு இருந்தப்போ என்னை எம்ஜிஆருக்கு ரொம்பப் பிடிக்கும். கல்யாணம் ஆனவுடனே என்னையும் மனைவியையும் அழைச்சு விருந்தெல்லாம் கொடுத்தார். ஒன்பது வெள்ளி டம்ளர் பரிசளிச்சார். அவர் முதலமைச்சர் ஆனதும் நான் அவருக்கு பிஏவாக இருக்கணும்னு கூப்பிட்டு அனுப்பினார். அது என்ன கணக்குன்னா, தலைவருக்கு யாரெல்லாம் பலமா இருக்காங்களோ, அவங்களையெல்லாம் தன் பக்கம் இழுத்துடணும்கிற கணக்கு. நான் மறுத்துட்டேன். இதை அவரால ஏத்துக்க முடியலை. அதற்கு இந்தச் சந்தர்ப்பத்தை அவர் பயன்படுத்த நெனைச்சார்.

எம்ஜிஆரிடம் பழிவாங்கும் குணம் உண்டா?

எம்ஜிஆர்கிட்டேயும் உண்டு. பின்னாடி ஜெயலலிதாகிட்டேயும் உண்டு. ரெண்டு பேரோட பழிவாங்கல் கதைகளும் நிறைய உண்டே! என்ன, யாரும் எழுத மாட்டாங்க! என்னையே சும்மா விடலையே எம்ஜிஆர்? எனக்கு எந்தச் சம்பந்தமும் இல்லாம பால் கமிஷன்ல தொடர்புபடுத்தி, ஏதோ ஒரு

கொள்ளைக்காரனைக் கைதுசெய்யுற மாதிரி என்னை அவர் ஆட்சியில நடத்தினாங்க. அப்போ போலீஸ் மிதிச்சதுல அடிபட்ட எங்கப்பா பிழைக்கலையே! பழிவாங்குற எண்ணத்துலதானே தலைவர் தன்னோட சொந்த வீடு மாதிரி அன்றாடம் போய்ப் பார்த்துப் பார்த்துக் கட்டின புதிய தலைமைச் செயலகம் கட்டிடத்தை மருத்துவமனையா மாத்தினாங்க ஜெயலலிதா!

எம்ஜிஆர் – கருணாநிதி பிளவின்போதெல்லாம் நீங்கள் பக்கத்தில் இருந்திருக்கிறீர்கள். என்ன நடந்தது என்று சொல்லுங்களேன்...

ரெண்டு பேருக்கும் இடையில ரொம்ப அன்னியோன்னியமான ஒரு உறவு இருந்துச்சு. பல விஷயங்கள்ல மாறுபாடும் இருந்துச்சு. கட்சியோ அரசு நிர்வாகமோ தலைவரைப் பொறுத்தவரைக்கும் ரொம்ப சீரியஸா அணுகுவார். உதாரணமா காலம் தவறாமை. சட்டமன்றக் கூட்டங்களுக்கு உழைக்கிறது எல்லாம் பாத்தீங்கன்னா, பரீட்சைக்குப் போற மாணவன் மாதிரிதான் தயாராவார். எம்ஜிஆர் அப்படிக் கிடையாது. கூட்டம் நடந்துக்கிட்டிருக்கும்போது தாமதமா பாதியில வந்து கவனத்தைத் திசைதிருப்புறதெல்லாம் நடந்திருக்கு. "பொதுக்கூட்டங்களில் நான் பேசுவதாக இருந்தால், அந்தக் கூட்டத்தில் என்னை அல்லாது வேறு எப்படிப்பட்ட சிறந்த பேச்சாளராக இருந்தாலும் சரி, தத்துவவாதியாக இருந்தாலும் சரி, அந்தக் கூட்டத்தில் நான் மேடைக்கு வந்ததும் பிறருடைய பேச்சு தடைபடும் அளவுக்கு மக்களிடையே ஒரு எழுச்சி உண்டாகும். பேச்சாளர் பிறகு பேச முடியாமல் போய்விடும்" என்பதை எம்ஜிஆரே எழுதியிருக்காரே!

தெற்கிலிருந்து ஒரு சூரியன்

எம்ஜிஆர் இறந்த இரவு
முழுக்கக் **கண்ணீர்** வடிச்சார்.
நானே அழுதேன் சார்.
அரசியல் வேற -
அன்பு வேறல்ல!

ஆனா, இதற்கெல்லாம் அப்பாற்பட்டும் ரெண்டு பேருக்கும் மத்தியிலேயும் மதிப்பும் அன்பும் இருந்துச்சு. பிரிஞ்சு போய்க் கட்சி ஆரம்பிச்சதுக்கு அப்புறம்கூட, காரில் எம்ஜிஆர்கூடப் போகும்போது ஒருத்தர் பேச்சுவாக்குல 'கருணாநிதி'ன்னு சொல்லப்போவ, "கலைஞரை என் முன்னாடி கருணாநிதின்னு சொல்ல உனக்கு எவ்வளவு தைரியம் ?"னு கேட்டு, பாதி வழியில வண்டிலேர்ந்து அவரை இறக்கிவிட்டிருக்கார் எம்ஜிஆர். தலைவர்கிட்டேயும் யாரும் எம்ஜிஆர் தொடர்பா தப்பாப் பேச முடியாது. இதெல்லாம் உண்டு. ஆனா, என்னாச்சுன்னா திமுகவோட எழுச்சி வட இந்தியக்காரங்களைப் பெரிசா அச்சுறுத்துச்சு. மாநில சுயாட்சி முழக்கத்தைத் தலைவர் கையில எடுத்தப்போ அடுத்தடுத்து பஞ்சாப், வங்கம்னு எல்லா இடங்கள்லேயும் எதிரொலிக்க ஆரம்பிச்சுச்சு. காங்கிரஸுக்கு உள்ளேயேகூட பல முதல்வர்கள் பேச ஆரம்பிச்சாங்க. அதே மாதிரி பிராமணர் – பிராமணரல்லாதோர் அரசியல் ஒரு தேசிய விவாதமா மாறுச்சு.

திமுகவோட வளர்ச்சி இந்தியா முழுக்க மாநிலக் கட்சிகள், கீழ்நிலைச் சமூகங்களோட எழுச்சிக்கு வழிவகுத்துடும்; அதனால அதுக்கு அணை போடணும்னு நெனைச்சாங்க. பலரையும் குறிவெச்சவங்க. அண்ணா இருக்கும் போதே எம்ஜிஆரை வருமான வரித் துறையை வெச்சி நெருக்கிட்டாங்கன்னு பேச்சு வந்துடுச்சு. அண்ணா இருக்கும்போதுதானே 1964–ல மேலவை உறுப்பினர் பதவியை எம்ஜிஆர் ராஜினாமா செய்றார்... அதேசமயத்துலதானே 'காமராஜர் என் தலைவர், அண்ணா என் வழிகாட்டி!'னு பேசுறார்... அண்ணா மறைவுக்குப் பின்னாடி எம்ஜிஆருக்கான நெருக்கடிகள் அதிகரிச்சதுதான் பிளவோட மையம். கணக்குக் கேட்டது, தலைவர் மேல குற்றஞ்சாட்டினது எல்லாம் வெளிப்பூச்சுல நடந்தது. அப்பவும்கூட எம்ஜிஆரை நீக்குற முடிவைத் தலைவர் எடுக்கலை. சுத்தி இருந்தவங்க முந்திக்கிட்டு செஞ்ச வேலைதான் நீக்கத்துக்கு வழிவகுத்துச்சு.

கொஞ்சம் விளக்க முடியுமா ?

எப்படி அதுன்னா, 1971–ல ஜெயிச்சப்போ, "எனக்கு சுகாதாரத் துறை அமைச்சகம் வேணும். அதனால நான் ஷூட்டிங்குலேர்ந்து திரும்புற வரைக்கும்

அமைச்சரவையை அறிவிச்சுட வேணாம்"னு தகவல் அனுப்பினார் எம்ஜிஆர். ப.உ.சண்முகம் வீட்டுல எல்லாரையும் கூட்டி இதுபத்தி ஆலோசனை கேட்டார் தலைவர். பலர் "கூடாது"ன்னாங்க. ஏன்னா, "அது ரொம்ப முக்கியமான துறை; எதாவது சின்ன தப்பு நடந்துட்டாலும் அவருக்கு சினிமாலதான் அக்கறை; இது சும்மான்னு எதிர்க்கட்சிங்க பிரச்சாரம் பண்ணுவாங்க; கழகத்துக்குப் பேரை அது கெடுத்துடும்"னு பலரும் சொன்னாங்க. கடைசியா "அமைச்சரவையைக் கொடுத்துடலாம்; ஆனா, அமைச்சரவையில இருக்குறப்போ சினிமாலேர்ந்து ஒதுங்கி இருக்கணும்"னு முடிவெடுத்தாங்க. அந்த முடிவை நான்தான் எம்ஜிஆர்கிட்ட கொண்டுபோய்ப் படிச்சுக் காண்பிச்சேன். "அப்ப முடியாதுன்றாங்க, அப்படித்தானே!"ன்னு கோபமா கேட்டார்.

அடுத்து, ஜெயலலிதாவை மதுரைக் கூட்டத்துல கட்சிக்குள்ள கொண்டு வரணும்னு நெனைச்சார். அதுக்கும் கட்சிக்குள்ள எதிர்ப்பு இருந்துச்சு. இதுக்கெல்லாம் தொடர்ச்சியாகத்தான் திருக்கழுக்குன்றம் பொதுக்கூட்டத்தில் கணக்கு கேட்டு அவர் பேசினார். பெரிய களேபரம் ஆச்சு. என்ன முடிவு எடுக்குறதுன்னு கூடிப் பேசினாங்க. பெரும்பாலானவங்க கட்சியை விட்டு எம்ஜிஆரை நீக்கணும்னாங்க. தலைவருக்கு மனசில்லை. தவிச்சார். பேச்சு போய்க்கிட்டே இருந்துச்சு. "சரி, இன்னிக்கு ஆற விட்டு நாளைக்குப் பேசிக்கலாம்"னு சொல்லிக் கூட்டத்தை அவர் முடிச்சப்போ, "நீங்க இப்படி இழுப்பீங்கன்னு சொல்லித்தான் நான் நியூஸை அனுப்பிட்டேன்"ன்னார் நாவலர். அதாவது, வெளியில நின்ன பத்திரிகையாளர்கள் மத்தியில "எம்ஜிஆர் மேல நடவடிக்கை எடுத்துட்டோம்"னு செய்தி போயிட்டு. தலைவர் பதறிப்போய் "என்ன இப்படிச் செஞ்சுட்டீங்க!"ன்னு சொல்லி, "ஓடிப்போய் செய்தியை நிறுத்துப்பா"ன்னு என்னை அனுப்பினார். ஆனா, அதுக்குள்ளேயே செய்தியை டெல்லிக்கு அனுப்பியாச்சுன்னுட்டார் பிடிஐ நிருபர் வெங்கட்ராமன்.

எம்ஜிஆர் வெளியேற்றத்துக்காக கருணாநிதி என்றைக்காவது வருந்தியிருக்கிறாரா?

நாவலர் அவசரப்பட்டிருக்கக் கூடாதுன்னு சொல்வார். ஆனா, "கட்சியை விட்டு வெளியேத்தாம இருந்திருந்தாலும் ரொம்ப நாளைக்கு எம்ஜிஆர் நீடிச்சுருக்க மாட்டார். கட்சி பிளவுபட்டதுல டெல்லியின் சதி இருந்தது"ன்னு தலைவர் பலமுறை சொல்லியிருக்கிறார்.

அதற்குப் பின் திமுக – அதிமுக இணைப்பு சம்பந்தமாக எப்போது முதல் பேச்சு தொடங்கியது?

கட்சி பிரிஞ்சு எம்ஜிஆர் போய்ட்டாரே தவிர, அதிமுகன்னு ஒரு கட்சி நீடிச்சதுல தலைவருக்கு வருத்தம் இருந்ததில்லை. அது அழியணும், வீணாப் போகணும்னு அவர் நெனைச்சதில்லை. திராவிட இயக்கத்துலேர்ந்து வந்த ரெண்டுல ஒரு கட்சிதான் ஆட்சியில இருக்க முடியும்கிற சூழல் ஏற்பட்டதுல ஒரு சந்தோஷம் அவருக்கு இருந்துச்சு. 1979–ல ஒரு இணைப்பு முயற்சி நடந்துச்சு. பிஜு பட்நாயக் மத்தியஸ்தம் செஞ்சார். ரெண்டு பேரும் பேசினாங்க.

எதிர்க்கட்சித் தலைவராத்தான்
அவரை எனக்கு ரொம்பப் பிடிக்கும்.
முதல்வரா இருக்குறப்போ அவரு
கை கட்டப்பட்ட மாதிரி இருக்கிறதா
தோணும். எதிர்ப்புகள் மத்தியிலதான்
விசுவரூபமெடுத்து நிற்பார்!

கிட்டத்தட்ட எல்லாம் முடிஞ்சிடுச்சுன்னு நெனைச்சோம். மறுநாளே வேலூர் கூட்டத்தில் வேறு மாதிரி பேசினார் எம்ஜிஆர். இடையில் என்ன நடந்துச்சுன்னு தெரியலை. அதே மாதிரி அவரோட இறுதிக் காலத்துல அப்படி ஒரு சூழல் நெருங்குச்சு. ஆனா, அவரைச் சுத்தி இருந்தவங்க அதை விரும்பலை.

முதல்வர் கருணாநிதி – எதிர்க்கட்சித் தலைவர் கருணாநிதி. ஒப்பிடுங்கள்...

எந்தப் பதவியில இருந்தாலும் சரி, இல்லாவிட்டாலும் சரி; காலையில 4.30 மணிக்கு எழுந்துடுவார். நான் காலையில 7.30 மணிக்கு இங்கே வருவேன். அதுக்குள்ள எல்லாப் பத்திரிகைகளையும் படிச்சுட்டு, உடற்பயிற்சி முடிச்சிக் குளிச்சுட்டு, 'முரசொலி' கடிதம் முடிச்சுட்டுத் தயாராகிடுவார். நாளெல்லாம் வேலை முடிச்சு இரவு படுக்கைக்குத் திரும்ப 11 மணி ஆயிடும். அப்புறம்தான் நான் வீட்டுக்குக் கிளம்புவேன். அப்புறமும் 12 மணி வரைக்கும் ஏதாவது வாசிச்சுட்டுதான் படுப்பார். சட்டமன்றம் அவரைப் பொறுத்தமட்டுல ரொம்ப முக்கியமான இடம். ஆளுங்கட்சியா உட்கார்ந்திருந்தாலும் சரி, எதிர்க்கட்சியா உட்கார்ந்திருந்தாலும் சரி; பள்ளிக்கூடப் பரீட்சைக்குப் போற மாணவன் மாதிரிதான் தயாராவார். இரவெல்லாம் படிப்பார். அதுவும் பட்ஜெட் சமயம்னா கேட்கவே வேணாம். அவரு வேகத்துக்கு ஈடுகொடுக்கத் திணறணும். உரைகளை டிக்டேட் பண்ணும்போது ஏதோ இன்னொரு ஆள் அவருக்குள்ளே புகுந்துகிட்ட மாதிரி இருக்கும். உண்மையான ஆவேசம் இருக்கும்.

சமத்துவபுரம், அனைத்துச் சாதியினரும் அர்ச்சகராகலாம் சட்டம், உள்ளாட்சியிலேயும் அரசுப் பணிகள்லேயும் பெண்களுக்கு இடஒதுக்கீடு, உள்ஒதுக்கீடு இதையெல்லாம் கொண்டுவந்த தருணங்கள்ல அவ்ளோ பெருமிதமா இருந்தார். அந்த சந்தோஷத்தை நம்மளையும் தொத்திக்க வைப்பார். தமிழ்நாடு எல்லாத்துலேயும் முதல்ல வரணும்; சமூக நீதியைக் கொண்டுவரணும்... அதான் அவருக்கு! அதே மாதிரி இக்கட்டான சமயங்கள்ல அதிகாரிகள் சொல்லைக் கேட்டுக்கிட்டு உட்கார்ந்திருக்க மாட்டார். நேரம் காலம் பார்க்காம நேரடியாப் புறப்பட்டுடுவார். வெள்ளத்துல புழல் ஏரி

222 தமிழ் திசை

உடைஞ்சுடும்கிற சூழல்னு ஒருமுறை தகவல் வந்தப்போ அதிகாலை 4 மணிக்கு எழுந்து ஓடினார். முதல்வரே இப்படி ஓடி வந்தா அதிகாரிங்க எப்படிச் சும்மா இருக்க முடியும்? அத்தனை பேரும் மெனக்கெட்டு, ஒரு பெரிய படையையே இறக்கிப் பெரிய வெள்ள அபாயத்துலேர்ந்து சென்னையைக் காப்பாத்தினார். அப்போ 'தினமணி'யில் 'தூங்காத கருணாநிதி!'ன்னு ஒரு தலையங்கம்கூட எழுதியிருந்தாங்க. அப்படி ஒரு அக்கறையைக் காட்டுவார். ஆனா, இவ்வளவையும் தாண்டி எதிர்க்கட்சித் தலைவராத்தான் அவரை எனக்கு ரொம்பப் பிடிக்கும். முதல்வரா இருக்குறப்போ அவரு கை கட்டப்பட்ட மாதிரி இருக்கிறதா தோணும். எதிர்க்கட்சித் தலைவரா இருக்குறப்போ இன்னும் கூடுதல் துடிப்போடும் படைப்பூக்கத்தோடும் இருப்பார். தலைவரோட முழு சொரூபத்தைப் பார்க்கணும்னா போராட்டக் காலங்கள்ல பார்க்கணும். எதிர்ப்புகள் மத்தியிலதான் விசுவரூபமெடுத்து நிற்பார்.

1970–களில் மாநில சுயாட்சி விவகாரத்தில் அவர் அவ்வளவு தீவிரமாக இறங்கியதற்கு எது உந்துசக்தியாக இருந்தது?

திராவிட நாடு கேட்டு உருவான கட்சி சார் இது. அது இல்லைன்னு ஆனப்போ இங்கே உள்ள தமிழர்கள் சுயாதீனமா தங்களோட வாழ்க்கையைத் தாங்களே தீர்மானிக்குறதுக்கு அடுத்த நிலையில இருந்த தீர்வு மாநில சுயாட்சி. இயக்கத்தோட மைய நோக்கமா மாநில சுயாட்சியை அண்ணா வளர்த்தெடுத்தார். நிறைய மாற்றங்களைக் கொண்டுவரணும்னு நெனைச்சு ஆட்சிக்கு வந்தவங்களுக்கு, மாநில அரசுகளோட கையில ஒண்ணும் இல்லைங்கிறதுதான் ஆட்சிக்கு வந்த பின்னாடி தெரிஞ்சுச்சு. அண்ணா வழி வந்ததாலேயும் 1971 தேர்தல்ல பெரிய வெற்றியைத் திமுகவுக்குத் தமிழக மக்கள் கொடுத் திருந்ததாலேயும் மாநில சுயாட்சியை அந்த ஆட்சிக் காலகட்டத்துலேயே அடைஞ்சுடணும்னு ஒரு உத்வேகம் அன்னிக்கு இருந்துச்சு. அப்புறம் மாநில அரசு எல்லாத்துக்கும் டெல்லிக்கு முன்னாடி கைகட்டி நிக்க வேண்டியிருந்தது வேற கோபத்தை உண்டாக்குச்சு. சுதந்திர தினத்தையொட்டி கோட்டையைச் சுத்தி வளர்ந்திருந்த புதரைச் சுத்தப்படுத்தச் சொன்னார் தலைவர். "இது ராணுவத்துக்குச் சொந்தமான கட்டிடம். மத்திய அரசைக் கேட்காமல் நாம் வெள்ளைகூட அடிக்க முடியாது"ன்னு சொன்னாங்க அதிகாரிகள். தமிழ்நாட்டு மக்களோட முழு ஆதரவைப் பெற்ற ஒரு முதலமைச்சருக்கு அந்த மாநிலத்தோட தலைமைச் செயலகத்தைச் சுத்தப்படுத்துறதுக்குக்கூட டெல்லிகிட்ட அனுமதி கேட்கணும்னா இது அக்கிரமம் இல்லையா? அதிகாரம் இல்லாத பதவியை வெச்சிக்கிட்டு மக்களுக்கு என்ன செய்ய முடியும்கிற கோபம்தான் மாநில சுயாட்சிக் கோரிக்கைக்கான உந்துசக்தி. அப்பவே தலைமைச் செயலகத்துக்கு ஒரு புதுக் கட்டிடம் கட்டணும்னு தலைவர் முடிவெடுத்துட்டார். அடுத்தடுத்த ஆட்சி மாற்றங்கள்ல அது முடியாமப்போச்சு. 2006–ல ஆட்சிக்கு வந்தப்போ இந்த முறை எப்படியாவது கட்டிடணும்னுதான் புதிய தலைமைச் செயலகத்தைக் கட்டினார். அது எத்தனை வருஷக் கனவுன்னு ஜெயலலிதாவுக்குத் தெரியும்; அதனாலதான், அதை மருத்துவமனையாக்கிச் சிதைச்சார்!

புதிய தலைமைச் செயலகக் கட்டிடத்தை மருத்துவமனையாக்கி ஜெயலலிதா அறிவித்தபோது, கருணாநிதி என்ன மனநிலையில் இருந்தார்?

மனசுக்குள்ள கவலை, கோபம் எல்லாம் இருக்கும். ஆனால், வெளிக்காட்டிக்க மாட்டார். பொதுவா ஒரு குணம் உண்டு அவருகிட்ட. தனிப்பட்ட விஷயங்கள் அவரை ரொம்பத் துளைக்காது. பொது விஷயங்கள்தான் கடுமையா பாதிக்கும். எனக்குத் தெரிஞ்சு அவரைக் கடுமையா பாதிச்ச விஷயங்கள்னா இலங்கைத் தமிழர்கள் பிரச்சினை, அண்ணா, எம்ஜிஆர், முரசொலி மாறனோட மரணங்கள்.

எம்ஜிஆர் மரணமுமா?

ஆமா சார். அவர் மருத்துவமனையில இருந்தப்போ 'நானும் பிரார்த்திக்கிறேன்'னு எழுதினாருல்ல... அப்பவே டிக்டேட் செய்யும்போது கண்ணெல்லாம் கலங்கும். எம்ஜிஆர் இறந்த இரவு முழுக்கக் கண்ணீர் வடிச்சார். நானே அழுதேன் சார். அரசியல் வேற – அன்பு வேறல்ல!

கட்சியின் வெற்றி – தோல்விகளை கருணாநிதி எப்படி எடுத்துக்கொள்வார்?

ரெண்டுக்குமே பெரிசா சந்தோஷத்தையோ சோகத்தையோ வெளிப்படுத்த மாட்டார். கட்சி தோத்துடுச்சுன்னா சோகமா வர்ற கட்சிக்காரங்களை உற்சாகப்படுத்துறவரா அவர்தான் இருப்பார். தோத்துட்டா, "எங்கே தப்பு நடந்துருக்கு, ஓட்டையை எப்படி அடைக்குறது, கட்சியை எப்படி வளர்க்குறதுன்னுதான் பார்க்கணுமே தவிர, அதுக்காக வருத்தப்பட்டு உட்கார்ந்திருக்கிறதுல எந்த அர்த்தமும் இல்லை"னு சொல்வார். ஜெயிக்கும் போது, "பதவி வரலைய்யா, பொறுப்பு வந்துருக்கு; இனிமே இன்னும் கவனமா நடந்துக்கணும்"னு கட்சிக்காரர்கள்கிட்ட சொல்வார். ஸ்டாலின் மேயரா ஜெயிச்சப்போகூட அதைத்தான் சொன்னார். திமுகவோட வரலாற்று வெற்றின்னா அது 1971 தேர்தல் வெற்றிதான். 184 சீட் ஜெயிச்சது. இரவு 2 மணி வரை வெற்றி அறிவிப்புகள் வந்துகிட்டே இருந்துச்சு. அப்போகூட, "போதும்பா. இதுக்கு மேல ஜெயிச்சி என்ன பண்ணப்போறோம்! எதிர்க்கட்சினு வேணாமா!"ன்னுதான் கேட்டார். தோல்வின்னு வந்தா உடனே அவருக்கு மக்களைப் பார்க்கணும். தெம்பாயிடுவார்!

கருணாநிதியின் டிக்டேஷனில் நிறைய எழுதியிருக்கிறீர்கள். எது உங்களுக்குத் தனிப்பட்ட வகையில் பிடித்தது?

அவரோட சுயசரிதையான 'நெஞ்சுக்கு நீதி'. பல சமயங்கள்ல அவர் சொல்லும்போது கண்ணீர் வந்துடும். எவ்வளவு கஷ்டங்களைத் தாண்டி வந்திருக்கார்! மறக்க முடியாத இன்னொரு அனுபவம், 1971–ல் கண் சிகிச்சைக்காக அமெரிக்கா போனப்போ, ஆர்லந்தோ ஏரிக்கரையிலேயே உட்கார்ந்து அங்கே பார்த்த நீரூற்றைப் பத்தி ஒரு கவிதை எழுதினார். அதை என்னிடம் போனில் டிக்டேட் செஞ்சார். பத்துத் தடவை திருப்பித் திருப்பிப் படிச்சிக் காட்டச் சொல்லி அதை 'முரசொலி'யில் போட்டார். பர்ஃபெக்ஷனுக்கு அவர் கொடுக்குற உழைப்பு ஒப்பிடவே முடியாதது. 1989–ல ஆட்சிக்கு

224 தமிழ் திசை

வந்ததுக்கு அப்புறம் கம்ப்யூட்டரைப் பயன்படுத்தக் கத்துக்கிட்டேன். அதுல அவருக்குக் கூடுதல் சந்தோஷம்.

அவர் பேசிய கூட்டங்களில் எது பிடித்தமானது?

அய்யய்யோ, அது நிறைய இருக்கே! அந்த அனுபவங்களே தனி! தேர்தல் நேரத்துல ஒசூர்ல சாயந்திரம் பிரச்சாரத்தை ஆரம்பிப்பார்; காலையில கிருஷ்ணகிரியில் வந்து, "அதோ உதித்துவிட்டான் உதய சூரியன்!"னு முடிப்பார். இப்போ மாதிரி நேரக் கட்டுப்பாடெல்லாம் அப்போ கிடையாதுல்ல! திருச்சியில ஆரம்பிச்சி, கன்னியாகுமரியில முடி ப்போம். இடையில 100 இடங்கள்ல எல்லாம் பேசியிருக்கார். வண்டியில ஒரு ஊருக்கும் இன்னொரு ஊருக்கும் இடையில ரெண்டு ரெண்டு நிமிஷம் தூங்கி முழிப்பார். பல சமயம் அதுவும் கிடையாது. சுவாரஸ்யமா பேச்சுக் கொடுத்துக்கிட்டே வருவார். ஊர் வந்ததும் தூங்கிக்கிட்டு இருந்தோம்னா தலையில குட்டு விழும். "நாம தூங்கிட்டா நாடும் தூங்கிடும்யா"ம்பார். 1991–லன்னு நெனைக்கிறேன்... அலகாபாத்துலேயும் பாட்னாவுலேயும் பேசினார். "நான் ஒரு தேசவிரோதி. உங்களைச் சந்திக்க வந்திருக்கிறேன்"னு ஆரம்பிக்கிறார். அடுத்து ராமரைப் பத்தி. நான் அரண்டுபோன கூட்டங்கள் அவை.

இறுதிப் போர் நடந்தப்போ தவிச்சுப்போனார். சிதம்பரம், பிரணாப் முகர்ஜி ரெண்டு பேரும் உறுதியா பேசுனதாலதான் நம்பி உண்ணாவிரதத்தை நிறுத்தினார். பிரபாகரன் இறந்த செய்தி வந்த அன்னிக்கெல்லாம் உடைஞ்சுட்டார்!

இந்திரா காந்தியில் தொடங்கி மன்மோகன் சிங் வரையிலான பிரதமர்களில் அவருக்கு நெருக்கமாக இருந்த பிரதமர் யார்?

நெருக்கடிநிலைக்கு அப்புறம் ஆட்சிக்கு வந்தபோது இந்திராவே தலைவர் சொல்றதுக்கு நிறைய மதிப்பளிச்சு செஞ்சுருக்கார். ஏனைய எல்லாத் தலைவர் களையும் வரவேற்பறையில சந்திக்குற பழக்கம் கொண்ட மன்மோகன் சிங் இவரை மட்டும் வாசலிலேயே வந்து வரவேற்பார்; வழியனுப்புவார். அப்படி ஒரு மரியாதை எல்லோர்கிட்டேயும் இருந்துச்சுன்னாலும், அவருக்கு இதயத்துக்கு நெருக்கமா இருந்தவர் வி.பி.சிங். ஒரு ராஜ பரம்பரையில பிறந்திருந்தும் சாதி ஒழிப்புலேயும் சமூக நீதியிலேயும் அவர் காட்டின அக்கறை தான் இதுக்கான முக்கியமான காரணம். ரெண்டு பேருமே அவ்வளவு நெருக்கமா இருந்தாங்க.

அவருடைய ஒட்டுமொத்த வாழ்க்கையிலும் மிகமிக முக்கியமான ஒருவராக இருந்தவர் யார் – உங்கள் பார்வையில்?

மாறன்! ஏதோ உறவு சார்ந்து மட்டுமான நெருக்கம் இல்ல அது. கட்சி, ஆட்சின்னு எல்லாத்துலேயும் பக்கபலமா இருந்தவர் மாறன். 'மாமா, மாமா'ன்னு உயிரை விடுவார். தனக்கு மனசுல என்ன பட்டுச்சோ அதைச் சொல்லிடுவார்; தலைவர் கருத்தைப் பத்தியெல்லாம் கவலைப்பட மாட்டார். கடுமையான வாசிப்பாளி. தேசிய அரசியல் போற போக்குகளையும் கட்சி எடுக்க வேண்டிய முடிவுகளையும் பத்தி ரொம்ப நுட்பமா கவனிச்சுத் தலைவர்கிட்ட விவாதிப்பார். எதிர்க்கட்சியா இருக்கும்போது ஆளுங்கட்சியோட ஊழல்கள் கையில சிக்கும்போது அந்த ஆவணங்களெல்லாம் நூத்துக் கணக்கான பக்கங்கள்ல இருக்கும் – அதையெல்லாம் படிச்சு விலாவாரியா விளக்குவார். கட்சியோட டெல்லி முகமாகவும் சித்தாந்த முகமாகவும் ஒரு காலகட்டம் முழுக்க அவர் இருந்திருக்கார். 'மாநில சுயாட்சி'யில ரொம்பப் பிடிமானம் உள்ளவர். தப்பு பண்ணுற கட்சிக்காரங்களை உள்கட்சிக் கூட்டங்கள்ல பிடிபிடின்னு பிடிச்சுடுவார். என் மேலேயும் ரொம்பப் பிரியமா இருப்பார். மாமாவுக்கும் மருமகனுக்கும் இடையில சமயத்துல முட்டல் மோதல்

வந்துரும். போறபோக்குல என்னைத் திட்டிட்டுப் போவார் மாறன். “பாத்தியாய்யா, உன்னைத் திட்டுற மாதிரி அவன் என்னைத் திட்டிட்டுப் போறான்”னு சொல்வார் தலைவர். ஆனா, ரெண்டு பேரும் ஒருத்தரை ஒருத்தர் விட்டுக்கொடுத்துக்க மாட்டாங்க. மாறனோட மனைவிகிட்ட ஒருமுறை தலைவர் சொன்னது ஞாபகத்துக்கு வருது: “உனக்கு 35 வருஷமாத்தான் மாறனைத் தெரியும். எனக்கு அவன் பிறந்ததில் இருந்தே தெரியும்!”ன்னார். மாறனோட மரணம் தலைவரோட வாழ்க்கையில பெரிய இழப்பு. “அவன் போயிருக்கக் கூடாது; அவனுக்கு முன்னாடி நான் போயிருக்கணும்யா”னு சொல்வார். அதே மாதிரி அண்ணா மேல அவருக்கிருந்த மதிப்பு ரொம்ப உணர்ச்சிபூர்வமானது.

அண்ணா இருக்கும்போது அவரோடு நிறைய முரண்பாடுகளும் இவருக்கு இருந்தது இல்லையா?

அடிப்படையில பெரியார்கிட்டேயிருந்து உருவான ஆறுதான் தலைவர். அண்ணாவும் பெரியாரோடு வந்து கலந்த ஆறுன்னாலும் அவருக்குன்னு தனித்த பார்வை ஆரம்பத்துலேர்ந்தே இருந்துருக்கு. திமுக உருவானப்போ பெரியாரையும் தாண்டி அண்ணாகூட தலைவர் நின்னார்னா அதுக்குப் பின்னிருந்த விஷயங்களை நாம பார்க்கணும். அண்ணாவை ஒரு அண்ணனாவே தான் தலைவர் பார்த்துருக்கார். பல விஷயங்கள்ல அண்ணா முடிவெடுக்குற தருணங்கள்ல பக்கபலமா இருந்துருக்கார். சம்பத், கண்ணதாசனுக்கெல்லாம் ஏற்பட்ட கோபமே தலைவரோட பேச்சுக்கு அண்ணா பெரிய மதிப்பு கொடுக்குறார்ங்கிறதாதானே இருந்துருக்கு! அதேசமயம், சில சமயங்கள்ல முரண்படவும் செஞ்சுருக்கார். சண்டையெல்லாமும் போட்டுருக்கார். வெளிக் காட்டிக்க மாட்டார். 1959 சென்னை மாநகராட்சித் தேர்தல்ல, ‘30 இடங்கள்ல போட்டியிட்டால் போதும்’னு நெனைக்குற அண்ணாகிட்ட ‘90 இடங்கள்ல போட்டியிடுவோம்’னு சொல்லி 45 இடங்களையும் ஜெயிக்கவெச்சு மாநக ராட்சியை முதல் முறையா கைப்பற்றுகிற முடிவுக்கு இவர்தானே காரணமா இருந்திருக்கார்! ஆனா, தான் சொல்லி அண்ணா செஞ்சதையும் சரி, அண்ணாவோட முரண்பட்ட தருணங்களையும் சரி; வெளிக்காட்டிக்குற குணம் அவர்கிட்ட என்னிக்கும் இருந்தது கிடையாது. எனக்கே இதெல்லாம் அப்போ கூட இருந்தவங்க சொல்லித்தான் தெரியும். என் அனுபவத்துல அண்ணாங்கிற பெயரே அவரோட உயிரோட உணர்வுபூர்வமா பிணைஞ்சது. அண்ணா மேம் பாலம், அண்ணா பல்கலைக்கழகம், அண்ணா நூலகம் இப்படி அண்ணா பெயரிலான கட்டிடங்கள்கூட விதிவிலக்கு இல்லை. அண்ணாவை நினைவுகூராத நாளை நான் பார்த்ததில்லை.

கட்சி அளவில் அவரைப் பெரிதாக உலுக்கிய நிகழ்வு எது?

மூணு காலகட்டங்களைச் சொல்லலாம். முதலாவது, நெருக்கடிநிலைக் காலகட்டம். கட்சிக்காரங்களைக் கொத்துக் கொத்தா போலீஸ் சிறைக்கு அள்ளிக்கிட்டுப் போனதும் அவங்களைச் சித்திரவதைக்குள்ளாக்குனதும் கட்சியை முடக்குறதுக்கு எடுக்கப்பட்ட நடவடிக்கைகளும் அவரை ரொம்பப் பாதிச்சுச்சு. இரண்டாவது, இலங்கைத் தமிழர்கள் விவகாரம். வெவ்வேறு

காலகட்டத்துல அது அவரைக் கடுமையாப் பாதிச்சுதுன்னாலும், இறுதிப் போர் நடந்தப்போ தவிச்சுப்போனார். ராஜினாமா செஞ்சுடலாம்னுகூட அப்போ முடிவெடுத்தார். 'இல்லை; இப்போ பதவியிலேயும் கூட்டணியிலேயும் இருந்து கொடுக்குற அழுத்தத்தைக்கூட வெளியே போய்ட்டா இலங்கைக்குக் கொடுக்க முடியாது; இலங்கைத் தமிழர்களுக்குப் பேசுறதுக்கே ஆள் இல்லாமப் போய்டும்'னு சொல்லி பலர் அதைத் தடுத்தாங்க. சிதம்பரம், பிரணாப் முகர்ஜி ரெண்டு பேரும் உறுதியா பேசுனதாலதான் நம்பி உண்ணாவிரதத்தை நிறுத்தினார். ஆனா, எல்லாம் அவர் கைமீறி நடந்ததையும் பல்லாயிரக் கணக்கானோர் உயிரிழந்ததையும் பார்த்தப்போ துடிச்சுப் போனார். பிரபாகரன் இறந்த செய்தி வந்த அன்னிக்கெல்லாம் உடைஞ்சுட்டார். மூணாவது, அலைக்கற்றை விவகாரம். அவருக்குத் தெரியாம பல விஷயங்கள் இதுல நடந்துட்டாலும், ஒரு லட்சத்து எழுபத்து ஆறாயிரம் கோடி முறைகேடுன்னு அபாண்டமா சுமத்தப்பட்ட பழியை எல்லோரும் திரும்பத் திரும்பப் பேசிப் பெரிசாக்கி, திமுகவை முடக்குறதுக்கான பெரிய சூழ்ச்சியா இதைக் கையாண்டப்போ கடுமையா பாதிக்கப்பட்டார்.

நெருக்கடிநிலையின்போது உங்களையும் குறிவைத்தார்கள் இல்லையா?

கடுமையான நெருக்கடி கொடுத்தாங்க. வீட்டுக்கே போலீஸ்காரங்களை அனுப்பி வைப்பாங்க. திடீர்னு வீட்டுல புகுந்து, தலையணையெல்லாம் எடுத்து, "இதுக்குள்ளதான் பணத்தை ஒளிச்சி வெச்சிருந்தீங்களா?"ன்னு கேட்பாங்க. சோதனைங்கிற பேருல சித்திரவதை. அடிக்கடி வதந்தியைக் கிளப்பி உளவியல் நெருக்கடி. இப்படிப் பலதையும் செஞ்சாங்க. அதேசமயம், மத்தவங்களோட ஒப்பிடும்போது எனக்குக் குடைச்சல் கம்மின்னு சொல்லணும். தலைவருக்கு உதவியா இருந்த பலரைப் பிடிச்சுட்டுப் போய் அடிஅடின்னு அடிச்சுத் துவைச்சாங்க. கட்சிக்காரங்க பலரைச் சிறையில வெச்சு வதைச்சாங்க. போலீஸ் அடி உதையிலேயே சிட்டிபாபு செத்துப்போனார். தலைவர் கூட இருந்த பலர் அப்போ பயந்துகிட்டு வேலையை விட்டு ஓடிட்டாங்க. அப்போதான் அவருகூட இன்னும் உறுதுணையா இருக்கணும்னு எனக்குத் தோணுச்சு.

சரி, உங்கள் வீட்டில் இதையெல்லாம் எப்படி எடுத்துக்கொண்டார்கள்?

என் வீட்டுக்காரங்க பெயர் யோகம். காரைக்குடி. என்னை மாதிரி அவங்களும் கஷ்டப்படுற குடும்பத்துலேர்ந்து வந்தவங்கதான். 1971–ல் எங்க கல்யாணம் நடந்துச்சு. பெங்களூர் போய்ட்டு காரில் திரும்பி வந்துக்கிட்டிருக்கோம். தலைவர் பேச்சுவாக்குல சொல்றாரு, "அடுத்த வாரம் இந்நேரம் சண்முகநாதன் பொண்டாட்டியோட இருப்பான்." எனக்குத் திகைப்பாயிப் போச்சு. கிருஷ்ணகிரி பக்கம் ஒரு இடத்துல தலைவர் காபி குடிக்கிறதுக்காக இறங்கினாரு. அப்ப நான் நைஸா சின்னம்மாகிட்ட கேட்டேன், "ஏம்மா, தலைவரு ஏதோ கல்யாணம்னு சொன்னாரே, என்னதும்மா?" அவங்கதான் பத்திரிகை முதற்கொண்டு அடிச்சு வெச்சிட்ட தகவலைச் சொன்னாங்க. தலைவர் சொல்லி கருணானந்தம் எல்லாத்துக்கும் ஏற்பாடு செஞ்சுருந்தார். கல்யாணத்து அன்னிக்கு எனக்கு, அழகிரிக்கு, ஸ்டாலினுக்கு எல்லோருக்கும் ஒரே மாதிரி

காலையில 7 மணிக்கு வருவேன், ராத்திரி 11 மணிக்குப் போவேன். மனைவிக்கும் பழகிடுச்சு, எங்களுக்கு ரெண்டு பையன், ஒரு பொண்ணு. அவங்களுக்கும் பழகிடுச்சு! சனி, ஞாயிறு லீவு எடுத்தது இல்லை. ஒரு நல்லது கெட்டதுக்குப் போனதில்லை,

டிரஸ். சின்னம்மாவோட நகைகளை எல்லாம் பொண்ணுக்குப் போட்டு சிங்காரிச்சிருந்தாங்க. அப்போ ஆரம்பிச்சு என் குடும்பத்துல எல்லாத்துக்கும் அவர் முன்னாடி நின்னுருக்கார்.

எங்கப்பா ஆஸ்பத்திரியில இருந்தப்போ "ஏன் இன்னும் போய்ப் பார்க்கலை?"னு மொத்த குடும்பத்தையும் சத்தம் போட்டு அனுப்பிச்சார். அப்பா இறந்தப்போ முழு நாளும் கூடவே நின்னார். இப்படிப்பட்ட தலைவரோட ஏன் நிக்குறன்னு எப்படி ஒரு குடும்பம் கேட்கும்? காலையில 7 மணிக்கு வருவேன், ராத்திரி 11 மணிக்குப் போவேன். மனைவிக்கும் பழகிடுச்சு, எங்களுக்கு ரெண்டு பையன், ஒரு பொண்ணு. அவங்களுக்கும் பழகிடுச்சு! ஆட்சியில இருந்தப்போதான் ரெண்டு பசங்களும் பள்ளிக்கூடப் படிப்பை முடிச்சாங்க. அவங்க விரும்பின படிப்பு கிடைக்கலை. அதைக்கூட தலைவர்கிட்டே எடுத்துக்கிட்டுப் போகலை. "நீங்க எடுத்த மதிப்பெண்ணுக்கு என்ன படிப்பு கிடைக்குதோ அதையே படிங்க"ன்னு சொல்லிட்டேன். ரெண்டு பேருமே இன்னிக்குத் தனியார் நிறுவனத்துலதான் வேலையில இருக்காங்க. சொந்த பந்தத்துலேயேகூட "சண்முகநாதன் மிலிட்ரிமேன் மாதிரி. கடமைதான் அவனுக்கு முக்கியம்!"னு பேசுவாங்க. சனி, ஞாயிறு லீவு எடுத்தது இல்லை. ஒரு நல்லது கெட்டதுக்குப் போனதில்லை, ஊருக்குப் போக முடிஞ்சதில்லை. அக்கா, தங்கச்சி கல்யாணமா இருந்தாலும் – தலைவர் தலைமையில நடக்கும் – அதுக்கும் தலைவர் கூடவே போயிட்டு, தலைவர் கூடவே வந்துடுவேன்.

சென்னை வந்த புதுசுல சினிமா பார்க்குறதுல ஆர்வம் வந்துச்சு. ராஜ்கபூர் படம் ஒண்ணு பார்த்தேன். அதோட அதுவும் போயிடுச்சு. ரொம்ப வருஷங்களுக்கு அப்புறம் இப்போதான் ஒரு வாரம் ஊருக்குப் போய்ட்டு வந்தேன். அதுவும் "ஊருக்குக் குடும்பத்தோட போயி ஒரு வாரம் தங்கிட்டு வாய்யா; எப்போதான் ரெஸ்ட் எடுக்கப்போற"ன்னு ஸ்டாலின் ரொம்ப வற்புறுத்தி, சொல்லி அனுப்பினதால! இப்போ எனக்கு மாச பென்ஷன் 48 ஆயிரம் ரூபா வருது. என் மூணு தம்பிகள்ல ரெண்டு பேர் கஷ்ட சூழல்ல இருக்காங்கங்கிறதால, அவங்களுக்கு மாசம் 10 ஆயிரம் ரூபா, தங்கைக்கு

அன்பில் மாமா என்கிட்ட வந்து சொன்னார், "மாப்பிளை, இன்னிக்கு இல்லை; என்னிக்கும் இதை ஞாபகத்துல வெச்சிக்க. நாம விரும்பி தாலி கட்டிக்கிட்ட பொண்டாட்டி மாதிரி தலைவர். இப்படி ஒரு தலைவர் கிடைக்க மாட்டார். அவர்கிட்டேயும் சில குறைகள் இருக்கலாம். ஆனா, இப்பேர்ப்பட்ட மனுஷனை நாம பாதியில விட்டுட்டுப் போயிட முடியாது"ன்னார். அதைத்தான் நான் எப்பவும் நெனைச்சுக்குறது.

10 ஆயிரம் ரூபா கொடுத்துடுவேன். அப்புறம் எங்க தெருவுல இருக்குற ஒரு ஆட்டோ டிரைவர், இங்கே இருக்குற தம்பிகள் இவங்களுக்கு அப்பப்போ முடிஞ்ச உதவிகளைச் செய்வேன். மிச்ச பணம் எனக்குத் தாராளமா போதும். வீட்டுலேயே கிடக்கலாம். ஆனா, என்னால முடியாது!

இரண்டு முறை நீங்கள் கோபித்துக்கொண்டு போய்விட்டீர்கள் அல்லவா?

அதெல்லாம் என்ன சார், சின்னச் சின்ன வருத்தங்கள்தானே! பொதுவா எனக்கு அவரோட கோபம் நிமிஷங்களைத் தாண்டாதுங்கிறது நல்லாப் புரியும். ஒரே விஷயம் என்னன்னா, செய்யாத தப்புக்குத் திட்டிட்டா என்னால தாங்க முடியாது. அவர் என்னை நிறையத் திட்டுவார். ஒருமுறை ரயில்ல போகும்போது திட்டிட்டார். அதுவும் நான் செய்யாத தப்புக்கு. சேர்ந்த புதுசுல அப்படி ஒரு நாள் ஆயிடுச்சு. ரயில்ல போய்க்கிட்டு இருக்கோம். நான் தனியா உட்கார்ந்து அழுதுகிட்டிருக்கேன். தலைவர்கூட அன்பில் தர்மலிங்கம் மாமா இருக்கார். அவர்கிட்ட சொல்லி, "யோவ் தப்பா திட்டிட்டேன். அவன் தாங்க மாட்டான். அழுதுக்கிட்டிருப்பான். நீ போய் சமாதானப்படுத்திக் கூட்டி வாய்யா"ன்னு சொல்லி அனுப்பியிருந்தார். அன்பில் மாமா என்கிட்ட வந்து சொன்னார், "மாப்பிளை, இன்னிக்கு இல்லை; என்னிக்கும் இதை ஞாபகத்துல வெச்சிக்க. நாம விரும்பி தாலி கட்டிக்கிட்ட பொண்டாட்டி மாதிரி தலைவர். இப்படி ஒரு தலைவர் கிடைக்க மாட்டார். அவர்கிட்டேயும் சில குறைகள் இருக்கலாம். ஆனா, இப்பேர்ப்பட்ட மனுஷனை நாம பாதியில விட்டுட்டுப் போயிட முடியாது"ன்னார். அதைத்தான் நான் எப்பவும் நெனைச்சுக்குறது.

அழகிரி, ஸ்டாலின், தமிழரசு எல்லாருமே ஒண்ணோட ஒண்ணா பழகிட்டோம். அதனால, உரிமையா பதிலுக்குப் பதிலு பேசிட்டு சமாதானமாயிடுவோம். ரெண்டு முறை கோவிச்சுக்கிட்டு போனபோதும் யாரோ எதுவோ சொல்லி

தலைவரும் அதை நம்பிட்டார்ங்கிற சூழல்லதான் போய்ட்டேன். அப்புறம் ஆள் விட்டு அனுப்புவார். ஓடியாந்துருவேன். அவர் கூட இருந்துட்டுப் பிரிஞ்சு இருக்க முடியாது சார். இதோ, அவர் பேசிப் பல மாதங்கள் ஆகுது. இங்கே எனக்குப் பெரிசா எந்த வேலையும் இல்ல. ஓடியாந்துர்றேனே, எதுக்காக? நேத்திகூட அவரோட அறைக்குப் போய்ப் பார்த்தேன். மௌனமா இருந்தார். “ஐயா, ஒரு நாளைக்கு நூறு வாட்டிக் கூப்பிடுவீங்களே, ஒரு வாட்டி திட்டவாவது செய்யுங்களேன்”னேன். அவர் ஏதோ பேச வர்றாரு. ஆனா வார்த்தை வரலை. “நீங்க இருந்தா போதுமய்யா. நான் இருந்து என்ன பிரயோஜனம்?”னு கேட்டுக் கதறிட்டு வந்தேன். எத்தனை லட்சம் பேர் காத்துக் கிடக்குறோம், ஒரு வார்த்தைக்காக. என்னோட இந்தப் பிறவி தலைவருக்கானது சார். அவர் இல்லாம நான் இல்லை!

❍

கருணாநிதியின் ஒரு நாள்

கருணாநிதியின் ஒரு நாளைப் பிரதிபலிக்கும் புகைப்படங்களை உடனிருந்து எடுத்தார் புகைப்படக்காரர் யோகா. கருணாநிதியின் 74-ம் வயதில் எடுக்கப்பட்ட இந்தப் படங்கள், ஒரு நாளை அவர் எத்தனை துண்டுகளாகப் பகுத்தார் என்பதற்கும் எவ்வளவு உழைத்தார் என்பதற்குமான ஆவணங்கள்.

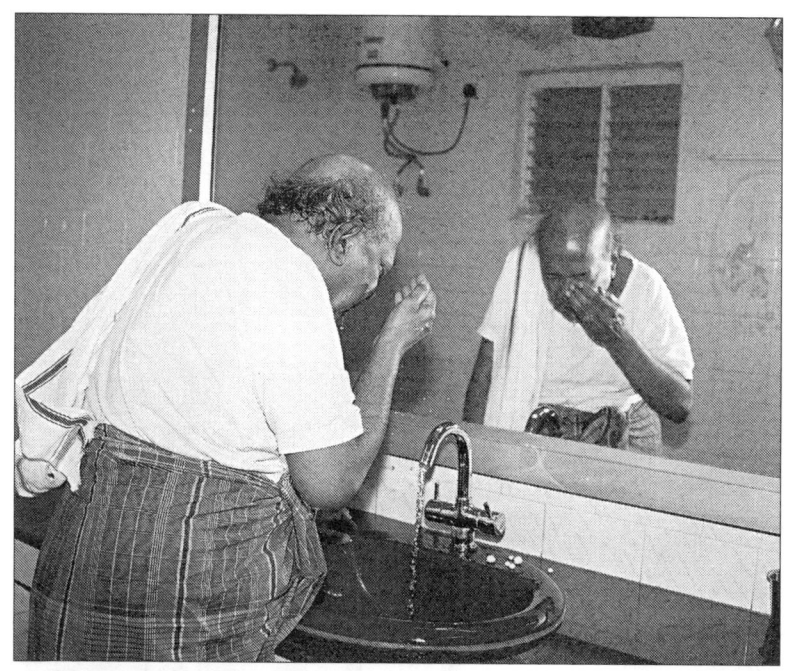

● காலை கண் விழிப்பு சரியாக 4.30. 'காலையில் சூரிய உதயத்துக்கு முன் எழுந்திருப்பவருக்கு, ஒரு நாள் இரண்டு நாட்களுக்குச் சமம்' என்பார் கருணாநிதி.

● பல் விளக்கிய கையோடு ஒரு காபி, மனைவி தயாளு அம்மாள் கையால். சூடு முக்கியம்.

தெற்கிலிருந்து ஒரு சூரியன்

● 'முரசொலி' முதல் 'நமது எம்ஜிஆர்' வரை, 'தி இந்து' முதல் 'இபிடபிள்யூ' வரை எல்லாப் பத்திரிகைகளிலும் ஒரு வேக, ஆழ்ந்த வாசிப்பு. கட்சியினர், அதிகாரிகள் தொடர்பான விமர்சனங்கள், குறைகள் வெளியாகியிருந்தால் கையோடு அழைத்து விளக்கம் கேட்பார். காலையில் கருணாநிதியிடமிருந்து தொலைபேசி அழைப்பு வருகிறது என்றால், 'அவர்கள் சம்பந்தமாகப் பத்திரிகையில் ஏதோ செய்தி வந்திருக்கிறது; அர்ச்சனை காத்திருக்கிறது' என்பது தீர்க்கமான சமிக்ஞை.

● ஒன்று, அறிவாலயத்தில் காலை நடை. அல்லது, வீட்டிலேயே யோகா.

● குளியலுக்குப் பின் காலை உணவு. பெரும்பாலும் இரண்டு இட்லி. தக்காளிச் சட்னி பிடித்தமானது.

● காலை படித்த செய்திகளுக்கான எதிர்வினை அறிக்கை. கூடவே உடன்பிறப்புகளுக்கான கடிதமும்.

தெற்கிலிருந்து ஒரு சூரியன்

● வாசிப்பு, எழுத்து, சாப்பாடு எல்லாமே அவருடைய சின்ன படுக்கை அறையில்தான். இந்தப் படுக்கை அறையிலேயே கட்சி முன்னோடிகளைச் சந்திப்பதும் உண்டு. படுக்கை அறைக் கதவைத் தாண்டினால் வெளியே சின்ன வரவேற்பு அறை. பொதுவாக, மாற்றுக்கட்சித் தலைவர்கள், அதிகாரிகளுடனான சந்திப்புகள் அங்கே நடக்கும். 'ப்ரைவேட் ஸ்பேஸ்' என்று ஒன்றை அவர் வைத்துக்கொள்ளவில்லை.

● கீழ்த்தளத்தில் வரவேற்பறையில் காத்திருக்கும் கட்சி முன்னோடிகள், பல்வேறு தரப்பினருடனான சந்திப்பு.

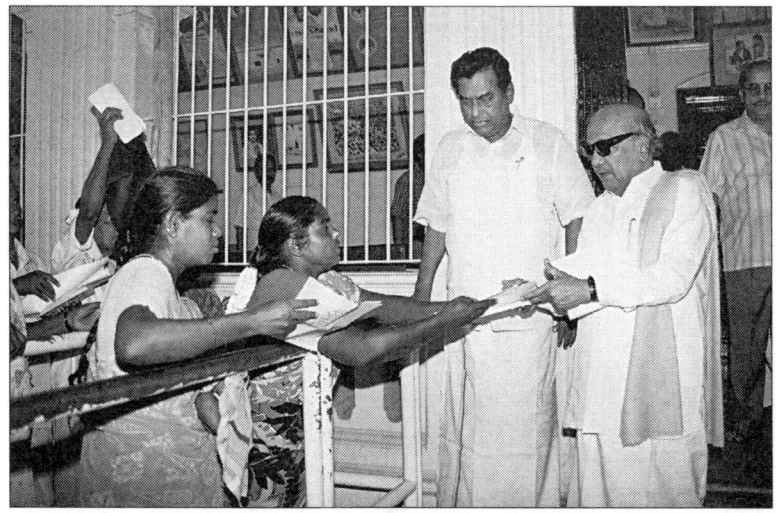

● கருணாநிதி வீட்டு வாசலில் காத்திருந்தால் அவரைப் பார்த்துவிடலாம் எவரும். மனு அளிக்க வரும் எளிய மக்கள் நேரில் இங்கு அவரைப் பார்த்து மனு தரலாம். நிச்சயம் உடனடி பதில் போய்ச் சேரும்.

தெற்கிலிருந்து ஒரு சூரியன்

● 'முரசொலி' அலுவலகத்துக்குப் போகும் முன், அந்த நாளில் தான் உறுதியளித்த நிகழ்ச்சிகளில் பங்கேற்றுவிடுவார். குறித்த நேரத்தில் இருப்பார்.

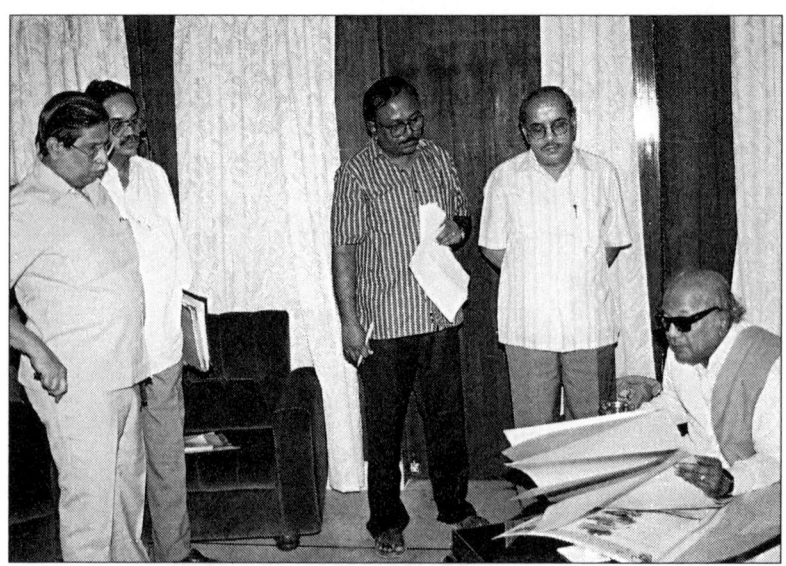

● 'முரசொலி'யின் எல்லாப் பக்கங்களையும் நிதானமாகப் படிப்பார். பிழைகள் இருந்தால் 'பாட்டு' நிச்சயம்.

● சட்டமன்றத்தில் அலுவல். பெரும்பாலும் உற்ற சகா அன்பழகன் உடனிருப்பார். கோப்புகளைத் தேங்க விடாமல் உடனடியாகப் பார்ப்பதில் கருணாநிதி வல்லவர்.

● மதியச் சாப்பாடு துணைவி ராஜாத்தி அம்மாள் வீட்டில். நெடுநாட்களுக்கு அம்பாஸிடர் கார்தான் விருப்பமானதாக இருந்தது.

● அசைவப் பிரியரான கருணாநிதி, ஆரம்பத்தில் மதியம் கறி, இரவு விரால் மீன் என்று விரும்பிச் சாப்பிட்டதுண்டு. பின்னாளில் எல்லாவற்றையுமே குறைத்துக்கொண்டார். பெரும்பாலும் சைவம் ஆனார். எதுவென்றாலும் அளவோடு என்றாக்கிக்கொண்டார்.

● ஒரு சின்ன தூக்கம். மீண்டும் பணியில் இறங்கும் முன், மாலைப் பத்திரிகைகளில் ஒரு ஓட்டம். கூடவே ஒரு காபி.

● கோபாலபுரம் வீட்டைப் போலவே சிஐடி நகரிலுள்ள வீட்டிலும் கருணாநிதியைச் சந்திக்க முடியும். காத்திருக்கும் அலுவலர்களுக்கு வழிகாட்டல்.

● நேரே அறிவாலயம். கட்சியின் தலைமை அலுவலகமான அங்கு தொண்டர்களோடு நடக்கும் சந்திப்புகள்தான் கருணாநிதியின் ஊக்கசக்தி.

● இரவு வீடு திரும்பியவுடன் செல்லத்துடன் ஒரு கொஞ்சல்.

● இரவு உணவு, பின் வாசிப்பு, எழுத்து என்று இரவு 12 மணி வரை - சமயங்களில் அதைக் கடந்தும் - நீளவிருக்கும் இரவுப் பணிகளுக்கு முன் கொஞ்சம் ஆசுவாசப் படுத்திக்கொள்ள டிவி. கிரிக்கெட் போட்டி என்றால் இரட்டிப்பு சந்தோஷம்!

தெற்கிலிருந்து ஒரு சூரியன்

எங்கிருந்து படம் எடுத்தாலும் கலைஞர் கண் அதை அறியும்!

யோகா பேட்டி

● ஆர்.சி.ஜெயந்தன்

கருணாநிதியை ஒரு நிழல்போலப் பிற்காலத்தில் தொடர்ந்தவர் யோகா. அவருடைய வாழ்க்கையைப் புகைப்படங்களாக வரலாற்றில் பதித்தவர். கால் நூற்றாண்டைக் கடந்தது இருவருடைய உறவு.

எப்போது கருணாநிதியைச் சந்தித்தீர்கள்?

பெங்களூரில் வசித்துவந்த தமிழ்க் குடும்பம் எங்களுடையது. 1946 இனக் கலவரத்துக்குப் பின் அப்பாவைப் பறிகொடுத்து, சொத்துகளையும் இழந்து தமிழகம் வந்தோம். சிறுவயதிலேயே கலைஞரின் தமிழுக்கு மனதைப் பறிகொடுத்தவன் நான். என் ஒன்றுவிட்ட சகோதரரான சங்கருக்கு உதவி யாளராக வாழ்க்கையைத் தொடங்கியவன் 'குமுதம்' பத்திரிகைக்கு அவ்வப் போது ஃப்ரீலான்ஸ் செய்துகொண்டிருந்தேன். இந்திரா காந்தியை நான் எடுத்த படம் பத்திரிகை ஆசிரியர்கள் பலரையும் என்னைத் திரும்பிப் பார்க்க வைத்தது. 'குங்குமம்' ஆசிரியர் பாவை சந்திரன் என்னைக் கூப்பிட்டார். பின்பு முரசொலி மாறன் அறிமுகமானார். அப்போது கருணாநிதி முதல்வர். அவரது பிறந்த தினத்தை ஒட்டி 'குங்குமம்' இதழில் ஒரு கட்டுரை எழுதினார் பாவை சந்திரன். அதற்காகப் படம் எடுக்கச் சென்றபோது கலைஞரைச் சந்தித்தேன். அதற்குப் பிறகு காலம் முழுமைக்கும் அவருடைய பெர்சனல் போட்டோகிராபராக மாறிவிட்டேன்.

கருணாநிதிக்கு 'கேமரா கான்ஷியஸ்' உண்டா?

சிவாஜி தொடங்கி ரஜினி, கமல் வரை படம் எடுத்திருக்கிறேன். கேமராவை எடுத்ததுமே பலருக்கும் கேமரா 'கான்ஷியஸ்' வந்துவிடும். உடல்மொழியில்

இப்படி ஒரு தலைவர் இந்திய அரசியலில் எங்கே இருக்கிறார் சொல்லுங்கள். அவருடைய வாழ்க்கை நிச்சயமாக ஒரு வரலாறு. அவர் பங்கேற்ற முக்கியமான கூட்டங்கள், நிகழ்ச்சிகள் எதுவென்றாலும் போய்விடுவேன். வெளியூர், வெளிநாட்டுச் சுற்றுப் பயணங்களைக்கூட விடுவதில்லை.

இயல்புத்தன்மை போய்விடும். ஆனால், கருணாநிதி ஆச்சரியகரமான ஆளுமை. மிக இயல்பாக இருப்பார். முழுக்கத் தன்னை போட்டோகிராபரிடம் ஒப்படைத்துவிடுவார். அவரிடம் இருக்கும் 'எக்ஸ்பிரஸிவ்' தன்மையை நடிகர்களிடம்கூட எதிர்பார்க்க முடியாது. எவ்வளவோ பேரை எடுத்திருக்கிறேன், பெண்களில் எம்.எஸ்.சுப்புலட்சுமியும், ஆண்களில் கலைஞருமே நான் மிகவும் ரசித்துப் படமெடுத்த ஆளுமைகள்.

கருணாநிதி முதல்வராக இருந்தபோது, ஒரு சாமானியத் தோற்றத்தில் இடுப்பில் லுங்கியோடு கண்ணாடி அணியாமல் அவரை நீங்கள் எடுத்த படம் இன்றும் பலரை ஈர்க்கக்கூடியது. மிகப் பிரத்யேகமானது. எந்தச் சூழலில் எடுத்த படம் அது?

கருணாநிதியின் 74-வது பிறந்த நாளையொட்டி சிறப்பு மலர் கொண்டு வந்தோம். அதில், 'கலைஞருடன் ஒரு நாள்' என்று ஒரு அசைன்மென்ட். அதிகாலையிலேயே சென்று அவர் கண் விழிக்கும் வேளையில் அவர் அறைக்குள் சென்றுவிட்டேன். அவர் விழித்தபோது பட்பட்டென்று படங்களை எடுக்கத் தொடங்கினேன். இதை அவர் எதிர்பார்க்கவில்லை. நான் 'கலைஞருடன் ஒரு நாள்' என்றேன். புரிந்துகொண்டு சிரித்தார். உடம்பில் லுங்கி மட்டுமே கட்டிக்கொண்டு திறந்த மார்புடன் அவர் உள்ள படம்கூட என்னிடம் உண்டு. அது எனக்கான பொக்கிஷம். என்றைக்கும் வெளியிட மாட்டேன்.

பின்னாளில் வேலை என்பதைத் தாண்டி அவருடைய வாழ்வை ஆவணப் படுத்தத் தொடங்கிவிட்டீர்கள் அல்லவா?

ஆமாம். அது அவர் மீதான தனிப்பட்ட ஈர்ப்பின் விளைவாக அமைத்துக் கொண்டது. இப்படி ஒரு தலைவர் இந்திய அரசியலில் எங்கே இருக்கிறார் சொல்லுங்கள். அவருடைய வாழ்க்கை நிச்சயமாக ஒரு வரலாறு. அவர் பங்கேற்ற முக்கியமான கூட்டங்கள், நிகழ்ச்சிகள் எதுவென்றாலும் போய்விடுவேன். வெளியூர், வெளிநாட்டுச் சுற்றுப்பயணங்களைக்கூட விடுவதில்லை. அவரும் என் நோக்கம் அறிந்து அனுமதித்தார். அதேபோல, வீட்டு நிகழ்ச்சிகளையும் விடுவதில்லை. குடும்பத்தில் ஒருவனாகவே மாறிவிட்டேன். ஆனால், எங்கே நின்று நான் படம் எடுத்தாலும் சரி, நான் எங்கிருக்கிறேன் என்பதை அவருடைய கண் அறியும்!

○

தெற்கிலிருந்து ஒரு சூரியன் 243

சொந்த ஊர்!

கரு.முத்து
பத்திரிகையாளர்,
நாகை மாவட்டச்
செய்தியாளர்,
'இந்து தமிழ்'
நாளிதழ்

ஒருங்கிணைந்த தஞ்சை மாவட்டத்தின் ஒரு சின்ன பகுதி திருக்குவளை. கருணாநிதி பிறந்த கிராமம். வளர்த்தெடுத்த ஊர் திருக்குவளை என்றாலும், கருணாநிதியை அரசியல்ரீதியாக வார்த்தெடுத்த ஊர் திருவாரூர். திருக்குவளைக்குப் பக்கத்திலுள்ள நகரம். திருக்குவளையில் ஆரம்பக் கல்வியை முடித்தவர் மேல்நிலைக் கல்விக்காகத் திருவாரூர் வந்தார். அங்கு இடம் மறுக்கப்பட்டபோது, 'படிக்க இடம் தராவிட்டால் கமலாலயக் குளத்தில் விழுந்து மாய்வேன்' என்று கமலாலயக் குளம் நோக்கி அடியெடுத்து வைத்

பின்னாளில் ஆளானதும் தாய்க்குத் திரும்பச்
செய்யும் தனயன்போல ஊருக்குத் திரும்பச் செய்தார்
கருணாநிதி. புகழ் பெற்ற திருவாரூர் ஆழித் தேர்
முடங்கிக் கிடந்தது. தேரைச் சீரமைத்துத்
தேரோட்டம் நடத்தினார்.

தார். இப்படிப் போராடித்தான் பள்ளிக்குள்ளேயே நுழைந்தார் கருணாநிதி. அரசியல் கூட்டங்களில் பங்கேற்றது, ஆளுமைகளைச் சந்தித்தது, பத்திரிகையை வளர்த்தெடுத்தது என்று இன்றைய கருணாநிதியின் ஆளுமை உருவாக்கத்தில் பெரும் பங்கு வகித்தது திருவாரூர். அவருக்கு மிக நெருக்கமான நண்பர் தென்னனைத் தந்ததும் இந்த ஊர்தான்!

பின்னாளில் ஆளானதும் தாய்க்குத் திரும்பச் செய்யும் தனயன்போல ஊருக்குத் திரும்பச் செய்தார் கருணாநிதி. புகழ் பெற்ற திருவாரூர் ஆழித் தேர் முடங்கிக் கிடந்தது. தேரைச் சீரமைத்துத் தேரோட்டம் நடத்தினார்.

சென்னையில் வள்ளுவர் கோட்டம் அமைத்தபோது, திருவாரூர் தேரையே மாதிரியாக்கி கணபதி ஸ்தபதியின் உதவியுடன் கல் தேராக அங்கு நிறுத்தினார். கீழத் தஞ்சைப் பகுதியில் அரசுக் கல்லூரி இல்லை என்ற நிலையை மாற்றி, மன்னார்குடிக்கும் திருவாரூருக்கும் அரசுக் கல்லூரிகளைக் கொண்டுவந்தார். திருவாரூரைத் தனி மாவட்டம் ஆக்கினார். திருவாரூருக்கு சிமெண்ட் சாலை, திருவாரூர் – தஞ்சாவூர் அகல ரயில் பாதை, திருவாரூருக்குப் புதிய ரயில் நிலையம், திருவாரூர் அரசு மருத்துவக் கல்லூரி என்று இன்று திருவாரூர் பெற்றிருக்கும் உருமாற்றங்கள் பலவற்றுக்குச் சொந்தக்காரர் கருணாநிதிதான்.

ரூ.100 கோடியில் திருவாரூரில் கொண்டுவரப்பட்ட மத்தியப் பல்கலைக்கழகம் இங்கு கொண்டுவரப்பட்ட திட்டங்களில் மகுடம். இதேபோல, பிறந்த ஊரான திருக்குவளையில் அண்ணா பல்கலைக்கழகப் பொறியியல் கல்லூரி, அருகிலுள்ள திருத்துறைப்பூண்டியில் மத்திய பல் தொழில்நுட்பக் கல்லூரி அமையவும் வழிவகுத்தார்.

அரசியல்வாதிகள் ஆரம்ப காலத்தில் போட்டியிடுவதற்குச் சொந்த ஊரைத் தேர்ந்தெடுப்பது வழக்கம். கருணாநிதியோ, பிற்காலத்தில் திருவாரூரைத் தேர்ந்தெடுத்தார். 2011, 2016 இரு தேர்தல்களிலுமே மண்ணின் மைந்தனுக்கு முறையே 50,298, 68,366 வாக்குகள் வித்தியாசத்தில் வெற்றியைக் கொடுத்தார்கள் திருவாரூர் மக்கள்!

'வணக்கம்..
தலைவர் இல்லம்!'

● கே.கே.மகேஷ்

சென்னையிலுள்ள அரசியல் தலைவர்களின் வீடுகளில் எந்நேரமும் எவரும் தொடர்புகொள்ளத்தக்க ஓரிடம் கருணாநிதியின் வீடு. கருணாநிதி ஆட்சியில் இருந்தாலும், எதிர்க்கட்சி வரிசையில் இருந்தாலும் எந்த நேரத்திலும் தொலைபேசியில் அழைக்கலாம். எதிர்முனையில் குரல் ஒலிக்கும்: 'வணக்கம், தலைவர் இல்லம்!'

படங்கள்: பிரபு காளிதாஸ்

நித்யா

வினோதன்

பாண்டியன்

கணேசன்

கோபாலபுரம் பகுதியின் நான்காவது தெருவின் 15-ம் எண் கொண்ட இந்த வீடு, உயர் நடுத்தர வர்க்கத்தைச் சேர்ந்தவர்களின் வீடுகளைக் காட்டிலும் எந்த வகையிலும் மேம்பட்டதல்ல. காவலர்கள் மட்டும் இல்லையென்றால், கருணாநிதி வீட்டை அடையாளம் கண்டுபிடிப்பது கடினம். வீட்டின் வாயில் கதவுகள் இரவிலும் அடைக்கப்படுவதில்லை. இங்கிருந்த படிதான் அரை நூற்றாண்டுக்கும் மேலாகத் தமிழகத்தின் அரசியல் திசையை கருணாநிதி தீர்மானிக்கிறார், ஐந்து முறை முதல்வராகத் தமிழகத்தைக் கட்டியாண்டார். நாட்டின் பல பிரதமர்கள், குடியரசுத் தலைவர்கள் வந்து சென்ற வீடு இது.

இரண்டு தெருக்கள் ஒன்றையொன்று வெட்டும் இடத்திலுள்ள மூலையோர வீடான இது, எந்த வகையிலும் பாதுகாப்பானதாகவும் தெரியவில்லை. உயர்ந்த மதில் சுவர்கள், பிரம்மாண்டமான இரும்புக் கதவுகள் எதுவும் கிடையாது. எம்ஜிஆர் மரணம், ராஜீவ் காந்தி படுகொலை உள்ளிட்ட பல்வேறு சம்பவங்களின்போது தாக்குதல் முயற்சிகளும் நடந்திருக்கின்றன. 2011-ல்கூட ஒரு கல்வீச்சு சம்பவம் நடந்திருக்கிறது. ஆனால், கருணாநிதி இதுகுறித்தெல்லாம் அலட்டிக்கொள்வதில்லை. அவருடைய வீட்டை யாரேனும் குறி வைக்கிறார்கள் என்றால், உடனடியாக அரணாகச் சூழ்ந்துவிடும் தொண்டர்கள் இருக்கும்போது பயம் ஏன்?

அரசமைப்பு சார்ந்த எந்தப் பதவியிலும் அமருவதற்கு முன்பு, சினிமாவில் அவர் கொடி கட்டிப் பறக்க ஆரம்பித்த நாட்களில், 1955-ல் வாங்கியது இந்த வீடு (அவர் சட்டமன்ற உறுப்பினர் ஆனது 1957-ல்). பிராமணரல்லாதோர் இயக்கத்திலிருந்து வந்த கருணாநிதி வாங்கிய இந்த வீட்டின் முன்னாள்

தெற்கிலிருந்து ஒரு சூரியன்

உரிமையாளர் ஒரு பிராமணர், சரபேஸ்வரய்யர். மேலும், பிராமணர்கள் பெரும்பான்மையாக அந்நாட்களில் வசித்த பகுதி இது என்பது இதிலுள்ள ஒரு சுவாரஸ்யம்.

கருணாநிதியின் இடம் மாடியில் இருக்கிறது. ஒரு சின்ன படுக்கை அறை; ஒரு சின்ன வரவேற்பறை; மிச்சப் பகுதியை நூலகமாகக் கொண்டது அது. 10 ஆயிரத்துக்கும் மேற்பட்ட புத்தகங்கள். கருணாநிதியின் சக்கர நாற்காலியிலேயே ஒரு பொத்தான் இருக்கிறது. அதை அழுத்தினால், மணியடிக்கும். அதற்கான தேவையே இல்லாமல், கருணாநிதியைப் பக்கத்தில் இருந்தபடியே இப்போது கவனிக்கிறார் நித்யா. எல்லாக் காலங்களிலும் இப்படி ஒருவர் கருணாநிதியுடன் உண்டு. 50 வருடங்களுக்கு மேல் உதவியாளராக இருந்தவர் செயல்மணி. 8 ஆண்டுகளுக்கு முன்பே மறைந்துவிட்டார்.

வீட்டின் கீழ்த் தளத்தில் கூடம், அழகிரிக்கு ஒரு அறை, ஸ்டாலினுக்கு ஒரு அறை, சமையலறை, பின்கூடம் என்று நீண்டாலும் நமக்கு மிக முக்கியமானது, முன் தளத்தின் வரவேற்பறைதான். கருணாநிதி வீட்டுடன் மக்களையும் தொண்டர்களையும் இணைக்கும் உயிரோட்டமான தொடர்புப் புள்ளி அது. வரவேற்பறையின் இடது ஓரம் கருணாநிதியின் 'வலது கரம்' சண்முகநாதனுக்கானது. சுமார் 50 சதுர அடி அளவேயுள்ள சின்ன இடம். கணினி, நாற்காலிகள். பக்கத்திலேயே அவருக்கென ஒரு குட்டி நூலகம். மொத்தம் 6,000 சொச்சம் புத்தகங்கள். அருகிலேயே ஃபேக்ஸ் மெஷினும் போன்களும் இருக்கின்றன. வடிவேலு, மோகன் இருவரும் போன் அழைப்புகளைக் கையாள்வதற்கான பொறுப்பாளர்கள். இரு 'ஷிஃப்ட்'களாகப் பிரித்துக்கொண்டு வேலை செய்கிறார்கள்.

வீட்டின் வெளிப்புறத்தில் இந்தப் பக்கம் கருணாநிதியின் டொயோட்டா அல்பார்டு நிற்கிறது. கருணாநிதியின் காரோட்டிகள் என்று ஒரு தொடரே எழுதலாம். சுவாரஸ்யமான பல கதைகள் உண்டு. ஆரம்பக் கால ஓட்டுநர் ரங்கன். பிறகு மணி. பிறகு கதிரவன், பீர்க்கன். நெருக்கடி நிலைக் காலகட்டத்தில் ஓட்டுநர்கள் பாதியில் ஓடுவது வாடிக்கையான நிலையில், கட்சிக்காரர்களே கருணாநிதியின் ஓட்டுநர் பொறுப்பை ஏற்றார்கள். அப்படியானவர்களில் முக்கியமான இருவர் மு.கண்ணப்பன், டி.ஆர்.பாலு. இப்போது கருணாநிதியின் காரை ஓட்டுபவர்கள் எம்.டி.சஞ்சீவி, கோபிநாதன். வெளியூர் பயணங்களின்போது உதவியாளராக இருப்பவர்கள் திருமங்கலம் கோபால், கென்னடி. குடும்ப டாக்டர் வேணுகோபால். கருணாநிதியின் மனைவியைக் கவனிக்க சுகன்யா, இளவரசி என்று இரு செவிலியர்கள் வருகிறார்கள். சமையல் பணியாளர்கள் முத்துச்செல்வம், மலர். சுவாரஸ்யமான விஷயம் என்னவென்றால், இவர்கள் அத்தனை பேருமே கட்சிக்காரர்கள்.

வீட்டின் வெளிப்புறத்தில் அந்தப் பக்கம் கருணாநிதியின் பாதுகாப்புப் படையினர் நிற்கிறார்கள். கருணாநிதிக்கு அரசு அளித்திருக்கும்

வடிவேலு

எம்.டி.சஞ்சீவி

கோபிநாதன்

மோகன்

பாதுகாப்புப் படையினரில் சீனியர் பாண்டியன். வீட்டில் உள்ளே செல்லமுற்படும் புதியவர்கள் எவராயிருந்தாலும் இவரைத்தான் முதலில் சந்திக்க வேண்டிவரும். ஆட்சி மாறினாலும், தனிப் பாதுகாப்பு அதிகாரிகளை மாற்றும் வழக்கமானது இல்லை என்பதால், டி.எஸ்.பி. பாண்டியன், இன்ஸ்பெக்டர்கள் வினோதன், கணேசன் மூவரும் 20 ஆண்டுகளுக்கும் மேலாகப் பாதுகாப்பு அதிகாரிகளாகத் தொடர்கிறார்கள்.

கருணாநிதியின் வீடு ஒரு அரசியல் தலைவரின் இல்லம் என்பதற்கு மேலாக, ஒரு இணை அலுவலகமாக, மக்களுக்கான இணைப்புப் பாலமாக இருக்க முக்கியமான காரணங்கள் இவர்கள். அத்தனை பேரையும் தனிப்பட்ட முறையில் அறிந்தவர் கருணாநிதி.

பெரியார் சொல்வார், 'ஒருவனின் வீடு எப்போதும் அவனது வீடாக இருக்க வேண்டுமேயானால், அது பொதுவாக்கப்பட வேண்டும்!' என்று. அதன்படி தானோ என்னவோ, முன்னதாக 1968–ல் தன் மகன்கள் மு.க.அழகிரி, மு.க.ஸ்டாலின், மு.க.தமிழரசு மூவர் பெயரிலும் வீட்டை எழுதி வைத்திருந்த கருணாநிதி, 2009–ல் அதை ஏழை மக்களுக்கான பொது மருத்துவமனையாக மாற்றப்போவதாக அறிவித்தார். சொன்னபடியே, மகன்களின் ஒப்புதலுடன் 2010 ஜூன் 2 அன்று அதை 'அன்னை அஞ்சுகம் அறக்கட்டளை'க்குப் பத்திரப் பதிவுசெய்தும் கொடுத்துவிட்டார். ஆக, இன்றைய 'தலைவர் இல்லம்' கருணாநிதி, அவரது மனைவி தயாளு அம்மாள் காலத்துக்குப் பிறகு 'தலைவர் மருத்துவமனை'யாக மாறிவிடும்!

ஆறு தருணங்கள்!

● கே.கே.மகேஷ்

பார்வையைப் பறித்த விபத்து!

இரு விபத்துகள் ஒன்றுசேர்ந்து கருணாநிதியின் ஒரு கண்ணைப் பறித்தன. 1953. பரமக்குடி கூட்டம் முடிந்து, மறுநாள் திருச்சியில் கூட்டத்தில் பங்கேற்பதற்காக, ஓய்வெடுக்காமல் இரவு 1 மணிக்கே திருச்சி புறப்பட்டார் கருணாநிதி. தூக்கக் கலக்கத்தில் ஓட்டுநர் கண்ணயர, வண்டி சாலையோர மைல் கல்லில் மோதிய வேகத்தில் பாய்ந்து, திருப்பத்தூர் பயணியர் விடுதி கதவில் மோதி நின்றது. கருணாநிதியின் மூக்கிலிருந்து குபுகுபுவென ரத்தம் கொட்டியது. முதலுதவி சிகிச்சையோடு திருச்சிக்கு வந்துவிட்டார். முகத்தில் வீக்கம், கண்ணில் வலி. பொருட்படுத்தாமல் மறுநாள் திருச்சி கூட்டம், அடுத்து குமரி கூட்டம். வலி விடவில்லை. வேலூர் மருத்துவமனைக்கு அழைத்துச் சென்றனர் தோழர்கள். கண்ணுக்குள் உள்ள நரம்பில் சிறு கீறல் ஏற்பட்டிருப்பதாகவும், குறைந்தது ஆறு மாதக் காலத்துக்கு எழுதவோ, படிக்கவோ, கூட்டங்களுக்குச் செல்லவோ கூடாது என்று பரிந்துரைத்தார்கள் மருத்துவர்கள். உழைத்துப் பழகிய உடல் எப்படி ஓய்வெடுக்கும்? தொடர்ந்தார். எஸ்எஸ் ராஜேந்திரனின் 'மணிமகுடம்' நாடகத்தின் கடைசிக் காட்சிகளை எழுதிக்கொண்டிருந்தபோது திடீரென கண்ணுக்குள் ஈட்டி பாய்ந்ததுபோல ஒரு வலி. "கையில் இருந்த பேனாவையும், தாளையும் வீசி எறிந்துவிட்டு, அய்யோ என்று அலறினேன். இடது கண் பெரிதாக வீங்கிவிட்டது. குத்தல் வலி உயிரைப் பிளந்தது!" என்று அவரே பதிவுசெய்த வேதனை அது. கண்ணில் 12 அறுவைச் சிகிச்சைகள். அடுத்து, 1967-ல் தொழுப்பேட்டில் நடந்த மற்றொரு கார் விபத்து காலில் முறிவை ஏற்படுத்தியதுடன், கண் வலியை அதிகப்படுத்தியது. பார்வையும் பாதிக்கப்படலானது. 1967 தேர்தல், 1969-ல் முதல்வர் பதவியேற்பு, 1971 தேர்தல் இந்தச் சூழல்களில் எல்லாம் இந்தக் கண் வலியோடுதான் போராடிக்கொண்டிருந்தார். 1971-ல் முதல்வரான பின், அமெரிக்காவின் ஜான்ஹாப்கின்ஸ் மருத்துவமனைக்குச் சிகிச்சைக்குச் சென்றார் கருணாநிதி. அதற்குப் பின் ஒரு கண் பார்வையின் பலத்தில் மட்டுமே இன்று வரை அவர் இயங்கிவருகிறார். ஒரு கண் பார்வையோடு ஒரு தலைவர் இவ்வளவு வாசிக்க முடியுமா, எழுத முடியுமா, செயல்பட முடியுமா? தன்னம்பிக்கையும் அயராத உழைப்புமே கருணாநிதி!

கருணாநிதி போன்ற நெடிய வரலாற்றைக் கொண்ட ஒருவரின் வாழ்வின் முக்கியமான தருணங்களைப் பட்டியலிடுவது எளிதல்ல என்றாலும், அவரது வாழ்வில் மட்டுமல்லாமல் திமுக, தமிழக அரசியல் வரலாற்றிலும் பெரிய இக்கட்டுகளை ஏற்படுத்திய ஆறு தருணங்கள் இங்கே...

சென்று வா அண்ணா!

திமுகவின் பிதாமகர் அண்ணா மறைந்த நாளான 1969 பிப்ரவரி 3. திமுகவில் எவர் ஒருவரை விடவும் கருணாநிதியின் உழைப்பை அறிந்தவர், அங்கீகரித்தவர் அண்ணா. தனது அண்ணனாகவும் அவரைப் பாவித்த கருணாநிதியைக் கலங்கடித்த மரணம் இது. அதே நாளில்தான் அண்ணாவின் மறைவுக்குப் பின் அந்த இடத்தில் அமரப்போவது யார் என்பதற்கான அரசியல் சதுரங்கப் போட்டியிலும் கருணாநிதி பங்கேற்க வேண்டியிருந்தது. முதல்வர் பதவியேற்ற கருணாநிதி வெகுவிரைவில் கட்சித் தலைமையையும் தன் கையில் கொண்டுவந்தார்.

தெற்கிலிருந்து ஒரு சூரியன்

கட்சிக்கு நெருக்கடி!

இந்திய ஜனநாயகத்தின் மீது பேரிடியாக விழுந்தது நெருக்கடிநிலை அறிவிப்பு. அதை எதிர்த்து நின்ற கருணாநிதியின் ஆட்சியை 1976 ஜனவரி 31 அன்று கலைத்தார் இந்திரா காந்தி. கையோடு திமுகவினர் மீதான கொடுங்கோன்மையும் தொடங்கியது. கொத்துக்கொத்தாக திமுகவினர் கைதுசெய்யப்பட்டார்கள். மாறன், ஸ்டாலின் இருவரையும் கைதுசெய்வதற்காக வந்த போலீஸாரிடம், 'மாறன் டெல்லியில் இருக்கிறார். ஸ்டாலின் ஒரு கூட்டத்துக்குச் சென்றிருக்கிறார். வந்ததும் அனுப்புகிறேன்' என்ற கருணாநிதி, சொன்னபடியே மறுநாள் அவர்களைக் காவல் நிலையத்துக்கு அனுப்பியும் வைத்தார். மிசாவில் கைதுசெய்யப்பட்டபோது ஸ்டாலினுக்கு வயது 23. தாளாத சிறைக் கொடுமைகள். சென்னை மத்திய சிறையில் சிட்டிபாபு செத்தே போனார். கருணாநிதி மீதான அவதூறுகள் உச்சம் தொட்ட நிலையில், அவற்றுக்கு மறுப்பு எழுத அவருக்கு வாய்ப்பு மறுக்கப்பட்டது. தணிக்கை என்ற பெயரில் பத்திரிகைச் சுதந்திரம் நசுக்கப்பட்டது. இதையெல்லாம் தாண்டி கருணாநிதியைப் பெரும் கவலைக்குள்ளாக்கியது திமுக எந்நேரமும் தடைசெய்யப்படலாம் என்றிருந்த சூழல். நெருக்கடிநிலை உண்மையில் கருணாநிதிக்குப் பெரும் நெருக்கடியாக அமைந்தது.

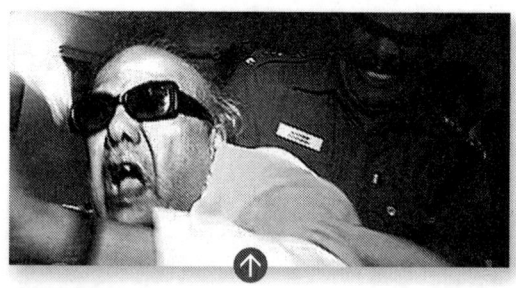

நள்ளிரவு அடாவடி!

ஜூன் 30, 2001. நள்ளிரவில் கருணாநிதியின் வீடு புகுந்தது ஜெயலலிதாவின் காவல் துறை. படுக்கை அறைக்குள்ளேயே புகுந்து, உடை மாற்றவும், செருப்பணியவும்கூட அவகாசம் கொடுக்காமல் 78 வயது முதியவர் என்றும் பார்க்காமல் அவரை இழுத்துச் சென்றனர். கையை முறுக்கினார் ஒருவர். இன்னொருவர் சுவரில் மோத இழுத்தார். தடுக்க முயன்ற மாறன் உள்ளிட்டவர்கள் தாக்கப்பட்டார்கள். சன் டிவி இந்த நிகழ்வை ஒளிபரப்பியபோது இந்தியாவே கொந்தளித்தது. தமிழகத்தில் ஆட்சியைக் கலைக்க வேண்டும் என்கிற அளவுக்குக் கண்டனங்கள் எழுந்தன. ஆளுநர் திரும்ப அழைக்கப்பட்டார். கைது செய்யப்பட்டு நீதிபதி வீட்டுக்கு அழைத்துச் செல்லப்பட்டு, சிறைக்குக் கொண்டுசெல்லப்படவிருந்த நெருக்கடியான சூழலில், கருணாநிதியிடம் ஒரு காகிதத்தை நீட்டி கைதுகுறித்து எதையாவது எழுதுங்கள் என்றார் பத்திரிகையாளர் ஒருவர். கருணாநிதி சிரித்தபடி ஒரு வரி எழுதிக் கையெழுத்திட்டார்: அநீதி வீழும். அறம் வெல்லும்!

← மாறனின் இழப்பு!

தன்னுடைய மனசாட்சி என்று கருணாநிதி கூறிய அவருக்கு ஒரு பாதுகாப்பு அரண்போல செயல்பட்ட மாறனை 2003 நவம்பர் 24 அன்று இயற்கையிடம் பறிகொடுத்தார் கருணாநிதி. கட்சி நிர்வாகிகள் கோளாறாக நடந்துகொண்டால், தாட்சண்யம் பார்க்காமல் கேள்வி கேட்பவராக இருந்தவர் மாறன். கட்சியின் டெல்லி முகமாக இருந்ததோடு, டெல்லி தர்பாருக்குப் புதியவர்களான திமுக அமைச்சர்கள் எந்த வில்லங்கத்திலும் சிக்காமல் பார்த்துக்கொண்டவர். முக்கியமான விவகாரங்களில் அவருடைய அபிப்பிராயம் கேட்காமல் கையெழுத்திடும் வழக்கம் திமுக மத்திய அமைச்சர்களிடம் இருந்ததில்லை. அலைக்கற்றை முறைகேடு குற்றச்சாட்டில் திமுக சிக்கியபோது, மாறன் இழப்பை மேலும் அதிகமாக உணர்ந்தார் கருணாநிதி.

தூக்கம் கொன்ற போர்!

இலங்கைத் தமிழர் விவகாரத்தில் தமிழகத்தில் எந்த அரசியல்வாதியைக் காட்டிலும் அதிகம் பாதிக்கப்பட்டவர் கருணாநிதி. 1983-ல், மத்திய - மாநில அரசுகள் இலங்கைத் தமிழர் பிரச்சினையில் அக்கறை காட்டிட வேண்டும் என்று வலியுறுத்தி, தன் சட்டமன்ற உறுப்பினர் பதவியை ராஜினாமா செய்தார். 1991-ல்

தமிழகத்தில் விடுதலைப் புலிகள் நடமாட்டம் அதிகரித்துவிட்டது என்று கூறியே திமுக ஆட்சியைக் கலைத்தது சந்திரசேகர் அரசு. தேர்தல் பிரச்சாரத்தில் ராஜீவ் காந்தி விடுதலைப் புலிகளால் கொல்லப்பட, அதற்கான விலையையும் கருணாநிதியே கொடுத்தார். விளைவாக, சட்டமன்றத்தில் ஒரேயொரு உறுப்பினருடன் ஐந்தாண்டுகள் அமர்ந்திருந்தது திமுக. 2009-ல் இலங்கையில் உச்சம் தொட்ட இறுதிப் போர் கருணாநிதியைக் கடுமையான மன உளைச்சலுக்குள் தள்ளியது. உண்ணாவிரதம், ராஜினாமா முடிவு என கருணாநிதியின் எல்லா அஸ்திரங்களும் அற்று விழ, 2009 மே 17 அன்று பல்லாயிரக்கணக்கான தமிழ் மக்கள் உயிர் போரில் பறிபோயிருந்தது. என்ன முயன்றும் ஒன்றும் செய்ய இயலாத நிலையில் இருந்த கருணாநிதியின் 'தமிழர் தலைவர்' பட்டத்தை இந்தப் போர் பலி வாங்கிவிட்டது!

படம்: எம்.பிரபு

மானமிகு சுயமரியாதைக்காரன்!

கருணாநிதி பேட்டி

கருணாநிதியிடம் பேட்டிக்கு நேரம் வாங்கிவிடுவது எளிது. பத்திரிகையாளர்கள் எப்போதும் அணுகத்தக்கவராக இருந்தவர் அவர். ஆனால், பேட்டி எடுப்பது அவ்வளவு எளிதல்ல. அதிவேகம், வரலாற்றுத் தரவுகளின் வழியிலான எதிர்க்கேள்விகள், கச்சிதமான வார்த்தைகள் என்று கேள்வி கேட்பவரை அசரடிப்பவர் அவர். பல்வேறு காலகட்டங்களில் பல்வேறு பத்திரிகைகளுக்காக அவர் அளித்த பேட்டிகளிலிருந்து தொகுக்கப்பட்ட கேள்வி – பதில்கள் இவை!

தொடக்கத்திலிருந்தே நீங்கள் நாத்திகர்தானா?

பத்து வயது வரை ஆத்திகன்தான். அதற்குப் பிறகுதான் நாத்திகன் ஆனேன். பெரியார், பட்டுக்கோட்டை அழகிரி ஆகியோரின் கூட்டங்களைக் கேட்டு கொஞ்சம் கொஞ்சமாக மாறினேன். காளிதாஸன் நாக்கில் காளி எழுதிய உடனே பாட ஆரம்பித்த மாதிரி, உடனடியாக மாறிவிடவில்லை.

'ஒன்றே குலம்' சரி. 'ஒருவனே தேவன்' என்பது உங்களுக்கு ஏற்புடையதுதானா?

அது தேவனோ, தேவியோ... சக்தி ஒன்று இருக்கிறது. அதுதான் இயற்கை. அதற்குக் கை, கால் இருக்கிறது, வரம் கொடுக்கும் ஆற்றல் இருக்கிறது என்பதையோ, அது ஒருவரை வாழ வைக்கும் அல்லது கெடுக்கும் என்று சொல்வதையோ என்னால் ஏற்றுக்கொள்ள முடியாது.

உங்கள் வீட்டுக்கு அருகிலேயே வேணுகோபாலன் கோயில். என்றைக்காவது அங்கு சென்றிருக்கிறீர்களா?

நான் வெளியூர் செல்லும்போது யாராவது அன்பின் காரணமாக வேல்கள், விநாயகர், அம்பாள் சிலைகளைப் பரிசாகத் தந்தால், அவற்றை இந்தக் கோயிலுக்கு அனுப்பிவிடுவேன். நான் அனுப்பிய அந்தப் பொருட்கள் போயிருக்கின்றன. நான் போனதில்லை.

தெற்கிலிருந்து ஒரு சூரியன்   255

உங்கள் கட்சியில் பலர் ஆத்திகர்களாக இருக்கிறார்களே?

என் குடும்பத்துக்குள்ளேயும்தான் இருக்கிறார்கள். அதையே நான் அனுமதிக்கிறேனே! நேரு நாத்திகத் தலைவர்தான். ஆனால், அவருடைய காங்கிரஸ் இயக்கம் நாத்திக இயக்கம் இல்லையே?

பெரியார்?

அநியாயத்தைப் பொசுக்கும் அக்கினி மலை!

தொல்காப்பியம், சங்க இலக்கியம் தொடர்பாக சிலாகித்துப் பேசியுள்ள நீங்கள், பக்தி இலக்கியங்கள் தொடர்பாக எதுவும் சொல்வதே இல்லை. கடவுள் நம்பிக்கையை முன்னிறுத்துகிறது என்பதாலேயே அவற்றைப் புறக்கணித்துவிட முடியுமா?

தொல்காப்பியம், சங்க இலக்கியம் பெரும்பாலும் சாதி, சமயம், பக்தி இவற்றுக்கு அப்பாற்பட்ட மிக உயர்வான இலக்கண, இலக்கியங்களாகும். அவற்றுக்குப் பிறகு வந்தவை பக்தி இலக்கியங்கள். அவற்றை நான் புறக்கணித்ததும் இல்லை, புறந்தள்ளியதும் இல்லை. அவ்வகை இலக்கியங்களில் நான் படித்துத் தோய்ந்திருக்கிறேன். அவை கடவுள் நம்பிக்கையை முன்னிறுத்துகின்றனவோ இல்லையோ... தமிழ்மொழியின் நீள, அகலத்தை நிச்சயமாக முன்னிலைப்படுத்துகின்றன.

நல்ல இலக்கியவாதியால், பெரிய அரசியல்வாதியாக இருக்க முடியாது என்பது பொதுவான கருத்து. உங்களால் எப்படி இருக்க முடிகிறது?

விதிவிலக்கு உண்டு. பண்டித நேரு அடிப்படையில் இலக்கிய உள்ளமும், படைப்பாளிக்கான பண்பட்ட திறனும் கொண்டிருந்தவர். சிறையில் இருந்துகொண்டு தனது அருமை மகள் இந்திராவுக்கு அவர் எழுதிய கடிதங்கள் அனைத்தும் இலக்கியச் செறிவு கொண்டவை. மூதறிஞர் இராஜாஜி அவர்களின் எழுத்திலும் பேச்சிலும் இலக்கியத்தின் குணாதிசயங்கள் இயங்கிக் கொண்டிருப்பதைக் காணலாம். பேரறிஞர் அண்ணா இலக்கியப் பேரரசன். அப்படிப்பட்டவர்களோடு என்னை ஒப்பிட்டுக்கொள்வதற்காகச் சொல்லவில்லை. அரசியல் எனக்குப் பிராணவாயு எனில், இலக்கியம் எனக்குத் தெம்பூட்டும் சரிவிகித உணவு.

ஆட்சிப் பணி, கட்சிப் பணி, எழுத்துப் பணி என ஓய்வில்லா வாழ்க்கையை வாழ்ந்துகொண்டிருக்கிறீர்கள். மனதையும் உடலையும் சோர்வடையாமல் வைத்துக்கொள்ள தாங்கள் கடைப்பிடிக்கும் பழக்கங்கள் என்ன?

அதிகாலையில் ஐந்து மணிக்கெல்லாம் உதயசூரியனைக் காணுகிறேன். என் சோர்வு போக்க அது ஒன்று போதாதா?

தலைசிறந்த 10 புத்தகங்களைப் பட்டியலிடுங்களேன்?

1.திருக்குறள், 2.தொல்காப்பியம், 3.புறநானூறு, 4.சிலப்பதிகாரம், 5. பெரியார்

அது தேவனோ, தேவியோ...
சக்தி ஒன்று இருக்கிறது.
அதுதான் இயற்கை. அதற்கு
கை, கால் இருக்கிறது,
வரம் கொடுக்கும் ஆற்றல்
இருக்கிறது என்பதையோ,
அது ஒருவரை வாழ
வைக்கும் அல்லது
கெடுக்கும் என்றோ
சொல்வதை என்னால்
ஏற்றுக்கொள்ள முடியாது!

> திமுகவின் போர்க் குணம் குறைந்துவிடவில்லை; என்றைக்கும் அது குறையவும் குறையாது. இன்றைக்கும் ஜனநாயகத்துக்குப் பாதகமான ஒரு நடவடிக்கை எடுக்கப்பட்டால், திமுகவிடமிருந்து அந்தப் போர்க் குணத்தை நீங்கள் பார்க்கவே செய்வீர்கள்!

ஈ.வெ.ரா. சிந்தனைகள், 6.அண்ணா எழுதிய 'பணத்தோட்டம்', 7. கார்க்கியின் 'தாய்', 8. நேருவின் உலக வரலாறு, 9.அண்ணல் காந்தியின் 'சத்திய சோதனை', 10.ராகுல் சாங்கிருத்தியாயனின் 'வால்கா முதல் கங்கை வரை'.

எந்த நோக்கத்துக்காக நீங்கள் அரசியலுக்கு வந்தீர்களோ, அது நிறைவேறிவிட்டதா?

பெருமளவுக்கு நிறைவேறியுள்ளது. நிறைவேறியது அனைத்தும் முழுமையான அளவுக்கு மனநிறைவைத் தந்துவிட்டது என என்னால் சொல்ல முடியவில்லை. இன்னும் நிறைவேற வேண்டியவை நிறைய உள்ளன. அந்த நோக்கங்களையும் நிறைவேற்றிடத்தான் நான் இன்னும் உழைத்துக்கொண்டு இருக்கிறேன்.

செய்ய நினைத்து – செய்ய இயலாமல்போன காரியங்கள் என்ன?

மத்தியில் தமிழும் ஆட்சி மொழி; சென்னை உயர் நீதிமன்றத்தில் தமிழும் பயன்பாட்டு மொழி; மாநில சுயாட்சி – இவைதான் இன்னும் முழுமையாக முடியாமல் இருக்கின்ற காரியங்கள்.

திமுக தொண்டர்களை எப்படி எப்போதும் உற்சாகமாய் வைத்திருக்கிறீர்கள்?

என்னைப் போல் ஒருவர்தான் திமுக தொண்டர். நான் உற்சாகமாக இருக்கும்போது அவரும், அவர் உற்சாகமாக இருக்கும்போது நானும் என மாறி மாறி உற்சாகம் பெறுகிறோம்.

திமுகவை வழிநடத்த, ஒரு தலைமைக்கு என்னென்ன தகுதிகள் இருக்க வேண்டும்?

தலைவன்–தொண்டன் என்ற எண்ணம் சிறிதும் இன்றி, அண்ணன்–தம்பி என்ற பாசப்பிணைப்பு, கட்சித் தோழர்களின் பொதுவாழ்விலும் குடும்ப வாழ்விலும் அக்கறை, கட்சித் தோழர் எவரிடமும் பகை–வெறுப்பு பாராட்டாத பண்பு, எல்லோரும் பின்பற்றும் லட்சிய மாதிரியாகத் திகழுதல், பகுத்தறிவு – சுயமரியாதை, இனவுணர்வு காத்திடும் போர்க்குணம், அரசியல் நிகழ்வுகளின் போக்கை முன்கூட்டியே தீர்மானிக்கும் பார்வை, சமரசம் இல்லாத

கொள்கைப்பிடிப்பு போன்றவையே தலைமைக்கான தகுதிகள்.

சமதர்மக் கொள்கையில் தமிழ்நாடு கம்யூனிஸ்ட் கட்சிக்கும், உங்கள் திமுகவுக்கும் இடையேயான வித்தியாசம் என்ன ?

தமிழ்நாட்டில் நாங்கள்தான் உண்மையான கம்யூனிஸ்ட் கட்சி என்று அறிஞர் அண்ணா அடிக்கடி கூறியிருக்கிறார். அதேசமயம், நாங்கள் ஆட்சிக்கு வந்தால், மக்களின் அடிப்படை உரிமைகளில் அரசின் தலையீடு குறைவாக இருக்கும். இதுதான் கம்யூனிஸ்ட் கட்சியின் கொள்கைக்கும் எங்களுக்கும் இடையேயுள்ள வேற்றுமை.

திமுகவின் இறுதி லட்சியம் ?

சமுதாயத் துறையில் சமத்துவம், பகுத்தறிவு. பொருளாதாரத் துறையில் சமதர்மம். அரசியலில் ஜனநாயகம்.

திராவிடம், தமிழ் உணர்வு என நீங்கள் பேசிக்கொண்டிருந்த விஷயங்களை, இனிவரும் காலங்களிலும் பேசி, அரசியலில் வெற்றி பெற முடியும் என நினைக்கிறீர்களா ?

திராவிடம், தமிழ் உணர்வு போன்ற லட்சியங்கள், எப்போதும் சுடர்விட்டு எரியும் தீபங்கள். அவை எல்லாக் காலங்களுக்கும் பொருத்தமானவை. தமிழன் என்பது எப்படி நிரந்தரமானதோ, அதைப் போன்றதுதான் திராவிடமும் தமிழ் உணர்வும். தாய்ப் பாசத்துக்கு எப்படி கால நிர்ணயம் இல்லையோ, அதைப் போல் தமிழ் உணர்வுக்கும் கால நிர்ணயம் கிடையாது.

இரண்டில் ஒன்று பார்க்கும் பிடிவாதக் குணம் உங்களுக்கு எங்கிருந்து வந்தது ?

அம்மா, அப்பா... அப்புறம் அன்றைக்குத் தொடங்கி என்னை விரட்டிக் கொண்டிருக்கும் சாதியப் பாகுபாடுகள். ஆமாம், சாதியப் பாகுபாடுகள் என் மீது போட்டிருந்த விலங்குகளை உடைக்க வேண்டும் என்றால், அயராத போராட்டம்தான் அதற்கு ஒரே வழி என்பதைத்தான் என்னுடைய வாழ்க்கை எனக்குச் சொல்லிக்கொடுத்தது.

இன்றைக்கும் சா தியப் பாகுபாடுகள் உங்களை விரட்டுகின்றனவா ? எப்படிச் சொல்கிறீர்கள் ? 45 வயதிலேயே நீங்கள் முதல்வராகிவிட்டீர்கள் கிட்டத்தட்ட கடந்த 50 ஆண்டுகளாக நீங்கள் உயர்ந்த இடத்தில் இருக்கிறீர்கள். நீங்கள் உங்களுக்கு மேல் அணுகிக்கொண்டிருப்பவர்களெல்லாம் தேசிய அளவிலான தலைவர்கள். அவர்களிடமெல்லாமும்கூட சாதியப் பார்வையை எதிர்கொள்வதாகச் சொல்கிறீர்களா ?

ஆமாம். அவர்களில் பலரிடமும்கூட சாதியப் பாகுபாட்டை மிகத் தெளிவாக உணர்ந்திருக்கிறேன். திமுக மீதான பலரின் காழ்ப்புணர்வுக்குப் பின்னணியிலும்கூட என்னைப் போன்ற ஒரு எளியவன் தலைமையில் அது இயங்குவதைத்

தாங்கிக்கொள்ள முடியாத ஆற்றாமை இருப்பதை உணர்ந்திருக்கிறேன். எவ்வளவு உயரம் போனாலும் இங்கு சாதியம் பின்னின்று நடத்தும் அரசியலை உணர்ந்திருப்பதால்தான் சமூக நீதிக்காக எவ்வளவு தூரம் செல்லவும் நாங்கள் தயாராக இருக்கிறோம். எவ்வளவோ காரியங்களைச் செய்திருந்தாலும், இந்தியா வில் வகுப்புவாரிப் பிரதிநிதித்துவத்தை வலியுறுத்தி வெற்றி கண்டதைப் பெரிய சாதனையாக நாங்கள் நினைப்பதும் அதனால்தான்.

அரசியலில் சாதியின் ஆதிக்கத்தை ஒழிக்கவே முடியாதா?

சாதியின் ஆதிக்கத்தை மட்டுமல்ல; மதத்தின் ஆதிக்கத்தையும் ஒழித்தாக வேண்டும். இதில் அனைத்து அரசியல் கட்சிகளும், சமுதாய இயக்கங்களும் அப்பழுக்கற்ற ஆர்வமும், செய்தே தீர வேண்டும் என்ற பிடிவாதமும் கொள்ள வேண்டும். அப்போதுதான் நிலைமையைச் சீர்திருத்த வழி உண்டு.

உங்களிடம் உள்ள சமூக நீதி தொடர்பான இந்தப் பிரக்ஞை அடுத்த தலைமுறை திமுகவினரிடமும் இருக்கிறதா?

இன்றைக்கு ஊற்றப்படுகின்ற தண்ணீரும், தொடர்ந்து இடப்படுகிற உரமும் எதிர்காலத்தில் நிச்சயமாகப் பயன்படும் என்ற நம்பிக்கை எனக்கு உண்டு.

தேசியவாதத்தின் பெயரால், சுதந்திரத்துக்குப் பின் மாநிலங்களின் உரிமைகள் பறிக்கப்படுவது நாளுக்கு நாள் அதிகரித்துக்கொண்டேதான் இருக்கிறது. தேசிய அரசில் கூட்டணி ஆட்சியில் திமுக பங்கேற்றிருந்த காலகட்டங்களிலெல்லாம் இது தொடர்பாக மேற்கொண்ட முயற்சிகளுக்கு தேசிய அரசுகளின் எதிர்வினை என்ன?

மாநிலங்களின் உரிமைகள் நாளுக்கு நாள் தேய்ந்துகொண்டே வருவதை உணர்ந்துதான் 40 ஆண்டுகளுக்கு முன்பே, 'மாநிலத்தில் சுயாட்சி, மத்தியில் கூட்டாட்சி' என்ற முழக்கத்தை திமுக முன்வைத்தது. எப்போதுமே இது தொடர்பாக நாங்கள் பேசிவந்திருக்கிறோம். 1970 மார்ச் 21 அன்று டெல்லியில் நடைபெற்ற தேசிய வளர்ச்சிக் குழுக் கூட்டத்தில், "மாநிலங்களுக்கு ஏன் அதிக அதிகாரங்கள் தரப்பட வேண்டும்" என்று நான் பேசியதை தேசிய அளவில் அப்போது பல கட்சிகள் ஆதரித்துப் பேசின. நாட்டிலேயே முதன்முதலாக 1974–ல் மாநில சுயாட்சித் தீர்மானத்தைத் தமிழக சட்டமன்றத்தில்தான் நிறைவேற்றினோம். அப்போது தொடங்கி இப்போது வரை எங்கெல்லாம், எப்போதெல்லாம் வாய்ப்புக் கிடைக்கிறதோ அங்கெல்லாம், அப்போதெல்லாம் மாநிலங்களின் மேலதிக உரிமைகளுக்கான முயற்சிகளை மேற்கொள்ளவே செய்கிறோம். தேசிய அரசுகளின் எதிர்வினைகள்தான் எல்லோருக்கும் தெரியுமே!

டெல்லி அரசியல் நோக்கி நீங்கள் நகர்வதற்கான வாய்ப்புகள் பல்வேறு காலகட்டங்களில் உருவாகியிருக்கின்றன. ஏன் டெல்லி நோக்கி நீங்கள் போகவே இல்லை?

என்னுடைய சிந்தனையும் செயலும் எப்போதும் 'தமிழ் – தமிழர் – தமிழ்நாடு'

என்ற எல்லைக்குள்ளேயே சுழன்றுகொண்டிருக்கின்றன. இங்கேயே செய்ய வேண்டிய காரியங்கள் இன்னும் ஆயிரமாயிரம் இருக்கும்போது, தேசிய அரசியல் எண்ணம் எப்படி வரும்?

தேசிய அரசியலில் ஒரு மாற்றுப் பாதையைத் திமுக முன்வைத்தாலும், டெல்லியில் ஒரு வலைப்பின்னலைத் திமுகவால் உருவாக்கவே முடியவில்லை. இன்றளவும் திமுகவின் பெரிய பலவீனங்களில் ஒன்றாகவே இது நீடிக்கிறது. இதை உணர்ந்திருக்கிறீர்களா?

உணர்ந்திருக்கிறோம். சரிசெய்யும் முயற்சிகளிலும் ஈடுபட்டிருக்கிறோம்.

உங்கள் அரசியல் வாழ்வின் மிக நெருக்கடியான காலகட்டம் என்று நெருக்கடிநிலைக் காலகட்டத்தைச் சொல்லலாமா?

நெருக்கடிகள் நிறைய இருந்தன என்றாலும், வாழ்வின் மிக நெருக்கடியான காலகட்டம் என்று நெருக்கடிநிலைக் காலகட்டத்தைக் குறிப்பிட முடியாது. அண்ணா மறைந்தபோது உருவானதுதான் பெரும் நெருக்கடி. அண்ணாவால் சில லட்சியங்களை வென்றெடுப்பதற்காக உருவாக்கப்பட்ட இந்த இயக்கத்தைக் கட்டிக் காப்பாற்றி, முன்னெடுத்துச் செல்ல வேண்டிய பொறுப்பு என் மீது விழுந்ததைவிடவும் பெரிய நெருக்கடி ஏதும் இல்லை.

நெருக்கடிநிலை கற்றுக்கொடுத்த பெரிய பாடம் என்ன?

அண்ணா அடிக்கடி சொல்வார், "இடையறாத விழிப்புணர்வே, ஜன நாயகத்துக்கு நாம் தரும் விலை" என்று. அந்த உண்மையே, அனுபவ ரீதியாகக் கற்றுக்கொண்ட பெரிய பாடம்.

திமுகவின் அடையாளமாக அந்நாட்களில் அறியப்பட்ட போர்க் குணம் மிக்க உறுதியான எதிர் அரசியலை இன்று பார்க்க முடியவில்லை. இது தலைமுறை மாற்றத்தின் விளைவா அல்லது கால ஓட்டத்தின் சிதைவா?

திமுகவின் போர்க் குணம் குறைந்துவிடவில்லை; என்றைக்கும் அது குறையவும் குறையாது. இன்றைக்கும் ஜனநாயகத்துக்குப் பாதகமான ஒரு நடவடிக்கை எடுக்கப்பட்டால், திமுகவிடமிருந்து அந்தப் போர்க் குணத்தை நீங்கள் பார்க்கவே செய்வீர்கள்.

இந்த வயதிலும் அரசியலில் உங்களை உந்தித் தள்ளிக்கொண்டிருப்பது எது?

திராவிட இயக்கத்தை எப்படியும் வீழ்த்த வேண்டும் என்று எண்ணிச் செயல்படும் சக்திகள். அவற்றை எப்படி வேரோடு களையலாம் எனும் எண்ணமே ஒவ்வொரு நாளும் கண் விழிப்பதிலிருந்து என்னை உந்தித் தள்ளுகிறது!

கருணாநிதி – சிறுகுறிப்பு வரைக?

மானமிகு சுயமரியாதைக்காரன்!

அய்யன் காதல்!

செல்வநாதன் பேட்டி

படம்: ஷேக் மொய்தீன்

● என்.சுவாமிநாதன்

கருணாநிதியின் திருவள்ளுவர் மீதான காதலையும் மதிப்பையும் அளவிடவே முடியாது. தமிழ் ஆண்டுக்கு 'திருவள்ளுவர் ஆண்டு' என்று பெயரிட்டார். தமிழகம் முழுவதும் ஓடிய அரசுப் போக்குவரத்துக் கழகப் பேருந்துகளில் திருக்குறள் பலகைகளைப் பதித்தார். வள்ளுவர் கோட்டம் அமைத்தார். 'அய்யன்' என்று அவர் வாயார அழைத்த திருவள்ளுவர் மீது அவர் கொண்ட காதலின் உச்சம், குமரியில் வள்ளுவருக்கு 133 அடியில் அவர் ஆட்சியில் அமைக்கப்பட்ட பிரம்மாண்டமான கற்சிலை. நவீனத் தமிழகத்தின் அடையாளங்களில் ஒன்றாகிவிட்ட வள்ளுவர் சிலை அமைப்புப் பணியை நினைவுகூர சிற்பி கணபதி ஸ்தபதி இப்போது உயிரோடு இல்லை. அவருடைய வாரிசு – சகோதரர் மகன் – சிற்பி செல்வநாதன் அந்த நாட்களை நினைவுகூர்ந்தார்.

வள்ளுவர் சிலை அமைப்புப் பணி எப்படி கணபதி ஸ்தபதியிடம் வந்தது?

வள்ளுவர் சிலை மட்டும் இல்ல; கலைஞர் ஆட்சியில் அமைக்கப்பட்ட வள்ளுவர் கோட்டம், பூம்புகார் கலைக்கூடம், திமுகவோட தலைமையகமான அறிவாலயம் இப்படிப் பல வேலைங்க பெரியப்பா பார்த்ததுதான். 1989-ல ஆட்சிக்கு வந்தப்போவே வள்ளுவருக்குச் சிலை எடுக்குறதை யோசிச்சாங்க. ஆட்சி பாதியில கலைஞ்சுட்டதால, வேலை நின்னுடுச்சு. திரும்ப 1996-ல ஆட்சிக்கு வந்ததுக்கு அப்புறம் மறுபடி தொடங்குனாங்க. மொதமொதல்ல இதைப் பத்தி நடந்த பேச்சு இப்பவும் நினைவுல இருக்கு. பெரியப்பாவுக்கு

போன் வருது. 'கன்னியாகுமரி கடல் நடுவே பாறையில 133 அடி உயரத்துல வள்ளுவருக்குச் சிலை வெச்சா எப்படி இருக்கும்? முடியுமா?'னு கேட்டுருக்காங்க. பெரியப்பா உடனே, 'முடியும்'னு சொல்லிட்டாங்க. குமரியில கடலடி ஜாஸ்தி. 'காலத்துக்கும் அலைவீச்சுல நிக்கணும்னா சிலையை ஒரே கல்லுல செய்யாம, கோயில் மாதிரி அடுக்கிக் கட்டினாதான் நிற்கும்'னு சொன்னார் பெரியப்பா. கலைஞரும் ஏத்துக்கிட்டார்.

வள்ளுவரோடு உணர்வுரீதியாக நெருக்கமானவர் கருணாநிதி. சிலையமைப்பில் எதாவது குறுக்கீடுகள் இருந்தனவா?

குறுக்கீடு கிடையாது. ஆனா ரொம்ப அக்கறை எடுத்துக் கிட்டார் தனக்கே சிலை அமைச்சுக்குற மாதிரி! வள்ளுவர் சிலையில ஒவ்வொரு விஷயத்திலும் ஈடுபாடு காட்டுவார் கலைஞருன்னு பெரியப்பா சொல்வாங்க. பெரியப்பா கொடுத்த சிலை வடிவமைப்புல வள்ளுவரோட ஒரு கால் நேரா ஊன்றியும், இன்னொரு கால் கொஞ்சம் வளைஞ்சும் இருக்கும். 'ஜைன விக்கிரகங்கள் எல்லாம் நேரேத்தானே நிற்குது? வள்ளுவர் ஏன் வளைஞ்சுருக்கார்?'னு கலைஞர் கேட்ருக்கார். 'முக்காலத்துக்கும் பொருந்தக்கூடிய கருத்தை உலகுக்குக் கொடுத்தவர் வள்ளுவர். அவர் 'பங்க நிலை'யில் நிக்கிறதுதான் அழகு'ன்னு பதில் சொல்லியிருக்கார் பெரியப்பா. சிலையை இரு கூறா பிரிச்சு உருவாக்கினார் பெரியப்பா. அறத்துப் பாலைக் குறிக்கிற மாதிரி அறபீடம் 38 அடியிலும், பொருள், இன்பத்துப் பாலைக் குறிக்கிற மாதிரி சிலை 95 அடியிலும்னு 133 அடியை வகுத்தார். பீடத்துல யானைகள் வேணும்னு கலைஞர்தான் சொன்னார். அதன்படி பீடத்தில் எட்டு திசை, வான், மண் சேர்த்துப் பத்து திசை நோக்கி, பத்து யானைகளை வடிவமைச்சார் பெரியப்பா.

செல்வநாதன்

சோழிங்கநல்லூரில் தலை, கை; அம்பாசமுத்திரத்தில் பீடம்; கன்னியாகுமரியிலேயே உடல்னு மூணு இடங்கள்ல நடந்துச்சு சிற்ப வேலை. மொத்தம் 7,000 டன் எடையுள்ள வள்ளுவர் சிலை 3,681 கற்களைப் பயன்படுத்திச் செய்யப் பட்டது. அடிக்கடி போன் செஞ்சு விசாரிச்சுக்கிட்டே இருப்பார் கலைஞர். போதாக்குறைக்கு அமைச்சர்களை வேற அடிக்கடி அனுப்புவார். சிலை திறப்பு விழாவில் பேசும்போது, 'கடல் அலையும், மலையும் இருக்கும் வரை இந்தச் சிலை இருக்கும் என ஸ்தபதி சொல்கிறார்'னு கலைஞர் பேசினார். சுனாமியையே தாங்கி நின்னுச்சு. சிலை இருக்குற வரைக்கும் கலைஞரோட புகழும் இருக்கும்!"

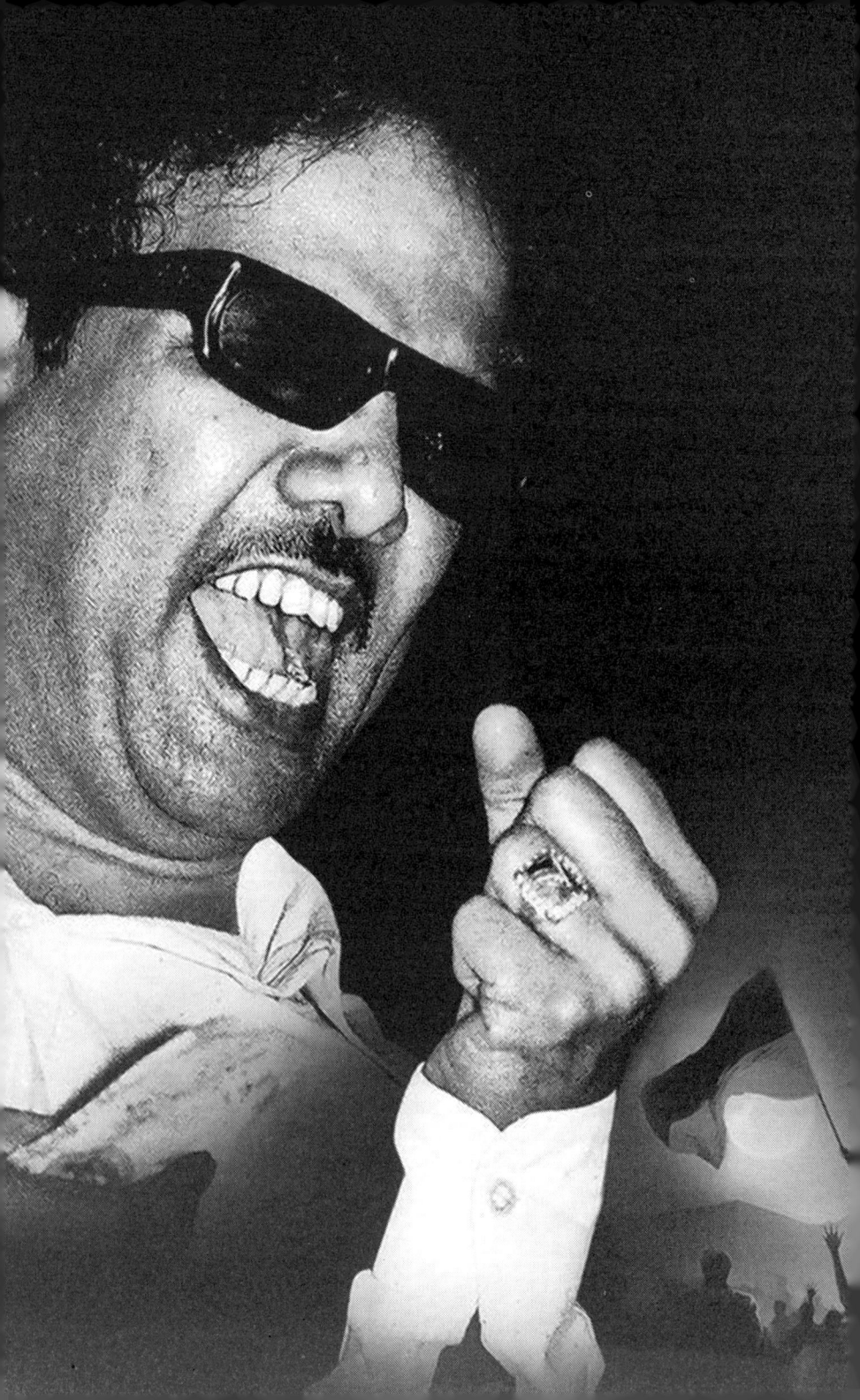

அரசியல் தலைவர் கருணாநிதி

சமூகவுணர்வையும் மொழியுணர்வையும் விதைத்து என்னை எழுத்தாளனாக்கியது திமுக!

- இமையம்
பக்கம்-266

கட்சிக்காரன்!

இமையம்
எழுத்தாளர்

1978 ஆகஸ்ட் மாதம். மாலை நேரம். தென்னாற்காடு மாவட்டம், திட்டக்குடி வட்டம், மங்களூர் ஒன்றியம், கழுதூர் கிராமத்தில் ஒரு கூட்டம் நடந்தது. கூட்டத்தைக் கூட்டியவர் மெட்ராஸ் பூக்கடையை ஒட்டி பந்தர் தெருவிலுள்ள பழக்கடையில் கூலியாக வேலைசெய்துகொண்டிருந்த சின்னசாமி. கூட்டத்தில் பங்கேற்றவர்கள் ஆறாம் வகுப்பு முதல் பதினோராம் வகுப்பு வரை படித்துக்கொண்டிருந்த மாணவர்கள். "கலைஞர்தான் நம்ம சனங்களுக்கு நல்லது செய்வாரு. நாம இப்ப உட்கார்ந்திருக்கிற இந்த வீடுகூட அவர் கட்டித் தந்ததுதான். நாம கலைஞர் கட்சியில இருந்தாதான் குடித்தெருவுல சைக்கிள்ல போக முடியும். செருப்பு போட்டுக்கிட்டுப் போக முடியும். தோள்ல துண்டு போட்டுக்கிட்டுப் போக முடியும். குடித்தெரு டீக்கடையில டீ குடிக்க முடியும். டீ குடிச்ச டம்ளர கழுவி வைக்க வேண்டியதில்ல. நம்ம ஆளுங்களுக்குத் தனி டம்ளர் இருக்காது. தரையில உட்கார்ந்து இட்லி சாப்பிடாம பெஞ்ச்சுல உட்கார்ந்து இட்லி சாப்பிடலாம். பண்ணை வேல செய்ய வேண்டாம். என்னை மாதிரி மீசையும் கிருதாவும் வெச்சிக்கலாம். கட்சி வேட்டி கட்டிக்கலாம். கட்சித் துண்டு போட்டுக்கலாம். அதனால, நீங்கயெல்லாம் கட்சியில சேந்துக்கிறீங்களா?" என்று கேட்டார் சின்னசாமி.

கலைஞர் கட்சியில் இருந்தால், எப்படி குடித்தெருவில் செருப்பு போட்டுக் கொண்டு போக முடியும்? சைக்கிளில் உட்கார்ந்துகொண்டு போக முடியும்? தோளில் துண்டு போட்டுக்கொண்டு போக முடியும்? டீக்கடையில் எப்படி டீ குடித்த டம்ளரைக் கழுவாமல் வைக்க முடியும்? தோளில் துண்டு போடுவதற்கும், மீசை வைத்துக்கொள்வதற்கும், கிருதா வைத்துக்கொள்வதற்கும், கலைஞருக் கும், கலைஞரின் கட்சிக்கும் என்ன சம்பந்தம்? தெரியாது. கலைஞர் யார், திமுக என்றால் என்ன? கட்சி என்றால் என்ன? எதுவும் தெரியாது. ஆனால்,

கூட்டத்தில் இருந்த பதினைந்து இருபது மாணவர்களில், ஏழாம் வகுப்பு படித்துக்கொண்டிருந்த அண்ணாமலை என்ற பையன் எழுந்து நின்று கைகளைக் கட்டிக்கொண்டு சொன்னான், "நான் கட்சியில சேந்துக்கிறன்."

"நல்ல பையன். வேற யாரு கட்சியில சேந்துக்கிறது ?" என்று கேட்டார் சின்னசாமி. எல்லாப் பையன்களுமே கட்சியில் சேர்வதாகக் கையைத் தூக்கிக் காட்டினார்கள். ஆளுக்கொன்றாக கலைஞர் படம் போட்ட பேட்ஜ் சின்னசாமி கொடுத்தார்.

வீட்டுக்கு வந்த அண்ணாமலைக்குத் தூக்கமே வரவில்லை. மறுநாள் காலையில் சின்னசாமியின் வீட்டுக்குச் சென்றான். "கட்சியில் சேர வேண்டும்" என்றான். "திட்டக்குடி போ. பஸ் ஸ்டாண்டை ஒட்டி கிழக்கால இருக்கிற இட்லி கடைக்கிப் போயி, ஒன்றியச் செயலாளர் ராசுவ பாக்கணும்னு சொல்லு. அவர் இருக்கிற எடத்த சொல்வாங்க. அவர்கிட்ட கட்சியில சேருறதுக்கு உறுப்பினர் பாரத்த நான் சொன்னன்னு சொல்லி வாங்கிட்டு வா" என்று ஒரு வாடகை சைக்கிளை எடுத்துக்கொடுத்தார். கழுதூரிலிருந்து திட்டக்குடி 20 கிலோ மீட்டர். சைக்கிளில் தனியாகச் சென்று, இட்லிக் கடையில் விசாரித்துவிட்டு, இரண்டு கிலோ மீட்டர் தள்ளி ஆற்றோரமாக இருந்த செங்கல் சூளைக்குச் சென்று ராசுவைப் பார்த்தான். "கட்சியில சேரணும். அதுக்கு பாரம் வேணும். சின்னசாமி அனுப்புனாரு" என்று அண்ணாமலை சொன்னதைக் கேட்ட ராசு வாய்விட்டுச் சிரித்தார்.

"நீயா கட்சியில சேரப் போற ? நீ கட்சியில சேந்து என்னா செய்யப்போற ?" என்று கேட்டார். பிறகு, இட்லிக் கடைக்கு அழைத்துவந்து பெஞ்ச்சில் உட்கார வைத்து, நான்கு இட்லியும் கண்ணாடி போட்ட மரப் பெட்டியில் அடுக்கி வைக்கப்பட்டிருந்த ஒரு செட் பூரிக் கிழங்கும் வாங்கிக் கொடுத்தார். அவனுடைய வாழ்க்கையில் முதன்முதலாக ஓட்டலில், அதுவும் பெஞ்ச்சில் உட்கார்ந்து இட்லியும் பூரிக் கிழங்கும் சாப்பிட்டது அன்றுதான்! உறுப்பினர் படிவத்தைக் கொடுத்து, சைக்கிள் வாடகை ஒண்ணே கால் ரூபாயும் கொடுத்து, தோளில் தட்டிக்கொடுத்து "போயிட்டு வா" என்று அனுப்பி வைத்தார் ராசு. மேல் சாதிக்காரர் ஒருவர் அவனுடைய தோளில் தட்டிக்கொடுத்ததும் அதுதான் முதல் முறை!

உறுப்பினர் சேர்க்கைப் படிவத்தைக் கொண்டுவந்து சின்னசாமியிடம் கொடுத்தான். படிவத்தை வாங்கி முதல் பெயராக அவனுடைய பெயரை எழுதி, பதினெட்டு வயதாகப் போட்டு, கையெழுத்து வாங்கினார். படிவத்தில் எழுத வேண்டிய மற்ற இருபத்து நான்கு பெயர்களையும், அப்பா பெயர்களையும் தானே எழுதி, இருபத்து நான்கு கையெழுத்துகளையும் அவராகவே போட்டு, கட்சியின் தலைமையகமான அன்பகத்துக்கு இருபத்து ஐந்து ரூபாய் மணி ஆர்டரையும், உறுப்பினர் படிவத்தையும் அனுப்பிவைத்தார். அன்றுதான் கழுதூர் காலனியில் திமுகவின் கிளைக் கழகம் உருவாயிற்று. மூன்று நான்கு மாதம் கழித்து போஸ்ட் கார்டு அளவில் உறுப்பினர் அட்டை வந்தது. தன்னுடைய பள்ளிச் சான்றுகளுக்கு இணையான மதிப்பில் அந்த உறுப்பினர்

தன்னுடைய அப்பா - அம்மாவைக் குறை சொன்னால், திட்டினால்கூட அவனால் பொறுத்துக்கொள்ள முடியும். ஆனால் கலைஞரை, திமுகவைத் திட்டினால், அவனுக்கு உயிர் போவதுபோல் இருக்கும். கட்சியும் தலைவரும் உயிர்போலத்தானே!

அட்டையை இன்றும் பொக்கிஷமாகப் பாதுகாத்து வைத்திருக்கிறான் அவன்.

1980–ல் விருத்தாசலம் அரசுப் பள்ளி மைதானத்தில் நடைபெற்ற பொதுக் கூட்டத்துக்கு இந்திரா காந்தியும் கலைஞரும் வருவதாகக் கேள்விப்பட்டு, வாடகை சைக்கிளை எடுத்துக்கொண்டு தேர்தல் பிரச்சாரப் பொதுக் கூட்டத்துக்குப் போனான். தூரத்தில் இருந்தவாறே கலைஞரைப் பார்த்தான். வெள்ளை வேட்டி, வெள்ளைச் சட்டை, கறுப்புக் கண்ணாடி - இது மட்டும் கலைஞராகத் தெரிந்தார்.

1987–ல் நடைபெற்ற சட்டமன்றத் தேர்தல் பிரச்சாரக் கூட்டத்துக்கு திருச்சி மேலப் புதூர் பாலக்கரைக்கு கலைஞர் வந்தபோது, 'தாமதமாகப் போனால் இடம் கிடைக்காது; கலைஞரைப் பார்க்க முடியாது' என்று முன்னதாகவே பயணம் புறப்பட்டு, இரவு ஏழு மணிக்கே போய் உட்கார்ந்துவிட்டான். கலைஞர் வந்தது விடியற்காலை நான்கு மணிக்கு. அப்போதெல்லாம் அவர் பேசியது என்ன புரிந்தது என்று இன்று தெரியவில்லை; ஞாபகத்தில் இல்லை. ஆனால், 'என் உயிரினும் மேலான அன்பு உடன்பிறப்புகளே!' என்று சொல்வாரே, கூட்டத்தின் குரல் விண்ணதிருமே, அதுபோதும் அவனுக்கு!

அப்புறம் சுற்றுவட்டாரங்களில் கலைஞர் வரும் கூட்டங்கள் எதையும் அவன் விடுவதில்லை. கூட்டங்கள் மட்டும் அல்ல; கட்சி நடத்திய மதுரை, சேலம், கோவை, திருச்சி, விழுப்புரம் என்று ஒரு மாநாட்டைக்கூட அவன் விட்டதில்லை. கல்யாணமான பின் தன் மனைவியுடனும், பிறகு குழந்தைகளுடனும் மாநாடுகளுக்குச் செல்ல ஆரம்பித்தான். அப்புறம் பொதுக்கூட்ட மேடைப் பேச்சு கேசட்டுகளை வாங்கி வந்து திரும்பத் திரும்பப் போட்டுக் கேட்பதும் சிரிப்பதும் கைத்தட்டுவதும் அவனுடைய சந்தோஷங்களில் ஒன்றாகிப்போனது. அடுத்து, போராட்டங்கள். திமுக என்றாலே போராட்டம்தானே! கட்சி அறிவித்த எந்தப் போராட்டத்தையும் பின்னாளில் அவன் விட்டதில்லை. எந்தப் போராட்டத்திலும் பெயருக்காகக் கலந்துகொண்டதில்லை. சலித்துக்கொண்டோ அலுப்புடனோ

கலந்துகொண்டதில்லை. சிறைக்குச் சென்றிருக்கிறான்... சிறை வாசம் அனுபவித்திருக்கிறான். இடையிடையே தேர்தல்கள். எல்லாவற்றிலும் ஓடியிருக்கிறான். கட்சி ஜெயித்தபோது உச்சபட்ச மகிழ்ச்சியும், கட்சி தோற்ற போது உச்சபட்ச துயரத்தையும் அனுபவித்திருக்கிறான். கட்சியில் உறுப்பினராகச் சேர்ந்து 37 ஆண்டுகளாகிவிட்டாலும், என்ன ஓடினாலும் கட்சியில் இன்றும் அவன் சாதாரண உறுப்பினன்தான். ஆனால், கட்சிப் பொறுப்பு என்னத்துக்கு? அவன் மட்டும்தான் அப்படி இருக்கிறானா என்ன? எந்தப் பொறுப்புக்கும் போகாத பல லட்சம் தொண்டர்கள் இன்றும் அப்படிக் கட்சியில் இருக்கிறார்களே! கலைஞருக்காகவும் கட்சிக்காகவும் அவர்கள் இருக்கிறார்கள். அவர்கள்தான் கலைஞரின் பலம், திமுகவின் பலம்!

அவனுடைய வாழ்க்கையில் கலைஞருக்கு யாரெல்லாம் எதிரிகளோ, அவர்களெல்லாம் அவனுக்கும் எதிரிகள். கலைஞருக்கு யாரெல்லாம் நண்பர்களோ அவர்களெல்லாம் அவனுக்கும் விருப்பமானவர்கள். எம்ஜிஆருக்கும் அவனுக்கும் என்ன சம்பந்தம்? ஒருவர் முகத்தை ஒருவர் பார்த்ததுகூடக் கிடையாது. ஆனால், கலைஞரைக் காட்டிலும் நூறு மடங்கு பகை எம்ஜிஆரிடம் அவனுக்கு இருந்தது. அவர் நடித்த சினிமாக்களைக்கூடப் பார்க்க மாட்டான். அப்படித்தான் ஜெயலலிதா மீதும். அப்படித்தான் வைகோ மீதும்! பஸ் பயணத்தில், ரயில் பயணத்தில் கலைஞரைப் பற்றி, திமுகவைப் பற்றி யாராவது குறை சொன்னால் பாய்ந்துவிடுவான். தன்னுடைய அப்பா – அம்மாவைக் குறை சொன்னால், திட்டினால்கூட அவனால் பொறுத்துக் கொள்ள முடியும். ஆனால் கலைஞரை, திமுகவைத் திட்டினால், அவனுக்கு உயிர் போவதுபோல் இருக்கும். கட்சியும் தலைவரும் உயிர்போலத்தானே!

இன்று அவன் பெயர் இமையம். எழுத்தாளன். அவன் யோசித்துப் பார்க்கிறான்... கட்சி என்னவெல்லாம் அவனுக்குச் செய்தது? நேரடியாக அது எதையும் அள்ளிக்கொடுத்துவிடவில்லைதான். ஆனால், ‘கட்சிக் கூட்டத்துக்கு வா, கட்சிக்காரன் கல்யாணத்துக்கு வா, கட்சிக்காரன் செத்துவிட்டான் வா’ என்று சாதி பார்க்காமல் அதுதான் அவனை அழைத்து, எல்லோரோடும் சமமாக உட்கார வைத்தது. மற்றவர்களுக்கு அவன் துண்டு போடவும் அவனுக்கு மற்றவர்கள் துண்டு போடவுமாக என ஒரு உறவை உண்டாக்கியது. சமூக உணர்வை அவனுக்குள் விதைத்ததும் கட்சிதான். மொழியுணர்வை அவனுக்குள் விதைத்ததும் கட்சிதான். இவை இரண்டும்தான் அவனை எழுத்தாளனாக்கின. அவைதான் அவனை இன்றைக்கு இப்படி எழுதவைக்கின்றன.

கட்சியில் அவனுக்குப் பொறுப்பு கிடையாது. ஆனால், பெரிய பதவி ஒன்று உண்டு – கட்சிக்காரன். மாநாட்டுக்கு, பொதுக்கூட்டத்துக்கு, பிரச்சாரத்துக்கு கலைஞர் வரும்போதெல்லாம், அவருடைய கார் அருகில் வந்ததும் உயிரே நின்றுவிடும் அளவுக்குக் கூடி நிற்கும் கட்சிக்காரக் கூட்டம் கத்தும். அவனும் கத்துவான். அப்படிக் கத்தும்போது உடலிலும் மனதிலும் ஒவ்வொரு அணுவிலும் அப்படி ஒரு மகிழ்ச்சி பொங்கும். இப்போதும் அப்படித்தான் மகிழ்ச்சி பொங்கக் கத்துகிறான். “டாக்டர் கலைஞர்... வாழ்க!”

கலைஞரை ஏன் பிடிக்கும்னா...

‘கொள்கைப் பிடிப்பு’ குஞ்சலம்
புளியந்துரை, நாகை

மிட்டா மிராசுங்களுக்கு மட்டும் கட்சிங்கிறதை மாத்தி, சாதாரண மனுசங்களுக்குன்னு ஒரு கட்சி வந்ததே இங்கே திமுகதானே! நம்மள மாதிரி சாதாரணக் குடும்பத்து ஆட்கள்ங்கிறதால, திராவிட இயக்கத் தலைவர்கள் மேல ஒரு ஈர்ப்பு. அதிலயும் கலைஞர் மீது காதல்னே சொல்லலாம். அவரு கூட்டம் எங்க நடந்தாலும் போயிடுவேன். அவரு ‘உடன்பிறப்பே’ன்னு கூப்பிடுறது போதும்; என்னையே நேரடியா கூப்பிட்டமாரி இருக்கும். அந்தக் காந்தக் குரலும் தமிழ்ப் பேச்சும் அவரோட கொள்கைப் பிடிப்பும் என் நெஞ்சு வேகுற வரைக்கும் கலைஞர்தாங்க!

மாசிலாமணி

செண்பகராமன்புதூர், நாகர்கோவில்

அவரைப் போல ஒரு தலைவன் இதுவரைக்கும் பிறந்ததும் இல்லை, பிறக்கப்போறதும் இல்லை. சாதி கிடையாது. மதம் கிடையாது. அவரைப் பொறுத்தவரை எல்லோருமே சமம்தான். அவரு வீட்டுலேயே அப்படி சம்பந்தம் போட்டாரா இல்லையா? சாதியை உடைச்சாரா இல்லையா?

டான் அசோக்

மதுரை

கலைஞர் ஒரு எஃகு கோட்டை! வாழ்க்கையில அவர்கிட்டேயிருந்து கத்துக்க எவ்வளவோ இருக்கு! கல்யாணமாகி சில நாட்களே ஆன தன்னோட மகனை மிசாவில் கைதுசெய்ய போலீஸ் வருது. "அவன் வீட்டில் இல்லை. வந்தவுடனே நானே அனுப்பி வைக்கிறேன்"னு சொல்லிட்டு, அதேபோல் மகன் வந்தவுடன் அனுப்பிவைக்கிறார். யாரால் முடியும்? 77 வயசு முதியவரா இருக்குறப்ப நடு ராத்திரியில கொடூரமான முறையில கைதுசெய்றாங்க. போலீஸ் முரட்டுத்தனமா கையாண்டதுல அவரோட கை பாதிக்கப்படுது. அன்னிக்கு சாயங்காலம் நடக்குற பிரஸ் மீட்டில் சிரித்தபடி சொல்றார், "காவலர் பெயர் முருகேசன் அல்லவா, அதனால்தான் முறுக்கிவிட்டார்!" யாரால் முடியும்? கலைஞர் ஒரு சித்தாந்தமாகவும் சின்னமாகவும் மாறி ரொம்பக் காலமாச்சு! சின்ன வயசுல காமிக்ஸ் வாசிச்சவங்களுக்குத் தெரியும்... மாயாவியின் முத்திரைச் சின்னம் எப்படி எதிரிகளுக்கு உதறலைக் கொடுக்குமோ... அப்படி கலைஞர்ங்கிற சின்னம், சித்தாந்தம் இன்னும் ஆயிரம் ஆண்டுகளுக்கு சமூக நீதி எதிரிகளுக்கு உதறலைக் கொடுத்துக்கிட்டே இருக்கும்!

கமலம்

கீழப்பழுவூர், அரியலூர்

இந்தி எதிர்ப்புப் போராட்டத்தில் பங்கேற்ற என் கணவர் சின்னச்சாமி, 1964 ஜனவரி 25 அன்னிக்குத் தீக்குளித்து இறந்தப்போ, என்னோட மகள் திராவிடச் செல்வி சின்னப் பொண்ணு. அந்தப் பிள்ளையை எப்படிக் கரைசேர்க்கப் போகிறோமோ என்று கலங்கிப்போய் நின்னேன். ஆனால், கட்சியும் எங்களை மறக்கலை; கலைஞரும் கைவிடலை. 1975-ல என் மக கல்யாணத்துக்கு முதல்ல ஒரு தேதி குறிச்சு வாங்கிட்டு வந்துட்டோம். ஆனா, புரட்டாசி மாசத்துல அந்தத் தேதி வந்ததால, ஊர்க்காரங்களும் சொந்தக்காரங்களும் சங்கடப்பட்டாங்க. இதை கலைஞர்கிட்ட சொன்னதும், 'உங்களுக்கு எந்தத் தேதி வசதினு சொல்லுங்க, நான் வந்திடுறேன்'னு சொல்லி, அதேபோல வந்துட்டார். இத்தனைக்கும் அப்போ அவரு முதலமைச்சர். என்னிக்கும் கட்சிக்காரங்களை விட்டுக்கொடுக்க மாட்டார்!

சாம்ராஜ்

கோணாங்கிநாயக்கனஅள்ளி, தருமபுரி

ஏன் மூச்சு விடுற, ஏன் சோறு சாப்பிடுறன்னு கேட்கிற மாதிரி இருக்கு, 'கலைஞரை ஏன் பிடிக்கும்?'னு கேட்கிறது. பள்ளிக்கூட வயசுலேயே கட்சி புடிச்சிப்போச்சு. எந்தக் கூட்டம், போராட்டம்னாலும் கொடியோடு போயிருவேன். நடந்தே வந்து போய்க்கிட்டிருக்கேன்னு 20 வருஷத்துக்கு முன்னாடி கட்சியில ஒரு புது சைக்கிள் வாங்கிக் கொடுத்தாங்க. வாங்கின கையோட அதுக்கு கறுப்பு சிவப்பு நிறம் அடிச்சி திமுக நிறத்துல மாத்தினேன். நமக்குள்ளேயும் அந்த நிறம்தான் ஓடுது. என்னைய மாதிரி தொண்டர்கள் கட்சியில எனக்குப் பொறுப்பு கொடு, பதவி கொடுன்னு போய் நிக்க மாட்டோம். ஆனா, கட்சியை நோக்கி வீசுற கற்களைத் தங்களோட மார்புல தாங்குவோம். ஏன் இவ்வளவு பிரியம்னா தமிழனுக்காக, தமிழுக்காக என்னிக்கும் குரல் கொடுக்குற கட்சி இது. தமிழனுக்கு ஒண்ணுன்னா முதல்ல நிக்கிறவர் என் தலைவர் கலைஞர்!

மதுரைவீரன்
தஞ்சாவூர்

திமுக தொடங்குறதுக்கு மூணு வருஷம் முன்னாடி பர்மாவுல பிறந்தவன் நான். பர்மாவிலேயே திராவிடக் கருத்துகள் பரவியிருந்துச்சு. அப்புறம் தஞ்சாவூர் திரும்பின பின்னாடி, திராவிட இயக்கப் பற்று அதிகமாயிடுச்சு. கலைஞர்னா உழைப்பு. அதான் எனக்கு ரொம்பப் பிடிக்கும். நமக்கு அரைக்கால் டவுசர் மட்டும்தான் உடுப்பு. கட்சிக் கூட்டம், போராட்டம்னாலும் இப்படியேதான் கொடியேந்திக்கிட்டுப் போவேன். என் கட்சி என்னை அணைச்சுக்கும். இந்த வயசுலேயும் வீடுகளுக்குத் தண்ணி ஊற்றிப் பிழைக்கிறேன்னா, கலைஞரோட உழைப்பு தர்ற ஊக்கம்தான் காரணம்!

செல்வராஜ்
மேட்டூர், தென்காசி

டெல்லியோட சரிசமமா தமிழ்நாட்டை நிக்க வைக்கிறது பிடிக்கும். தமிழ்நாட்டைத் தமிழன்தான் ஆளணும்கிற சூழலை அவரு உருவாக்கினது பிடிக்கும். அவரோட தமிழ் பிடிக்கும்!

மு.அப்துல்சலாம்

மதுரை

அண்ணா சொன்னாரு, 'திமுகவுக்கு முழு நேர ஊழியர்களைவிடப் பகுதி நேர ஊழியர்கள்தான் தேவை'ன்னு. முழு நேர ஊழியர்கள் டீச்செலவுலருந்து குடும்பச் செலவு வரைக்கும் கட்சிகிட்ட எதிர்பார்க்கிற சூழ்நிலை வந்திடும். ஆனா, பகுதி நேர ஊழியர்கள் குடும்பத்துக்கும் சம்பாதிச்சி, கட்சிக்கும் உதவி பண்ணுவாங்க. அதனாலதான், 36 வருஷமா கட்சி விசுவாசியா இருந்தாலும், நான் உறுப்பினர் அட்டைகூட வாங்குனதில்ல. ஆனா, கலைஞருக்காகக் கட்சிக்கு எதையும் செய்வேன். தமிழன்கிற அடையாளத்துக்குள்ள எல்லோரையும் அடைச்சுட்டாருல்ல! இந்து – முஸ்லிம் வேற்றுமை ஏதுங்க எங்க கட்சியில!

இளங்.கார்த்திகேயன்

மகாதேவப்பட்டணம்

டெல்லிக்குப் பணியாம சுயமரியாதையோடு எப்பவும் நிப்பார் பாருங்க, அதான் பிடிக்கும். ஆட்சியே போனாலும் பரவாயில்லைனு எத்தனை முறை உறுதியா நின்னிருக்கார்! பெரியாருக்கு அரசு மரியாதை, இலங்கை போய்வந்த இந்திய ராணுவத்தை வரவேற்க மறுத்தது இப்படி எத்தனை சொல்லலாம்? தனி நாடு கேட்ட தலைவர்களில் ஒருவராக இருந்தாலும், சுதந்திர இந்தியாவின் தலைசிறந்த சிற்பிகள்ல முதல் பத்து இடங்களுக்குள் அவர் வருவார். ஏன்னா, அவர் முன்வெச்ச மாநில சுயாட்சி முழக்கம் ஒரு தேசியக் கனவு!

தொகுப்பு: **சி.கதிரவன், கரு.முத்து, என்.முருகவேல், எஸ்.ராஜாசெல்லம், ஒய்.ஆண்டனி செல்வராஜ், எஸ்.கிருஷ்ணமூர்த்தி, என்.சுவாமிநாதன்.**

உலகத் தமிழர்களுக்கான உரிமைக் குரல்!

1981-ல் இலங்கைத் தமிழர்களுக்கு ஆதரவாகப் போராட்டத்தில் ஈடுபட்ட திமுகவினருக்கு எதிரான நடவடிக்கையில் போலீஸார்...

மேனா உலகநாதன்
பத்திரிகையாளர்

2001 அக்டோபர் மாதம். "தாக்குண்டால் புழுக்கள்கூடத் தரைவிட்டுத் துள்ளும்" என்பது போன்ற கனல் பறக்கும் வரிகளைக் கவிதைகளாய் முழங்கிய தமிழ்த் தேசிய, பொதுவுடைமைச் சிந்தனையாளரும் கவிஞருமான தணிகைச்செல்வனின் கவிதைத் தொகுதி வெளியீட்டு விழா.

கலைஞர் கருணாநிதி நூலை வெளியிட்டு உரையாற்றினார். அந்த நிகழ்வில் பங்கேற்ற பெ.மணியரசன் திராவிட தேசியம் - தமிழ்த் தேசியம் குறித்த முரண்பாடுகள் குறித்து மேடையில் இருந்த கருணாநிதியிடம் நேரடியாகக் கேள்வி எழுப்பினார். கருணாநிதி கொடுத்த பதில் இது: "திமுகவைத் தொடங்குகையில் அண்ணா மிகுந்த எச்சரிக்கையோடு அதன் லட்சியத்தைக் குறிப்பிட்டார். ஆரியர் – திராவிடர் என்று அவர் பகுத்துக் குறிப்பிடவில்லை.

ஆரியம், திராவிடம் என்று கலாச்சாரங்களையே வேறுபடுத்திக்காட்டினார்... தமிழ்த் தேசியம் என்பதிலே நமக்கு எந்த விதமான மாறுபாடான கருத்தும், முரண்பாடான கருத்தும் இல்லை. தேசிய இனங்கள் இந்தியாவில் இருபதுக்கும் மேற்பட்டவை இருக்கின்றன. அந்தத் தேசிய இனங்களுடைய உரிமையைக் காப்பாற்ற வேண்டும் என்பதற்காகத்தான், மாநில மொழிகள் அனைத்தும் இந்தியோடு, ஆங்கிலத்தோடு ஆட்சிமொழிகளாக வேண்டும் என்கிறோம். முதற்கட்டமாக தமிழ் மொழியை மத்திய ஆட்சி மொழிகளிலே ஒன்றாக ஆக்குங்கள் என்று கேட்பதுகூட நம்முடைய கவிஞர் தணிகைச்செல்வன் குறிப்பிடுகிற அந்தத் தமிழ்த் தேசிய உணர்வோடுதான்!"

ஆம். திராவிடம் என்ற கருத்தியல் வேறு; தமிழ்த் தேசியம் வேறு என்ற குரல்கள் ஒலிக்கத் தொடங்கிய காலகட்டத்திலேயே அதற்கான சரியான பதிலை கருணாநிதி சொன்னார். ஆங்கிலேயரிடம் தொடங்கி திராவிட நாடு கேட்டு வந்தது திராவிட இயக்கம். "இனி, இந்திய ஒன்றியத்தில் பிரிவினைக் கோரிக்கைகளை அனுமதியோம்" என்று நேரு அரசு எப்போது பிரிவினைவாதத் தடுப்புச் சட்டம் மூலமாகத் தமிழர்களின் அரசியல் குரலான திமுகவை முடக்க முற்பட்டதோ அப்போது பிரிவினை முழக்கத்தைக் கைவிட்டது அது.

திராவிடம் என்ற சொல் நம்முடைய நெடிய மரபை, கலாச்சாரத்தைக் குறிக் கிறது. அன்றும் சரி; இன்றும் சரி... தமிழர் முன்னேற்றமே திராவிட முன்னேற்றக் கழகத்தின் லட்சியமாக இருக்கிறது. அது தமிழகத்துக்குத் தமிழரின் குரல் மட்டும் அல்ல; உலகத் தமிழர்களின் குரல்! தேசிய இன வழிப் போராட்டம் குறித்த உணர்வும், தெளிவும் திமுகவின் தன்னியல்பாகவே இருந்துள்ளது. குறிப்பாக, கருணாநிதி இதில் பெரும் அக்கறை காட்டியிருக்கிறார். 1956-ல் நடைபெற்ற சிதம்பரம் திமுக மாநாட்டில், "இலங்கையில் தமிழர்கள் அனைத்து உரிமைகளையும் பெற்று வாழ வேண்டும்" என்று வலியுறுத்தும் தீர்மானத்தை முன்மொழிந்தவர் கருணாநிதி.

அண்ணாவின் மறைவுக்குப் பிறகு, 1970-களில் இலங்கைத் தமிழர் தொடர்பான கருணாநிதியின் அணுகுமுறையில் போர்க்குணம் மிளிரத் தொடங்கியது. நேரடியாக ஆதரவுக்கரம் நீட்டியது திமுக. 1980-களில் இலங்கை விவகாரம் உச்சம் நோக்கிச் சென்ற நாட்களில் திமுகவின் பிரதான பிரச்சினை யாகவே அது மாறியது.

தமிழகத்தில் இந்தி எதிர்ப்பு என்ற வடிவத்தில் வன்முறையாக வெடித்த தமிழர் உரிமைப் போராட்டத்தை, ஜனநாயக அரசியலாக வேதிவினை மாற்றம் செய்து வெற்றி கண்ட அண்ணா, இலங்கையிலும் தமிழர்களுக்கு அத்தகைய வெற்றி சாத்தியமே எனக் கனவு கண்டார். தமிழீழத்தின் தந்தை எனப் போற்றப் படும் செல்வநாயகம் தலைமையில், 1950-களிலேயே தொடங்கிய போராட்டம் 1970-கள் வரை சமஷ்டித் தீர்வை முன்வைத்து அந்தப் பாதை யிலேயே சென்றது. அறவழிப் போராட்டங்களுக்கு எந்த மதிப்பும் அளிக்காத இலங்கை அரசின் தொடர் மோசடியால் மனம் சலித்து, தனி ஈழமே தமிழர் களுக்குத் தீர்வு என்ற முடிவுக்கு வந்தார் செல்வநாயகம்.

இலங்கைப் போரில் தமிழ் மக்கள் அடைந்த தோல்வியில் சகோதர யுத்தத்தின் பங்கு என்ன என்பதுகுறித்து இன்றுவரை யாரும் பரிசீலனையோ ஆய்வோ செய்யவில்லை. அதை வலியுறுத்தியதாலேயே, திமுகவும், அதன் தலைவர் கருணாநிதியும் கடும் இழப்புகளையும் எதிர்வினைகளையும் பின்னாளில் சந்திக்க நேர்ந்தது. உள்ளபடி, இலங்கைத் தமிழர்களுக்காக திமுகவைப் போல் அதிக இழப்புகளைச் சந்தித்த அமைப்போ இயக்கமோ கட்சியோ வேறு எதுவும் இல்லை.

செல்வநாயகத்துக்கும் கருணாநிதிக்கும் இடையே ஆழமான உறவும் அரசியல் உரையாடலும் இருந்தன. 1977–ல் தவறிக் கீழே விழுந்து தலையில் அடிபட்டு நினைவிழந்த 79 வயது செல்வநாயகத்தை எப்படியாவது காப்பாற்ற வேண்டும் என்ற துடிப்புடன், தமிழகத்தின் தலைசிறந்த நரம்பியல் நிபுணர் களை யாழ்ப்பாணத்துக்கு அனுப்பிவைத்தார் கருணாநிதி. ஆனாலும், முடியவில்லை. செல்வநாயகத்தின் மறைவு இலங்கைப் போராட்டக் களம் பெருமளவில் ஆயுதப் போராட்டக் களமாக மாறவும் சகோதர யுத்தங்களுக்கும் வழிவகுத்தது. இலங்கைத் தமிழர்கள் உரிமைப் போராட்டத்தில் சகோதர யுத்தத்தை எப்போதுமே அங்கீகரித்ததில்லை திமுக. இந்த நிலைப்பாடே, பின்னாளில் கடும் விமர்சனங்களை கருணாநிதி எதிர்கொள்ள நேர்ந்ததற்கும் அடிப்படையான காரணமாகிவிட்டது. இலங்கைப் போரில் தமிழ் மக்கள் அடைந்த தோல்வியில் சகோதர யுத்தத்தின் பங்கு என்ன என்பது குறித்து இன்றுவரை யாரும் பரிசீலனையோ ஆய்வோ செய்யவில்லை. அதை வலியுறுத்தியதாலேயே, திமுகவும் அதன் தலைவர் கருணாநிதியும் கடும் இழப்புகளையும் எதிர்வினைகளையும் பின்னாளில் சந்திக்க நேர்ந்தது. உள்ளபடி, இலங்கைத் தமிழர்களுக்காக திமுகவைப் போல் அதிக இழப்புகளைச் சந்தித்த அமைப்போ இயக்கமோ கட்சியோ வேறு எதுவும் இல்லை.

31.1.1976–ல் திமுக ஆட்சி கலைக்கப்பட்ட பிறகு 15.2.1976–ல் சென்னை கடற்கரைக் கூட்டத்தில் பேசிய அப்போதைய பிரதமர் இந்திரா காந்தி, இலங்கையுடனான இந்தியாவின் நட்புறவு கெடுவதற்கு கருணாநிதி காரணமாக இருக்கிறார் என்றார். “திமுகவின் ஆட்சி கலைக்கப்பட அதுதான் காரணம் என்றால், அதைவிட பெருமையான ஒன்று திமுகவுக்கு இருக்க முடியாது” என்று இந்திராவுக்குப் பதிலடி கொடுத்தார் கருணாநிதி. 1977 ஆகஸ்ட் 8 அன்று இலங்கைத் தமிழர்களுக்கு ஆதரவாகப் பல லட்சம் பேர் திரண்ட பிரம்மாண்ட மான பேரணி அவர் தலைமையில் நடைபெற்றது.

15.9.1981 அன்று இலங்கைத் தமிழர் விவகாரத்துக்காக எம்ஜிஆர் அரசால் கருணாநிதி கைதுசெய்யப்பட, தமிழ்நாடு முழுவதுமாகச் சிலர் தீக்குளிக்கும் அளவுக்கு அச்சம்பவம் பெரும் அதிர்வலைகளை ஏற்படுத்தியது. 27.1983.

கொழும்பு சிறையில் குட்டிமணி, ஜகன் உள்ளிட்ட 35 தமிழர்கள் கொல்லப்பட்டு, இனப்படுகொலை உச்சகட்டத்தை அடைந்தபோது, சில மணி நேரங்களிலேயே சென்னையில் திமுக சார்பில் 8 லட்சம் பேர் பங்கேற்ற பிரம்மாண்ட பேரணி நடைபெற்றது. 1983–க்குப் பிறகு இலங்கையிலிருந்து அகதிகளாகவும், உதவிகள் கோரியும் தமிழகக் கிராமப்புறங்களில் தஞ்சமடைந்த இலங்கைத் தமிழர்களுக்கு, திமுக தொண்டர்கள் நேரடியாக ஆங்காங்கே மக்களை ஒருங்கிணைத்து உதவினர்.

5.8.1985 அன்று தமிழர்களுக்கு எதிராக இனப்படுகொலை கட்டவிழ்த்து விடப்பட்டது. இலங்கையில் தமிழர்களுக்கு எதிராக அரங்கேறிய இந்தப் படுகொலைக்கு மத்திய அரசு அழுத்தமான கண்டனத்தைத் தெரிவிக்காத தையும், இலங்கை சென்றிருந்த வெளியுறவுத் துறை அமைச்சர் நரசிம்ம ராவ் தமிழர் தலைவர்களைச் சந்திக்காமல் வந்ததையும் சுட்டிக்காட்டி 10.08.1985 அன்று கருணாநிதியும் க.அன்பழகனும் தங்களது சட்டமன்ற உறுப்பினர் பதவியை ராஜினாமா செய்யும் அறிவிப்பை வெளியிட்டார்கள். 23.08.1985–ல் சந்திரஹாசன், பாலசிங்கம், சத்தியேந்திரா ஆகியோரை நாடு கடத்த அன்றைய அரசு உத்தரவிட்டதைக் கண்டித்து, சென்னையில் திமுக பேரணி நடத்தியதை அடுத்து நாடுகடத்தல் உத்தரவு திரும்பப் பெறப்பட்டது.

தமிழீழச் சிக்கலில் திமுகவின் அடுத்தகட்டச் செயல்பாடாக 1985–ல் டெசோ அமைப்பு உருவாக்கப்பட்டது. இந்த டெசோ அமைப்பை, பின்னாளில் தலையெடுத்த ஈழ உணர்வாளர்கள் மலிவாக விமர்சித்தாலும், 1980–களில் அதைத் தொடங்கிய திமுகவின் இன உணர்வுக்கு எந்த உள்நோக்கத்தையும் கற்பித்துவிட முடியாது.

1985–ல் மதுரையில் கருணாநிதி தலைமையில் நடைபெற்ற இலங்கைத் தமிழர் பாதுகாப்பு மாநாட்டில், வாஜ்பாய், என்.டி.ராமராவ், எச்.என்.பகுகுணா, ராமுவாலியா, உபேந்திரா, அப்துல் ரஷீத் காபூர், ஜஸ்வந்த் சிங், ராச்சய்யா, சுப்பிரமணியன் சுவாமி, உன்னிகிருஷ்ணன் ஆகியோர் கலந்துகொண்டனர். டியுஎல்எப் சார்பாக அமிர்தலிங்கம், எல்டிடிஈ சார்பாக திலகர், புரோடெக் சார்பாக சந்திரகாசன், ஈராஸ் சார்பாக ரத்தினசபாபதி, டிஇஎல்எப் சார்பாக ஈழவேந்தன், ஈபிஆர்எல்எப் சார்பாக வரதராச பெருமாள், பிளாட் சார்பாக வாசுதேவன் ஆகியோரும் கலந்துகொண்டனர். போராளி இயக்கப் பிரதிநிதி களை அழைத்து, சகோதர யுத்தம் வேண்டாம் என்றும் அது நம் குறிக்கோளைக் குலைத்துவிடும் என்றும் அப்போது மீண்டும் வலியுறுத்தி கருணாநிதி கேட்டுக்கொண்டார்.

03.06.1986–ல் கருணாநிதி பிறந்த நாள் விழா ரத்துசெய்யப்பட்டது. தமிழ்நாடு முழுவதும் உண்டியல் குலுக்கி ரூ.2.75 லட்சத்தைப் போராளி இயக்கங்களுக்கு கருணாநிதி பகிர்ந்தளித்தார். 15.10.1987–ல் வட சென்னையில் அறிவகத்தில் தொடங்கி, பெரியார் சிலையருகில் நிறைவுற்ற ஐந்து லட்சம் மக்கள் கலந்துகொண்ட பேரணியில் கருணாநிதி உரையாற்றினார். 15.03.1989–ல் டெல்லியில் பிரதமர் ராஜீவ் காந்தியை இரண்டு முறை சந்தித்து

இலங்கைத் தமிழர் நலம் சார்ந்து, வேறு எந்தக் கட்சிகளையும்விட திமுக பன்னெடுங்காலப் போராட்டத்தைத் தன்னுணர்வோடு நடத்திவந்துள்ளது என்பதே வரலாறு சொல்லும் உண்மை. உலகம் முழுக்க உள்ள தமிழர்கள் நலன்களுக்கான உரிமைக் குரலை அது என்றும் எதிரொலித்திருக்கிறது. தாய்த் தமிழ் நிலத்திலிருந்து உதவிகளை எதிர்பார்க்கும் தமிழர்கள் பிரச்சினைகளுக்குத் தீர்வு காண்பதில் எந்த அளவுக்கு ஒருங்கிணைந்து செயல்படுகிறோம் என்பதில்தான் நம்முடைய வெற்றி - தோல்வி இருக்கிறது என்பதையே கடந்த கால அனுபவங்கள் சொல்கின்றன!

ஈழத் தமிழர் பிரச்சினைக்காக முதலமைச்சர் கருணாநிதி விரிவாக விவாதித்தார். 15.06.1989–ல் மீண்டும் சந்தித்தார். 30.03.1990-ல் சட்டமன்றத்தில், "இந்திய அமைதிப்படை தமிழகம் வந்தபோது, தமிழக முதலமைச்சராக இருந்த கருணாநிதி ஏன் வரவேற்கச் செல்லவில்லை?" என்று கேள்வி கேட்டார்கள். பிரபாகரன் எழுதிய கடிதத்தைப் படித்துக்காட்டிய கருணாநிதி, "இந்திய ராணுவம் தமிழர்களையே தாக்கி நசுக்கிட முயன்றதால்தான் வரவேற்கச் செல்லவில்லை" என்று பதிலளித்தார். இந்திய வரலாற்றில் தன் இன மக்களுக்காக இப்படிப் பேசிய ஒரு முதல்வர் இல்லவே இல்லை.

ஆனால், எந்த சகோதர யுத்தத்தைப் பெரும் அபாயம் என்று சுட்டிக் காட்டினாரோ அது இலங்கையைத் தாண்டி தமிழ்நாட்டு மக்களின் வாழ்க்கையிலும் விளையாடியது. 1990-ல் சென்னை கோடம்பாக்கத்தில் ஈபிஎல்எப் இயக்கத்தின் தலைவர் பத்மநாபா கொல்லப்பட்ட சம்பவம், திமுக அரசுக்குப் பெரும் தலைவலியாக மாறியது. 31.01.1991-ல் இந்திய அரசின் ரகசியங்களை விடுதலைப் புலிகளுக்குக் கூறுவதாகப் பொய்க் குற்றம்சாட்டி திமுக ஆட்சி கலைக்கப்பட்டது. அடுத்து, 1991 மே 21-ல் சட்டமன்றத் தேர்தல் சமயத்தில் தமிழ்நாட்டிலேயே வைத்து படுகொலை செய்யப்பட்டார் ராஜீவ் காந்தி. கொலைப் பழி திமுக மீது சுமத்தப்பட்டது. விளைவாக, வரலாற்றிலேயே சந்தித்திராத தோல்வியைச் சந்தித்தது திமுக. சட்டமன்றத்தில் ஒரேயொரு உறுப்பினர் என்ற நிலையில் ஐந்தாண்டுகளை எதிர்கொள்ளும் சூழலுக்குத் தள்ளப்பட்டது. திமுக இனி தலையெடுக்கவே முடியாது என்ற பேச்சு எழுந்தது. நெருக்கடிநிலைக்குப் பின் கட்சி எதிர்கொண்ட பெரும் சவாலான காலகட்டம் இது. இதற்குப் பின், விடுதலைப் புலிகளை அணுகும் திமுகவின் போக்கு மாறினாலும், இலங்கைத் தமிழர்களுக்கான தன்னுடைய குரலை வழக்கம்போல தொடர்ந்தது திமுக. இலங்கையில் இறுதிப் போர்ச் சூழல் மூண்ட நாட்களில் அதன் குரல் வலுவடைந்தது.

23.04.2008-ல் சட்டமன்றத்தில் இலங்கையில் அமைதி ஏற்படுத்த பேச்சுவார்த்தைக்கு இந்திய அரசு ஏற்பாடு செய்ய வேண்டும் என்ற தீர்மானத்தை கருணாநிதி முன்மொழிந்து நிறைவேற்றினார். பிரதமர் மன்மோகன் சிங்கைச் சந்தித்து திமுக அமைச்சர்கள் பேசினர். 06.10.2008-ல் அப்போதைய பிரதமர்

மன்மோகன் சிங்கை தொலைபேசியில் தொடர்புகொண்டு, இலங்கை அரசின் ராணுவ நடவடிக்கையும், இனப்படுகொலையும் உடனடியாக முடிவுக்குக் கொண்டுவரப்பட வேண்டும் என்று கருணாநிதி கேட்டுக்கொண்டார். 06.10.2008-ல் சென்னையில் நடைபெற்ற பொதுக்கூட்டத்தில், இலங்கைத் தமிழர் பிரச்சினையில் பல்வேறு கட்சிகளின் தலைவர்களும் தமிழ் மக்களும் ஒரே உணர்வில் நின்று இந்த ஆபத்துக்கு விடை காண்போம் என்று கருணாநிதி வேண்டுகோள் விடுத்தார். 14.10.2008-ல் அனைத்துக் கட்சித் தலைவர்களின் கூட்டத்தைக் கூட்டி கருத்தறிந்தார். 24.10.2008-ல் சென்னையில் திமுக சார்பில் பிரம்மாண்டமான மனிதச் சங்கிலி நடைபெற்றது. 12.11.2008-ல் இலங்கை தமிழர்களுக்காகச் சட்டமன்றத்தில் தீர்மானத்தை கருணாநிதி முன்மொழிந்து நிறைவேற்றினார்.

04.12.2008-ல் தமிழகத்தில் உள்ள அனைத்துக் கட்சித் தலைவர்களையும் அழைத்துக்கொண்டு, கருணாநிதி டெல்லி சென்று பிரதமரைச் சந்தித்து மத்திய அமைச்சர் பிரணாப் முகர்ஜியை இலங்கைக்கு அனுப்பக் கேட்டுக்கொண்டார். தொடர்ந்து, 21.02.2009-ல் சென்னையிலும், மாவட்டத் தலைநகர்களிலும் திமுக இளைஞர் அணி சார்பில் பிரம்மாண்டமான இளைஞர் சங்கிலி நடத்தப் பட்டது. 09.04.2009-ல் சென்னையில் பேரணி நடைபெற்றது. 24.04.2009-ல் கருணாநிதி வேண்டுகோளை ஏற்று தமிழகம் முழுதும் வேலை நிறுத்தம் நடத்தப்பட்டது. 28.04.2009ல் இலங்கையில் போர் நிறுத்தம் மேற்கொள்ளப் படாததைக் கண்டித்து, கருணாநிதி அண்ணா நினைவிடத்தில் உண்ணாவிரதம் தொடங்கினார். இலங்கை அரசிடம் பேசிவிட்டதாகவும் பேரழிவு ஆயுதங்கள் ஒருபோதும் பயன்படுத்தப்படாது என்று இலங்கை அதிபர் ராஜபக்ச உறுதியளித்திருப்பதாகவும் இந்திய அரசு உறுதியளித்ததன் விளைவாக உண்ணாவிரதத்தைக் கைவிட்டார். கடைசிக் கட்டமாக, ராஜினாமா செய்யவும் தயாராக இருந்தார். அப்படிச் செய்தால், இந்திய அரசை வற்புறுத்த உள்ள வாய்ப்பும் பறிபோகும் என்று பலரும் சொல்லவே கைவிட்டார். மே 17 அன்று தமிழினத்துக்குப் பேரழிவைத் தந்த அந்தப் போர் முடிவுக்கு வந்தது. தொடர்ந்தும் போரால் பாதிக்கப்பட்டோரின் மீட்சிக்காகவும் மறுவாழ்வுக்காகவும் குரல் கொடுத்துவந்தார்.

இதற்குப் பின், தமிழினத் துரோகியாக அவரைக் கட்டமைக்கும் வேலைகள் நடந்தன. சட்டமன்றத் தேர்தலில் திமுகவுக்கு எதிரான மிகப் பெரிய ஆயுதமாக அதிமுகவுக்கு அது பயன்பட்டது. இலங்கைத் தமிழர் நலம் சார்ந்து, வேறு எந்தக் கட்சிகளையும்விட திமுக பன்னெடுங்காலப் போராட்டத்தைத் தன்னுணர்வோடு நடத்திவந்துள்ளது என்பதே வரலாறு சொல்லும் உண்மை. உலகம் முழுக்க உள்ள தமிழர்கள் நலன்களுக்கான உரிமைக் குரலை அது என்றும் எதிரொலித்திருக்கிறது. தாய்த் தமிழ் நிலத்திலிருந்து உதவிகளை எதிர்பார்க்கும் தமிழர்கள் பிரச்சினைகளுக்குத் தீர்வு காண்பதில் எந்த அளவுக்கு ஒருங்கிணைந்து செயல்படுகிறோம் என்பதில்தான் நம்முடைய வெற்றி – தோல்வி இருக்கிறது என்பதையே கடந்த கால அனுபவங்கள் சொல்கின்றன!

தோழர் கருணாநிதி!

நல்லகண்ணு பேட்டி

● வி.தேவதாசன்

தமிழகத்தின் மூத்த பொதுவுடைமை இயக்கத் தலைவரான ஆர்.நல்லகண்ணு கருணாநிதியின் வயதை ஒட்டியவர் என்பதோடு, பல காலம் திமுகவுடன் இணைந்தும் திமுகவை எதிர்த்தும் அரசியல் செய்தவர். எளிமைக்குப் பேர்போனவர்.

தன்னை ஒரு கம்யூனிஸ்ட் என்று சொல்லிக்கொள்வதில் பெருமை கொள்பவர் கருணாநிதி. நீங்கள் எப்படி மதிப்பிடுகிறீர்கள்?

அவர் முழுப் பொதுவுடைமைவாதி என்று என்னால் சொல்ல முடியாது. தமிழகத்தைத் தாராளமயம் நோக்கித் திருப்பியவர்களில் அவரும் ஒருவர். அதேசமயம், மாநில முதல்வர்களுக்குப் பெரிய அதிகாரங்கள் ஏதும் இல்லாத இந்நாட்டு அமைப்பில், தனக்கு வரையறுக்கப்பட்ட எல்லைக்குள் ஒவ்வொருவரும் எப்படிச் செயல்படுகிறார்கள் எனும் மதிப்பீடு முக்கியமானது. அப்படி நிறையக் காரியங்களைச் செய்திருக்கிறார் கருணாநிதி. கம்யூனிஸம் மீது எப்போதுமே ஒரு ஈர்ப்பு அவருக்கு இருந்தது. மக்ஸீம் கார்க்கியின் 'தாய்' நாவலைத் தமிழில் கவிதை வடிவில் அவர் மொழிபெயர்த்ததை இங்கு நினைவுகூரலாம். ஃபிடல் காஸ்ட்ரோவைப் பற்றி அவர் எழுதிய கவிதை ஸ்பானிஷில் மொழிபெயர்க்கப்பட்டு, காஸ்ட்ரோவின் மேஜையில் வைக்கப்பட்டிருந்தது. உள்ளத்தில் பிடிமானம் இல்லாமல் வார்த்தை எப்படி அப்படி வெளிவரும்! அவர் எதிர்க்கட்சி வரிசையில் இருக்கும்போது ஆற்றிய பணிகளும் முக்கியம் என்று எனக்குத் தோன்றுகின்றன. உறுதியான போராட்டக்காரர் அவர். அதற்காகவே அவரைத் தோழர் கருணாநிதி என்று அழைப்பேன்.

கூட்டணியோ எதிரணியோ எங்கிருந்தாலும் அரசியலுக்கு அப்பாற்பட்டு நட்பு பாராட்டுவார். அவர் ஆட்சியில் இருந்த காலங்களிலும், இல்லாத காலங்களிலும் முக்கியமான பிரச்சினைகள் பற்றி பலமுறை அனைத்துக் கட்சிக் கூட்டங்களைக் கூட்டியுள்ளார். அவர் கூறும் கருத்துக்கு எதிரான மாற்றுக் கருத்துகளை என்னைப் போன்றவர்கள் கூறினாலும், செவிமடுத்து முடிவெடுக்கக்கூடியவர்.

கருணாநிதியின் மிக முக்கியமான சாதனைகள் என்று எவற்றைச் சொல்வீர்கள் ?

இந்தியா முழுமையும் ஊராகவும் சேரியாகவும் ஒவ்வொரு கிராமமும் இரண்டாகப் பிரிந்து கிடக்கும் இந்தியாவில், எல்லாச் சாதியினரையும் சேர்த்துக் குடியமர்த்தும் வகையில் அவர் கொண்டுவந்த 'சமத்துவபுரம்' திட்டம் எனக்கு ரொம்பவும் பிடித்தமானது. அவரது மனதில் ஆழப் பதிந்திருக்கும் சமத்துவ எண்ணத்தினுடைய வெளிப்பாடே இந்தத் திட்டம். கை ரிக்ஷாக்களை ஒழித்து, சைக்கிள் ரிக்ஷாக்களை வழங்கும் திட்டத்தையும் கிட்டத்தட்ட அரை நூற்றாண்டுக்கு முன்னரே அவர் சிந்தித்தவர். வீடற்ற அல்லது குடிசைகளில் வசித்த ஏழைகளுக்குக் குடியிருப்பு வழங்கும் திட்டம். அப்புறம் சமூக நீதி விஷயத்தில் எப்போதும் அவர் உறுதியாக இருந்தார்.

கருணாநிதி மீதான முக்கியமான விமர்சனம் என்று எதைச் சொல்வீர்கள் ?

நீண்ட காலம் பொது வாழ்வில் உள்ள ஒருவரைப் பற்றி பல விமர்சனங்கள் வரத்தான் செய்யும். என்னைப் பொறுத்தமட்டில், இலங்கையில் நடந்த இறுதிப் போரில் கருணாநிதி இன்னும் கொஞ்சம் மத்திய அரசுக்கு அழுத்தம் கொடுத்திருந்தால், பல்லாயிரக்கணக்கான உயிர்கள் காப்பாற்றப்பட்டிருக்கலாம் - அப்படி அவர் அழுத்தம் கொடுக்கவில்லையே என்ற வருத்தம் இருக்கிறது.

கருணாநிதியின் தனித்துவமான குணம் என்று எதைச் சொல்வீர்கள் ?

அவருடைய அரசியல் பண்பாடு. கூட்டணியோ எதிரணியோ எங்கிருந்தாலும் அரசியலுக்கு அப்பாற்பட்டு நட்பு பாராட்டுவார். அவர் ஆட்சியில் இருந்த காலங்களிலும், இல்லாத காலங்களிலும் முக்கியமான பிரச்சினைகள் பற்றி பலமுறை அனைத்துக் கட்சிக் கூட்டங்களைக் கூட்டியுள்ளார். அவர் கூறும் கருத்துக்கு எதிரான மாற்றுக் கருத்துகளை என்னைப் போன்றவர்கள் கூறினாலும், செவிமடுத்து முடிவெடுக்கக்கூடியவர். காலையில் சீக்கிரமே எல்லா தினசரிகளையும் படித்துவிடும் பழக்கம் உள்ளவர் என்பதால், அவர் தொடர்பாக ஏதேனும் விமர்சனம் வைத்திருந்தால், படித்த கையோடு தொலைபேசியில் நம்மை அழைத்து விளக்கம் அளிப்பார். நாம் கூறும் கருத்து ஏற்புடையது எனில், உடனே அதை ஏற்றுக்கொள்வார். இது அரிய குணம் என்றே நினைக்கிறேன்.

ஒரு முஸ்லிமாகவே சிந்தித்தவர் கருணாநிதி!

காதர் மொகிதீன் பேட்டி

• கே.கே.மகேஷ்

திமுகவின் நெருக்கமான கூட்டாளி இந்திய யூனியன் முஸ்லிம் லீக் என்பதைத் தாண்டி, கருணாநிதியின் அணுக்கமான நண்பர் அக்கட்சியின் தேசியத் தலைவர் காதர் மொகிதீன். முஸ்லிம்கள், லீக்குடனான திராவிட இயக்கத்தின் உறவை நாடு சுதந்திரம் அடைந்த காலகட்டம் தொடங்கிப் பகிர்ந்துகொண்டார்.

இந்த உறவு எங்கே தொடங்கியது?

இது மிக இயல்பான உறவு என்றே சொல்ல வேண்டும். திராவிட இயக்கத்துக்கு முன்பே இங்கே திராவிடக் கலாச்சாரம் என்று ஒன்று இருக்கிறது. இன்னும் குறிப்பாகச் சொல்வதானால், தமிழர் கலாச்சாரம். முஸ்லிம்களும் இந்துக்களும் மாமன் மச்சான்களாகப் பழகும் கலாச்சாரம். அந்தக் கலாச்சாரத்தை திராவிட இயக்கம் வளர்த்தெடுத்தது. நாடு சுதந்திரம் அடையும் சூழலில் நடந்த இந்திய – பாகிஸ்தான் பிரிவினை ஏற்படுத்திய கசப்பின் நிழல் தமிழகத்திலும் படர்ந்தது. காங்கிரஸாரே தன்னுடைய கட்சியில் அல்லாது ஏனைய கட்சிகளில் இருக்கும் முஸ்லிம்களை அந்நியர்களைப் போல நடத்திய போது, பொதுச் சமூகத்திலும் அந்த வெறுப்பு படர்ந்தது. தமிழகத்தில் அந்த வெறுப்பிலிருந்து முஸ்லிம்களை மீட்டெடுத்தது திராவிட இயக்கம்.

முஸ்லிம்களையும் பிரிவினைவாதிகளாக,
தீண்டத்தகாதவர்களாக வெறுத்து ஒதுக்கத் தொடங்கினார்கள்.
எனக்கே கசப்பான அனுபவங்கள் பல உண்டு. அப்போது
ஏழு வயதுப் பையன் நான். சும்மா தெருவில் விளையாடச்
செல்லும்போது, "டேய் இங்க வாடா" என்று கூப்பிட்டுத்
தலையில் 'ணங்'கென்று கொட்டி அனுப்புவார்கள். ஊர் ஒதுக்கம்
உண்டு. இஸ்லாமியர்கள் தங்கள் கடைகள், உணவகங்களில்
பெயர்களை இந்துப் பெயரில் மாற்றி, வெங்கடாஜலபதி போன்ற
சாமி படங்களையெல்லாம் கடைகளில் மாட்டிக்கொண்டு,
தங்களையும் இந்துக்களாகக் காட்டிக்கொண்டு தொழில்
நடத்த வேண்டிய சூழல் இருந்திருக்கிறது.

கொஞ்சம் விளக்க முடியுமா?

அப்போது தங்கள் கட்சியில் இருப்பவர்களை மட்டும் 'தேசிய முஸ்லிம்கள்' என்று அழைத்தது காங்கிரஸ். இந்தியாவில் முஸ்லிம்களின் பெரும் பிரதிநிதியாக அந்நாட்களில் விளங்கிய முஸ்லிம் லீக் கட்சி பிரிவினையின்போது இரண்டாகப் பிளந்தது. ஜின்னா தலைமையிலான முஸ்லிம் லீக் பாகிஸ்தானை ஆளும் கட்சியானது. இந்தியாவே எங்கள் தாயகம் என்று இங்கேயே இருந்துவிட்ட முஸ்லிம்கள் இந்திய யூனியன் முஸ்லிம் லீக்கைத் தொடங்கினார்கள். காயிதே மில்லத் அதன் தலைவரானார். ஆனால், இந்திய முஸ்லிம்கள் மீதும் பிரிவினை வாதிகள் பட்டத்தைச் சுமத்துவதில் வடக்கே இந்துத்துவர்கள் வெற்றியடைந்து இருந்தார்கள். காங்கிரஸிலும் அது பிரதிபலித்தது. விளைவாக, தங்கள் கட்சி யில் இருந்த முஸ்லிம்களை மட்டும் 'தேசிய முஸ்லிம்கள்' என்றது காங்கிரஸ் பொதுச் சமூகத்திலும் இது பிரதிபலித்தது. முஸ்லிம்களையும் பிரிவினை வாதி களாக, தீண்டத்தகாதவர்களாக வெறுத்து ஒதுக்கத் தொடங்கினார்கள் எனக்கே கசப்பான அனுபவங்கள் பல உண்டு. அப்போது ஏழு வயதுப் பையன் நான். சும்மா தெருவில் விளையாடச் செல்லும்போது, "டேய் இங்க வாடா" என்று கூப்பிட்டுத் தலையில் 'ணங்'கென்று கொட்டி அனுப்புவார்கள். ஊர் ஒதுக்கம் உண்டு. இஸ்லாமியர்கள் தங்கள் கடைகள், உணவகங்களில் பெயர்களை இந்துப் பெயரில் மாற்றி, வெங்கடாஜலபதி போன்ற சாமி படங்களையெல்லாம் கடைகளில் மாட்டிக்கொண்டு, தங்களையும் இந்துக்களாகக் காட்டிக்கொண்டு தொழில் நடத்த வேண்டிய சூழல் இருந்திருக்கிறது. தமிழ் நாட்டிலேயே சூழல் இப்படியென்றால், வடநாட்டில் எப்படி இருந்திருக்கும்? முஸ்லிம் லீக் பெயரில் இருந்த அனைத்து அமைப்புகளும் கலைக்கப்பட்டன. அரசியலில் நீடிக்க விரும்பியவர்களுக்கு காங்கிரஸே ஒரே வழி. ஆனால், தமிழ் நாட்டிலும் கேரளா விலும் எல்லாவற்றையும் தாண்டி முஸ்லிம் லீக் தாக்குப் பிடித்தது. அதற்குக் காரணம் இங்கே திராவிட இயக்கம்... அங்கே கம்யூனிஸ்ட் இயக்கம்.

தமிழ்நாட்டில் முஸ்லிம்களுடனான உறவில் அவருக்கு நிகரான ஒரு அரசியல் தலைவரை ஒப்பிடவே முடியாது. ஒரு முஸ்லிமின் உணர்வை அப்படியே பிரதிபலிப்பவர் கருணாநிதி. இன்று எல்லோரும் போற்றும் காமராஜர் ஆட்சிக் காலத்தில்கூட முஸ்லிம்களை போலீஸ் வேலையில் எடுக்க யோசிக்கும் நிலை இருந்தது என்பது பலருக்கு ஆச்சரியம் தரலாம். அதுதான் உண்மை. இந்த நிலைமையெல்லாம் திமுக ஆட்சிக்கு வந்த பின்னர்தான் மாறியது.

திமுகவின் நெருக்கமான கூட்டாளி காயிதே மில்லத். இல்லையா?

ஆமாம். முன்பே இருந்த உறவை அடுத்த கட்டத்துக்குக் கொண்டுசென்றவர் அவர். திராவிட இயக்கத்தின் தாயான நீதிக் கட்சி சென்னை மாகாணத்தை ஆண்டபோதே, இஸ்லாமியர் ஒருவரை அமைச்சராக்கியது. இஸ்லாமியர்களுக்கு வேலைவாய்ப்பில் இடஒதுக்கீடு வழங்கியது. திமுகவைத் தொடங்கிய அண்ணா கடவுள் மறுப்பிலிருந்து மாறுபட்டு, 'ஒன்றே குலம், ஒருவனே தேவன்' என்றபோது முஸ்லிம்கள் மேலும் நெருக்கமானார்கள். மாநில சுயாட்சி, சமூக நீதி, இந்தி எதிர்ப்பு, சுயமரியாதை, இடஒதுக்கீடு என்று திமுகவின் கொள்கைக்கும், இந்திய யூனியன் முஸ்லிம் லீக்கின் கொள்கைகளுக்கும் நெருங்கிய தொடர்பு உண்டு. ஆனால், 'திராவிட நாடு' கோரிக்கையை காயிதே மில்லத் ஆதரிக்கவில்லை. ஏற்கெனவே, பாகிஸ்தான் பிரிவினை காரணமாகப் பிரிவினைவாதிகள் பழி சுமந்துகொண்டிருந்த முஸ்லிம்களை இது மேலும் மோசமாகப் பாதிக்கும் என்று அவர் எண்ணினார். சீனப் போரின்போது, திராவிட நாடு முழக்கத்தைக் கைவிடுவதாக அறிவித்தார் அண்ணா. இதன் தொடர்ச்சியாக 1967–ல் முதல் முறையாக திமுகவுடன் கூட்டணி அமைத்தது இந்திய யூனியன் முஸ்லிம் லீக். மூன்று உறுப்பினர்கள்தான் சட்டமன்றத்துக்குள் போனார்கள். ஆனால், வெளியே ஒட்டுமொத்த முஸ்லிம் மக்களும் மைய நீரோட்டத்தில் இணைய வழிவகுத்திருந்தது திமுகவுடனான உறவு. அந்த உறவு இன்றும் நீடிக்கிறது.

முஸ்லிம்களுடனான கருணாநிதியின் உறவு எப்படியிருந்தது?

தமிழ்நாட்டில் முஸ்லிம்களுடனான உறவில் அவருக்கு நிகரான ஒரு அரசியல் தலைவரை ஒப்பிடவே முடியாது. ஒரு முஸ்லிமின் உணர்வை அப்படியே பிரதிபலிப்பவர் கருணாநிதி. இன்று எல்லோரும் போற்றும் காமராஜர் ஆட்சிக் காலத்தில்கூட முஸ்லிம்களை போலீஸ் வேலையில் எடுக்க யோசிக்கும் நிலை இருந்தது என்பது பலருக்கு ஆச்சரியம் தரலாம். அதுதான் உண்மை. இந்த நிலைமையெல்லாம் திமுக ஆட்சிக்கு வந்த பின்னர்தான் மாறியது. இதற்கெல்லாம் முக்கியமான காரணம் கருணாநிதி. முஸ்லிம்களைப் புரிந்துகொள்வதில் ஒரு முஸ்லிம் மனதுடன் இருப்பவர் அவர் என்றே சொல்வேன். எனக்கு இன்றைக்கும் ஞாபகம் இருக்கிறது. பாபர் மசூதி இடிக்கப்பட்ட தகவல்

கிடைத்த அடுத்த நிமிடம், என்னைத் தொடர்புகொண்டு பேசினார். அவரது குரலில் அவ்வளவு பதற்றம்! எங்களுக்கு அவருடன் ஏற்பட்ட ஒரே விரிசல், வாஜ்பாய் தலைமையிலான பாஜக கூட்டணியில் திமுக இடம்பெற்றபோது ஏற்பட்டது. அப்போது நாங்கள் எதிரணியில் இருந்தோம் என்றாலும், அப்போதும்கூட மாதம் ஒரு முறை எங்களை அழைத்துப் பேசுவார். தன்னால் ஆனதை முழு மனதோடு செய்வார்.

முஸ்லிம்களுக்கு கருணாநிதியின் பெரிய பங்களிப்பு என்று எதைக் குறிப்பிடுவீர்கள்?

மிலாது நபி விழாவுக்கு அரசு விடுமுறை அளித்தது, உருது பேசும் முஸ்லிம்களையும் பிற்படுத்தப்பட்டோர் பட்டியலில் சேர்த்தது, பிறகு முஸ்லிம்களுக்கென தனியாக 3.5% இடஒதுக்கீடு அளித்தது, காயிதே மில்லத், உமறுப் புலவருக்கு மணி மண்டபம் கட்டியது, முஸ்லிம்களின் கல்வி, சமூக, பொருளாதார மேம்பாட்டுக்காகச் சிறுபான்மையினர் நல இயக்குநரகம் தொடங்கியது; உருது அகாடமி, முஸ்லிம் மாணவர்களுக்கான கல்வி உதவித் தொகை, அரசு விடுதிகள், ஆதரவற்ற, கணவனால் கைவிடப்பட்ட முஸ்லிம் பெண்களுக்கு மகளிர் உதவும் சங்கம், வேலைவாய்ப்பு மற்றும் தொழில் பயிற்சி, உலமாக்கள் மற்றும் பணியாளர்கள் நல வாரியம், உலமா ஓய்வூதியம்

எல்லாவற்றையும் தாண்டி, நான் முக்கியமாக நினைப்பது ஆட்சியில் இருந்தாலும், இல்லாவிட்டாலும் முஸ்லிம்களின் பாதுகாவலராக அவர் இருந்தது. முஸ்லிம்கள் நலனுக்கு எதிரான எந்த நடவடிக்கை இந்நாட்டில் எடுக்கப்பட்டாலும், அதற்கு எதிராக ஒலிக்கும் முதல் குரல்களில் ஒன்றாக கருணாநிதியின் குரல் இருந்தது. முஸ்லிம் சமூகத்தைச் சேர்ந்தவர்களுக்கு ஏதாவது பிரச்சினை என்றால், நள்ளிரவிலும்கூட அவரை அழைக்க முடியும்!

அதிகரிப்பு, தமிழ்நாடு சிறுபான்மையினர் ஆணையத்துக்குச் சட்டப்படியான அங்கீகாரம், சிறுபான்மையினர் பொருளாதார மேம்பாட்டுக் கழகம் தொடங்கி, சிறு வணிகர்களுக்கான கடன் ஏற்பாடு என்று எவ்வளவோ செய்திருக்கிறார். இவை தவிர, எங்கள் கூட்டங்களில் நிறைவேற்றுகிற தீர்மானங்கள், கோரிக்கைகள் பலவற்றை உடனுக்குடன் நிறைவேற்றியிருக்கிறார். இவை எல்லாவற்றையும் தாண்டி, நான் முக்கியமாக நினைப்பது ஆட்சியில் இருந்தாலும், இல்லாவிட்டாலும் முஸ்லிம்களின் பாதுகாவலராக இருந்தது. முஸ்லிம்கள் நலனுக்கு எதிரான எந்த நடவடிக்கை இந்நாட்டில் எடுக்கப்பட்டாலும், அதற்கு எதிராக ஒலிக்கும் முதல் குரல்களில் ஒன்றாக கருணாநிதியின் குரல் இருந்தது. முஸ்லிம் சமூகத்தைச் சேர்ந்தவர்களுக்கு ஏதாவது பிரச்சினை என்றால், நள்ளிரவிலும்கூட அவரை அழைக்க முடியும்!

முன்னதாக, 1998 கோவை குண்டுவெடிப்புச் சம்பவம் தமிழக முஸ்லிம் அரசியலில் ஒரு பெரும் மாற்றத்தை உண்டாக்கியது அல்லவா?

என்னதான் இருந்தாலும் திமுக ஒரு மாநிலக் கட்சி. ஒரு மாநில அரசுக்கு என்று உள்ள அதிகாரங்கள் நம் நாட்டில் மிகக் குறைவு. தவிர, கடந்த 50 ஆண்டுகளில் 17 ஆண்டுகள் மட்டுமே திமுக இங்கே ஆட்சியில் இருந்திருக்கிறது. இந்திய அளவில் முஸ்லிம்களின் சமூக, பொருளாதாரப் பின்னடைவுகளுக்கான சூழலிலிருந்து தமிழகச் சூழலைப் பெரிய அளவில் மாற்றிவிடும் வாய்ப்பு அதற்கு இல்லை. அதேபோல, முஸ்லிம் லீக்கும் நாடு முழுக்க முஸ்லிம்களின் ஆதரவைப் பிரதிபலிக்கும் கட்சியாக இல்லை. இதையெல்லாம் உணராத சிலர் தொடர்ந்து இந்த இரு இயக்கங்கள் மீதும் கசப்பைப் பரப்பி வந்தார்கள். உச்சமாக, பாபர் மசூதி இடிப்பு நிகழ்வையொட்டிய சம்பவங்கள் நடந்தன. பாபர் மசூதி இடிக்கப்பட்டபோது, திருச்சியில் 10,000 பேர் திரண்டுவிட்டார்கள். கண்டன ஊர்வலம் செல்லப்போவதாகச் சொன்னார்கள். அப்படிப் போனால் வழியில் உள்ள இந்து, கோயில்கள், வணிக நிறுவனங்கள் தாக்கப்படக்கூடும் என்று போலீஸார் எதிர்த்தனர். உடனே போலீஸாருக்கு எதிராகக் கற்களை எடுத்தார்கள் சில இளைஞர்கள். நான் சமரசப் பேச்சு நடத்திக்

கொண்டிருந்தபோதே, எஸ்பியின் மீது ஒரு கல் வந்து விழுந்தது. லத்தி சார்ஜுக்கு அவர் உத்தரவிடத் தயாரானபோது, மைக்கை வாங்கிக்கொண்டு போலீஸ் லாரியின் மீது நான் ஏறினேன். 'குர்ஆன் அமைதியையே போதிக்கிறது. நீதிமன்றத்தில் தீர்வு காண வேண்டிய பிரச்சினைக்கு ரோட்டில் தீர்வு காண முடியாது. மதரீதியாக இளைஞர்களைத் தூண்டிவிடுவது எளிது. பிறகு அவர்களை அடக்குவது கடினம்' என்றேன். என் பேச்சுக்குக் கட்டுப்பட்டு அமைதியானார்கள். அழுதுகொண்டும் புலம்பிக்கொண்டும் வீட்டுக்குத் திரும்பினார்கள். அப்படித் திரும்பியவர்களை வேறு பக்கம் நோக்கித் திருப்பியதன் விளைவுகளில் ஒன்றே கோவை கலவரம். கோவையில் நடந்த போலீஸ்காரர் செல்வராஜ் கொலை, குண்டுவெடிப்புகள் மற்றும் காவல் துறையினரின் வெறியாட்டம் எல்லாமே சகிப்பின்மையின் உச்சம். ஆனால், முஸ்லிம் லீக்கிடம் வேகம் இல்லை என்று சொன்னவர்கள் புதிது புதிதாக அமைப்புகளைத் தொடங்கினார்கள். இந்தப் பிளவுகள் முஸ்லிம் லீக்கையும் கூடவே திமுகவையும் கொஞ்சம் பாதித்தன என்றாலும், ஒட்டுமொத்த முஸ்லிம் சமூகத்தையுமே முழுவதுமாகப் பாதித்தது என்பதே பெரிய உண்மை. அதுவரை ஒன்றுபட்டு இருந்தபோது சட்டமன்றத்தில் ஆறு உறுப்பினர்கள் முஸ்லிம் லீக் சார்பில் சென்றுவந்தார்கள். இன்றைக்குப் பிளவின் காரணமாக, ஓட்டுகள் பிரிந்து ஒட்டுமொத்தமாக மூன்று பேரைக்கூட முஸ்லிம் கட்சிகளால் சட்டமன்றத்துக்கு அனுப்ப முடியாத நிலை உருவாகிவிட்டதே; இது வளர்ச்சியா? கருணாநிதி ஒருமுறை பேசியதுதான் ஞாபகத்துக்கு வருகிறது, 'பிறையை விட்டு சூரியனோ, சூரியனை விட்டுப் பிறையோ அகலாது. அகலக் கூடாது!' என்று. திமுகதான் முஸ்லிம்களுக்கு இயல்பான தோழன். முஸ்லிம் அமைப்புகள் ஒன்றுபட வேண்டும். முஸ்லிம் லீக் பக்கம் தவறே இல்லை என்று சொல்ல வில்லை. கூடிப் பேசலாம். குறைகளைக் களையலாம்.

கருணாநிதியின் பண்புகளில் திமுக என்றும் எதைப் பின்பற்ற வேண்டும் என்று கருதுகிறீர்கள்?

எதிர்ப்பாளர்கள் உட்பட எல்லோரையும் அரவணைக்கும் பண்பு. 'காயிதே மில்லத்' ஆவணப் படத்தில் கருணாநிதியைப் பேசவைக்க வேண்டும் என்று அணுகினார் விசிகவைச் சேர்ந்த ஷா நவாஸ். நான் பேசியவுடன் கருணாநிதி ஒப்புக்கொண்டார். படப்பிடிப்புக்கு முந்தைய நாள் சந்திக்கையில் கருணாநிதியிடம் தான் எழுதிய ஒரு புத்தகத்தைக் கொடுத்திருக்கிறார் ஷா நவாஸ். அன்று மாலை கொடுத்த புத்தகத்தை இரவே படித்துவிட்டார் கருணாநிதி. மறுநாள் படப்பிடிப்பின்போது நானும் ஷா நவாஸுடன் சென்றிருந்தேன். புத்தகத்தில் தன்னைப் பற்றிக் கடுமையாக விமர்சித்து எழுதப்பட்ட வரிகளை எல்லாம் அடிக்கோடிட்டு வைத்திருந்த கருணாநிதி என்னிடம் காட்டினார். அவருக்கு வருத்தம் இருந்தது. ஆனால், எதையும் அந்த இளைஞரிடம் காட்டவில்லை. படப்பிடிப்புக்கு முழு ஒத்துழைப்பு கொடுத்தார். அன்போடு அவரை வழியனுப்பி வைத்தார். 'பின்னாளில் ஒருநாள் என்னை அவர் புரிந்துகொள்வார்' என்றார். இந்தப் பண்பைதான் திமுக என்றும் தக்கவைத்துக்கொள்ள வேண்டும்!

❍

கருணாநிதியின் மனசாட்சி!

செல்வ புவியரசன்

பத்திரிகையாளர்,

தலைமை உதவி ஆசிரியர்,

'இந்து தமிழ்' நாளிதழ்

தோல்விகளைக் கண்டு துவளாத நெஞ்சினர் என்று பெயரெடுத்த கருணாநிதி, துயரே வடிவாகக் கண்கலங்கி நின்ற நாளும் உண்டு. அது மாறன் மறைந்த தினம். கருணாநிதியின் சகோதரி சண்முக சுந்தரத்தம்மாளின் மகன் மாறன். மாமாவைக் காட்டிலும் மருமகனுக்குப் பத்து வயது குறைவு. "எனக்கு அகரம் கற்றுத்தந்த ஆசான்" என்று கலைஞரைச் சொன்னார் மாறன். "மாறன் எனது மனசாட்சி" என்றார் கருணாநிதி. ஆனால், மாறன் அவரது மனசாட்சியாக மட்டுமின்றி, சமயங்களில் மூளையாகவும் செயல்பட்டிருக்கிறார். மாறன் மறைந்தபோது அவரை 'திமுகவின் மூளை' என்று பத்திரிகைகள் எழுதியதை கருணாநிதியும் தனது சுயசரிதையில் நினைவுகூர்ந்திருக்கிறார்.

திரைப்படங்களில் வெற்றிகரமான வசனகர்த்தாவாகவும் தயாரிப்பாளராகவும் இருந்திருக்கிறார். ஆனாலும், அந்தத் தடத்தில் அவர் தொடரவில்லை. அதைப்

போலவே ஆற்றல்மிக்க பேச்சாளராகவும் அவர் வெளிப்பட்ட தருணங்கள் உண்டு. இருந்தாலும் மேடைகளை அவர் விரும்பியதில்லை. ஆனால், எழுத்தில் தீராத ஆர்வம் கொண்டிருந்தார். தனது இளமைப் பிராயத்தில் "ஏன் வேண்டும் இன்பத் திராவிடம்?" என்று கேள்வி கேட்ட மாறன்தான் பின்பு இரண்டாண்டு உழைப்பு, விரிவான ஆய்வுகளின் வழியே 'மாநில சுயாட்சி' நூலை எழுதினார். திராவிட இயக்கத்தினர் பெரும்பாலும் கையாளும் உணர்வு நடையில் ஆய்வெழுத்து நடையைக் குழைத்துக் கொடுப்பது மாறனின் பாணி. மிசா சிறைவாசம் அவரை திராவிட இயக்க வரலாற்றை எழுதவைத்தது.

கருணாநிதியின் பின்னிருந்து அவர் இட்ட பணிகளைச் செய்துமுடிப்பதையே கடமையாகக் கொண்டிருந்தார். திமுக பிளவுபட நேர்ந்த வேளைகளில் கருணா நிதி எழுதிய கடிதங்கள்தான் திமுகவைக் காப்பாற்றி வைத்தன என்றால், அந்தக் கடிதங்களைக் கழகத்தின் கடைசித் தொண்டனுக்கும் கொண்டு சேர்த்ததில் மாறனுக்கே பெரும் பங்கு உண்டு. 'முரசொலி' நாளேடாக நிலைபெற்றதில் மாறனின் நிர்வாகத் திறனும் அர்ப்பணிப்பும் முக்கியப் பங்கு வகித்திருக்கின்றன. அதனாலேயே 'முரசொலி' என்று அடைமொழி அவரின் பெயராகவும் மாறிவிட்டது. கருணாநிதியின் மூத்த பிள்ளை என்று முரசொலியைச் சொல்வதுண்டு. அவர் முதலில் தூக்கி வளர்த்த பிள்ளை – அவரது மாப்பிள்ளை. 'முரசொலி' ஆசிரியராக கருணாநிதி இருந்தாலும், பின்னாளில் அதன் உள்ளடக்கத்தை மாறனே தீர்மானித்தார். ஆங்கிலத்தில் வெளிவரும் முக்கியமான செய்திகளைத் தேர்ந்தெடுத்துத் தமிழில் மொழி மாற்றிக் கொடுத்தார். மாத இதழாக வெளிவந்துகொண்டிருந்த முத்தாரத்தின் 'ரீடர்ஸ் டைஜெஸ்ட்' இதழைப் போன்ற தோற்றமும் உள்ளடக்கமும் மாறனின் கருத்தில் உதித்து வடிவம் கண்டவை. ஊடகங்களின் வலிமையைத் துல்லியமாக உணர்ந்திருந்தார் அவர். சென்னை பிரஸ் கிளப் உருவாக்கத்தில் முக்கிய பங்கு வகித்து, அதனுடைய முதல் தலைவராகவும் மாறன் பொறுப்பில் இருந்திருக்கிறார்.

1967-ல் தமிழகத்தின் முதலமைச்சர் பொறுப்பை ஏற்றுக்கொள்வதற்காக அண்ணா நாடாளுமன்ற உறுப்பினர் பதவியிலிருந்து விலகினார். அப்போது அவருக்குப் பதிலாக அவராலேயே தென்சென்னை தொகுதியிலிருந்து நாடாளு மன்றத்துக்கு அனுப்பிவைக்கப்பட்டவர் மாறன். அந்தப் பொறுப்பை உணர்ந்து, அண்ணாவின் குரலை நாடாளுமன்றத்தின் இரு அவைகளிலும் 35 ஆண்டு காலம் மாறன் தொடர்ந்து ஒலித்திருக்கிறார். நாடாளுமன்றத் தேர்தல்களில் காலத்தின் கட்டாயத்துக்கேற்பக் கூட்டணி வியூகங்களை வகுத்தும் கொடுத்து இருக்கிறார். 'உயிர் பிழைத்திருந்தால்தானே உரிமை பேச முடியும்?' என்ற அவருடைய தர்க்கம் வெற்றியையும் தந்திருக்கிறது. மாறன் மறைந்தபோது, 'எனக்கு எல்லாவற்றிலும் ஆறுதல் கூறக்கூடியவர் போய்விட்டாரே!' என்று எழு தினார் கருணாநிதி. தோல்விகளைக் கண்டு முறுவலிக்கும் கருணாநிதியின் இயல்புக்கு மாறனே காரணமாக இருந்திருக்கிறார் என்பதே அதன் பொருள்.

○

தெற்கிலிருந்து ஒரு சூரியன்

அறிவாலயத்தின் கதை!

● கே.கே.மகேஷ்

திமுகவினருக்கு ஒரு புனிதத் தலம் கட்சியின் தலைமையகமான 'அண்ணா அறிவாலயம்'. ஒரு கட்சியின் தலைமை அலுவலகம், என்னென்ன அம்சங்களையெல்லாம் கொண்டிருக்க வேண்டும் எனும் தேவையறிந்து கட்டப்பட்ட இது உருவான கதை மிக சுவாரசியமானது.

1949-ல் தொடங்கப்பட்ட திமுகவுக்கு 1951-ல் சொந்தக் கட்டிடத்தில் அலுவலகம் அமைந்தது. சென்னை ராயபுரத்தில் வாங்கிய அந்தச் சின்னக் கட்டிடத்துக்கு 'அறிவகம்' என்று பெயர் சூட்டினார் அண்ணா. பிறகு, தேனாம்பேட்டையில் 1964-ல் 'அன்பகம்' உருவானது. என்றாலும், கட்சியின் பிரம்மாண்டத்துக்கு ஈடுகொடுக்கக்கூடிய அளவுக்கான அலுவலகங்கள் அல்ல அவை. விளைவாக, பெரிய கட்டிடம் ஒன்றைக் கட்டும் திட்டத்தில் 1972-ல்

திராவிட இயக்கம் என்ன செய்தது என்று கேள்வி கேட்கும்
இளைய தலைமுறையையும் கட்சிக்குப் புதிதாக வரும்
தொண்டர்களையும் அவசியம் கொண்டுவந்து காட்ட
வேண்டிய இடம் இங்குள்ள 'கலைஞர் கருவூலம்'.
ஒரு நூற்றாண்டு கால திராவிட இயக்க வரலாற்றைப்
புகைப்படங்கள், ஓவியங்கள்
வழியாகச் சொல்லும் இடம் இது!

அண்ணா சாலையில் 86 கிரவுண்ட் நிலத்தை வாங்கி 1980–ல் கட்டிடப் பணியைத் தொடங்கினார் கருணாநிதி. என்றாலும், நிதிப் பிரச்சினையால் வேலை அசைபோட்டது. 1984–ல் அரசினர் தோட்டத்தில் இருந்த திமுக சட்டமன்ற உறுப்பினர்கள் அலுவலகத்தை ஒருநாள் எம்ஜிஆர் அரசு பறித்த போது 'அறிவாலயம்' கட்டுமானப் பணி விஸ்வரூபம் எடுத்தது.

தலைமையகக் கட்டுமானத்துக்காக ஒவ்வொரு மாவட்டத்திலும் நிதி திரட்டித் தர வேண்டும் என்று கேட்டார் கருணாநிதி. 1985 ஜூன் 10–ம் தேதி இது தொடர்பில் அவர் எழுதிய உணர்ச்சிகரமான கடிதம், ஒரே வருடத்தில் ரூ. 99.54 லட்சம் குவிய வழிவகுத்தது. "ஆனால், இது சாமானியமாக நடக்க வில்லை. நிதி திரட்டுவதற்காக ஒரே நாளில் பத்துப் பதினைந்து நிகழ்ச்சிகளில்கூட அப்போது பங்கேற்றிருக்கிறார் தலைவர்" என்கிறார் கருணாநிதியின் உதவி யாளர் சண்முகநாதன்.

ஒருவழியாக வேலை தொடங்கி 'அறிவாலயம்' நிமிரத் தொடங்கியபோது, 'கட்டிட அனுமதியில் கொடுக்கப்பட்ட கால அவகாசம் முடிந்துவிட்டது. உடனே பணியை நிறுத்தாவிட்டால் கடும் நடவடிக்கை எடுக்கப்படும்' என்று சென்னை பெருநகர வளர்ச்சிக் குழுமத்தை ஏவியது எம்ஜிஆர் அரசு. வேலையை நிறுத்தி விட்டுக் கட்டிட அனுமதியைப் புதுப்பிக்க விண்ணப்பித்தது திமுக. அப்போது, 'பொதுப் பயன்பாட்டுக்காக 10% இடத்தை ஒதுக்க வேண்டும்' என்றார்கள். அப்படி ஒதுக்கியதும், 'அந்த இடத்தை மாநகராட்சி பெயரில் பத்திரப் பதிவு செய்து தந்தால்தான் அனுமதி' என்றார்கள். இப்படிச் சொன்னதையெல்லாம் செய்தும் அடுத்தடுத்து குடைச்சல்கள் வரவும், பிரச்சினையை 18.1.1986 அன்று சட்டமன்றத்துக்குக் கொண்டுவந்துவிட்டார் கருணாநிதி. அரசியல் விவாத மானதன் விளைவாக, அரசின் தடைகள் நீங்கி பணிகள் ஜரூராயின. 1987 செப் 16 அன்று திறப்பு விழா கண்டது 'அறிவாலயம்'. திறந்த கையோடு அதிக நிதி வழங்கிய மாவட்டச் செயலாளர்களுக்குத் தன் கையாலேயே மோதிரம் அணிவித்தார் கருணாநிதி.

கணபதி ஸ்தபதியின் கை வண்ணத்தில், திராவிடக் கட்டிடக் கலை மரபைப் பிரதிபலிக்கும் வகையில் கட்டப்பட்ட 'அறிவாலயம்' வெறும் கட்சி அலுவலகமாக

நூலகம்

மட்டுமின்றி, ஆய்வு நூலகம், திராவிட இயக்க வரலாற்றுக் காட்சிக்கூடம், கலைஞர் கருவூலம் என்று பல்வேறு அமைப்புகளைக் கொண்டதாகக் கட்டப் பட்டது. கட்சி அலுவலக நிர்வாகச் செலவுகளை எதிர்கொள்ளத்தக்க வகையில் அந்த வளாகத்திலேயே ஒரு திருமண மண்டபமும் கட்டப்பட்டது, கருணாநிதியின் நிர்வாகத் திறனுக்கான சான்று.

இங்குள்ள 'பேராசிரியர் ஆய்வக நூலகம்' சென்னையில் சிறப்பாக நிர் வகிக்கப்படும் நூலகங்களில் ஒன்றாகும். சுமார் 50 ஆயிரம் புத்தகங்கள் இருக்கின்றன. தவிர, ஐம்பதாண்டு 'முரசொலி', 'தி இந்து', 'இந்தியன் எக்ஸ்பிரஸ்', 'தினமணி', 'தினகரன்', 'கதிரவன்' உள்ளிட்ட நாளிதழ்கள் பாதுகாப்பில் இருக்கின்றன. முழு அளவிலான தொகுப்புகள் இல்லை என்றாலும், 'குடிஅரசு', 'அண்ணா', 'திராவிட நாடு', 'காஞ்சி', 'விடுதலை', 'அண்ணா', 'நமது எம்ஜிஆர்' நாளிதழ்களும் கணிசமாகத் தொகுக்கப்பட்டிருக் கின்றன. கன்னிமாரா நூலகத்தில் பணியாற்றி ஓய்வுபெற்ற நூலகர் ஏ.சுந்தரம், நூலக உதவியாளர்கள் பத்மநாபன், நீலமேகம் ஆகியோர் நூலகத்தைப் பராமரிக்கிறார்கள்.

வளாகத்திலுள்ள இன்னொரு பெட்டகம் 2003-ல் முன்னாள் குடியரசுத் தலைவர் கே.ஆர்.நாராயணனால் திறந்துவைக்கப்பட்ட 'கலைஞர் கருவூலம்'. 'திராவிட இயக்கம் என்ன செய்தது?' என்ற கேள்வி கேட்கும் இளைய தலைமுறையையும் கட்சிக்குப் புதிதாக வரும் தொண்டர்களையும் அவசியம் கொண்டுவந்து காட்ட வேண்டிய இடம் இது. ஒரு நூற்றாண்டு கால திராவிட இயக்க வரலாற்றைப் புகைப்படங்கள், ஓவியங்கள் வழியாகச் சொல்லும் இடம் இது. நீதிக் கட்சி காலம் தொடங்கி திராவிடர் இயக்கம் எதிர்கொண்ட சோதனைகள், அது செய்த சாதனைகள் இங்கே கால வரிசைப்படி ஆவணப் படுத்தப்பட்டிருக்கின்றன. உள்ளேயே ஒரு சிறிய திரையரங்கு. அதில் பெரியார், அண்ணா, கருணாநிதி போன்ற இயக்க முன்னோடிகளின் வாழ்வை விளக்கும்

கலைஞர் கருவூலம்

குறும்படங்களைத் திரையிடுகிறார்கள். ஸ்டீபன், செல்வி என்று இருவர் இங்கே பணிபுரிகிறார்கள். இருவருமே கட்சிக்காரர்கள்.

கட்சியின் தலைமையகம் என்பதைத் தாண்டி 'அறிவாலயம்' கருணாநிதிக்கு இன்னொரு வீடு. "காலையில் ஒரு முறை, மாலையில் ஒரு முறை போய்விடுவார். எத்தனையோ இடங்கள் இருக்கும்போதும் நடைப்பயிற்சிக்குக்கூட அவர் தேர்ந்தெடுத்த இடம் அதுதான்! சனி, ஞாயிறு எந்த நாளும் விலக்கு கிடையாது. சில சமயங்களில் ஊர்ப் பயணம் முடிந்து நள்ளிரவில் வீடு திரும்பும்போதுகூட 'அப்படியே அறிவாலயத்துக்கு வண்டியை விடு. ஒரு எட்டு பார்த்துட்டுப் போயிடலாம்' என்பார். அது அவருக்கு இன்னொரு வீடு. கட்சிக்காரர்கள்தான் அங்குள்ள உறவினர்கள். அவர்களைக் கண் நிறையப் பார்க்க வேண்டும்... பேச வேண்டும்... அதுதான் அவருடைய உயிர் சக்தி" என்கிறார் கருணாநிதியின் மகள் செல்வி.

இதையேதான் அங்குள்ள கட்சிக்காரர்களும் கூறுகிறார்கள். முழுக்க கட்சிக் காரர்களையே ஊழியர்களாகக் கொண்டு நிர்வகிக்கப்படும் அலுவலகம் அது. "இது ஆபீஸ் இல்ல சார். சென்னையில காங்கிரஸோட 'சத்யமூர்த்திபவன்' தொடங்கி பாஜகவோட 'கமலாலயம்' வரைக்கும் எல்லா இடங்கள்லேயும் நீலச் சட்டை போட்ட தனியார் செக்யூரிட்டிகளைத்தான் வெளியே பார்க்க முடியும். இங்கே மட்டும்தான் தொண்டரணிப் பாதுகாப்பு. வெளியேயும் சரி, உள்ளேயும் சரி; கட்சிக்காரங்கதான். இந்த ஆபீஸ்ல யாரும் யாரையும் சார்னு கூப்பிடுறதில்லை. எல்லாருமே அண்ணன், தம்பிதான். தலைவருக்கு எங்க ஒவ்வொருத்தரைப் பத்தியும் தனிப்பட்ட வகையில தெரியும். கீழ கெடக்குற மக்களுக்காகப் பாடுபடுற கட்சி சார் இது. இந்த அலுவலகத்துல வேலை பார்க்குறதே பெருமை இல்லையா!" என்கிறார் ஊழியரும் தொண்டரணியைச் சேர்ந்தவருமான எல்.ரவி.

தொண்டர்களின் இந்தப் பெருமிதம்தான் திமுகவின் உயிர் சக்தி!

திமுகவின் கட்டுக்கோப்புக்கு ஜனநாயகமே காரணம்!

துரைமுருகன் பேட்டி

● சமஸ்

திமுகவில் கருணாநிதிக்கு அடுத்த வரிசைத் தலைவர்களில் முக்கியமானவர் என்பதோடு, அவருடைய அன்றாட ஜமாவிலும் ஐம்பது ஆண்டுகளுக்கும் மேலாக இருப்பவர் துரைமுருகன். 1971-ல் சட்டமன்றத்தில் நுழைந்த துரை முருகனிடம்தான் கருணாநிதி தன் பொறுப்பில் வைத்திருந்த பொதுப்பணித் துறையைக் கையளித்தார். தமிழக நீர்நிலைகளை முற்றுமுதலாக உணர்ந்தவர் என்று கருணாநிதியிடம் பெயரும் வாங்கினார். ஒரு அரசியல் தலைவராக, கட்சியையும் ஆட்சியையும் எப்படி கருணாநிதி கையாண்டார் என்பதை துரை முருகன் பகிர்ந்துகொண்டார்.

கருணாநிதியின் ஜமாவில் அரை நூற்றாண்டுக்கும் மேல் நீடிக்கிறீர்கள்... என்னவெல்லாம் பேசுவீர்கள்?

அவருக்கும் எனக்கும் 15 வயது வித்தியாசம். அடுத்தடுத்த தலைமுறையினர் எப்படி யோசிக்கிறார்கள் என்பதை அறிந்துகொள்வதில் பெரிய ஆர்வம் அவருக்கு உண்டு. அப்படித்தான் ஒரு கல்லூரி மாணவனாக நான் அவர் வீட்டுக்குள் போனேன். கட்சிக்குள் அடுத்தடுத்த மட்டங்களில் என்னென்ன பிரச்சினைகள் இருக்கின்றன, தேசிய அரசியல் எப்படிப் போகிறது, புதிதாக என்ன நாவல் வந்திருக்கிறது, புதிதாக வந்த சினிமாவில் எது நன்றாக இருக்கிறது – இப்படி எதுபற்றியும் பேசுவோம். வரையறை எல்லாம் கிடையாது. அவர் அதிகமாக எதைப் பேசுவார் என்றால், இயக்கம் கடந்துவந்த பாதையைப்

> கட்சிக்குள் யாருமே அசைக்க முடியாத இடம்
> கலைஞருடையது. அவர் நினைத்தால், ஒரு சர்வாதிகாரியாக
> நடந்துகொள்ளலாம். பல கட்சிகள் 'ராணுவக் கட்டுப்பாடு'
> என்று வெளியே தம்பட்டம் அடித்துக்கொள்வது
> அப்படிப்பட்ட யதேச்சதிகாரத்தைத்தான்.
> ஆனால், கலைஞர் ஜனநாயகவாதி.

பேசுவார். வெளியூர்ப் பயணங்கள் என்றால், வண்டி ஒவ்வொரு ஊரைத் தாண்டும்போது அந்தந்த ஊர் முன்னோடிகள், அவர்களுடைய தியாகங்களைச் சொல்வார். அடுத்தடுத்த தலைமுறையினரிடம் கட்சி வரலாற்றைக் கடத்திவிட வேண்டும் என்பதில் எப்போதும் முனைப்பாக இருப்பார்.

விசித்திரமாக, எம்ஜிஆர் வழியே கருணாநிதியிடம் சென்றவர் நீங்கள். எப்படி அவர் உங்களை ஈர்த்தார்?

ஒரு நிகழ்ச்சிக்கு பச்சையப்பன் கல்லூரிக்கு வந்திருந்த எம்ஜிஆருக்கு என் பேச்சும் துடிப்பும் பிடித்துவிட்டது. நெருக்கமாகிவிட்டேன். அவர்தான் இன்னொரு நிகழ்ச்சியில் கலைஞரிடம் என்னை அறிமுகப்படுத்தினார் என்பது எல்லாம் வாஸ்தவம்தான். முதல்வரான பின்புகூட, 'உனக்கு என்ன வேண்டும்? கேள்! நீ இங்கே வந்துவிடு' என்று கூப்பிட்டிருக்கிறார். ஆனால், அண்ணாவைப் பார்த்துக் கட்சிக்கு வந்தவன் நான். கவர்ச்சிக்கும் ஆளுமைக்கும் வித்தியாசம் தெரியும் இல்லையா? அண்ணாவுக்குப் பின் தமிழ்நாட்டில் ஒரு தலைவர் என்றால், கலைஞர்தான். அவரது ஆளுமையையும் பன்முகத்தன்மையையும் யாருடனும் ஒப்பிடவே முடியாது. எம்ஜிஆர் ஆண்டால் என்ன, ஜெயலலிதா ஆண்டால் என்ன? அப்போதுகூட எதிர்க்கட்சி வரிசையில் உட்கார்ந்துகொண்டு அவர்களுடைய ஆட்சியின் முக்கியமான போக்குகளை இவர்தானே தீர்மானித்தார்!

பாதிக்கும் மேற்பட்ட காலகட்டம் எதிர்க்கட்சி வரிசையில் அமர்ந்திருந்தாலும், திமுகவில் ஒரு கட்டுக்கோப்பு இருக்கிறது. இதற்கான மையவிசை எது?

ஜனநாயகம். கட்சிக்குள் யாருமே அசைக்க முடியாத இடம் கலைஞருடையது. அவர் நினைத்தால், ஒரு சர்வாதிகாரியாக நடந்துகொள்ளலாம். பல கட்சிகள் 'ராணுவக் கட்டுப்பாடு' என்று வெளியே தம்பட்டம் அடித்துக்கொள்வது அப்படிப்பட்ட யதேச்சதிகாரத்தைத்தான். ஆனால், கலைஞர் ஜனநாயகவாதி. "கட்சிங்கிறது குடும்பம் மாதிரிதான்யா. அரசியலுக்கு வர்றவன் சமூகத்துக்காகத் தனது வாழ்க்கையோட ஒரு பகுதியையே தர்றான். அதிகாரத்தோட எந்தப்

களத்துக்குப் போகாமல் இருந்தால், பொறுத்துக்கொள்ளவே மாட்டார். 'ஏசியில உட்கார்ந்த இடத்திலேயே வேலை பார்க்கணும்னா எதுக்குய்யா அரசியலுக்கு வந்த? மக்களாலதான் நாம இந்த இடத்துல உட்கார்ந் திருக்கோம்கிறதை மறந்துட்டீன்னா, ரொம்ப சீக்கிரமே வந்த இடத்துக்கே போய்டணும்!' என்று சொல்வார். சாதி, மதக் காழ்ப்போ வெறியோ தென்பட்டால் சகிச்சுக்கவே மாட்டார். ஆளைப் பதவியிலிருந்து தூக்கிடுவார்!

புழக்கமும் இல்லாத சமூகங்கள்லேர்ந்து வர்றான். தப்பா நடந்துக்கிட்டா கூப்பிட்டுத் திருத்தணும். மேம்படுத்தணும். ஒழிச்சுக் கட்டணும்னு நெனைக்கக் கூடாது" என்பார். தவறு பெரிதாக இருந்தால் தண்டிப்பார். மன்னிக்கவும் செய் வார். எந்தக் காலகட்டத்திலும் சாமானிய தொண்டர்கள் அவரைச் சந்திக்க முடியும். சும்மாவாவது வந்து பார்த்துப்போவார்கள். 'ஐயா, என்னை ஞாபகம் இருக்குங்களா? சந்திச்சு இருபது வருஷம் ஆகுது!' என்பார் ஒருவர். 'போன மாசம் கடலூர் கூட்டத்துல தேடினேன், உம் முகம் காணலியே சுப்பிரமணியம்!' என்று இவர் அவரை அசரடிப்பார். திமுக சிக்கலில் இருந்த ஒருசமயம். கடைய நல்லூரிலிருந்து ராஜாமணி என்று ஒரு தொண்டர் வந்திருந்தார். வந்த மாத்திரத்தில் அவருடைய உள்ளூர் கோஷ்டி சண்டையைச் சொல்லி நீளமாகப் புகார் வாசித்தார். 'ஏன்யா, இந்தக் கட்சியைக் காப்பாத்த வெளியே நான் எவ்வளவு போராடிக்கிட்டு இருக்கேன், நீங்க உங்களுக்குள்ள அடிச்சிக்கிட்டு, நாசம் பண்றீங்களே?' என்று ஏகமாகத் திட்டிவிட்டார். வந்தவர் முகம் சுணங்கி விட்டது. போய்விட்டார். கால் மணி நேரம் இருக்கும். 'துரை, அந்தப் பெரியவரைக் கையோட அழைச்சுக்கிட்டு வா!' என்றார். ஊருக்கு பஸ் ஏற நின்றவரைத் துரத்திப் பிடித்து அழைத்துவந்தோம். 'ராஜாமணி, என்னை மன்னிச்சுடுய்யா, அங்கிருந்து அவ்வளவு தூரம் பயணம் செஞ்சு உன் கஷ்டத்தைச் சொல்ல வந்தவன்கிட்ட என் கஷ்டத்தைக் கோபமா காட்டிட்டேன்' என்றார். 'தலைவா!' என்று சொல்லி அந்தப் பெரியவர் ஓவென்று அழ ஆரம்பித்துவிட்டார். கட்டுக்கோப்பை அன்பாலும் உருவாக்க முடியும்!

அமைச்சரவையில் இருப்பவர்களை எப்படிக் கையாள்வார்?

அவருக்குச் செல்லக்கூடிய 'ஃபைல் நோட்'டை வைத்தே ஆளைக் கணக்கிட்டு விடுவார். நல்ல விஷயம் என்றால், மனதாரப் பாராட்டுவார். மோசம் என்றால், திட்டும் நிச்சயம். எதை வேண்டுமானாலும் சகித்துக்கொள்வார். களத்துக்குப் போகாமல் இருந்தால், பொறுத்துக்கொள்ளவே மாட்டார். 'ஏசியில உட்கார்ந்த இடத்திலேயே வேலை பார்க்கணும்னா எதுக்குய்யா அரசியலுக்கு வந்த? மக்களாலதான் நாம இந்த இடத்துல உட்கார்ந்திருக்கோம்கிறதை மறந்துட் டீன்னா, ரொம்ப சீக்கிரமே வந்த இடத்துக்கே போய்டணும்!' என்று சொல்வார். சாதி, மதக் காழ்ப்போ வெறியோ தென்பட்டால் சகிச்சுக்கவே மாட்டார். ஆளைப் பதவியிலிருந்து தூக்கிடுவார்!

சமூக நீதிக் குரலாக வளர்ந்த திமுக, எந்த அளவுக்கு இன்றைக்கு விளிம்பு நிலைச் சமூகங்களைச் சேர்ந்தோருக்குக் கட்சிக்குள் அதிகாரம் அளிக்கிறது?

பெரும்பான்மைவாதத்தோடு ஜனநாயகமும், பணத்தோடு தேர்தல் அரசியலும் பிணைக்கப்பட்டிருப்பதால் விளிம்புநிலைச் சமூகங்களைச் சேர்ந்தவர்கள் பின்தள்ளப்பட்டுவிடுவது எல்லாக் கட்சிகளிலுமே நடக்கிறது. அதனால்தான், எந்த இடஒதுக்கீட்டின் வழி கல்வி, அரசு வேலைவாய்ப்பில் சமூக நீதியைக் கண்டடைந்தோமோ அதே இடஒதுக்கீட்டைக் கட்சிப் பதவி களுக்குள்ளும் கொண்டுவந்தார் கலைஞர். அதிகாரப் பரவலாக்கத்தை வெறுமனே வார்த்தைகளில் கையாண்டவர் அல்ல அவர். தமிழகத்தின் 32 மாவட்டங்களை திமுக 73 மாவட்டங்களாகப் பிரித்து நிர்வகிக்கிறது. ஒவ்வொரு மாவட்டச் செயலாளருக்கும் அடுத்த நிலையில் மூன்று துணைச் செயலாளர் பதவிகள். இந்த மூன்று இடங்களில் ஒன்று பெண்களுக்கானது, ஒன்று பட்டியல் இனத்தவருக்கானது. ஒரு இடம் பொது. இப்படி ஒன்றியம், வட்டம், கிளைக் கழகம் வரை ஒதுக்கீடு உண்டு. திமுகவில் பதவியில் இருக்கும் எவரும் அடையாளம் நிமித்தமாக இருக்க மாட்டார்கள்; முழு அதிகாரத்துடன் செயலாற்றுவார்கள் என்பதை நீங்கள் கவனித்திருக்க முடியும்.

கட்சி நிர்வாகிகள் கீழே எப்படிச் செயல்படுகிறார்கள். கம்யூனிஸ்ட்டு களைப் போல நீங்கள் 'லெவி முறை' எதையும் வைத்திருக்கவில்லை. ஒருவகையில், நிதியாதாரமற்ற சூழல் ஊழலுக்கு வழிகோலக்கூடியது இல்லையா?

திட்டவட்டமாக இல்லாவிட்டாலும் திமுகவிலும் அப்படி ஒரு நடைமுறை இருக்கத்தான் செய்கிறது. தங்கள் செலவுகளுக்குக் கட்சியினர் அடுத்தவர்களிடம் எதிர்பார்ப்பதில்லை. ஆனால், ஒரு நிகழ்ச்சி நடத்துகிறார்கள் என்றால், நன்கொடை வசூலித்துதான் நடத்துவார்கள். மேலதிகச் செலவை நிர்வாகிகள் பகிர்ந்துகொள்வார்கள். மற்றபடி இந்திய அரசியலில் ஊழல் என்பது கட்சி வரையறைகளுக்கு அப்பாற்பட்டு, வேறொரு விரிவான தளத்தில் விவாதிக்கப்பட வேண்டிய விஷயம்.

கட்சி ஒருகாலத்தில் கீழ் நிலையிலிருந்தே சித்தாந்தப் பிடிமானத்துடன் ஆட்களை வளர்த்தெடுத்தது. சின்ன கிராமங்களில்கூட இருந்த படிப்பகங் களை ஓர் உதாரணமாகச் சொல்லலாம். இன்று கட்சி எதிர்கொள்ளும் பெரிய சவால் – சித்தாந்தத் தளத்தில் அது அடைந்துவரும் வீழ்ச்சி. இதை எப்படி எதிர்கொள்ளப்போகிறீர்கள்?

காலச் சூழலில் பெரிய மாறுதல் ஏற்பட்டிருக்கிறது. நேற்று வெயில் தகித்தது. கட்சியை நிழல் தரும் மரமாகக் கருதியது சமூகம். இன்றைக்குக் கட்சி பெரு மரமாகி, சாலை முழுக்க நிழலை நிறைத்திருக்கிறது. நிழல் பழகிப்போனவர்கள் மரத்தின் பயன் என்ன என்று கேட்கிறார்கள். ஆனால், வெயில் அடித்துக்கொண்டு தான் இருக்கிறது. வெயில் இருக்கும் வரை மரத்தின் தேவையும் இருக்கும்.

❍

திமுக மாவட்டச் செயலாளர் போர்த் தளபதி மாதிரி தயாராக இருக்க வேண்டும்!

பொன்முடி பேட்டி

● சமஸ்

திமுகவின் முன்னணித் தலைவர்களில் ஒருவரான க.பொன்முடி அரசியல் அறிவியல் பட்டதாரி. கல்லூரி ஆசிரியராக இருந்தபோது, திராவிடர் கழகத்தின் பகுத்தறிவு ஆசிரியர் அணியின் மாநிலத் தலைவராகவும் இருந்தவர். திமுகவின் உயர்நிலைக் குழுவிலும் கருணாநிதியின் அணுக்க வட்டத்திலும் இடம்பெற்றிருக்கும் பொன்முடி, இன்றும் விழுப்புரம்

> திமுக மாவட்டச் செயலாளர் என்றால், ஒரு மாவட்ட ஆட்சியர் மாதிரி அந்த மாவட்டத்தின் எல்லா விஷயங்களையும் கையில் வைத்திருக்க வேண்டும். மக்கள் எப்போதும் அணுகும் நிலையில் இருக்க வேண்டும் என்ற பொறுப்புகளையும் சேர்த்துச் சுட்டிக்காட்டுவதற்காகவே இதைச் சொல்கிறேன்.

மாவட்டத்தின் செயலாளராகவும் நீடிப்பவர். கட்சியின் மேல்மட்டம் தொடங்கி வேர்மட்டம் வரை முழு அமைப்போடும் நேரடித் தொடர்பில் இருப்பவர், திமுக அமைப்புரீதியாக எப்படிச் செயல்படுகிறது என்பதை விவரித்தார்.

திமுகவின் உயர்நிலைக் குழுவை எட்டிப் பிடித்துவிட்டாலும் இன்னமும் மாவட்டச் செயலாளர் பதவியைக் கையில் வைத்திருக்கிறீர்களே?

மக்களிடையே நேரடியாகப் புழங்கும் அனுபவத்தை இழக்க மனமில்லாதது தான் காரணம். ஒரு ஐஏஎஸ் அதிகாரி அரசுத் துறைச் செயலாளராக இருப்பதைக் காட்டிலும், மாவட்ட ஆட்சியராக இருக்க விரும்புவதற்கு ஒப்பானது இது.

உள்ளபடியே அத்தனை அதிகாரம் இருக்கிறதா?

நிச்சயமாக. நிஜமான ஜனநாயகம் நிறைந்த கட்சி திமுக. கட்சியில் அடிமட்ட அமைப்பையும் தலைமையையும் இணைக்கும் பதவி இது. அதனால்தான், திமுகவில் எந்த முக்கியமான முடிவும் மாவட்டச் செயலாளர்களைக் கலந்தாலோசிக்காமல் எடுக்கப்படுவதில்லை. அன்பில் தர்மலிங்கம் உதாரணத்தை இங்கே குறிப்பிடலாம். ஒரு இடத்துக்கு அன்பில் போகிறார். அங்குள்ள விஷயங்கள் குறித்து அதிகாரியிடம் கேள்வி கேட்கிறார். 'எல்லாம் சரி, நீ யார்?' என்கிறார் அதிகாரி. 'திமுக மாவட்டச் செயலாளர்' என்கிறார் அன்பில். 'அப்படியென்றால்?' என்கிறார் அதிகாரி. அன்பில் சொல்கிறார், 'கலெக்டர் மா திரி!' அதிகாரத்தைச் சுட்டிக்காட்டுவதற்காக மட்டும் அல்ல; திமுக மாவட்டச் செயலாளர் என்றால், ஒரு மாவட்ட ஆட்சியர் மாதிரி அந்த மாவட்டத்தின் எல்லா விஷயங்களையும் கையில் வைத்திருக்க வேண்டும். மக்கள் எப்போதும் அணுகும் நிலையில் இருக்க வேண்டும் என்ற பொறுப்பு களையும் சேர்த்துச் சுட்டிக்காட்டுவதற்காகவே இதைச் சொல்கிறேன்.

திமுகவில் அவ்வளவு ஜனநாயகம் இருக்கிறதா? ஏன் கேட்கிறேன் என்றால், உங்கள் தலைவர் கிட்டத்தட்ட 50 வருடங்களாக அந்தப் பதவியில் நீடிக்கிறார்...

> மேலிருந்து மாவட்டச் செயலாளர்களைத் திணிக்கும் கலாச்சாரம் திமுகவில் என்றைக்கும் கிடையாது. கீழிருந்து ஓட்டு வாங்கி மேலே செல்ல வேண்டும். தலைவருக்கு மிக நெருக்கமான மாவட்டச் செயலாளராக மன்னை நாராயணசாமி இருந்த காலத்தில்தான் ஒரு கோ.சி.மணி உருவானார். இப்படி ஒவ்வொரு ஊரிலும் சொல்ல முடியும்.

அவரை 60 ஆண்டுகளாகத் தொடர்ந்து சட்டமன்றத்துக்குத் தேர்ந்தெடுக்கிறார்களே மக்கள், அதையாவது ஜனநாயகம் என்று ஏற்றுக்கொள்வீர்களா? வெளியே மக்களே அவருடைய ஆளுமையை இவ்வளவு நேசித்துத் தேர்ந்தெடுக்கும்போது, கட்சிக்குள் நாங்கள் அவரை நேசிப்பதிலும் தேர்ந்தெடுப்பதிலும் வியக்க என்ன இருக்கிறது! அவர் மட்டுமல்ல; கட்சியில் 25 ஆண்டுகளைக் கடந்த மாவட்டச் செயலாளர்கள் சிலரும் இருக்கிறார்களே, எப்படி? கீழே உள்ள ஆதரவுத்தளம்தான் காரணம்! உதாரணமாக, ஒருவர் மாவட்டச் செயலாளராகத் தேர்ந்தெடுக்கப்பட வேண்டும் என்றால், அந்த மாவட்டத்தில் உள்ள ஒவ்வொரு ஒன்றியம், நகரம், பேரூர் கிளை நிர்வாகிகள் அனைவர் ஆதரவையும் பெற்றிருக்க வேண்டும். மேலிருந்து மாவட்டச் செயலாளர்களைத் திணிக்கும் கலாச்சாரமானது திமுகவில் என்றைக்கும் கிடையாது. கீழிருந்து ஓட்டு வாங்கி மேலே செல்ல வேண்டும். தலைவருக்கு மிக நெருக்கமான மாவட்டச் செயலாளராக மன்னை நாராயணசாமி இருந்த காலத்தில்தான் ஒரு கோ.சி.மணி உருவானார். இப்படி ஒவ்வொரு ஊரிலும் சொல்ல முடியும்.

கருணாநிதி மாவட்டச் செயலாளர்களை எப்படி அணுகுவார்?

எப்போதும் அணுகும் நிலையில் இருப்பார். எல்லாவற்றுக்கும் காது கொடுப்பார். அதேசமயம், அவர் ஓட்டத்துக்கு ஈடு கொடுக்க வேண்டும். காலையிலேயே பத்திரிகைகளைப் படித்துவிட்டு தொலைபேசியில் வந்துவிடுவார். அரசின் குறைகளோ, எதிர்க்கட்சியின் தவறுகளோ எதுவாக இருந்தாலும், பத்திரிகையில் வரும் முன்பு அது அவர் கவனத்துக்குப் போயிருக்க வேண்டும். முப்பெரும் விழா, பொங்கல் விழா, மொழிப் போர் தியாகிகள் நினைவேந்தல், போராட்டக் கூட்டம் என்று மேலிருந்து ஏதாவது அறிவிப்புகள் வந்துகொண்டே இருக்கும். படைத் தளபதி மாதிரி தயார்நிலையில் இருக்க வேண்டும்!

ஆட்சியாளர் கருணாநிதி

> மாநில அரசியல்வாதி தேசிய அரசியலில் விளையாடுவது சாதாரண விஷயம் அல்ல!
> - எஸ்.எம்.கிருஷ்ணா
> பக்கம்-344

சட்டமன்ற நாயகர் கருணாநிதி

ஏ.எஸ்.பன்னீர்செல்வன்
பத்திரிகையாளர்,
'தி இந்து'
ஆங்கில நாளிதழின்
வாசகர்களுக்கான ஆசிரியர்

சட்டமன்றத்தில் கருணாநிதி தானாகப் பேசியவை, மற்றவர்களின் பேச்சின்போது குறுக்கிட்டுப் பேசியவை, வினாக்களுக்கு அளித்த விடைகள் எனத் தொகுத்தால் 1,50,000 பக்கங்கள் வரும்!

நாடாளுமன்றத்துக்கும் சட்டமன்றங்களுக்கும் 1957–ல் ஒரே சமயத்தில் நடைபெற்ற பொதுத் தேர்தல், இந்திய அரசியல் வரலாற்றில் முக்கியமான திருப்புமுனை. மொழிவாரி மாநிலங்கள் உருவாக்கப்பட்ட பிறகு நடந்த முதல் பொதுத்தேர்தல் அது. நாட்டுக்குச் சுதந்திரம் வாங்கிக் கொடுத்தோம் என்பதை மட்டும் சொல்லியே மக்களிடம் தொடர்ந்து ஓட்டுகளை வாங்க முடியாது என்பதை காங்கிரஸுக்கு உணர்த்திய தேர்தலும் அதுதான்.

நாட்டின் மிகச் சிறந்த இரண்டு பேச்சாளர்கள் – ஒருவர் நாடாளுமன்றத்திலும், இன்னொருவர் சட்டமன்றத்திலும் – அந்தத் தேர்தலின் வழி தேர்ந்தெடுக்கப் பட்டனர். இந்தியில் நாவலரான அடல் பிஹாரி வாஜ்பாய் மக்களவைக்கும், தமிழில் ஆற்றொழுக்காகப் பேசும் மு.கருணாநிதி சட்டமன்றத்துக்கும் தேர்ந்தெடுக்கப்பட்டனர். இவ்விருவரும் ஒன்றுக்கொன்று முரணான அரசியல் சித்தாந்தங்களைப் பிரதிநிதித்துவப்படுத்துகிறவர்கள். இந்தியா என்பது மொழி, கலாச்சாரம், மதம் என்று எல்லாவற்றிலும் ஒரே மாதிரியாகத்தான் இருக்க வேண்டும் என்று கருதுகிற ஜன சங்கத்தைச் சேர்ந்தவர் வாஜ்பாய். பன்முகத் தன்மை வாய்ந்த, வெவ்வேறு அடுக்குகளைக் கொண்ட, பல்வேறு பிரிவு மக்களுக்கும் வாழ உரிமையுண்டு என்று வலியுறுத்தும் திராவிட சித் தாந்தத்தின் பிரதிநிதி கருணாநிதி. முன்னவர், அதிகாரத்தை மையப்படுத்த வேண்டும் என்பவர். பின்னவர், அதிகாரத்தைப் பரவலாக்க வேண்டும் என்பவர். இருவரும் பேச்சாளர்கள் மட்டுமல்ல; கவிஞர்களும்கூட. கருத்துகளில் இரு வேறு துருவங்களாக இருந்தாலும், தனிப்பட்ட முறையில் நட்பு பாராட்டிய பண்பாளர்கள்.

கருணாநிதியின் 60 ஆண்டு கால சட்டமன்றப் பங்கேற்பை அவருடைய திமுக மிகப் பெரிய விழாவாகக் கொண்டாடும் வேளையில், கட்சியை 60 ஆண்டுகளாகத் தன் வசீகரப் பேச்சாற்றலால் வளர்த்த வாஜ்பாய்க்கு விழா எடுக்காமல் மவுனம் காக்கிறது பாஜக. கருணாநிதி தான் போட்டியிட்ட எந்தத் தேர்தலிலும் தோற்றதில்லை. வாஜ்பாய் 1984–ல், காங்கிரஸின் இளம் தலைவர் மாதவராவ் சிந்தியாவிடம் தோற்றார்.

இந்த 60 ஆண்டுகளில் சட்டமன்றத்தில் ஒரு உறுப்பினராக கருணாநிதி தொடாத விஷயங்கள் இல்லை என்று சொல்லலாம்!

கருணாநிதியின் சட்டமன்றப் பணி

கருணாநிதி பெற்ற தேர்தல் வெற்றிகளையும் வகித்த பதவிகளையும் காண்போம். 1957-ல் முதல் முறையாக அன்றைய திருச்சி மாவட்டம் (இன்று கரூர் மாவட்டம்), குளித்தலை தொகுதியிலிருந்து வென்ற பிறகு, திமுக சட்டமன்றக் கட்சியின் கொறடாவாகத் தேர்ந்தெடுக்கப்பட்டார். 1962-ல் தஞ்சாவூரிலிருந்து வென்ற பிறகு எதிர்க்கட்சித் துணைத் தலைவர் ஆனார். 1967-ல் சென்னையின் சைதாப்பேட்டைத் தொகுதியிலிருந்து வெற்றி பெற்று பொதுப்பணித் துறை அமைச்சரானார். 1969-ல் முதல்வர் அண்ணாவின் மறைவுக்குப் பிறகு முதலமைச்சராகத் தேர்ந்தெடுக்கப்பட்டார். 1971-ல் மீண்டும் சைதாப்பேட்டையிலிருந்து தேர்ந்தெடுக்கப்பட்டு நெருக்கடிநிலை அறிவிப்புக்குப் பிறகு, 1976-ல் ஆட்சி கலைக்கப்படும் வரை முதல்வராகத் தொடர்ந்தார்.

1977, 1980-களில் அண்ணா நகரிலிருந்து வெற்றி பெற்று எதிர்க்கட்சித் தலைவராகப் பணியாற்றினார். 1983-ல் இலங்கையில் நடந்த இனப் படுகொலையைக் கண்டித்து உறுப்பினர் பதவியிலிருந்து விலகினார். பின்னர், சட்ட மேலவைக்குத் தேர்ந்தெடுக்கப்பட்டு எதிர்க்கட்சித் தலைவராகப் பணி ஆற்றினார். 1986-ல் சட்ட மேலவையை முதல்வர் எம்.ஜி.ஆர். கலைக்கும் வரை அதில் உறுப்பினராக இருந்தார் கருணாநிதி. 1989 பொதுத் தேர்தலில் சென்னை துறைமுகம் தொகுதியில் வென்று 13 ஆண்டுக் கால இடைவெளிக்குப் பிறகு மீண்டும் முதல்வர் ஆனார். 1991 சட்டமன்றத் தேர்தலிலும் அத்தொகுதியில் வென்றார். ஆனால், ராஜீவ் காந்தி படுகொலைச் சம்பவத்தால் கட்சிக்குப் பெருந்தோல்வி கிட்டியது. அதற்குத் தார்மீகப் பொறுப்பேற்று உறுப்பினர் பதவியை ராஜினாமா செய்தார்.

1996 பொதுத் தேர்தலில் சேப்பாக்கம் தொகுதியிலிருந்து தேர்ந்தெடுக்கப் பட்டு மீண்டும் முதலமைச்சராகப் பதவியேற்றார். 2001, 2006 தேர்தல்களிலும்

சேப்பாக்கம் தொகுதியிலிருந்தே தேர்ந்தெடுக்கப்பட்டார். 2011–ம் ஆண்டில் சொந்த மாவட்டத்தில் திருவாரூர் தொகுதியிலிருந்து தேர்ந்தெடுக்கப்பட்டார். 2016 பொதுத் தேர்தலிலும் திருவாரூரில் வென்றார்.

சுயமரியாதைச் சுடர்

கருணாநிதி அரசியலின் அடிநாதமே சுயமரியாதை. தமிழ்நாட்டில் அதற்கு விரிவான பொருள் உண்டு. ஒரு வருடைய சுயமரியாதையை எப்படி விளக்குவது ? கருணாநிதியின் குழந்தைப் பருவத்தில் நடந்த சம்பவம் இதை விளக்க உதவும். கருணாநிதியை அவருடைய தந்தை முத்துவேலர் உள்ளூர் பள்ளிக்கூடத்தில் சேர்த்து, 'வித்யாரம்பம்' நிகழ்ச்சியை விமரிசையாகக் கொண் டாடினார். இசையிலும் தன்னுடைய மகன் சிறந்து விளங்க வேண்டும் என்று விரும்பினார். அந்த இசைப் பயிற்சிக்காலம்தான் கருணாநிதிக்கு சமூக இழிவுகள் எவை என்று அடையாளம் காட்டின.

சமூகத்தில் சாதி அடிப்படையில் வர்ணாசிரம அடுக்குகள் இருப்பதும் கருணாநிதிக்குப் புரிந்தது. இசை வகுப்புகள் ஆலயங்களில்தான் நடக்கும். இடையில் துண்டு மட்டும் கட்டிக்கொள்ள வேண்டும் மேலுக்குத் துண்டு அணியக் கூடாது என்று அவருக்கு அறிவுறுத்தப்பட்டது. தோளில் துண்டு போடக் கூடாது, காலுக்குச் செருப்பு அணியக் கூடாது என்றும் கட்டுப்பாடுகள் விதிக்கப்பட்டன. "இசை வகுப்புகள்தான் உண்மையில் எனக்கு அரசியல் வகுப்புகளாக இருந்தன; சாதிகளின் படிநிலையில் மேலே இருந்த சிலர், பெரும்பாலான மக்களைத் தாழ்ந்தவர்களாகவும் தங்களை உயர்ந்தவர் களாகவும் கருதிக்கொண்டு, குரூரமான மகிழ்ச்சியோடு மட்டம் தட்டுவதைப் பார்த்தேன். பெரும்பாலான மக்களை நாம் இழிவாக நடத்துகிறோம் என்ற உணர்வுகூட அவர்களுக்கு இல்லை" என்று கருணாநிதி நினைவுகூர்கிறார். கண்ணியத்துடன் நடத்தப்படாத இடத்தில் அவரால் தொடர்ந்து இசை படிக்க முடியவில்லை.

அங்கே கற்றுத்தரப்பட்ட பாடல்கள் முக்தியடைவது குறித்தும் இறுதியாகத் தெரிந்துகொள்ள வேண்டிய 'உண்மைகள்' பற்றியும்தான் இருந்தன. ஆனால், மக்களுடைய சமூகநிலையோ அவர்களுடைய சாதி, வர்க்க அடிப்படையிலேயே தீர்மானிக்கப்படுவதாக இருந்தது. யார் எங்கே அமர்வது, என்ன விதமான பாடல்களைப் பாடுவது, எந்த இடத்தில் யார் பாட வேண்டும் என்பதெல்லாம் சாதி அடிப்படையிலேயே தீர்மானிக்கப்பட்டன. "நான் பிறந்த இடத்தில் மேல்தட்டு மக்களில் நல்ல மனம் கொண்டவர்கள் இல்லாமல் இல்லை. ஆனால், அவர்களுடைய செயல்கள் சீழ் பிடித்த புண்ணுக்குப் புனுகு தடவுவதைப் போலத்தான் இருந்தன. சமூகப் புறக்கணிப்பு, அவமதிப்பு என்றால் என்ன என்று அவர்களுக்குத் தெரியாது. அவமதிப்புக்கு உள்ளான வரால்தான் புரையோடிய இந்தப் புண்ணுக்கு அறுவைச் சிகிச்சைதான் தீர்வு என்று சிந்திக்க முடியும். திருக்குவளையில் பயின்ற அந்த மூன்று ஆண்டுகளில் இந்தச் சிந்தனைதான் எனக்கு ஏற்பட்டது" என்று சொல்லியிருக்கிறார் கருணாநிதி.

மகனின் உணர்வுகளைப் புரிந்துகொண்ட முத்துவேலர், இசையில் அவர் பெற்ற பயிற்சியை முடித்துக்கொள்ளச் சம்மதித்தார். அதற்கு ஈடாக இரவு படுக்கச் செல்லும்போது ஏராளமான கதைகளையும் பாடல்களையும் சொல்லிக் கொடுத்தார். இப்படித்தான் வாய்மொழிக் கல்வி அவருக்கு ஊட்டப்பட்டது. அப்பாவிடமிருந்து கேட்டுக்கொண்ட புராண, தொன்மக் கதைகளே பின்னாளில் முழு நேர அரசியல்வாதியாக மாறும்போது அவருக்குப் பெரிதும் கைகொடுத்தன.

கருணாநிதியின் 60 ஆண்டு கால சட்டமன்றப் பணியை மதிப்பிடும்போது, அவருடைய அரசியலில் அன்றும் இன்றும் கோலோச்சிக்கொண்டிருக்கும் அரசியல், சமூகப் பிரச்சினைகளையும் கணக்கில்கொள்ள வேண்டும்.

பிராமணரல்லாதார் இயக்கத்தின் விரிவான பரப்பெல்லையை ஊன்றிப் பின்பற்றினால்தான், கருணாநிதியின் வாழ்க்கையையும் போராட்டங்களையும் சாதனைகளையும் அவருக்கு இருந்த வரம்புகளையும் தோல்விகளையும் புரிந்துகொள்ள முடியும். பிராமணரல்லாதார் இயக்கம் பிராமணர்களின் கல்வி, செல்வம், அந்தஸ்து ஆகியவற்றைப் பார்த்துப் பொறாமையால் உருவானது அல்ல; மிகுந்த கவனத்தோடு உருவாக்கப்பட்ட அரசியல் இயக்கம். 'பிராமணரல்லாதார்' என்ற சொல் தமிழர்களின் நெஞ்சில் அரசியல்ரீதியாகப் பதிந்த, தன்மான உணர்வுகளைக் கிளர்ந்தெழச் செய்த, ஒற்றுமை ஏற்படுத்திய, முக்கியத்துவம் வாய்ந்த சொல் என்பது வெளிப்படை.

அண்ணா, இரா.நெடுஞ்செழியன், க.அன்பழகன், கே.ஏ.மதியழகன் போன்ற திமுகவின் முன்னணித் தலைவர்களைப் போல பல்கலைக்கழகத்தில் பயின்றவர் அல்ல கருணாநிதி. ஆனால், தான் பேச வேண்டிய பொருளையும், அதற்கான மொழியையும் நன்கு கையாண்டு புலமையைக் காட்ட வேண்டிய நிலையில் இருந்தவர்.

சுயமரியாதை என்ற உணர்வில் அவருக்கு இருந்த உறுதி காரணமாகவே சொந்தமாக 'முரசொலி' பத்திரிகையை நடத்தினார், 36 நாடகங்களை எழுதினார், பெரியாரும் அண்ணாவும் நடத்திய பத்திரிகைகளுக்குக் கட்டுரை களை எழுதினார், புதிய வடிவில் கற்பனைக் கதைகளை எழுதினார்.

ஐம்பெரும் காப்பியங்கள்

பௌத்தமும் சமணமும் கொண்டிருந்த பன்மைத்துவத்தைப் புரிந்துகொண்ட கருணாநிதி, அவற்றின் காப்பியங்களால் பெரிதும் கவரப்பட்டார். அவருடைய பொதுக்கூட்ட மேடைப் பேச்சுகளிலும் எழுத்திலும் 'சிலப்பதிகாரம்', 'மணிமேகலை', 'சீவக சிந்தாமணி', 'வளையாபதி', 'குண்டலகேசி' ஆகிய ஐம்பெரும் காப்பியங்களையும் அவர் கையாண்டார். இந்த ஐம்பெரும் காப்பியங்களின் சிறப்பு என்னவென்றால்... இவை பவுத்தம், சமணம் ஆகிய வற்றின் சிறப்புகளைக் கூறுபவை; யாகம் வளர்த்தல், பலி கொடுத்தல் போன்ற பிராமணியப் பழக்கவழக்கங்களைச் சாடுபவை. 1949-ல் திமுக உதயமானது. கருணாநிதி அப்போது புகழ்பெற்ற திரைப்படக் கதை வசனகர்த்தா, அரசியல்

மாநிலத்தில் சுயாட்சி - மத்தியில் கூட்டாட்சி என்ற முழக்கத்தை முன்வைத்த திமுக, ஒருவகையில் இந்தியாவில் கூட்டணி யுகத்தின் உறுதியான கூட்டாளியாகத் தன்னை நிலைநிறுத்திக்கொண்டது!

கட்டுரையாளர். அவருடைய வார்த்தை விளையாட்டும் சிலேடையும் கூர்மையான ஒற்றை வாக்கியங்களும் அவருடைய கட்சிக்கும் கொள்கைக்கும் பிரச்சார வாகனமாக இருந்தன.

கன்னிப் பேச்சு

தமிழக சட்டமன்றத்தில் கருணாநிதி நிகழ்த்திய கன்னிப் பேச்சு, அவருடைய தொகுதிக்குள் பட்ட நங்கவரம் பகுதி விவசாயத் தொழிலாளர்களின் குடிவார முறையின் அவலத்தை நாட்டோரின் கவனத்துக்குக் கொண்டுவந்தது. குளித்தலைத் தொகுதிக்குட்பட்ட நங்கவரம் பகுதியில், விவசாயத் தொழிலாளர் களைச் சுரண்டும் வகையில் குடிவார முறை நடைமுறையில் இருந்தது. அவர்களுக்குரிய கூலி மறுக்கப்பட்டது. அந்த நடைமுறை செல்லும் என்று நீதிமன்றங்களும் கூறின. அரசு அத்தீர்ப்புகளை எதிர்த்து மேல் முறையீடு செய்யவில்லை. அந்தக் கிராமத்தின் ஆடவர், மகளிர், குழந்தைகளின் அவல நிலைதான் கருணாநிதியின் பேச்சில் மையமாக இருந்தது. அவர் கையாண்ட மொழி நடையும் அவர் பயன்படுத்திய சொற்களும் அதற்கு அவர் கொடுத்த ஏற்ற இறக்கங்களும், பேரவையில் மற்ற எந்த உறுப்பினருக்கும் இல்லாத சொல் வன்மையோடு ஒருவர் வந்துவிட்டார் என்பதை உலகுக்கு அறிவித்தன. அதற்குப் பிறகு, அரசு மிகத் தாமதமாகத்தான் நடவடிக்கை எடுத்தது என்றாலும், நங்கவரம் விவசாயத் தொழிலாளர்கள் கண்ணியமான ஊதியம் பெற வழியேற்பட்டது. இதையடுத்து, காவிரி டெல்டா பகுதியில் விவசாயத் தொழிலாளர்களிடையே இடதுசாரிகளுக்கு இருந்த செல்வாக்கை திமுக கைப்பற்றவும் உதவியது.

சமூக நீதியும் மாநில சுயாட்சியும்

அன்று தொடங்கி இந்த 60 ஆண்டுகளில் சட்டமன்றத்தில் ஒரு உறுப்பினராக கருணாநிதி தொடாத விஷயங்கள் இல்லை என்று சொல்லலாம். சட்டமன்றத்தில் கருணாநிதி தானாகப் பேசியவை, மற்றவர்களின் பேச்சின்போது குறுக்கிட்டுப் பேசியவை, வினாக்களுக்கு அளித்த விடைகள் எனத் தொகுத்தால் 1,50,000 பக்கங்கள் வரும். மாநில சுயாட்சி, மாநில அதிகாரங்கள் என்பவை

மாநிலத்தில் சுயாட்சி - மத்தியில் கூட்டாட்சி என்ற முழக்கத்தை முன்வைத்த திமுக, ஒருவகையில் இந்தியாவில் கூட்டணி யுகத்தின் உறுதியான கூட்டாளியாகத் தன்னை நிலைநிறுத்திக்கொண்டது.

கருணாநிதியின் முன்னுரிமை விவகாரங்கள். இந்தித் திணிப்பு, காவல் துறைச் சீர்திருத்தம், பட்ஜெட் பற்றாக்குறை, பொதுப் பட்டியலில் உள்ளவற்றின் மீது ஆதிக்கம் செலுத்த மத்திய அரசு மேற்கொண்ட முயற்சிகள் போன்றவை தொடர்பாக, அவர் பல்வேறு காலகட்டங்களில் மிக விரிவாகப் பேசியிருக்கிறார். இதேபோல அவருடைய உயிர் மூச்சுபோலவே அமைந்தது சமூக நீதி விவகாரம். சாதி அடிப்படையிலான இடஒதுக்கீட்டுடன் நின்றுவிடாமல் சமூக நீதிக்காகச் செய்ய வேண்டிய பணிகளை அவர் தொடர்ந்து வலியுறுத்தி வந்திருக்கிறார்.

கர்நாடக முதலமைச்சராக இருந்த ராமகிருஷ்ண ஹெக்டே, 1983–ல் நடத்திய தென் மாநில முதலமைச்சர்கள் மாநாட்டில், தமிழக முதலமைச்சர் எம்ஜிஆர் பங்கேற்றார். அதையொட்டி கருத்து தெரிவித்த கருணாநிதி மத்திய–மாநில உறவுகள் எப்படி இருக்க வேண்டும் என்று வெகு சிறப்பாகக் கூறினார். பிரிட்டிஷார் 1935–ம் ஆண்டில் இயற்றிய 'இந்திய அரசுச் சட்டம்' அடிப்படைக் கட்டமைப்பை உருவாக்கியதைச் சுட்டிக்காட்டினார். மாநிலங்களின் கோரிக்கைகள் அனைத்தையுமே பிரிவினைக்கான கோரிக்கைகளாகப் பார்ப்பது மத்திய அரசின் தவறான அணுகுமுறை என்றார்.

"மாநில உணர்வு என்பது மாநிலங்களுக்கு அதிகமான அதிகாரம் கோரும் உத்தி. அதைக் குறுகியவாதம் என்று கருதுவது தவறு. நியாயமானதும், பறிக்க முடியாததுமான உரிமைகளைக் கேட்பது தனிநாடு கோரிக்கையோ, பிரிவினைக் கோரிக்கையோ அல்ல. மத்திய அரசுடன் பொருந்தக்கூடிய கூட்டாட்சி அமைப்பின் மையக் கருத்துதான் இந்த உரிமைகளும் கோரிக்கைகளும். சுருக்கமாகச் சொன்னால், மாநிலத்தில் சுயாட்சி, மத்தியில் கூட்டாட்சி நிலவ வேண்டும்" என்றார். மத்திய–மாநில அரசுகளின் உறவைத் தெளிவாக்க நீதிபதி ராஜமன்னார் தலைமையில் ஒரு குழுவை, ஒரு மாநில அரசு நியமித்தது அவருடைய ஆட்சிக்காலத்தில்தான். அரசியல் சட்டத்தை ஆழ்ந்து பரிசீலித்த அந்தக் குழு, மத்திய–மாநில அரசுகளின் உறவை மேம்படுத்தவும் வலுப் படுத்தவும் பல யோசனைகளைத் தெரிவித்தது. மாநில சுயாட்சியை விளக்க அந்த வாய்ப்பை அவர் பயன்படுத்திக்கொண்டார்.

அனைவருக்கும் மின்சாரம்

அவருடைய சமூக நீதிக் கொள்கையின் ஒரு அம்சம்தான் தமிழகத்தின் அனைத்து வீடுகளுக்கும் மின் இணைப்பு, அனைத்துக் கிராமங்களுக்கும் சாலைகள் மற்றும் பேருந்துப் போக்குவரத்து வசதி என்ற திட்டங்களாகும். தமிழகத்தில் 1969–லேயே கிராமப்புறங்களில் 100% மின் இணைப்புகள் வழங்கத் தீவிரம் காட்டினார் கருணாநிதி. இந்த இலக்கை அடைந்ததில் தமிழகம்தான் முதலிடம் வகித்தது. "நகர்ப்புற–கிராமப்புற வேறுபாட்டைச் சுட்டிக்காட்ட மின் இணைப்பு நல்ல உதாரணம். அனைத்து வகை ஏற்றத் தாழ்வுகளையும் போக்குவதில் எங்களுக்கிருக்கும் உறுதி காரணமாக, அனைத்து கிராமங்களுக்கும் மின் இணைப்பு வழங்குவது எங்களுடைய முன்னுரிமைக் கடமையாக இருக்கிறது" என்று குறிப்பிட்டார் கருணாநிதி.

கூட்டணி யுகத்தின் நாயகன்

மாநிலத்தில் சுயாட்சி – மத்தியில் கூட்டாட்சி என்ற முழக்கத்தை முன்வைத்த திமுக, ஒருவகையில் இந்தியாவில் கூட்டணி யுகத்தின் உறுதியான கூட்டாளியாகத் தன்னை நிலைநிறுத்திக்கொண்டது. 1969–ல் இந்திய தேசிய காங்கிரஸ் கட்சி பிளவுபட்டபோது, இந்திரா காந்தி தலைமையிலான காங்கிரஸுக்கு திமுக ஆதரவு அளித்ததால், மத்தியில் நிலையான அரசு ஆட்சிசெய்ய முடிந்தது. நெருக்கடிநிலைப் பிரகடனத்தை எதிர்த்த ஜெயப் பிரகாஷ் நாராயண் முக்கிய எதிர்க்கட்சிகளை இணைத்து ஜனதா கட்சியை உருவாக்கியபோது, அதனுடன் சேர்ந்த முதல் பெரிய கட்சி திமுகதான். தேசிய முன்னணி அரசு அமைந்ததில் தான் ஆற்றிய பங்கை கருணாநிதி எப்போதுமே மகிழ்ச்சியுடன் நினைவுகூர்வார்.

"தேசிய அரசியலுக்கு என்னுடைய மிகச் சிறந்த பங்களிப்பு 1989–ல் தேசிய முன்னணி அரசு ஏற்பட உதவியதுதான். வி.பி.சிங் தலைமையிலான அந்த அரசு மிகச் சிறிய காலமே பதவி வகித்தாலும், தேசிய அளவில் பிற்படுத்தப்பட்ட சமூகத்தவருக்கு இடஒதுக்கீடு வழங்கும் மண்டல் கமிஷன் பரிந்துரைகளை அமல்படுத்தியது" என்பார். தமிழகத்தில் தொடங்கிய சுயமரியாதை இயக்கம் தேசிய அளவில் பரவியது என்று பரவசப்படுவார். அப்போது தொடங்கி மன்மோகன் சிங் காலகட்டம் வரை கூட்டணி யுகத்தின் வலுவான கூட்டாளியாக திமுக திகழ்ந்தது. ஆனால், தேசிய அரசியல் வரை கருணாநிதியின் கொடி பறந்தாலும், ஏனைய தலைவர்களைப் போல ஒருகாலத்திலும் நாடாளுமன்றம் நோக்கி அவர் நகரவில்லை. சட்டமன்ற உறுப்பினராகவே இறுதி வரை தன்னை இறுத்திக்கொண்டார். சென்னையில் இருந்தபடியே டெல்லியை இயக்கவே விரும்பினார். ஒருவகையில், மையத்திலிருந்து ஆளும் போக்குக்கு எதிரான, விளிம்பின் பிரதிநிதித்துவத்துக்கான அவருடைய அரசியலின் வெளிப்பாடு போலவே அவருடைய சட்டமன்றப் பணியும் அமைந்துவிட்டது.

(கட்டுரையாளர், கருணாநிதியின் வாழ்க்கை வரலாற்றை நூலாக எழுதிக் கொண்டிருக்கிறார்.)

தமிழில்: **வ.ரங்காசாரி**

இப்போது இருக்கிற முறைக்கும், நாம் கேட்கிற மாநில சுயாட்சிக்கும் என்ன ஒரே ஒரு சிறிய வேறுபாடு என்றால், இப்போது அதிகாரங்களைக் கொடுத்தால் திரும்ப எடுத்துக்கொள்கிற உரிமை அவர்களுக்கு உண்டு; மாநில சுயாட்சியிலே அது இல்லை. அதிகாரங்கள் கொடுத்துவிட்டால் மறுபடியும் தொட முடியாது. ஆகவேதான், கொடுக்கப்பட்ட அதிகாரங்களைத் திரும்ப எடுத்துக்கொள்ள முடியாத மாநில சுயாட்சியை நாம் கோருகின்றோம்.

தமிழக சட்டமன்றத்தில் கருணாநிதி ஆற்றிய உரைகளிலேயே சரித்திர முக்கியத்துவம் வாய்ந்தது 'மாநில சுயாட்சி' தீர்மானத்தை நிறைவேற்றக் கோரும் அவரது 20.04.1974 உரை. நீண்ட அந்த உரையிலிருந்து தொகுக்கப்பட்ட சிறு பகுதியை இங்கே தருகிறோம்.

"என்னுடைய அரசியல் வாழ்க்கையில் மிக முக்கியமான ஒரு தீர்மானத்தை, மாநில சுயாட்சித் தீர்மானத்தை 1974, ஏப்ரல் 16 அன்று இந்த மாமன்றத்திலே முன்மொழிந்தேன். "மத்தியில் கூட்டாட்சி, மாநிலத்தில் சுயாட்சி கொண்ட உண்மையான கூட்டாட்சி முறையை உருவாக்கும் அடிப்படையில் இந்திய அரசியல் அமைப்புச் சட்டம் உடனடியாகத் திருத்தப்பட வேண்டும்" என்பதுதான் அந்தத் தீர்மானத்தின் சுருக்கம். அதன் மீது ஐந்து நாட்கள் விவாதம் நடைபெற்றது. நான் முன்மொழிந்த தீர்மானத்தைப் பலர் இங்கே வழிமொழிந்திருக்கிறார்கள். சிலர் என் மீதும் ஆளும் கட்சியின் மீதும் பழிமொழிந்திருக்கிறார்கள். "மாநிலங்களுக்கு சுயாட்சி தேவையில்லை; அதை எந்தக் காலத்திலும் அண்ணா சொல்லவில்லை; மாநிலங்களுக்குக் கூடுதலான அதிகாரங்கள் தேவை; ஆனால், அந்த அதிகாரங்களை திமுக ஆட்சிக்கு கொடுக்கக் கூடாது" என்கின்ற ஒரு கெழுமிய ஜனநாயகக் கருத்தை அதிமுக நண்பர்கள் இங்கே எடுத்துக் கூறியிருக்கிறார்கள். "ஏற்கெனவே இருக்கிற அதிகாரத்தைப் பயன்படுத்தி என்ன சாதித்துவிட்டீர்கள்?" என்றும் கேட்கிறார்கள்.

கடந்த ஐந்தாறு ஆண்டுகளில் பசுமைப் புரட்சியின் மூலமாக உணவுத் துறையிலே தன்னிறைவு பெற்று, இன்றைக்கு மற்ற மாநிலங்களுக்கு உணவுத் தானியங்களை வழங்கி, அவர்களுடைய பசியை ஓரளவு குறைக்கின்ற பெருமையுடையதாகத் தமிழக அரசு விளங்குகிறது. பியுசி வரை இலவசக் கல்வி, 1967–க்கு முன்பு வரையில் 103 கல்லூரிகளாக இருந்ததை 178 கல்லூரி ஆக்கியது, நாட்டிலேயே முதன்முறையாக மனுநீதித் திட்டம், விவசாயத் தொழிலாளர்களுக்குக் குடியிருப்பு மனைகளைச் சொந்தமாக்கும் சட்டம் நிறைவேற்றப்பட்டு, இரண்டு லட்சம் பேருக்குக் குடியிருப்பு மனை சொந்த மாக்கப்பட்டது, நிலச் சீர்திருத்தம், மத்தியில் இந்திரா காந்தி கொண்டுவரும் முன்பே இங்கு நிறைவேற்றப்பட்ட நில உச்சவரம்புச் சட்டம், இந்தியாவுக்கே

மத்தியில் கூட்டாட்சி மாநிலத்தில் சுயாட்சி!

சட்டமன்ற உரை

வழிகாட்டியாகத் திகழும் குடிசை மாற்று வாரியம், குடிநீர் வடிகால் வாரியம், இந்தியா முழுவதும் 20 லட்சம் விவசாய பம்பு செட்டுகள் என்றால், அதில் மூன்றில் ஒரு பங்கு அதாவது 6 லட்சம் பம்புசெட்டுகள் நாம் தமிழகத்தில் வழங்கியது, 49% இடஒதுக்கீடு, நாட்டிலேயே முதன்முறையாகத் தொழிலாளர்களுக்கு ஓய்வூதியம், அரசு அலுவலர்களுக்கு குடும்ப நலத் திட்டம் எல்லாம் இருக்கிற அதிகாரத்தைப் பயன்படுத்தி நாம் செய்து காட்டியவைதான்.

இந்த விவாதத்தில் பேசும்போது, கே.டி.கே.தங்கமணி அவர்கள்கூடச் சொன்னார்கள். "கேரளத்தில் தோட்டங்களை எல்லாம் அரசுடமையாக்க வேண்டும் என்ற அவசரச் சட்டத்தை இன்றளவும் மத்திய சர்க்கார் ஏற்றுக் கொள்ளவில்லை. ஆகவே, ஒரு சமதர்மத் திட்டம் அங்கே முடங்கிப்போய்க் கிடக்கிறது" என்று. அதைப் போலத்தான் 1969–ல் கூடலூர் ஜென்மம் எஸ்டேட் ஒழிப்புச் சட்டத்தை நாம் இந்த மன்றத்தில் நிறைவேற்றினோம். உச்ச

இது எந்தக் கட்சிக்கும் உரிய தீர்மானம் அல்ல. தமிழகத்திலே இருக்கிற எல்லாக் கட்சிகளுக்கும், இந்தியாவில் இருக்கிற எல்லாக் கட்சிகளுக்கும் உரிய தீர்மானம். இது எங்கள் கட்சிக்கு மட்டுமே உரியது என்று நாங்கள் வாதிட மாட்டோம். இது அனைவருக்கும் பொதுவான தீர்மானம். தமிழ்ச் சமுகத்தைக் காக்க, இந்தியாவிலுள்ள தேசிய இனங்களைக் காக்க, இந்தியாவிலுள்ள மாநிலங்களின் உரிமைகளைக் காக்க, இந்தியாவிலே இருக்கிற மாநிலங்கள் சுயமரியாதையோடு வாழ இந்தத் தீர்மானம் பயன்படும்.

நீதிமன்றம் அந்தச் சட்டம் செல்லாது என்று தீர்ப்பு வழங்கியது. இது போன்ற புரட்சிகரமான திட்டங்கள் செல்லுபடியாக வேண்டும் என்றால், அது அரசியல் சட்டத்தின் ஒன்பதாவது பிரிவில் சேர்க்கப்பட்டாக வேண்டும் என்று பலமுறை மத்திய அரசுக்குக் கடிதம் எழுதினேன். 1973–74 நிதிநிலை அறிக்கையில் 'மால்கோ' தேசியமயமாக்கப்பட வேண்டும் என்று அறிவித்து சட்ட நகலை மத்திய அரசுக்கு அனுப்பி வைத்தோம். முடியுமா, முடியாதா என்கிற எந்தத் திட்டவட்டமான பதிலும் இல்லை. அரசுப் போக்குவரத்துக் கழகத்தில் தொழிலாளர்களுக்கு நிர்வாகத்திலே பொறுப்பு, முதலீட்டில் பங்கு என்று ஒரு மசோதாவைக் கொண்டுவந்து, அந்தச் சட்டம் ஒரு சிறிய காரியத்துக்காக மத்திய அரசின் தயவை எதிர்பார்த்துக்கொண்டிருக்கிறது. பிரதமரே, "இது நல்ல திட்டம்" என்று பாராட்டினார். ஆனால், அனுமதி இன்னும் கிடைக்க வில்லை. தமிழகத்திலிருந்து இன்னொரு மாநிலத்துக்குச் சிறு தானியங்களை எடுத்துச்செல்லக் கூடாது என்ற கட்டுப்பாடு இருந்தது. அந்தக் கட்டுப்பாட்டை நம்முடைய மாநிலத்தைக் கலந்துகொள்ளாமலேயே நமக்குச் சொல்லாமலேயே அவர்களாகவே தளர்த்திவிட்டு, 'எந்த மாநிலத்திலிருந்து எந்த மாநிலத்துக்கு வேண்டுமானாலும் சிறுதானியங்களை எடுத்துச் செல்லலாம்' என்று அறிவித்து விட்டார்கள். இதன் காரணமாக இங்கே சிறுதானியங்களின் விலை 50%–க்கும் மேல் உயர்ந்துவிட்டது. அப்படித் தளர்த்தியது தவறு என்று எதிர்த்தோம். கடிதம் எழுதினோம். நம் அமைச்சர்களும் அதிகாரிகளும் டெல்லிக்குப் பலமுறை படையெடுத்தார்கள். தயவுசெய்து லெவி முறைக்காவது அனுமதி கொடுங்கள் என்று கேட்டோம். அதையும் மறுத்துவிட்டார்கள்.

இதுவரையில் எண்ணெய் நிறுவனங்களிலிருந்து எண்ணெய் டெப்போக் களுக்கு மண்ணெண்ணெய் விநியோகம் செய்ய உத்தரவிடுகின்ற அதிகாரம் மாநிலத்துக்கு இருந்தது. நம் மாநிலத்தில் எங்கே மண்ணெண்ணெய் தட்டுப் பாடு என்று அறிந்து, கோவைக்கு அனுப்புங்கள், திருச்சிக்கு அனுப்புங்கள் என்று நடவடிக்கை எடுக்கும் அதிகாரம் இருந்தது. 1972–ல் அந்த அதிகாரத்தையும் பறித்தார்கள். மண்ணெண்ணெய் இல்லாத சங்கடத்தால் எவ்வளவு பேர் அந்தத் தட்டுப்பாட்டினால் பரிதவித்தார்கள் என்பதை நாம்

அறிவோம். "இந்திய மாநிலங்கள் உள்நாட்டு காலனிகளாக இருக்கின்றன" என்று சச்சிதானந்தா சின்கா தன் புத்தகத்தில் குறிப்பிடுகிறார். பத்தாண்டு காலத்தில் 1,700 கோடி ரூபாயை மத்திய அரசிடம் ஒப்படைத்துவிட்டு நாம் வாட்டத்தோடு உட்கார்ந்துகொண்டிருக்கிறோம். இந்த உள்நாட்டு காலனி முறை ஒழிக்கப்பட வேண்டாமா? எனவேதான், மாநில சுயாட்சி கேட்கிறோம்!

இப்போது இருக்கிற முறைக்கும், நாம் கேட்கிற மாநில சுயாட்சிக்கும் என்ன ஒரே ஒரு சிறிய வேறுபாடு என்றால், இப்போது அதிகாரங்களைக் கொடுத்தால் திரும்ப எடுத்துக்கொள்கிற உரிமை அவர்களுக்கு உண்டு; மாநில சுயாட்சியிலே அது இல்லை. அதிகாரங்கள் கொடுத்துவிட்டால் மறுபடியும் தொட முடியாது. ஆகவேதான், கொடுக்கப்பட்ட அதிகாரங்களைத் திரும்ப எடுத்துக்கொள்ள முடியாத மாநில சுயாட்சியை நாம் கோருகின்றோம்.

இந்தியாவின் ஒற்றுமைக்கு ஊறு தேட வேண்டும் என்பது நம்முடைய நோக்கம் அல்ல. இந்தியாவின் ஒற்றுமையையே நாம் பிரதானமாகக் கருது கிறோம். இந்தியாவின் பாதுகாப்பை திமுக அரசு எந்த அளவுக்கு அக்கறையுடன் கவனிக்கிறது என்பதற்கு உதாரணம், போர் மேகம் சூழ்ந்திருந்த வங்க தேசப் பிரச்சினையின்போது இந்திய பிரதமரை அழைத்து ரூ.6 கோடி யுத்த நிதி கொடுத்த ஒரே மாநிலம் இந்தியாவிலேயே திமுக ஆளுகிற தமிழ்நாடுதான். தென்னிந்திய மாநிலங்கள் லட்சக்கணக்கில்தான் தந்தார்கள். நாம் ரூ.6 கோடி தந்தோம். ஆகவே, இந்தியாவின் ஒருமைப்பாட்டுக்கு நாம் என்றைக்கும் எதிரிகள் அல்ல. நாம் பிரிவினைவாதிகள் அல்ல. இதை அழுத்தம் திருத்தமாக ஆயிரம் முறை சொல்லிவிட்டோம். யாருடைய தேச பக்திக்கும், திமுகவினரின் தேச பக்தி எள்ளளவும் இம்மியளவும் குறைந்தது அல்ல என்பதை நான் தெரிவித்துக்கொள்கிறேன்.

இது எந்தக் கட்சிக்கும் உரிய தீர்மானம் அல்ல. தமிழகத்திலே இருக்கிற எல்லாக் கட்சிகளுக்கும், இந்தியாவில் இருக்கிற எல்லாக் கட்சிகளுக்கும் உரிய தீர்மானம். இது எங்கள் கட்சிக்கு மட்டுமே உரியது என்று நாங்கள் வாதிட மாட்டோம். இது அனைவருக்கும் பொதுவான தீர்மானம். தமிழ்ச் சமுகத்தைக் காக்க, இந்தியாவிலுள்ள தேசிய இனங்களைக் காக்க, இந்தியாவிலுள்ள மாநிலங்களின் உரிமைகளைக் காக்க, இந்தியாவிலே இருக்கிற மாநிலங்கள் சுயமரியாதையோடு வாழ இந்தத் தீர்மானம் பயன்படும்.

பொருளாதாரத்திலே வளமும் சுயமரியாதைத் தன்மையிலே தன்னிகரற்ற நிலையும், விட்டுக்கொடுத்துப்போகின்ற நேரத்தில், மத்திய சர்க்காருக்கு அடிமைகளாக இருக்க மாட்டோம். உறவுக்குக் கைகொடுப்போம்; அதே நேரத்தில், உரிமைக்குக் குரல் கொடுப்போம்! அந்த அளவிலேதான், 'மத்தியில் கூட்டாட்சி; மாநிலத்தில் சுயாட்சி' என்ற முழக்கத்தை பேரறிஞர் அண்ணா அவர்களின் பெயரால் நான் இந்த மாமன்றத்தில் முன்மொழிந்த இந்தத் தீர்மானத்தை நீங்கள் எல்லாம் நிறைவேற்றித் தர வேண்டும் என்று உங்கள் அனைவரையும் கேட்டுக்கொண்டு விடைபெறுகிறேன். வணக்கம்!"

தமிழ்தான் எங்கள் இணைப்புச் சங்கிலி!

க.அன்பழகன் பேட்டி

● கே.கே.மகேஷ்

> திருவாரூரில் தமிழ் மாணவர் மன்றம் நடத்திய
> கலைஞர், என்னை அங்கு பேச அழைத்தார்.
> அப்போது அவருக்கு வயது 18, எனக்கு 20.
> என்றாலும், நாங்கள் அன்னியோன்னியமாகப் பழக
> ஆரம்பித்தது, இருவருமே சட்டமன்ற
> உறுப்பினர்களானபோதுதான்.

திமுகவில் கட்சியிலும் சரி, ஆட்சியிலும் சரி; கருணாநிதிக்கு எப்படி முதல் இடம் உறுதிசெய்யப்பட்டதோ, அதேபோல உறுதிசெய்யப்பட்ட இரண்டாமிடத்தில் அவருக்கு உற்றதுணையாக நீடிப்பவர் அக்கட்சியின் பொதுச்செயலாளர் க.அன்பழகன். அதிகார யுத்தமோ, பனிப்போரோ இல்லாமல் தொடர்ந்து 40 ஆண்டுகளாக ஒரு கட்சியின் தலைவரும், பொதுச் செயலாளரும் ஒரே நேர்க்கோட்டில் பயணிப்பது அரிதிலும் அரிதானது. ஒரு ஆட்சியாளராக கருணாநிதியை மிகவும் நெருக்கத்தில் இருந்து கவனித்த அன்பழகன் அவருடனான அனுபவங்களைப் பகிர்ந்துகொண்டார்.

எந்த வயதில் திராவிட இயக்கமும் கருணாநிதியும் உங்களுக்கு அறிமுகம் ஆனார்கள்?

அப்பா காங்கிரஸில் இருந்த சுயமரியாதைக்காரர். பெரியார் காங்கிரஸில் இருந்து வெளியேறியபோதே, அப்பாவும் அதிலிருந்து விலகிவந்தவர். ஆக, அய்யாவின் பேச்சை 12 வயதிலே, 14 வயதிலே கேட்டிருக்கிறேன். புரிந்து கொண்டு ஆவலோடு பேச்சைக் கேட்க ஆரம்பித்தேன் என்றால், 1938-ல் நான் பத்தாம் வகுப்புப் படிக்கிறபோதுதான், பெரியார் பேச்சை, அண்ணா பேச்சை விளங்கிக்கொள்ள ஆரம்பித்தேன். அதற்கடுத்து அண்ணாமலைப் பல்கலைக்கழகத்திலே படிப்பதற்காக என்னுடைய தந்தையார் ஊக்கம் தந்தார். அந்தக் காலகட்டத்தில் 'குடிஅரசு' ஏட்டை அப்படியே ஒப்பிக்கிற அளவுக்கு வாசிக்க ஆரம்பித்தேன். திராவிட இயக்கக் கூட்டங்களில் பேசுவதற்காக வெளியிலும் செல்ல ஆரம்பித்தேன். திருவாரூரில் தமிழ் மாணவர் மன்றம் நடத்திய கலைஞர், என்னை அங்கு பேச அழைத்தார். அப்போது அவருக்கு வயது 18, எனக்கு 20. என்றாலும், நாங்கள் அந்நியோன்னியமாகப் பழக ஆரம்பித்தது, இருவருமே சட்டமன்ற உறுப்பினர்களானபோதுதான். நான் முதன்முதலில் கலைஞரைப் பார்த்தபோது ஆயிரக்கணக்கான தோழர்களில் ஒருவராகத்தான் பார்த்தேன். சட்டமன்ற உறுப்பினராகப் பார்த்தபோதுதான் பதினைந்து பேரிலே ஒருவராகப் பார்த்தேன். அறிஞர் அண்ணா விருகம்பாக்கம் மாநாடு நடத்தியபோது, மூவரிலே ஒருவராக அவரை நான் பார்த்தேன். நாவலர் இயக்கத்தை விட்டுப் பிரிந்தபோதுதான், என்னிலே அவரை நான் பார்த்தேன்.

> கலைஞருடைய தலைமைதான் காப்பாற்றும் என்று உணர்ந்து ஏற்றுக்கொண்டவன் நான். அண்ணாவும் கலைஞரைத்தான் விரும்பினார். அவரைத் தவிர, வேறு யாரைக் கட்சியின் தலைவராகத் தேர்ந்தெடுக்க முடியும்! அண்ணாவே ஏற்றுக்கொண்ட தலைவரை நான் தலைவராக ஏற்றுக்கொண்டதில் என்ன ஆச்சரியம்!

ஒன்றிணைந்த ஓர் உணர்வு ஒன்றாக எங்களை உருவாக்கிவிட்டதற்குப் பின்னர், உடலால் இருவரானாலும் தமிழ் உணர்வால் ஒன்றாக ஆனோம்.

அரை நூற்றாண்டு திராவிடக் கட்சிகளின் ஆட்சி சாதனையாக எதைச் சொல்வீர்கள்?

நான் வசித்த மயிலாடுதுறையில் மகாதேவ தெரு, பட்டமங்கலம் தெரு என்று இரண்டு தெருக்கள் உண்டு. பிராமணர்களைப் பெரும்பான்மையாகக் கொண்ட தெரு. அவர்கள்தான் வழக்கறிஞர்களாக, ஆசிரியர்களாக, மருத்துவராக இருப்பார்கள். சாமானிய மக்கள் அன்றைக்கு அந்தத் தெருக்களில் நுழைந்தாலே, 'சாமி வீட்டுக்குப் போகிறேன்' என்று சொல்வார்கள். அய்யர் வீடு என்றுகூடச் சொல்ல மாட்டார்கள். 'எந்தச் சாமி வீட்டுக்குப் போகிறாய்?' என்று கேட்டால், 'டாக்டர் சாமி வீட்டுக்குப் போகிறேன்; வக்கீல் சாமி வீட்டுக்குப் போகிறேன்' என்று பதில் வரும். அவ்வளவு பய பக்தி! பிள்ளைவாள் வரச் சொன்னார், முதலியார் வீடு வரை போய்வருகிறேன் இப்படி எல்லோருமே சாதியால்தான் குறிப்பிடப்பட்டார்கள். மேல்சாதி என்று சொல்லிக்கொள்பவர்களுக்கு இதில் உள்ள பேதம் புரியாது. ஒடுக்கப்பட்ட சமூகங்களைச் சேர்ந்தவர்களை எப்படி அழைத்திருப்பார்கள் என்று நினைத்துப்பாருங்கள். எனக்கு விவரம் தெரிந்து முஸ்லிம்கள், கிறிஸ்தவர்கள் வீடுகளில் தண்ணீர் குடிக்க யோசித்த இந்துக்கள் உண்டு. என்னுடைய அப்பாவின் நண்பர் ஒருவர் கோமுட்டிச் செட்டியார். அவர் நல்ல மனிதர். ஆனால், அவர் எங்கள் வீட்டுக்கு வந்தால், திண்ணையில்தான் உட்காருவாரே தவிர, வீட்டுக்குள் வர மாட்டார். அவரும் சைவர்; நாங்களும் சைவர்கள். ஆனால், அவரைச் சாப்பிடச் சொன்னால் சாப்பிட மாட்டார். "அரிசியைக் கொடுத்துவிடுங்கள். நானே பொங்கிக்கொள்கிறேன்" என்பார். எதற்காக இதைச் சொல்கிறேன் என்றால், இன்றைக்குத் தமிழ்நாடு உள்ள நிலைமையை யோசித்துப்பாருங்கள். தமிழன் என்ற அடையாளத்தால் எல்லோரும் ஒன்றுபட்டிருக்கிறோமா, இல்லையா? அன்றைக்கு எல்லாம் வெளிமாநிலங்களிலோ வெளிநாடுகளிலோ நம்மவர்களைப் பார்த்தீர்கள் என்றால், அவ்வளவு ஒடுங்கிப்போய் நிற்பார்கள். தமிழன் என்றாலே, பிறவியிலேயே ஏதோ தாழ்ந்துவிட்டதாக எண்ணிய, இழிவாகக் கருதிய நாட்கள் எல்லாம் உண்டு. இன்றைக்கும் நாம் முழுக்க உயர்ந்து

நிற்கிறோம் என்று சொல்ல மாட்டேன். ஆனால், நம் உடல் யார் முன்னாலும் குனிந்து நிற்கவில்லை அல்லவா? அதுதான் திராவிட இயக்கத்தின், திராவிடக் கட்சிகளின் ஆட்சியின் பெரும் சாதனை என்று சொல்வேன்.

கட்சியிலும் சரி, ஆட்சியிலும் சரி; இரண்டாவது இடத்திலிருந்து முதலிடம் நோக்கிச் செல்ல வேண்டும் என்று நீங்கள் நினைத்ததே இல்லையா?

கலைஞர் தேர்ந்தெடுக்கப்பட்ட தலைவர் அல்ல. தானாகவே உருவான தலைவர். தந்தை பெரியாரால் கண்டெடுக்கப்பட்ட தலைவர். அண்ணாவால் பாராட்டப்பட்ட தலைவர். சுருக்கமாகச் சொன்னால், அன்பழகனால் ஏற்றுக் கொள்ளப்பட்ட தலைவர். நாவலர் நெடுஞ்செழியன் தலைமை இந்த இயக்கத்தைக் காப்பாற்றாது; கலைஞருடைய தலைமைதான் காப்பாற்றும் என்று உணர்ந்து ஏற்றுக்கொண்டவன் நான். அண்ணாவும் கலைஞரைத்தான் விரும்பினார். அவரைத் தவிர, வேறு யாரைக் கட்சியின் தலைவராகத் தேர்ந்தெடுக்க முடியும்! அண்ணாவே ஏற்றுக்கொண்ட தலைவரை நான் தலைவராக ஏற்றுக்கொண்டதில் என்ன ஆச்சரியம்!

கருணாநிதி ஆட்சியின் மைய நோக்கமாக எதைச் சொல்வீர்கள்?

திமுக ஆட்சி என்று சொல்லாமல் நம்முடைய ஆட்சி என்றே பெரியார் சொன்னார். "கருணாநிதி ஆட்சியில் 13 அமைச்சர்களில் 13 பேரும் தமிழர்கள். 18 உயர் நீதிமன்ற நீதிபதிகளில் 16 பேர் தமிழர்கள். அரசியலில் ஆளும் கட்சியிலும் எதிர்க்கட்சியிலும் நூற்றுக்கு நூறு தமிழர்கள் உள்ளனர்" என்று பாராட்டினார் பெரியார். தொட்ட ஒவ்வொரு துறையிலும் மாற்றத்தை உருவாக்கியவர் கருணாநிதி. தொட்ட துறைகளில் எல்லாம் அதன் எல்லையைத் தொட்டவர். உற்ற நண்பனாகவும் உடன் இருந்த நிதியமைச்சராகவும் ஆத்மார்த்தமாகச் சொல்கிறேன். ஏழைகளின் பார்வையிலிருந்து மக்களைப் பார்க்கிற தலைவர் அவர். மின் கட்டணம், பஸ் கட்டணம் ஏற்றுவதற்கெல்லாம் அவ்வளவு யோசிப்பார். பால் உற்பத்தியாளர்களுக்குப் பால் கொள்முதல் விலையை உயர்த்த வேண்டும்; அதேசமயம், பால் நுகர்வோருக்கு விலையை ஏற்றாமல் இருக்க என்ன வாய்ப்பு இருக்கிறது என்றெல்லாம் யோசிப்பார். மக்கள் மீது சுமையை ஏற்ற கலைஞர் ஒருபோதும் விரும்புவது இல்லை. இது எனக்கு ரொம்பவும் பிடித்த விஷயம். அப்புறம் எங்கள் இருவருக்குமான ஆதார சுருதி–தமிழ், தமிழர் நலன். அதுவே எங்களது இணைப்புச் சங்கிலி.

கட்சி, ஆட்சி இரண்டிலும் உங்களுக்குள் சண்டையே வந்ததில்லையா?

மாற்றுக் கருத்துகளுக்கு முழுமையாகக் காது கொடுப்பவர் கருணாநிதி. சில நேரங்களில் தனக்கு உடன்பாடில்லாத கருத்தைக்கூட ஏற்றுக்கொள்வார். அவரிடம் சண்டை போடுவதற்கு என்ன தேவையிருக்கிறது? அப்புறம் நான் தான் சொல்கிறேனே... கட்சி, ஆட்சி, அதிகாரம் இல்லை; தமிழ், தமிழர் நலன் எங்கள் இணைப்புச் சங்கிலி! அவரோடு நான் எப்படிச் சண்டையிட முடியும்; எப்படிப் பிரிய முடியும்?

○

தெற்கிலிருந்து ஒரு சூரியன்

சட்டமன்ற உறுப்பினர்கள் பார்வையில் முதல்வர் கருணாநிதி!

சட்டென்று தொடங்கும் உரையாடல்!

ரவிக்குமார், விசிக

ஒரு கோரிக்கை நிறைவேறுவதற்குப் போராட்டம் மட்டுமல்ல; பேச்சு வார்த்தையும் ஒரு வழிமுறையாக இருக்க முடியும் என்பது நாடாளுமன்ற அரசியலின் அடிப்படைகளில் ஒன்று. அதற்கு, மக்கள் பிரச்சினைகளில் அக்கறையும் அறிவும் உள்ள ஒரு பிரதிநிதி இருந்தால் மட்டும் போதாது; அவர் பேசுவதை இதயத்தால் கேட்கக்கூடிய முதலமைச்சரும் இருக்க வேண்டும். தமிழக வரலாற்றில் அப்படியொரு முதல்வராக இருந்தவர் கலைஞர்!

சட்டமன்றத்தில் 27.05.2006 அன்று என்னுடைய முதல் உரையை ஆற்றுகிறேன். அப்போது எதிர்க்கட்சியான அதிமுக கூட்டணியில் விசிக இடம்பெற்றிருந்தது. அதுவும் இரண்டே எம்எல்ஏக்களைக் கொண்ட சிறிய கட்சியைச் சேர்ந்தவன் நான். "மருத்துவப் படிப்புக்கு ஆயிரக்கணக்கான மாணவர்கள் போட்டியிட்டும், நல்ல மதிப்பெண்களைப் பெற்றும், அவர்களுக்கு இடம் கிடைக்கவில்லை. மாவட்டத் தலைநகரங்களிலே உள்ள அரசு மருத்துவ மனைகளோடு சேர்த்து 50 இடங்கள் கொண்ட ஒரு மருத்துவக் கல்லூரியைத் தொடங்குவது தமிழக அரசுக்கு முடியாத காரியம் அல்ல. எனவே, மாவட்டந் தோறும் மருத்துவக் கல்லூரிகளைத் தொடங்க வேண்டும்!" என்று பேசினேன். உடனே அமைச்சர் ஆற்காடு வீராசாமியிடமிருந்து பதில் வந்தது: "அரசு நடவடிக்கை எடுக்கும்!"

அதோடு மட்டும் அல்ல; 'கன்னி உரை'யில் நான் முன்வைத்த கோரிக்கை களிலேயே, தொகுப்பு வீடுகள் கட்டுவதற்கான நிதியை உயர்த்துதல்; ஈழத் தமிழ் அகதிகளுக்குப் பணக் கொடையை அதிகரித்தல்; பஞ்சமி நிலங்களை மீட்டு தலித் மக்களிடம் ஒப்படைக்கக் குழு அமைத்தல்; அயோத்திதாசப் பண்டிதர் நடத்திய 'தமிழன்' வார ஏட்டின் நூற்றாண்டை அரசு விழாவாகக் கொண்டாடுதல்; நூலகங்களுக்கு வாங்கப்படும் நூல்களின் எண்ணிக்கையை உயர்த்துதல் – இப்படிப் பலவற்றைக் கலைஞர் அடுத்தடுத்து நிறைவேற்றினார்.

சமூகத்தில் புறக்கணிக்கப்பட்டவர்களின் பிரச்சினைகள் குறித்து கலைஞரைப் போல அக்கறை காட்டிய தலைவர் வேறு எவரும் இருக்க முடியாது. நரிக்குறவர்களுக்கும் திருநங்கைகளுக்கும் புதிரை வண்ணார்களுக்கும் நலவாரியங்கள் அமைத்துத் தர வேண்டும் என்ற எனது கோரிக்கைகளை அவரைத் தவிர வேறு எவரும் நிறைவேற்றியிருக்க மாட்டார்கள். விளிம்புநிலை மக்கள் மீது எப்போதும் அவருக்குக் கரிசனம் இருந்தது.

தலித் மக்களுக்கு இந்தியாவில் வேறு எந்த மாநிலத்திலும் இல்லாத பல முன்னோடியான திட்டங்களை அவர் நடைமுறைப்படுத்தினார். 2006–ம் ஆண்டு உள்ளாட்சித் தேர்தல் அறிவிக்கப்பட்டபோது, அன்றைய உள்ளாட்சித் துறை அமைச்சர் மு.க.ஸ்டாலினிடம் நான் ஒரு கோரிக்கை மனுவை அளித்தேன். ‘2001 மக்கள்தொகைக் கணக்கெடுப்பின் அடிப்படையில், தலித் மக்களுக்கான தனித் தொகுதிகளின் எண்ணிக்கையை உயர்த்தி வழங்க வேண்டும்’ என்பதே அது. முதல்வர் கலைஞருடன் விவாதிக்கப்பட்டு அதற்கு ஒப்புதல் அளிக்கப்பட்டது. விளைவாக, அந்தத் தேர்தலில் 1,300 உள்ளாட்சிப் பதவிகளுக்கான இடங்கள் தலித்துகளுக்குக் கூடுதலாகக் கிடைத்தன.

திமுக ஆட்சிப் பொறுப்பேற்றதும் ரூ.7,000 கோடி மதிப்பிலான கூட்டுறவுக் கடன்கள் தள்ளுபடி செய்யப்பட்டன. அதில் தலித் மக்கள் அவ்வளவாகப் பயனடையவில்லை. எனவே, தலித் மக்கள் பெற்ற தாட்கோ கடன்களைத் தள்ளுபடி செய்ய வேண்டும் என்பதாக முதல்வரிடம் கோரிக்கை வைத்தேன். அதை ஏற்று ரூ.85 கோடி தாட்கோ விவசாயக் கடன்களைத் தள்ளுபடி செய்ய அவர் ஆணையிட்டார். சட்டமன்ற உறுப்பினர்களுக்கான தொகுதி மேம்பாட்டு நிதி 2008–ல் ரூ.1.5 கோடியாக உயர்த்தப்பட்டது. நாடாளுமன்ற உறுப்பினர்களுக்கு இப்படி வழங்கப்படும் நிதியைச் செலவிடுகையில், ஆதி திராவிட மக்கள் வாழும் பகுதிகளுக்கு குறைந்தது 15%, பழங்குடியின மக்கள் வாழும் பகுதிகளுக்கு 7.5% செலவிட வேண்டும் என்று விதி உண்டு. இங்கும் அப்படி ஒரு சூழல் உருவாக்கப்பட வேண்டும் என்றேன். கலைஞர் ஏற்றுக்கொண்டார். விளைவாக, தமிழ்நாடு முழுவதும் ஒவ்வொரு ஆண்டும் சுமார் ரூ.100 கோடி அளவுக்குத் திட்டங்கள் தலித் மக்களுக்குக் கூடுதலாகக் கிடைப்பதற்கு வழி ஏற்பட்டது.

சமூகத்தில் புறக்கணிக்கப்பட்டவர்களின் பிரச்சினைகள் குறித்து கலைஞரைப் போல அக்கறை காட்டிய தலைவர் வேறு எவரும் இருக்க முடியாது. நரிக்குறவர்களுக்கும் திருநங்கைகளுக்கும் புதிரை வண்ணார்களுக்கும் நலவாரியங்கள்

அமைத்துத் தர வேண்டும் என்ற எனது கோரிக்கைகளை அவரைத் தவிர வேறு எவரும் நிறைவேற்றியிருக்க மாட்டார்கள். விளிம்புநிலை மக்கள் மீது எப்போதும் அவருக்குக் கரிசனம் இருந்தது. "காட்டுமன்னார்கோவில் தொகுதியிலே, மன வளர்ச்சி குன்றிய குழந்தைகளினுடைய எண்ணிக்கை கணிசமாக இருக்கின்ற காரணத்தினாலே இதை ஒரு சிறப்பு நேர்வாகக் கருதி, அங்கே மன வளர்ச்சி குன்றியோருக்கான ஒரு பள்ளியை அரசு சார்பிலே நடத்த வேண்டும்" என்று பேசினேன். ஏற்றார். விளைவாக, தமிழ்நாட்டிலேயே முதன்முதலாக அரசு சார்பில் மனநலம் குன்றியோருக்கான சிறப்புப் பள்ளி காட்டுமன்னார்கோயிலில் அமைக்கப்பட்டது.

சிதம்பர தரிசனத்துக்குச் சென்று அங்கே வேதியர்கள் கூறியதால் தீயில் புகுந்த பெரியபுராணத்து நந்தனை நாம் அறிவோம். ஆனால், நந்தனை மன்னனாகச் சித்தரிக்கும் பல வரலாற்றுச் சான்றுகளும் உள்ளன. அதைப் பற்றி நான் உலகத் தமிழாராய்ச்சி நிறுவனத்தில் ஆற்றிய உரையை அந்த நிறுவனம் 'மீளும் வரலாறு' என்ற தலைப்பில் நூலாக வெளியிட்டது. அதற்கு அணிந்துரை எழுதினார். எப்போது கலைஞரைச் சந்தித்தாலும் அவருக்கு நூல் ஒன்று அளிப்பதை வழக்கமாக வைத்திருந்தேன். திருவாரூர் கோயிலில் தீட்டப்பட்டிருக்கும் ஓவியங்களைத் தொகுத்து இஸ்ரேல் அறிஞர் டேவிட் ஷுல்மன் கொண்டுவந்திருந்த நூலை அவருக்கு அளிப்பதற்காகக் கொண்டு சென்றிருந்தேன். அது, மத்தியில் ஆண்ட காங்கிரஸ் அரசுக்கும் திமுகவுக்குமான உறவு சீர்கெட்டிருந்த நேரம். அதுவும் அன்று நெருக்கடியான வேலைகளில் வேறு இருந்தார். நான் ஷுல்மனின் நூலை அவரிடம் கொடுத்தேன். புத்தகத்தைப் புரட்டியவர், திருவாரூர் கோயிலைப் பற்றிய புத்தகம் என்றதும் அதைப் பக்கம் பக்கமாகப் புரட்ட ஆரம்பித்துவிட்டார். முசுகுந்தர் ஓவியங்களைக் கண்டதும் அவரது முகம் மலர்ச்சியுற்றது. "இந்த ஓவியங்களை நீங்க நேரில் பார்த்திருக்கீங்களா ?" என்றவர், அதுகுறித்து உற்சாகம் பொங்கப் பேச ஆரம்பித்துவிட்டார். புறப்படுகையில், "இந்த நூலைத் தமிழாக்கம் செய்து அரசு சார்பில் வெளியிட்டால் பயனுடையதாக இருக்கும்" என்றேன், "நிச்சயம் செய்வோம்" என்றார்.

ஒரு சட்டமன்ற உறுப்பினராக ஐந்து ஆண்டுகளில் கலைஞரைப் பல முறை சந்தித்திருக்கிறேன். தொந்தரவாக நினைப்பாரோ என்று ஒவ்வொரு முறையும் தயக்கத்தோடுதான் போவேன். ஆனால், அவரோ "என்ன ரொம்ப நாளா உங்களைக் காணோம்!" என்பார். அவர் பேச்சை ஆரம்பிக்கும் முறையே வித்தியாசமாக இருக்கும். நடந்துகொண்டிருந்த உரையாடல் ஒன்றைத் தொடர்வதுபோல பாதியிலிருந்து ஆரம்பிப்பார். நெருக்கமாக உணர்கிறவர்களோடு மனதுக்குள் எப்போதும் அவர் உரையாடிக்கொண்டிருப்பார்போலும், அதனால்தான் அவர்களைச் சந்திக்கும்போது சட்டென்று அவரது உரையாடல் தொடங்குகிறது என எண்ணிக்கொள்வேன். இப்போது அவர் வாய் திறந்து பேச முடியாமல் இருக்கலாம். ஆனால், அவர் தனக்குப் பிடித்தமானவர்களோடு எப்போதும்போல மனதுக்குள் உரையாடிக்கொண்டேதான் இருக்கிறார். ஏனென்றால் அந்த உரையாடல் எனக்குக் கேட்டுக்கொண்டே இருக்கிறது!

எல்லோர் குரலுக்கும் மதிப்பளிப்பவர்!

ஹண்டே
அதிமுக

சட்டமன்றத்தில் கடுமையாக, காட்டமாகப் பேசினால் கூட வாய்ப்பு மறுக்கப்படும் சூழலை உருவாக்க மாட்டார் கலைஞர். 1970–ல் ஒருமுறை நான் பேசும் போது, "உங்கள் ஆட்சி பாசிஸ்ட் ஆட்சி" என்றேன். அதற்கு, "பாசயிஸம் என்று சொல்லுங்கள்" என்றார் கலைஞர். அதேபோல, "இது மூன்றாம் தரமான ஆட்சி" என்று நான் சொன்னதாகக் குறிப்பிட்டு, "இல்லை, இது நான்காம் தரமான ஆட்சி, ஆமாம் சூத்திரர்கள் ஆட்சி" என்றார் இன்னொரு முறை. இதெல்லாம் அவருக்கே உரிய சாமர்த்தியம். ஆனால், ஜனநாயகமும் இதில் இருக்கிறது! எங்கள் கட்சிக்காரர் பரமசிவனை – பின்னாளில் அமைச்சராக இருந்தவர் – போலீஸார் தாக்கிவிட்டார்கள். இது எம்ஜிஆர் காதுக்கு வந்தது. சட்டமன்றத்தில் ஒத்தி வைப்புத் தீர்மானம் கொண்டுவரச் சொன்னார் எம்ஜிஆர். இதையறிந்த கலைஞர் என்னை அழைத்தார். விஷயத்தைக் கேட்டவர், "ஒத்திவைப்புத் தீர்மானம் எதற்கு ? விஷயம் உண்மை என்றால் நிச்சயம் நடவடிக்கை எடுக்கிறேன்" என்றார். கையோடு, ஐஜி அருளை அழைத்தார். விசாரித்தார். விஷயம் உண்மை என்று தெரிந்ததும் "உடனே இன்ஸ்பெக்டரை சஸ்பெண்டு செய்யுங்கள்" என்றார் கலைஞர். அப்புறம் நான் எம்ஜிஆரைச் சந்தித்துச் சொன்னேன் அவர். "இதற்காக உங்களைப் பாராட்டுவதைக் காட்டிலும் கலைஞரையே பாராட்ட வேண்டும். எனக்கு அவரிடம் பிடித்த விஷயம், பல சமயங்களில் எதிர்க்கட்சிக்காரன் என்று யாரையும் அவர் உதாசீனப்படுத்துவதில்லை!" என்றார். ஜனநாயகம் என்பது அதுதானே!

மிகச் சிறந்த ஜனநாயகவாதி!

பீட்டர் அல்போன்ஸ்
காங்கிரஸ்

சட்டமன்றம் கூடும் நாட்களில் காலை 8.50 மணிக்கு சபாநாயகர் அறையில் அமர்ந்திருப்பார். 'பூஜ்ய நேரம்' என்று சொல்லப்படும் கேள்வி நேரத்தில், உறுப்பினர்கள் எழுப்ப நினைக்கின்ற பிரச்சினைகள், ஒத்தி வைப்புத் தீர்மானங்கள், கவன ஈர்ப்புத் தீர்மானங்கள் என்று அத்தனை கோரிக்கைகளையும் கூடுமானவரை ஏற்றுக் கொள்வார். அப்படிப் பதில் சொல்ல முடியாத கேள்விகளுக்குச் சம்பந்தப்பட்ட துறை அமைச்சரையும்

செயலாளரையும் அவரே நேரில் அழைத்து பிரச்சினைகளுக்குத் தீர்வுக் காணச் சொல்வார். பிரச்சினைகளுக்குத் தீர்வு வந்ததும் அதனை அவரே சட்டமன்றத்தில் பதிவு செய்து, சம்பந்தப்பட்ட சட்டமன்ற உறுப்பினரின் பெயரைச் சொல்லி, அவர் வைத்த கோரிக்கை என்று எடுத்துச்சொல்லி, அந்த சட்டம ன்ற உறுப்பினரின் பணிகளை அங்கீகாரம் செய்வார். காலையில் சட்டமன்றத்துக்கு வந்தவுடன் சபா நாயகரிடம் அன்றைய தினம் விவாதத்தில் பங்கேற்கின்ற உறுப்பினர்களின் பட்டியலைப் பார்ப்பார். தகுந்த தயாரிப்புடன், பயனுள்ள விவாதங்களை முன்வைக்கின்ற உறுப்பினர்களின் பெயரை எதிர்க்கட்சியின் வரிசையில் பார்த்தால், ஆளுங்கட்சியின் உறுப்பினர் ஒருவரது பெயரை நீக்கிவிட்டு, அந்த நேரத்தையும், அந்த எதிர்க்கட்சி உறுப்பினருக்கு வழங்கச் சொல்வார். நம் காலத்தில் தமிழகத்தின் மிகச் சிறந்த ஜனநாயகவாதி!

ஒரு ஆட்டோ சவாரி செலவில் வந்தது கல்லூரி!

கே.சுப்பராயன்
இந்திய கம்யூனிஸ்ட்

1996 திருப்பூர் சட்டமன்ற உறுப்பினராகத் தேர்வு செய்யப்பட்டேன். உள்நாட்டு பனியன் விற்பனை மீது விதிக்கப்பட்டிருந்த விற்பனை வரியை நீக்க வேண்டும் என பனியன் உற்பத்தியாளர்கள் என்னிடம் கோரிக்கை வைத்தனர். இதுகுறித்துப் பேசினேன். “நண்பர் சுப்பராயனின் கோரிக்கையை ஏற்று, உள்நாட்டு பனியன் விற்பனை மீது முற்றிலும் வரிவிலக்கு அளிக்கிறேன்” என்றார் கலைஞர் உடனடியாக. திருப்பூரில் பெண்கள் கல்லூரி தொடங்க கிறிஸ்தவ சிறுபான்மையினர் அரசிடம் மனு அளித்து முயற்சி மேற்கொண்டனர். வட்டத்துக்கு 45 கல்லூரிகளுக்கு மட்டுமே அனுமதி என்பதால் அது சாத்தியமாகவில்லை. இதுதொடர்பாக என்னைச் சந்தித்த இருவரை மட்டும் ஒரு ஆட்டோவில் அழைத்துக்கொண்டு, அவரது கோபாலபுரம் வீட்டுக்குச் சென்றேன். பெண்களுக்கான கல்லூரி, கிராமப்புறப் பெண் குழந்தைகள் பயன் பெறுவார்கள், சிறுபான்மையினர் நடத்துகிறார்கள் என்று அவரிடம் சொன்னேன். கோரிக்கை உடனடியாக நிறைவேறியது. கோபாலபுரத்துக்கு ஆட்டோவில் சென்றது மட்டும்தான் அதற்கு ஆன செலவு! பல சம்பவங்களைச் சொல்லலாம். அவரிடம் முரண்பட ஏராளம் உண்டு. சேர்ந்து பணியாற்ற அருமையான மனிதர் அவர்!

போராட்டக்காரர்களிடமே செல்பேசியில் பேசியவர்!

பொதுவாகவே, சட்டமன்ற உறுப்பினர்கள் எளிய முறையில் கலைஞரை அணுகலாம். சட்டமன்றத்தில் மட்டும் அல்ல; வெளியிலும் சந்தித்து மக்கள் பிரச்சினைகளைப் பேசலாம். மன்றத்தில் கோபமாக விவாதிக்கிறோம் என்பதால், வெளியே பகைமை காட்டுகிறவர் அல்ல அவர். 2006 சட்டமன்றம். அந்தச் சமயத்தில் கூட்டுறவு சங்கத் தேர்தலை அறிவித்தனர். வேட்புமனு தாக்கல் செய்ய எதிர்க் கட்சியினருக்கு அப்போது அனுமதிக்கவில்லை. இதை எதிர்த்து திண்டுக்கல் மாவட்டம், ரெட்டியார்சத்திரத்தில் மறியலில் ஈடுபட்டோம். எங்களை போலீஸார் கைது செய்தனர். முதல்வர் கலைஞர் நேரடியாக மாவட்டக் காவல் கண்காணிப்பாளரின் செல்பேசி மூலம் எங்களைத் தொடர்புகொண்டு, "உங்களது கோரிக்கை கள் என்ன?" என்று கேட்டார். "முறைகேடுகள் அதிகம் உள்ளதால், கூட்டுறவு சங்கத் தேர்தலை ரத்துசெய்ய வேண்டும்" என்றோம். உடனடியாகத் தேர்தலை ரத்துசெய்ய உத்தர விடுவதாகச் சொன்னவர், கைது செய்யப்பட்ட எங்களையும் உடனடியாக விடுவிக்க உத்தரவிட்டார். ஒரு முதல்வர் போராட்டத்தில் ஈடுபட்டிருக்கும் எதிர்க்கட்சியினரிடம் செல்பேசியில் இப்படி நேரடியாகப் பேசும் நிலையில் இருந்தார். அருந்ததியர் மசோதாவைச் சட்டமாக்க வேண்டும் என வலியுறுத்தியபோது, உடனடியாக அந்தக் ரோிக்கையை நிறைவேற்றினார். பெண்கள் ஆணையத்துக்கான சட்ட அந்தஸ்து அவரால்தான் கிடைத்தது. சட்டமன்றத்தில் மட்டுமின்றி வெளியிலும் அவரைச் சந்தித்துப் பேசும் சூழல் இருந்தது. மன்றத்தில் அவர் மொழியைக் கை யாளும் விதம் அலாதியானது. ஒரு உறுப்பினர் கடுமையாகப் பேசினால், பதிலுக்குக் கடுமையைக் கூட்ட மாட்டார். நகைச்சுவையாக அல்லது சாதுரி யமாக ஏதேனும் பேசி சூழலை இலகுவாக்கிவிடுவார். மன்றத்தில் நாம் எதாவது பேசியிருந்தாலும் பதில் கோபத்தை உருவாக்கிக்கொண்டு அணுக மாட்டார். நல்ல யோசனைகள் யாரிடமிருந்து வந்தாலும் ஏற்றுக் கொள்வார்!

பாலபாரதி
மார்க்சிஸ்ட்

இந்துத்துவத்தைப் பற்றியும் பேச அனுமதித்தவர்!

1996 சட்டமன்றத் தேர்தலில் திமுக வென்று ஆட்சியமைத்தது. கன்னியாகுமரி மாவட்டம், பத்மநாபபுரம் சட்டமன்றத் தொகுதியில் பாஜக சார்பில் வென்றேன். அதுவரை தென்னிந்தியாவில் பாஜகவுக்கு ஒரு எம்எல்ஏகூடக் கிடையாது. என்னை மிகுந்த மரியாதையுடன் நடத்தினார் கலைஞர். சட்டமன்றத்தில் அலுவல் ஆய்வுக் குழுவிலும் எனக்கு இடம் கொடுத்தார். இந்தக் கூட்டம் 10 மணிக்கு நடப்பதாக அறிவிக்கப் பட்டாலும் தாமதமாகத்தான் தொடங்கும். "மக்களுக்கு முன்னுதாரணமாக இருக்க வேண்டிய நாமே இப்படி இருக்கலாமா?" என்று கேட்டுவிட்டேன். எல்லோருக்கும் அதிர்ச்சி. கலைஞர் கோபப்படுவார் என்றே நினைத்தனர். ஆனால், "நான் 10 மணிக்கே வந்துவிட்டேன். அனைவரும் வரும் வரை என்னுடைய அறையில் இருந்தேன்" என்றார் அமைதியாக. அதன் பிறகு, கூட்டம் சரியான நேரத்தில் நடத்தப்படுவதை உறுதிசெய்தார். நான் ஆர்எஸ்எஸ் இயக்கத்தைச் சேர்ந்தவன் என்பது அவருக்குத் தெரியும். ஒருமுறை ஆர்எஸ்எஸ், இந்துத்துவத்தின் சிறப்பைப் பற்றி சட்டமன்றத்தில் பேசினேன். பலரும் குறுக்கிட்டனர். கலைஞர் அவர்களைத் தடுத்தார். "நீங்கள் பேசும்போது அவர் அமைதியாகக் கேட்டார் இல்லையா; அவர் கருத்தை அவர் பேசவும் அனுமதியுங்கள்" என்று சொல்லி, நீண்ட நேரம் குறுக்கீடு இன்றிப் பேச வழிவகுத்தார். ஜனநாயகவாதி அவர். இப்போதெல்லாம் அரசின் நலத்திட்ட உதவிகள் வழங்கும் விழாவுக்குக்கூட எதிர்க் கட்சி உறுப்பினர்களை அழைப்பதில்லையே... அவர் ஆட்சியில் அப்படி இல்லை. குமரி மாவட்டத்தில் எந்த அரசு நிகழ்ச்சி நடந்தாலும் நானும் அதில் இருப்பேன். குமரி இணைப்புப் போராட்டத்துக்குப் பாடுபட்ட 172 தியாகிகளுக்கான ஓய்வூதியம், மாம்பழத் துறையாறு அணை என்று நான் முன்வைத்த முக்கியமான கோரிக்கை கள் எல்லாவற்றையும் நிறைவேற்றினார். 1998–ல் நான் இதய அறுவைச் சிகிச்சை செய்துகொண்டபோது, அப்போலோ மருத்துவமனைக்கு நேரில் வந்து நலம் விசாரித்தார்!

வேலாயுதம்
பாஜக

தொகுப்பு: **ஆர்.கிருஷ்ணகுமார், எம்.சரவணன், டி.செல்வகுமார், என்.சுவாமிநாதன், ஆர்.கார்த்திகேயன்.**

> படிக்காமல் ஒரு கோப்பில்கூட கலைஞர் கையெழுத்துப் போட மாட்டார். கோப்புகளைத் தேங்கவிட மாட்டார். ஒரே நாளில் 250 கோப்புகளில் கையெழுத்திட்ட நாட்கள் உண்டு!

கருணாநிதியின் ஆட்சிக் காலகட்டம் நெடுகிலும், அவருக்கு மிக நெருக்கமான அதிகாரிகள் வட்டத்தில் இருந்தவர் ராஜமாணிக்கம் ஐஏஎஸ். திராவிட இயக்கப் பின்னணியிலிருந்து வந்தவர். 1969-ல் திமுக முதல் முறையாக ஆட்சிக்கு வந்த அதே காலகட்டத்தில், அரசுப் பணியில் நுழைந்தவர். 2005-ல் பணி ஓய்வுக்குப் பின்னர், கருணாநிதியின் தனிச் செயலராகிவிட்டவர். ஒரு நிர்வாகியாக கருணாநிதியின் செயல்பாடுகளை விவரித்தார்.

உங்களுடைய திராவிட இயக்கப் பின்னணியைச் சொல்லுங்கள்...

வறுமையான பின்னணியிலிருந்து வந்தவன் நான். எங்கள் பரம்பரை யிலேயே பள்ளிக்கூட இறுதி வகுப்பு முடித்தவர்கள் என்று யாரும் கிடையாது. சொல்லப்போனால், எறகுடியிலேயே முதன்முதலில் கல்லூரிக்குப் போய்ப் படித்தது நான்தான். இப்படிப்பட்ட பின்னணியில் வந்தவனுக்குத் திராவிட இயக்கத்தின் மீது பற்று ஏற்படாமல் எப்படி இருக்க முடியும்? அண்ணாதான் எங்கள் தலைமுறைக்கே கனவு நாயகன். ஆக, தமிழார்வம், மேடைப் பேச்சு இதெல்லாம் இயல்பாக வந்துவிட்டது. பள்ளிக்கூட நாட்களிலேயே பள்ளிக்கு அண்ணாவைப் பேச அழைத்துவந்தோம். 1960-களில் இந்தி ஆதிக்க எதிர்ப்புப் போராட்டங்களின்போது தஞ்சாவூர்தான் அதன் மையம். அப்போது நான் சரபோஜி கல்லூரி மாணவன். தமிழ்ப் பேரவைத் தலைவர் ம.நடராஜன், செயலாளர் நான். 1966-ல் தஞ்சாவூரில் அண்ணா, கலைஞர் எல்லாம் பங்கேற்ற இந்தி எதிர்ப்பு மாநாட்டுக்கு நான்தான் தலைமை. இப்படித்தான் இளமைப் பருவம் போனது.

கருணாநிதி எப்போது அறிமுகமானார்?

தமிழார்வம் மிக்க மாணவன் என்கிற அளவில் முன்பே தெரியும் என்றாலும், அவருக்கு நான் நெருக்கமானது அரசுப் பணியில் சேர்ந்த பிறகுதான். 1969-ல் அவர் முதல்வரான பின், மண்டல மக்கள் தொடர்பு அதிகாரிகளாக திருச்சிக்கு ம.நடராஜன், மதுரைக்கு ஜீவா கலைமணி, வடஆற்காட்டுக்கு ரா.கோவிந்தராஜன், கோவைக்கு நான் நால்வரும் நியமிக்கப்பட்டோம். நிர்வாக நிமித்தம் அடிக்கடி கலைஞரைச் சந்திக்கும் சூழல் ஏற்பட்டது. திறமைசாலி களுக்கு அவர் எப்போதும் சரியான இடம் கொடுக்க வேண்டும் என்று நினைப்பார். அப்படித்தான் அவர் வட்டத்தில் நுழைந்தேன்.

கலைஞர் வேகத்துக்கு அதிகாரிகள் ஈடுகொடுப்பது சிரமம்!

ராஜமாணிக்கம் பேட்டி

● சமஸ்

ஒரு அதிகாரியாக நீங்கள் பார்த்த வரையில், அவர் முடிவெடுக்கும் திறன் எப்படி?

பிரமிப்பூட்டும். 'அதான், தலைமைச் செயலாளர் கையெழுத்துப் போட்டிருக்கிறாரே!' என்று படிக்காமல் ஒரு கோப்பில்கூட அவர் கையெழுத்துப் போட மாட்டார். கேள்வி கேட்பார். அதன் மூலமாக அந்தப் பிரச்சினையை உள்வாங்கிக்கொள்வார். கோப்புகள் வழியாக மட்டும் பிரச்சினைகளை, திட்டங்களை அணுகாமல், கள நிலவரம் எப்படி இருக்கிறது என்று விசாரிப்பார். அவரிடம் உள்ள சிறப்பம்சம் என்னவென்றால், அதிகாரப் படிநிலையை உடைத்து எல்லோரிடமும் பேசுவார். உதாரணமாக, முதல்வர் கூட்டத்தில் தலைமைச் செயலாளர், துறைச் செயலாளர் பதவியில் இருப்பவர்கள்தான் பங்கேற்பார்கள். அதற்குக் கீழே உள்ளவர்களைக் கூட்டத்துக்கு அழைக்கும் மரபு கிடையாது. ஆனால், இவர் அதை உடைப்பார். கீழே உள்ளவர் விஷயாதி என்று தெரிந்தால், அவரை அழைத்துப் பேசுவார். அதே மாதிரி காவல் துறையை நிர்வகிக்கையில், நுண்ணறிவுப் பிரிவு சொல்கிற தகவல்களை யெல்லாம் அப்படியே ஏற்றுக்கொள்ள மாட்டார். டிஜிபியே சொன்னாலும், அதை மறுமுறை சரிபார்ப்பார். உள்ளூர்க்காரர்களிடம் விசாரிக்கச் சொல்வார். "சில காரியங்களை நிதானமாகச் செய்ய வேண்டும்; சில காரியங்களை உடனடியாகச் செய்ய வேண்டும். மாற்றிச் செய்தால் மோசமான விளைவுகளே

சில உண்மைகளை இப்போதாவது நான் சொல்லலாம் என்று நினைக்கிறேன். உண்ணாவிரதத்தின்போது உள்துறை அமைச்சர் பிரணாப் முகர்ஜி, நிதி அமைச்சர் ப.சிதம்பரம் இருவரும் அவரிடம், "இலங்கை அதிபர் ராஜபக்சவிடம் நேரடியாகப் பேசிவிட்டோம். அழிவை ஏற்படுத்தும் எந்த ஆயுதத்தையும் பயன்படுத்த மாட்டோம் என்று அவர் உறுதியளித்துள்ளார். இலங்கை அரசு தாக்குதலை நிறுத்திவிட்டது" என்று உறுதியாகப் பேசினார்கள். இந்திய அரசில், அன்றைக்குப் பிரதமருக்கு அடுத்த நிலையில் இருந்த இரு அமைச்சர்கள். அவர்கள் சொல்வதை எப்படி நம்பாமல் இருக்க முடியும்! இதை நம்பித்தான் அவர் உண்ணாவிரதத்தை முடிவுக்குக் கொண்டுவந்தார். ஆனால், அதற்குப் பின் நடந்த கதைகள் வேறு. காங்கிரஸார் அப்புறம் சொன்னார்கள், "நாங்கள் சொல்லியும் இலங்கை கேட்கவில்லை" என்று. இது எந்த அளவுக்கு உண்மை என்பது அவர்களுக்கே வெளிச்சம்!

ஏற்படும்" என்பார். கோப்புகளைத் தேங்கவிட மாட்டார். ஒரே நாளில் 250 கோப்புகளில் கையெழுத்திட்ட நாட்கள் உண்டு.

அதிகாரிகள் அவரிடம் எதிர்கொள்ளும் சிரமம் என்னவாக இருக்கும்?

அவர் வேகத்துக்கு ஈடுகொடுப்பது சிரமமாக இருக்கும். சட்டமன்றத்தில் தன்னுடைய மானியக் கோரிக்கை வருகிறது என்றால், ஒரு வாரம் தயார் பண்ணுவார். சட்டமன்றத்துக்குப் போகும்போதுகூட "ராத்திரி ஒண்ணு படிச்சேன்யா. அதுல சந்தேகம்யா" என்று கேட்பார். அவர் இப்படி இருக்கும் போது அதிகாரிகள் எப்படி இருக்க வேண்டும் என்று நினைப்பார்! அரைகுறை வேலை அவருக்குப் பிடிக்காது. ஒரு வேலை முடியும் வரை 'ஃபாலோ' செய்ய வேண்டும் என்று நினைப்பார். ஒரு உத்தரவு கடைசி வரை போய்ச் சேர்ந்துஇருக்கிறதா என்று பார்ப்பார். தமிழராக இருந்தும் வரலாறு தெரியாமல் நடந்துகொண்டால், கடிந்துகொள்வார். அண்ணா சாலையை 'மவுண்ட் ரோடு' என்று சொன்னால், "என்ன சீஃப் செக்ரட்டரி, நீங்களே இப்படிச் சொல்லலாமா?" என்பார். 'பிற்பட்டோர்' என்றால் கோபம் வரும். "பிற்படுத்தப்பட்டோர், தாழ்த்தப்பட்டோர்" என்று திருத்துவார். அரசுப் பணியைச் சமூகத்தை மேம்படுத்து வதற்கான வாய்ப்பாகக் கருத வேண்டும் என்று வலியுறுத்துவார். மக்களுக்குத் திட்டங்களைக் கொண்டு செல்ல ஏதாவது தடைகளைச் சொல்லிக்கொண்டே இருந்தால் பிடிக்காது. தடைகளை உடைக்க வழி சொல்லுங்கள் என்பார்.

அவருக்குப் பிடித்தமாக இருந்த தலைமைச் செயலர் யார்?

அவருடைய வேகத்துக்கு ஈடுகொடுத்த தலைமைச் செயலர்கள் என்றால், முதன்மையானவர் கே.என்.நம்பியார். அடுத்தது சபாநாயகம்.

அமைச்சர்களை எப்படிக் கையாள்வார்?

அமைச்சர்கள் அனுப்பும் கோப்புகளில் அவர்கள் எழுதும் குறிப்பை வைத்தே அவர்களுடைய செயல்பாடுகளை எடை போட்டுவிடுவார். நிறையச் சொல்லிக்கொடுப்பார். ஆனால், சட்டமன்ற நடவடிக்கைகளில் தீவிர முனைப்பு இருக்க வேண்டும் என்று எதிர்பார்ப்பார். "சட்டமன்றத்தை லேசாக எடுத்துக் கொள்ளக் கூடாதுய்யா, நாம ஆளுங்கட்சியே அதை முக்கியமா நினைக்கலைன்னா, ஜனநாயகம் செழிக்காதுய்யா" என்பார். "யாராவது குறை சொன்னால், அதைக் குறித்துக்கொண்டு உடனே சரிசெய்ய வேண்டும். கோபப்படக் கூடாது" என்பார். தரக்குறைவாக யாராவது பேசினால்கூட, "எதிர்க்கட்சிக்காரங்க நம்மை இந்திரன் சந்திரன்னா பாராட்டுவாங்க! கோமாளி, ஏமாளி, வெட்டிப்பய என்றுதான் பேசுவாங்க. ஜனநாயகத்தில் அதெல்லாம் அனுமதிக்கப்பட்டதுதான்" என்பார். எல்லாவற்றுக்கும் மேலாக நேரம் தவறாமை. "ஏன்யா, சட்டமன்றம் 9 மணிக்குன்னா, 8.45–க்கே வந்துட வேண்டாமா?" என்பார். இளைஞர்களை – அவர்கள் எதிர்க்கட்சிக்காரர்களாக இருந்தாலும் சரி; தட்டிக்கொடுப்பார்.

அவர் கொண்டுவந்தவற்றில் அவர் மனதுக்கு நெருக்கமான திட்டங்கள் எவை?

சமூக நீதியோடு தொடர்புடையவை ஒவ்வொன்றுமே அவர் மனதுக்கு நெருக்கமானவை என்று சொல்லலாம். எல்லாச் சமூகத்தினரும் ஒரே இடத்தில் இணங்கி வாழும் இடமாக அவர் கொண்டுவந்த 'பெரியார் நினைவுச் சமத்துவ புரம் திட்டம்' அவர் இதயத்துக்கு மிக நெருக்கமான திட்டம். பெண்களுக்குச் சம சொத்துரிமையைக் கொண்டுவந்தபோது நெகிழ்ச்சியாக இருந்தார். 2006 முதல் அமைச்சரவைக் கூட்டம். ஒரு பேப்பரை எடுத்து எழுத ஆரம்பித்தார். "தந்தை பெரியார் நெஞ்சில் தைத்த முள்ளை அகற்றும் வகையில், அனைத்துச் சாதியினரும் அர்ச்சகராகலாம்" என்று. பக்கத்திலிருந்து பார்த்தவர்களுக்குத் தான் தெரியும், இவை ஒவ்வொன்றுக்கும் பின்னிருந்த கனவுகள்!

அவர் நினைப்பு முழுக்க தமிழ், தமிழர் என்றுதான் இருந்தது. டெல்லிக்குச் செல்வதைவிடவும் டெல்லிக்கு இணையான அதிகாரத்தை சென்னைக்குப் பெற வேண்டும் என்று செயல்பட்டவர் அவர்!

அவர் தீவிரமாக முயன்றும் இழுத்தடித்தது எது?

காவிரி, முல்லைப் பெரியாறு விவகாரங்கள். தன் காலத்துக்குள் எப்படியாவது தீர்வு கண்டுவிட வேண்டும் என்று முயன்றார். இதற்காக அண்டை மாநில முதல்வர்களிடம் தன்னைக் குறைத்துக்கொண்டு பலமுறை அவர் நடந்து கொண்டிருக்கிறார். இதெல்லாம் வெளியுலகுக்குத் தெரியாது. அவ்வளவு இறங்கிப் பேசுவார். டெல்லியுடன் இணக்கமான உறவை அவர் தொடர்ந்து பராமரித்ததில் இந்தக் கணக்கெல்லாமும் உண்டு. நதி நீர் விவகாரங்களில் தீர்வு காண முடியாமல் இழுத்தடிக்கப்படுவதில் பெரிய ஆதங்கம் அவருக்கு உண்டு.

நிர்வாகரீதியாக அவரைத் தொல்லைக்குள்ளாக்கும் பிரச்சினைகள் எவை? அவர் வாழ்விலேயே அதிக மனஉளைச்சலைக் கொடுத்த பிரச்சினை எது?

சாதி, மதக் கலவரங்கள் அவரை மிகவும் தொல்லைக்குள்ளாக்கும். "மக்களோட ஒற்றுமைக்காக எவ்வளவு உழைச்சாலும் கணத்துல சிலரால மோதல்களைத் தூண்டிவிட்டுட முடியுதேய்யா!" என்று வேதனைப்படுவார். சட்ட பூர்வமாக எடுக்கும் நடவடிக்கைகள் தவிர, யாரெல்லாம் இதன் பின்னணியில் இருக்கிறார்களோ அதே சமூகத்தைச் சேர்ந்த திமுக தலைவர்களை விட்டு அவர்களிடம் பேசச் சொல்வார். "ஏன் உங்க புத்தி இப்படிப் போகுதுன்னு கேளுங்கய்யா" என்பார். மிகுந்த மனஉளைச்சலைக் கொடுத்த பிரச்சினை என்றால், இலங்கையில் நடந்த இறுதிப் போர்! அந்தக் காலகட்டம் முழுவதும் அவர் துடித்துக்கொண்டிருந்தார். தன்னாலான எல்லா முயற்சிகளையும் எடுத்தார். எஸ்.எம்.கிருஷ்ணாவிடமும் மன்மோகன் சிங்கிடமும் சோனியாவிடமும் எவ்வளவு மன்றாடியிருக்கிறார்! ஆனாலும் தமிழ் மக்கள் அழிவைத் தடுக்க முடியவில்லை என்பதை அவரால் தாங்கிக்கொள்ளவே முடியவில்லை.

அப்போது என்ன நடந்தது என்பதைக் கொஞ்சம் விளக்க முடியுமா?

முதல்வர் பதவியிலிருந்தே விலகிவிட முடிவெடுத்தார். ஆனால், "பதவி விலகினால் நிலைமை மேலும் மோசமாகும்; இலங்கைக்கு எந்த அழுத்தத்தையும் கொடுக்க முடியாது" என்று பலரும் சொல்லக் கேட்டுதான் அந்த முடிவைக் கைவிட்டார். உண்ணாவிரத முடிவே அவர் கடைசியாக ஏதாவது செய்துவிட முடியாதா என்று நினைத்து எடுத்ததுதான். சில உண்மைகளை இப்போதாவது

நான் சொல்லலாம் என்று நினைக்கிறேன். உண்ணாவிரதத்தின்போது பிரணாப் முகர்ஜி, ப.சிதம்பரம் இருவரும் அவரிடம், "இலங்கை அதிபர் ராஜபக்சவிடம் நேரடியாகப் பேசிவிட்டோம். அழிவை ஏற்படுத்தும் எந்த ஆயுதத்தையும் பயன்படுத்த மாட்டோம் என்று அவர் உறுதி அளித்துள்ளார். இலங்கை அரசு தாக்குதலை நிறுத்திவிட்டது" என்று உறுதியாகப் பேசினார்கள். இந்திய அரசில், அன்றைக்குப் பிரதமருக்கு அடுத்த நிலையில் இருந்த இரு அமைச்சர்கள். அவர்கள் சொல்வதை எப்படி நம்பாமல் இருக்க முடியும்! இதை நம்பித்தான் அவர் உண்ணாவிரதத்தை முடிவுக்குக் கொண்டுவந்தார். ஆனால், அதற்குப் பின் நடந்த கதைகள் வேறு. காங்கிரஸார் அப்புறம் சொன்னார்கள், "நாங்கள் சொல்லியும் இலங்கை கேட்கவில்லை" என்று. இது எந்த அளவுக்கு உண்மை என்பது அவர்களுக்கே வெளிச்சம்.

பின்னரும் திமுக - காங்கிரஸ் கூட்டணி தொடர்ந்தது இல்லையா?

வேறு என்ன செய்ய முடியும்! ஆட்சி அவர்கள் கையில். போருக்குப் பின் தமிழர்களுக்கு எதாவது நல்லது நடக்க வேண்டும் என்றாலும் நாம் டெல்லியிடம்தானே போய் நிற்க வேண்டும்!

பிரதமர்களில் அவரிடம் நெருக்கமாக இருந்தவர் யார்?

இந்திரா, நெருக்கடிநிலைக்குப் பின்பு அமைந்த கூட்டணிக் காலகட்டத்தில் பல விஷயங்கள் கலைஞர் கேட்டதைச் செய்தார். பல விஷயங்களில் இவரிடம் ஆலோசனை கேட்டிருக்கிறார். வாஜ்பாய்க்கு கலைஞர் மீது பெரிய மதிப்புண்டு. இவர் பேச்சைக் கேட்டுதானே தேசிய ஜனநாயகக் கூட்டணி அரசை 'மதச்சார்பற்ற அரசு' என்று அறிவித்தார்! மன்மோகன் சிங்கும் நல்ல மதிப்பு வைத்திருந்தார். ஆனால், எல்லோரையும் தாண்டி உணர்வுரீதியான உறவில் இருந்தவர் வி.பி.சிங். அவர் ஒரு ராஜ பரம்பரையைச் சேர்ந்தவராக இருந்தாலும், சமூக நீதிக் கொள்கையில், இடஒதுக்கீடு விவகாரத்தில் அவர் காட்டிய பிடிமானம், இருவர் மத்தியிலும் உணர்வுபூர்வமாக ஒரு நட்பை வளர்த்திருந்தது.

டெல்லி அரசியலில் அவர் நேரடியாகப் பங்கேற்க ஆர்வம் காட்டாமல் இருந்த காரணம் என்ன? மொழி அவருக்கு ஒரு பிரச்சினையாக இருந்ததா?

அப்படிச் சொல்ல முடியாது. அவருக்கு இந்தி தெரியாது. ஆனால், ஆங்கிலம் பேசுவார். என்ன நினைக்கிறாரோ அதை ஆங்கிலத்தில் அவரால் வெளிப்படுத்த முடியும். பிரதமரே ஒரு விஷயத்தைச் சொன்னாலும், தனக்கு உடன்பாடு இல்லை என்பதை முகத்துக்கு நேரே சொல்லிவிடுவார். ரொம்ப விரிவாகப் பேச வேண்டியதிருந்தால் மட்டும்தான் "நீ பேசுய்யா" என்பார். அப்புறம் டெல்லி அரசியல் ஆர்வம் இருந்திருந்தால், எந்த மொழியையும் வசப்படுத்திக்கொண்டு இருக்கக்கூடியவர்தான் அவர். கணினி கற்றுக்கொள்ளும்போது அவருக்கு 70 வயது. அவர் நினைப்பு முழுக்க தமிழ், தமிழர் என்றுதான் இருந்தது. டெல்லிக்குச் செல்வதைவிடவும் டெல்லிக்கு இணையான அதிகாரத்தை சென்னைக்குப் பெற வேண்டும் என்று செயல்பட்டவர் அவர்!

❍

தமிழகக் காவல் துறையில் பணியாற்றிய குறிப்பிடத்தக்க உயர் அதிகாரிகளில் ஒருவர் நாஞ்சில் குமரன் ஐபிஎஸ். திமுக, அதிமுக இரு ஆட்சிக் காலகட்டங்களிலும் முக்கிய பதவிகளில் இருந்தவர் என்பதோடு, கருணாநிதி பதவிக் காலத்தில் சென்னை ஆணையராகவும் உளவுப் பிரிவுக் கூடுதல் காவல் துறை இயக்குநராகவும் பணியாற்றியவர். காவல் துறையை கருணாநிதி எப்படிக் கையாண்டார் என்று விவரித்தார்.

இரு திராவிடக் கட்சிகளின் ஆட்சிகளிலும் முக்கியமான பொறுப்புகளில் இருந்திருக்கிறீர்கள். பலம், பலவீனம் என்று எதைச் சொல்வீர்கள்?

எல்லாத் துறைகளிலுமே குறைகள், போதாமைகள், கோரிக்கைகள் இருக்கும். தமிழ்நாடு காவல் துறையை எடுத்துக்கொண்டால், ஆட்கள் தேர்வு ஆண்டுதோறும் நடத்தப்படாதது பெரிய குறை. இன்னும் நிறையச் சொல்லலாம். அதெல்லாம் வேறு. ஏனைய மாநிலங்களுடன் ஒப்பிட்டு இவர்களுடைய பலம், பலவீனம் என்று நாம் பேசுகையில், தமிழ்நாட்டுச் சூழல் எங்கோ இருப்பது என்பதை ஒரு பெருமிதமாகவே சொல்ல முடியும். இதை ஏதோ நான் மட்டும் சொல்லவில்லை. 2006–ல் டிஜிபிகள் மாநாட்டுக்காக டெல்லி சென்றிருந்தோம். பின்பு ஒவ்வொரு மாநில அதிகாரியோடும் அங்குள்ள சூழல்கள், சவால்களை விசாரித்துக்கொண்டுவந்த பிரதமர் மன்மோகன் சிங், என் முறை வந்தபோது, “ஓ, தமிழ்நாடா? தமிழ்நாட்டைப் பற்றி எந்தப் பிரச்சினையும் இல்லை. பிரச்சினைகள் உள்ள பாக்கி ஆட்களிடம் பேசிவிட்டு வந்துவிடுகிறேன்” என்றார் சிரித்தபடி. இந்தியாவின் ஒவ்வொரு மாநில காவல் துறைச் செயல்பாட்டையும் தொடர்ந்து வெளியிலிருந்து கவனித்துவருபவன் என்கிற முறையில் சொல்கிறேன், காவல் துறைக்கும் கட்சிக்கும் இடையில் இங்கு தீர்க்கமான எல்லைக்கோட்டை வைத்திருந்தார்கள். காவல் நிலையங்களில் புகுந்து கட்சிக்காரர்களை ஆளுங்கட்சியினர் விடுவித்துச் செல்வது என்பது இன்னமும் பல மாநிலங்களில் இயல்பான ஒன்று. ஆனால், கருணாநிதி, ஜெயலலிதா இருவருமே தேவையில்லாமல் காவல் துறைச் செயல்பாடுகளில் தலையிட மாட்டார்கள். மற்றவர்கள் தலையிடுவது தெரியவந்தால் அனுமதிக்க மாட்டார்கள். “சமூக அமைதி என்பது வளர்ச்சியோடு சம்பந்தப்பட்டது. உங்களிடம் யாரும் குறுக்கிட மாட்டார்கள். குறுக்கிட்டாலும் அனுமதிக்காதீர்கள்” என்பது காவல் துறை அதிகாரிகள் கூட்டத்தில் கருணாநிதி அடிக்கடி சொல்லும் வார்த்தைகள். பெருமைக்குரிய இன்னொரு விஷயம், சாதி - மதக் கலவரங்களில் அவர்கள் காட்டும் கண்டிப்பு! அரசியலுக்காக சாதி, மதக் கலவரங்களை உருவாக்குவது அல்லது கலவரங்கள் உருவாகையில் அரசியல் நலன்களுக்காக குற்றத்தரப்பைப் பாதுகாப்பது என்கிற மாதிரியான அணுகுமுறை இரு கட்சிகளிடமும் இருந்ததே கிடையாது. ‘தமிழகம் அமைதிப் பூங்கா’ என்ற வார்த்தைகள் சாதரணமானவை அல்ல.

காவல் துறையினர் யோசனைகளுக்கு எந்த அளவுக்கு முக்கியத்துவம் கொடுப்பார்கள்?

நிறைய. நாட்டிலேயே நாம்தான் கமாண்டோ படை தொடங்கினோம்.

காவல் துறைக்கும் வளர்ச்சிக்குமான பிணைப்பை உணர்ந்தவர்கள் நம் தலைவர்கள்!

நாஞ்சில் குமரன் பேட்டி

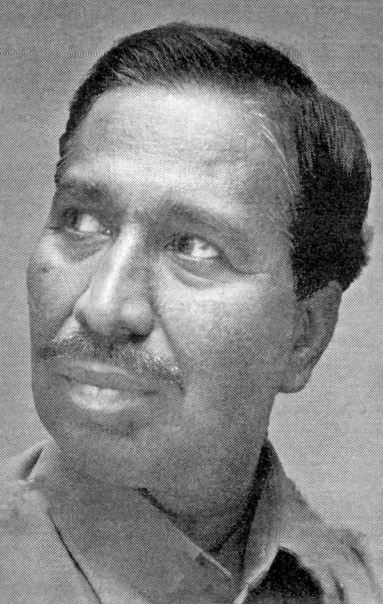

● கே.கே.மகேஷ்

அனைத்து மகளிர் காவல் நிலையங்கள் தொடங்கினோம். அடர்த்தியான எண்ணிக்கையில் காவல் நிலையங்களை அமைத்திருக்கிறோம். இவை எல்லாம் அதன் வெளிப்பாடுகள்தான்.

ஒரு ஆட்சியாளராக யாருடைய காலகட்டம் உங்களுக்குச் சவாலானதாக இருக்கும்?

எந்த அதிகாரியைக் கேட்டாலும் கருணாநிதியைத்தான் சொல்வார். எந்த நேரம் அழைப்பார், எதுகுறித்து விசாரிப்பார் என்று யூகிக்கவே முடியாது. காலை 5 மணிக்கு போன் அடித்து, "ஏங்க, 'தீக்கதிர்' பத்திரிகையில இப்படி ஒண்ணு வந்துருக்கே, உண்மையா?" என்பார். சின்ன பத்திரிகைகள், கட்சிப் பத்திரிகைகளைக்கூட உதாசீனப்படுத்த மாட்டார். திடீரென்று, "சில்லறைக் கடைகளில் என்ன விலை விற்கிறார்கள் என்பது முதற்கொண்டு தமிழ்நாடு முழுக்க பருப்பு, தக்காளி விலை வேண்டும்" என்பார். எந்த விஷயத்திலும் அவர் கையில் ஒரு தரவுகள் பட்டியல் இருக்கும். நாம் கொடுப்பதோடு அதை ஒப்பிடுவார். நமக்கு வேலை வெளுத்துவாங்கும் என்றாலும், நம் வேலை கவனிக்கப்படுகிறது என்கிற சந்தோஷமும் இருக்கும். அதேமாதிரி, எல்லா விஷயங்களையும் அவரிடம் மறுத்தும் பேசலாம். 'ஆமாம்சாமி'களை அவருக்குப் பிடிக்கவே பிடிக்காது!

○

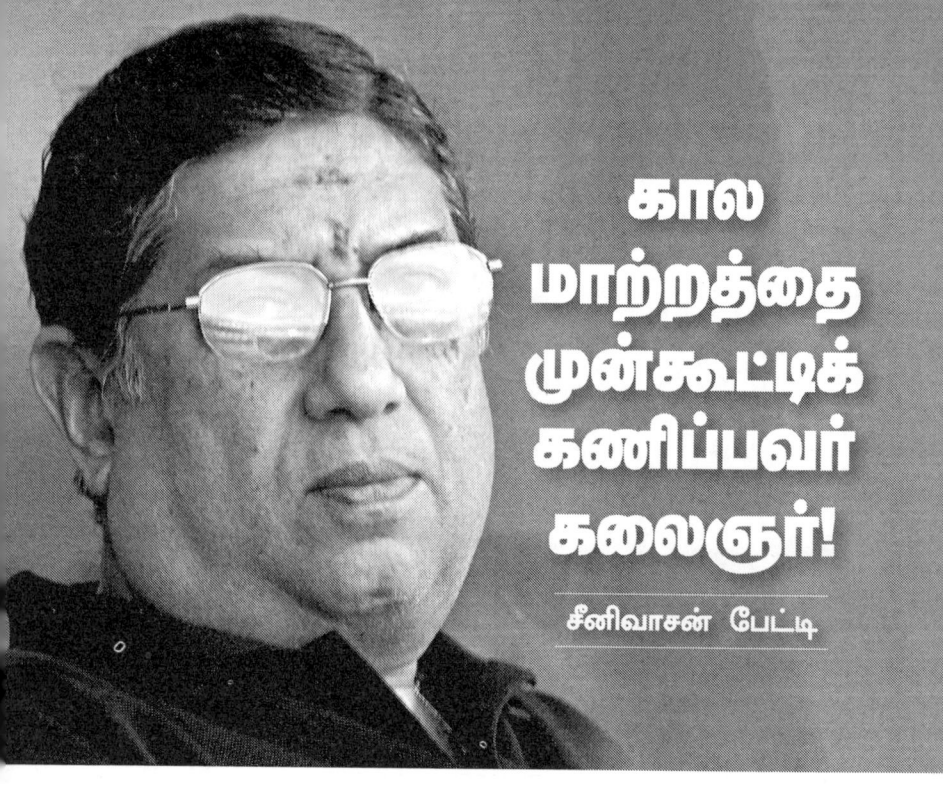

கால மாற்றத்தை முன்கூட்டிக் கணிப்பவர் கலைஞர்!

சீனிவாசன் பேட்டி

● சமஸ்

நாட்டின் குறிப்பிடத்தக்க தொழிலதிபர்களில் ஒருவரும் தமிழகத்தின் முன்னணித் தொழில் நிறுவனங்களில் ஒன்றான 'இந்தியா சிமெண்ட்ஸ்' நிறுவனத்தின் தலைமை நிர்வாகியுமான என்.சீனிவாசன் தொழிலதிபர் – அரசியல் தலைவர் என்கிற உறவைத் தாண்டி கருணாநிதியுடன் நட்புறவில் இருப்பவர். சர்வதேச கிரிக்கெட் சங்கத் தலைவர் பதவியில் இருந்த தமிழர். டெஸ்ட், ஒரு நாள் கிரிக்கெட் போட்டிகளைத் தாண்டி 20–20 யுகத்துக்குள் கிரிக்கெட்டை வெற்றிகரமாக அழைத்துச் சென்றவர். தொழில் துறையை கருணாநிதி எப்படிக் கையாண்டார் என்று விவரிக்கிறார்.

ஒரு தொழிலதிபராக கருணாநிதியுடன் கிட்டத்தட்ட 50 ஆண்டுகளாக நட்புறவில் இருக்கிறீர்கள். அவரது தொழில் துறை அணுகுமுறை எப்படி?

என் அப்பா டி.எஸ்.நாராயணசாமி மறைவைத் தொடர்ந்து 1968–ல் நான் நிறுவன நிர்வாகத்தில் காலடி எடுத்து வைக்கிறேன். 1967 தேர்தலில் முதல் முறையாக திமுக வென்று கலைஞர் பொதுப்பணித் துறை அமைச்சர் ஆகியிருக்கிறார். இந்தக் காலகட்டத்தில்தான் எங்கள் முதல் சந்திப்பு நடந்தது.

> கலைஞரை எதிர்ப்பவர்கள் பலர், 'காங்கிரஸ்தான் தமிழகத்தின் தொழில் வளர்ச்சிக்கு நிறைய செய்தது' என்று சொல்வது உண்டு. உண்மையில், தமிழ்நாட்டின் தொழில் வளர்ச்சிக்கு அவர் பெரிய உழைப்பைக் கொடுத்திருக்கிறார். தமிழகம் மிகச் சிறந்த தொழில்மயமான மாநிலமாக, உற்பத்தித் துறையில் முன்னணி மாநிலமாக இன்று நிற்கிறது என்றால், அதற்கு கலைஞர் ஒரு முக்கியமான காரணம்!

அடுத்து அவர் முதல்வரானபோது அவருக்கு வயது 45; எனக்கு 23. எனக்கு என் நிறுவனம் சார்ந்து ஒரு கனவு இருந்ததுபோலவே அவருக்குத் தமிழ்நாடு சார்ந்து பெரிய கனவு இருந்தது. தொழில் துறை வளர்ச்சி சார்ந்து நான் ஆர்வமாகப் பேசியபோது, 'என்னை ஒரு முதல்வராகப் பார்க்காதே, நண்பனாகப் பார்' என்றார். அப்படித்தான் நடந்தும்கொண்டார். பின்பு, 1971-ல் கண் சிகிச்சைக்காக அவர் அமெரிக்கா சென்றபோது, நான் அங்கு இருந்தேன். அவர் முரசொலி மாறனையும் என்னையும் அழைத்துக்கொண்டு கண் கட்டு, கடும் குளிர் எதையும் பொருட்படுத்தாமல், அமெரிக்காவில் தொழில் வளர்ச்சி சார்ந்து சில நகரங்களை எப்படி வளர்த்தெடுத்திருக்கிறார்கள் என்று சுற்றிப் பார்த்தார். அப்போது, 'தொழில், வேலைவாய்ப்பில் தமிழ்நாட்டை நாட்டிலேயே முதல் நிலைக்குக் கொண்டுவந்துவிட வேண்டும்' என்று சொன்னவர், அதன்படியே உழைக்கவும் செய்தார்.

தமிழகத்தைத் தாண்டியும் உள்கட்டமைப்புத் துறையைக் கவனித்துவருபவர் நீங்கள். சரியாக, சோஷலிஸக் கனவோடு திமுக ஆட்சிக்கு வரும்போது நீங்களும் துறைக்குள் வந்திருக்கிறீர்கள். இடையில் தாராளமயமாக்கலில் நாடு காலடி எடுத்துவைத்த காலகட்டத்திலும் தமிழகத்தை அந்த அலையில் கொண்டுபோய்ப் பொருத்துவதில் திமுக முன்னின்றது. தமிழகத்தின் தொழில் கொள்கையை, குறிப்பாக திமுகவின் தொழில் கொள்கையை ஏனைய மாநிலங்களுடன் ஒப்பிடுகையில் எப்படிப் பார்க்கிறீர்கள்?

இந்த 50 வருடங்களில் திமுகவின் தொழில் கொள்கையில் பெரிய திசை மாற்றம், ஏற்றம் எல்லாமே இருந்திருக்கிறது. நாடு சோஷலிஸப் பாதையில் சென்றபோது, 'தனியார் - அரசுக் கூட்டுக் கொள்கை'யில் இந்திரா அரசு முனைப்பாக இருந்தபோது, தமிழ்நாட்டில் 'ஸ்பிக்' போன்ற நிறுவனங்களைத் தொடங்குவதில் கலைஞர் உத்வேகத்துடன் இருந்தார். பல தொழிற்பேட்டை களைத் தொடங்கினார். நாடு தாராளமயமாக்கல் பாதையை நோக்கித் திரும்பி, பன்னாட்டு நிறுவன முதலீடுகளை ஈர்க்கத் தொடங்கியபோது, இவரும் பாதையை மாற்றினார். ஆனால், தமிழ்நாட்டை எப்படியாவது வளர்த்தெடுத்து

குஜராத், மகாராஷ்டிரம் போல தமிழ்நாடு பாரம்பரியமான பெரிய தொழில் மாநிலம் கிடையாது. ஆனால், நாட்டின் முக்கியமான தொழில் மாநிலங்களில் ஒன்றாக இன்று வளர்ந்திருக்கிறது என்றால், முதலீட்டாளர்கள் இதை விரும்புகிறார்கள் என்கிற காரணத்தினால்தானே!

விடுவது என்பதில் இருந்த ஆர்வமே இந்த மாற்றங்களுக்கான அடிப்படையாக இருந்ததை நான் கவனித்திருக்கிறேன். ஒரு நல்ல தலைவருக்குக் காலத்தை முன்கூட்டிக் கணிக்கக்கூடிய திறன் தேவை. அதைத்தான் நாம் தொலைநோக்குப் பார்வை என்கிறோம். கலைஞரிடம் அது அபாரமாக இருந்தது. அதனால்தான், தொழில் துறைப் போக்குகளை அவரால் முன்கூட்டிக் கணிக்க முடிந்தது. வெவ்வேறு காலகட்டங்களில் 5 முறை அவர் முதல்வராக இருந்திருக்கிறார். ஒவ்வொரு முறை பதவிக்கு வந்தபோதும், கால மாற்றத்துக்கேற்பத் தன்னையும் மாற்றிக்கொண்டே வந்திருக்கிறார். நான் இந்தியா முழுக்கச் சுற்றியிருக்கிறேன். தமிழ்நாட்டில் குறைகள் இல்லை என்று சொல்ல முடியாது. ஆனால், தமிழ்நாடு மாதிரி தொழில் செய்ய உகந்த மாநிலம் என்று வேறு எந்த மாநிலத்தையும் எனக்குச் சொல்லத் தோன்றவில்லை. குஜராத், மகாராஷ்டிரம் போல தமிழ்நாடு பாரம்பரியமான பெரிய தொழில் மாநிலம் கிடையாது. ஆனால், நாட்டின் முக்கியமான தொழில் மாநிலங்களில் ஒன்றாக இன்று வளர்ந்திருக்கிறது என்றால், முதலீட்டாளர்கள் இதை விரும்புகிறார்கள் என்கிற காரணத்தினால் தானே!

கருணாநிதியின் மிகப் பெரிய தொழில் துறைப் பங்களிப்பு என்று எதைச் சொல்வீர்கள்?

தொழில் துறையைப் பொறுத்தவரை ஒரு இடத்தில் நாங்கள் எதிர்பார்ப்பது எல்லாம் வன்முறையற்ற தொழில் அமைதிச் சூழலைத்தான். முதலீடுகளை ஈர்ப்பதற்கு ஒரு அரசாங்கம் என்னவெல்லாம் செய்ய வேண்டும் என்பதைக் காட்டிலும் என்னவெல்லாம் செய்யக் கூடாது என்பதே முக்கியம். தொழில் செய்வதற்கான தடைகளும் குறுக்கீடுகளும் இல்லாத ஒரு சூழல் இருந்தாலே சந்தோஷம்தான். தொழில் துறை வளர்வதற்குத் தேவையான உள்கட்டமைப்பு களை உருவாக்கித் தந்ததோடு, தமிழ்நாட்டுத் தொழில் அதிபர்களுக்கு நிறைய உற்சாகமும் கொடுப்பவர் கலைஞர். அவரை எதிர்ப்பவர்கள் பலர், 'காங்கிரஸ் தான் தமிழகத்தின் தொழில் வளர்ச்சிக்கு நிறைய செய்தது' என்று சொல்வது உண்டு. உண்மையில், தமிழ்நாட்டின் தொழில் வளர்ச்சிக்கு அவர் பெரிய உழைப்பைக் கொடுத்திருக்கிறார். தமிழகம் மிகச் சிறந்த தொழில்மயமான மாநிலமாக, உற்பத்தித் துறையில் முன்னணி மாநிலமாக இன்று நிற்கிறது என்றால், அதற்கு கலைஞர் ஒரு முக்கியமான காரணம். ஜவுளி, காகிதம்,

சர்க்கரை, சிமெண்ட், வாகன உற்பத்தி, இரும்பு, இன்ஜினீயரிங், ப்ராஸஸிங் என்று பல துறைகள் அபிவிருத்தியடைய அவர் நிறைய உழைத்திருக்கிறார். அவருடைய தொலைநோக்குப் பார்வைக்கு உதாரணமாக அவர் உருவாக்கிய தகவல் தொழில்நுட்பத் துறைக் கொள்கையைச் சொல்லலாம். 'டைடல் பார்க்' அதன் வெளிப்பாடுதானே? எல்லோரையும் முந்திக்கொண்டார் இல்லையா!

ஒரு நண்பராக தொழில் துறை சம்பந்தமான ஆலோசனைகளை அவர் பெற்றிருக்கிறாரா?

நண்பராக அல்ல; நான் மட்டுமல்ல; தொழில்முறையாகவே யார் வேண்டுமானாலும் அவரைச் சந்திக்க முடியும். ஒரு தொழிலதிபர் 'அவரைச் சந்திக்க முடியவில்லை' என்று கூறி நான் கேட்டதே இல்லை. எனக்கு மட்டும் அல்ல; எல்லோருடைய அபிப்ராயங்களுக்கும் காது கொடுக்கக்கூடியவராக அவர் இருந்திருக்கிறார்.

அடிப்படையில் பிராமணரல்லாதோர் இயக்கத்தின் நீட்சி திமுக. தமிழகத்தின் பெருவணிகத்தைப் பொறுத்தவரை இன்றும் பிராமணர்கள் வசம் குறிப்பிடத்தக்க ஒரு பகுதி இருக்கிறது. ஒரு பிராமணராக, பாரபட்சத்தை நீங்கள் கருணாநிதியிடம் எக்காலக் கட்டத்திலேனும் உணர்ந்திருக்கிறீர்களா?

அப்படியான உணர்வையெல்லாம் நான் பார்த்ததே இல்லை. ஒரு விஷயத்தை உறுதியாகச் சொல்ல முடியும். அவரைப் பொறுத்தவரையில் எல்லாவற்றிலும் தமிழ்நாடு முன்னிலையில் நிற்க வேண்டும். அது ஒரு நெருப்பு மாதிரி அவருக்குள் எரிந்துகொண்டே இருக்கும். இதில் பிராமணர் – பிராமணர் அல்லாதோர் அப்படியெல்லாம் இல்லை; தமிழ் - தமிழர் அப்படித்தான். தமிழகத்தைச் சேர்ந்த எந்தத் தொழிலதிபரும் அவரைப் பொறுத்தவரையில் ஒரு தமிழ்த் தொழிலதிபர்தான். அப்படித்தான் அவர் பார்த்தார். அப்படித்தான் தமிழ்நாட்டை வளர்த்தெடுத்தார்! ❍

சைவ மடாதிபதி மீன் கூடை சுமந்த வரலாறு நம்முடையது!

குன்றக்குடி அடிகளார் பேட்டி

● குள.சண்முகசுந்தரம்

சாதியைக் காக்குமிடம் என்று சொல்லி மதத்தையும் கோயில்களையும் கடவுளையும் நிராகரித்தவர் பெரியார். அதேசமயம், சாதி ஒழிப்புப் பணியிலும் தமிழ்ச் சமூகத்தின் மேம்பாட்டுப் பணிகளிலும் ஆன்மிகவாதிகளுடன் கை கோப்பதில் அவருக்கு எந்தத் தயக்கமும் இருந்ததில்லை. குறிப்பாக, குன்றக்குடி அடிகளாருடனான நட்பு. அதை அப்படியே தொடர்ந்தார் கருணாநிதி. ஒரு நாத்திகரான கருணாநிதி சாதி ஒழிப்பு, சமூக நல்லிணக்கச் செயல்பாடுகளில் ஆன்மிகவாதிகளுடன் எப்படி இணைந்து பணியாற்றினார் என்பதை விவரிக்கிறார் தவத்திரு குன்றக்குடி பொன்னம்பல அடிகளார்.

கருணாநிதிக்கும் உங்களுக்குமான அறிமுகம் எப்போது ஏற்பட்டது?

தவத்திரு குன்றக்குடி அடிகளார் 1995-ல் பரிபூரணம் அடைந்தபோது குன்றக்குடிக்கே நேரில் வந்து அஞ்சலி செலுத்தியவர் கலைஞர். அப்போது நம்மிடம், அடிகளார் பெருமான் அவர்கள் ஆற்றிய பணிகளைத் தொடருமாறு அன்புடன் கேட்டுக்கொண்டார். அந்த முதல் சந்திப்பில் நம்மிடம் எத்தகைய பரிவு காட்டினாரோ அதில் இம்மியளவும் குறையாமல் இன்றும் அன்பு பாராட்டி வருகிறார்.

எந்தெந்த சமயங்களில் எல்லாம் நீங்கள் இருவரும் இணைந்து பணியாற்றி இருக்கிறீர்கள்?

பொதுவாக, தமிழ் மொழி மேம்பாடு, தமிழ்ச் சமூகத்தின் மேம்பாட்டுப் பணிகளில் ஆன்மிகவாதிகளையும் இணைத்துக்கொள்வது திராவிட

இயக்கத்தவரின் வழக்கம். மண்டைக்காடு கலவரம் போன்ற பல சந்தர்ப்பங்களில், சமூக நல்லிணக்கத்தை உருவாக்க தவத்திரு குன்றக்குடி அடிகளார் பெரும் பங்காற்றியிருக்கிறார். அப்போது மீனவச் சமூகத்துடன் ஏற்பட்ட மோதலின் தொடர்ச்சியாக, மீன் உணவையே புறக்கணிக்கும் வேலையில் எதிர்த் தரப்பினர் இறங்கிய போது, சைவ மடாதிபதியான நம் அடிகளார் கையில் மீன் கூடை சுமந்து மீன்களை வாங்கச் சொல்லியும் பழைய நல்லிணக்கத்தை மறுபடியும் பேணவும் கேட்டுக்கொண்ட வரலாறு இங்குண்டு. 1997–ல் தென்மாவட்டங்களில் சாதிக் கலவரம் ஏற்பட்டபோது அப்படி, நம்மையும் நல்லிணக்கப் பணியில் ஈடுபட அழைத்தார் முதல்வர் கலைஞர். அதன்படி, 15 நாட்கள் அப்பகுதியில் தங்கியிருந்து நாம் அமைதிப் பணியாற்றினோம். கூடவே, இனி சாதிக் கலவரங்கள் நிகழாமல் நாம் சில பரிந்துரைகளையும் அளித்தோம். அவற்றை எல்லாமும் செய்தார். அதேபோல, 1998 கோவை மதக் கலவரத்தின் போதும் அமைதிப் பணியில் நம்மை இணைத்துக்கொண்டார்.

ஆன்மிகம் சார்ந்த விஷயங்களில் உங்களைப் போன்ற மடாதிபதிகள் சொல்லும் கருத்துகளுக்கு கருணாநிதி எப்படி எதிர்வினையாற்றுவார் ?

தனக்குக் கடவுள் நம்பிக்கை இல்லாவிட்டாலும், ஆன்மிகம் சார்ந்த விஷயங்களில் ஆன்மிகவாதிகள் என்ன கருத்துச் சொல்கிறார்களோ அதை அப்படியே ஏற்றுக்கொள்பவர் கலைஞர். எந்தச் சூழலிலும் தனது கடவுள் மறுப்புக் கொள்கையை அவர் ஆன்மிக விஷயத்தில் திணித்ததில்லை.

ஆன்மிகத்துக்கு திராவிட இயக்கத்தின் முக்கியமான பங்களிப்பாக எதைப் பார்க்கிறீர்கள் ?

அனைத்துச் சாதியினரும் அர்ச்சகராகலாம் சட்டம். 1971–ல் அந்த மசோதா சட்ட மேலவையில் கொண்டுவரப்பட்டபோது, மறைந்த நமது குருமகா சந்நிதானம் அதை ஆதரித்துப் பேசினார். இதற்கான பெருமை கலைஞரையும் சாரும். இந்தத் திட்டத்துக்குச் செயல்வடிவம் தரும் முன்னதாக, நீதியரசர் ஏ.கே.ராஜன் தலைமையில் எட்டுப் பேர் கொண்ட குழுவைக் கலைஞர் அமைத்தார். அந்தக் குழுவில் நாமும் இருந்தோம். எவ்விதக் குறுக்கீடும் இல்லாமல் அந்தக் குழு சுதந்திரமாகச் செயல்பட அனுமதித்த அவர், குழுவின் சிபாரிசுகளை ஆக்கபூர்வமாக விவாதித்து, இறுதியில் ஆணை பிறப்பித்தார். பிறரை மதிப்பதில் முன் மாதிரியாய்த் திகழ்பவர் அவர். பாதுகாப்பு ஏற்பாடுகள் என்று சில சமயங்களில் பணி நிமித்தம் எங்களைப் போன்ற துறவியருக்கு ஏதாவது இடையூறு ஏற்படுத்திவிடுவார்கள் அதிகாரிகள். அதை அந்த இடத்திலேயே கடிந்து திருத்துவார் கலைஞர். ஆன்மிகவாதிகளுக்கான உரிய மரியாதையை அளிப்பார்!

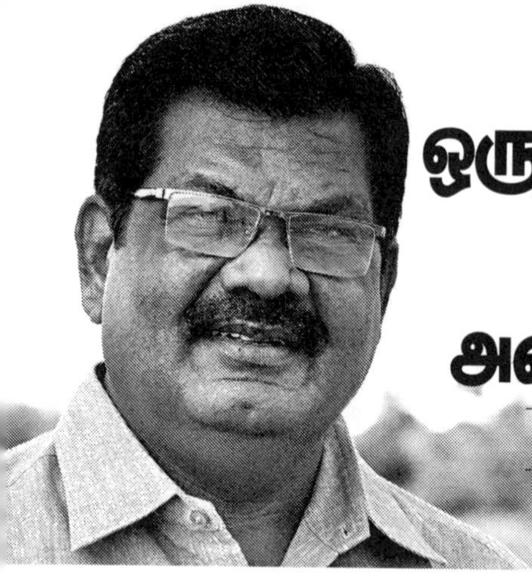

ஒரு முதல்வருக்கான எல்லைக்குள் அவர் போராடினார்!

கொளத்தூர் மணி பேட்டி

படம்: அருண்

● ஷங்கர்ராமசுப்ரமணியன்

தமிழகத்தில் சாதி - மதப் பதற்றமற்ற சமூகச் சூழலை, சமூக அமைதியை உருவாக்குவதில் தொடர்ந்து பங்காற்றிவரும் பெரியாரிய அமைப்புகளைத் தேவைப்படும்போதெல்லாம் நேரடியாகவே பயன்படுத்திக்கொள்வது கருணாநிதியின் இயல்பு. இந்த உறவு தமிழகத்தின் அமைதிக்கும் வளர்ச்சிக்கும் எப்படிப் பங்களித்திருக்கிறது என்று விவரித்தார் தந்தை பெரியார் திராவிடர் கழகத்தின் தலைவர் கொளத்தூர் மணி.

பெரியாரிய அமைப்புகளைத் திராவிடக் கட்சிகளின் ஆட்சியாளர்கள் எப்படிப் பயன்படுத்திக்கொண்டார்கள்?

நேரடியான உறவு என்பதைக் காட்டிலும், கொள்கை அடிப்படையிலான பரஸ்பர மரியாதை சார்ந்த உறவு என்று இதைக் குறிப்பிடலாம். ஒரு இடத்தில் பொருளாதார முன்னேற்றம் நடக்க வேண்டும், தொழில் வளர்ச்சி வேண்டும் என்றால், முதலில் அங்கு சமூக நல்லிணக்கம் வேண்டும். அதேபோல, சமூகத்தில் புரட்சிகரமான செயல்திட்டங்களை அரசாங்கம் கொண்டுவர முனையும்போது அதற்கேற்ற கருத்துச் சூழல் சமூகத்தில் உருவாகியிருக்க வேண்டும். திராவிடக் கட்சிகளின் ஆட்சியாளர்கள் கேட்காமலேயே இந்த உதவி இயல்பாகப் பல சமயங்களில் பெரியாரிய அமைப்புகளின் பணி மூலம் அவர்களுக்குக் கிடைத்திருக்கிறது. கலைஞர் பல சமயங்களில் கேட்டும் பெற்றிருக்கிறார். நிறையச் சொல்லலாம். முக்கியமான ஒன்று, மண்டல் ஆணையப் பரிந்துரைகள் அமலாக்கப்பட்டு, நாடு முழுக்க சமூக நீதி பரவலாக்கப்பட்டதில் திமுகவுடன் இணைந்து திராவிடர் கழகமும் பெரும் பங்காற்றியிருக்கிறது. நாட்டின் பல்வேறு இடங்களிலும் கூட்டங்கள் நடத்தப்பட்டன. வட இந்தியக் கட்சிகளையும் தலைவர்களையும் சந்தித்து இதற்கேற்ற

சூழலை உருவாக்கினார்கள். அதேபோல, தனியார் துறையிலும் இட ஒதுக்கீடு வேண்டும் என்று தந்தை பெரியார் திராவிடர் கழகம் சார்பில் நாம் தொடர்ந்து பொதுக்கூட்டங்கள், போராட்டங்களை நடத்தினோம். அப்போதைய மத்திய அமைச்சராக இருந்த சுப்புலட்சுமி ஜெகதீசனிடம் ஒரு கோரிக்கை மனுவாக அளித்தபோது, அதை அடிப்படையாக வைத்து, இந்த விஷயத்தை அவர் நாடாளுமன்றத்தில் ஒரு விவாதம் ஆக்கினார். அது தேசிய விவாதமானது.

நீங்கள் முன்வைக்கும் கோரிக்கைகளுக்கு கருணாநிதியின் எதிர்வினை எப்படியிருக்கும்?

கவனத்தில் எடுத்துக்கொள்வார். வீரப்பனிடமிருந்து ராஜ்குமாரை மீட்பதற்காகச் சென்ற தூதுக் குழுவில் நானும் ஒருவனாகச் சென்று வந்தபோது காட்டில் போலீஸார் நடத்தியிருந்த அத்துமீறல்களை எல்லாம் கலைஞரிடம் விவரித்து, விசாரணைக்கும் நிவாரண நிதிக்கும் கோரிக்கைகள் வைத்தோம். அதற்குப் பின்னால் அவர் கொடுத்த அழுத்தத்தைத் தொடர்ந்தே பாதிக்கப்பட்டவர்களுக்கு கர்நாடக அரசு நிவாரணத்தை அளித்தது.

ஒரு பெரியாரியராக ஆட்சியாளர் கருணாநிதியை எப்படி மதிப்பிடுவீர்கள்?

ஆட்சிக்கு வந்தவுடன் கை ரிக்ஷாக்களை ஒழித்து ரிக்ஷா ஓட்டிகளுக்கு சைக்கிள் ரிக்ஷாக்களை வழங்கினார். இது பெரிய அளவில் கவர்ந்தது. ஏனென்றால், கம்யூனிஸ்ட்டுகள் கால் நூற்றாண்டு காலத்துக்கும் மேலாக ஆண்ட வங்கத்தில் இன்னும் கை ரிக்ஷா நடைமுறையில் இருக்கிறது. கலைஞர் தன் ஆட்சியில் நிறைவேற்றிய சட்டங்களில் முக்கியமானது என்று நான் கருதுவது 'அனைத்துச் சமூகத்தினரும் அர்ச்சகராகலாம்' சட்டம்! 'தாழ்த்தப்பட்ட மக்கள் கலெக்டராகவும் கமிஷனராகவும் இருப்பதைக்கூடப் பார்த்துவிட்டேன். ஆனால், 110 ஆண்டு கால வரலாற்றில் ஒருவர்கூட சென்னை உயர் நீதிமன்றத்தில் நீதிபதியாகவில்லை' என்று ஒரு கூட்டத்தில் பேசினார் பெரியார். அதை உடனடியாக நிறைவேற்றும் வகையில், வரதராஜனை உயர் நீதிமன்ற நீதிபதியாக நியமித்தார் கலைஞர் (அப்போது மாநில அரசுகளுக்கு உயர் நீதிமன்ற நீதிபதியை நியமிக்கும் உரிமை இருந்தது). அதேபோல, 1970-களில் ஆட்சியில் இருந்தபோது 'குரூப் 1 சர்வீஸ்'க்கு இதுவரை அந்தப் பதவிகளுக்கு வந்திராத குரலற்ற பிரிவு மக்களைத் தேடித் தேடி எடுத்தார். சலவைத் தொழிலாளர்கள், சவரத் தொழிலாளர்கள், குறவர் சமூகத்தினர், கல்லுடைக்கும் சமூகத்தினர் என்று பலர் முதல் முறையாகப் பணி வாய்ப்பை அப்போதுதான் பெற்றனர். ஒரு முதல்வருக்கான வரையறை எல்லைக்குள் அவர் முடிந்த வரையில் போராடினார்! ○

போரின்போது இலங்கைத் தமிழர்களைக்
காக்கக் கோரி, காங்கிரஸ் தலைவர்
சோனியாவுக்கும் பிரதமர் மன்மோகன்
சிங்குக்கும் எனக்கும் மாறி மாறி அவர்
உருக்கமாகப் பேசிக்கொண்டே இருந்தார்!

அரசியலில் அரை நூற்றாண்டைக் கடந்துவிட்ட எஸ்.எம்.கிருஷ்ணா கர்நாடக முதல்வர், மத்திய வெளியுறவுத் துறை அமைச்சர், ஆளுநர் என்று பல நிலைகளிலும் பணியாற்றியவர். கர்நாடக முதல்வராக காவிரி விவகாரம், ராஜ்குமார் விவகாரம் உள்ளிட்ட பிரச்சினைகளையும், மத்திய வெளியுறவுத் துறை அமைச்சராக இலங்கையில் விடுதலைப் புலிகளுக்கு எதிரான இறுதிப் போர் நடந்த காலகட்டத்தையும் அவர் கையாண்டபோது, தமிழக முதல்வராக கருணாநிதியுடன் மிக நெருங்கிய தொடர்பில் இருந்தவர். காங்கிரஸிலிருந்து விலகி பாஜகவில் இணைந்துவிட்ட அவர், ஒரு முதல்வராக கருணாநிதி நெருக்கடியான நிலைகளைக் கையாண்ட நாட்களை நினைவு கூர்ந்தார்.

திமுக என்றவுடன் உங்களுக்கு எது நினைவுக்கு வரும்?

தேசியக் கட்சிகளுக்கு எதிரான உருப்படியான ஒரு மாநிலக் கட்சி அது என்பது. கூடவே, அதை நீண்ட காலம் வெற்றிகரமாக நடத்தியவர் கருணா நிதி என்பது! எழுத்து, சினிமா, பத்திரிகை, அரசியல் என்று ஆச்சரியமளிக்கும் மனிதர் அவர். அரசியலைத் தாண்டி ரொம்ப நல்ல ஆளுமை. நாட்டின் தென்கோடியில் உட்கார்ந்துகொண்டும் வடக்கை இயக்க முடியும் என்று நிரூபித்தவர்.

ஒரு முதல்வராக அவரைப் பற்றிப் பேசுவோம். கர்நாடகத்தையே மூன்று மாதங்களுக்கு மேல் பதற்றத்தில் வைத்திருந்த விவகாரம் நடிகர் ராஜ்குமார் கடத்தல். கருணாநிதியும் நீங்களும் இணைந்தே அவரை மீட்டெடுத்தீர்கள். எப்படி அது வெற்றிகரமாக முடிந்தது?

அந்த 108 நாட்கள் என் வாழ்நாளிலேயே மறக்க முடியாத நாட்கள். என் ஒட்டுமொத்த வாழ்நாளுக்குமான அனுபவத்தை அதிலே பெற்றேன். ராஜ்குமார் கன்னட மக்களின் சொத்தாகத் திகழ்ந்தவர். அப்போதுதான் முதல்வராகி ஓராண்டு நிறைவைக் கொண்டாடத் தயாராகிக்கொண்டிருந்தேன். திடீரென்று ஒரு காலை ராஜ்குமார் ஈரோடு அருகிலுள்ள அவருடைய பண்ணை வீட்டிலிருந்து கடத்தப்பட்டார் என்று செய்தி வருகிறது. இரு மாநிலங்களும்

இலங்கை விவகாரத்தில் என் மீது கருணாநிதிக்கு திருப்தி இல்லை!

எஸ்.எம்.கிருஷ்ணா பேட்டி

● இரா.வினோத்

பற்றி எரிகின்றன. கர்நாடகத்தில் தமிழர்களும், தமிழகத்தில் கன்னடர்களும் தாக்கப்படுகிறார்கள். வாகனங்கள், உடைமைகள் கொளுத்தப்படுகின்றன. கன்னட அமைப்பினரும் எதிர்க்கட்சிகளும் நடத்திய போராட்டத்தில் கர்நாடகமே ஸ்தம்பித்தது. பள்ளி, கல்லூரிகள், திரையரங்குகள், கடைகள் எல்லாம் மூடப்பட்டன. ஒருபுறம் அப்போது மத்தியில் ஆட்சியில் இருந்த பாஜக அரசிடமிருந்தும், நான் அப்போது சார்ந்திருந்த காங்கிரஸ் கட்சியின் தலைமையிடமிருந்தும் எனக்கு அழுத்தம் வந்துகொண்டே இருந்தது. மறுபுறம், “ராஜ்குமாருக்குத் தமிழக அரசு உரிய பாதுகாப்பு கொடுக்கவில்லை; வீரப்பனைப் பிடிக்கவோ ராஜ்குமாரை மீட்கவோ அது உரிய முயற்சி செய்ய வில்லை” என்று எதிர்க்கட்சிகளும் பத்திரிகைகளும் தினம்தினம் எரியும் தீயில் எண்ணெய் ஊற்றிக்கொண்டிருந்தன. இப்படிப்பட்ட சூழலில்தான் தமிழக

> எங்களால் முடிந்த அளவுக்கு இலங்கை அரசுக்கு
> அழுத்தம் கொடுத்தோம். நிச்சயமாக நான் என்னால்
> முடிந்தவரை எல்லா நடவடிக்கைகளையும் எடுத்தேன்.
> ஆனால், என் நடவடிக்கைகளில் கருணாநிதிக்குத்
> திருப்தி இல்லை என்பதைப் புரிந்துகொண்டேன்.
> ஓரளவுக்கு மேல் இந்தியாவின் பேச்சைக் கேட்க
> இலங்கை தயாராக இல்லை என்பதே உண்மை.

முதல்வரான கருணாநிதியுடன் இணைந்து பணியாற்றத் தொடங்கினேன். அப்போது அவர் செய்த உதவிக்கு நான் வாழ்நாள் முழுவதும் அவருக்கு நன்றிக்கடன் பட்டிருக்கிறேன்.

கொஞ்சம் விளக்க முடியுமா?

நான் தூக்கம் இன்றித் தவித்த நாட்கள் அவை. அன்றாடம் தொலைபேசியில் அழைப்பேன். அப்போதே அவர் 75 வயதைக் கடந்துவிட்டார் என்றாலும், நள்ளிரவில் அழைத்தாலும் பேச முடியும். அடிக்கடி சென்னைக்குச் சென்றேன். பல சமயங்களில் எனக்கு ஏற்பட்ட நெருக்கடியைச் சூடான வார்த்தைகளில் அவரிடம் வெளிப்படுத்தியிருக்கிறேன். ஆனால், கருணாநிதி ஒருபோதும் கட்டுப்பாட்டை இழந்ததில்லை. எல்லாவற்றையும் பிரச்சினையாக்கினார்கள் எதிர்க்கட்சியினர். 'என்ன கிருஷ்ணா மட்டும் எப்போதும் சென்னைக்குப் போகிறார். ராஜ்குமாரை மீட்பதில் கருணாநிதிக்கு அக்கறை இல்லையா; அவர் பெங்களூரு வர மாட்டாரா?' என்றெல்லாம் பேசினார்கள். என் சங்கடத்தைப் புரிந்துகொண்ட அவர் பெங்களூரு வந்தார். அனைத்துக் கட்சியினரிடமும் பேசினார். ராஜ்குமாரின் குடும்பத்தைச் சந்தித்து ஆறுதல் கூறினார். அப்போதும் பத்திரிகையாளர் சந்திப்பில், சில பத்திரிகையாளர்கள் தனிப்பட்ட முறையில் அவரைத் தாக்கும் கேள்விகளைக் கேட்டார்கள். 'ஏன் தமிழிலே பேசுகிறீர்கள், கன்னடத்தில் பேச மாட்டீர்களா?' என்றெல்லாம் கேட்டார்கள். ஆனால், கருணாநிதி எல்லாவற்றையும் பொறுமையாக எதிர் கொண்டார். மீட்பு நடவடிக்கை ரகசியத் திட்டங்கள் அதிகாரிகள் மட்டத்தில் கசிந்தபோது ரகசியக் கடிதங்கள், துண்டுச் சீட்டுகள், மூடிய அறைக்குள்ளான உரையாடல் இப்படியெல்லாம் தகவல் பரிமாற்றத்தை மாற்றிக்கொண்டோம். வீரப்பன் பேச்சுவார்த்தைக்கு வரச் சொன்னவர்களில் புலிகளின் ஆதரவாளர்கள், தமிழ்த் தேசியர்கள் சிலரின் பெயர்களும் இருந்தன. இதற்கு காங்கிரஸ் மேலிடம், பாஜக அரசு என்று பல மட்டங்களிலும் எதிர்ப்பு இருந்தது. பல

விஷயங்களை அவர் சமாளித்தார். அதேபோல, மீட்புக் காரியத்தில் நடிகர் ரஜினியை உள்ளே கொண்டுவந்ததும் அவர்தான். ரஜினி மூலமாக தமிழ்நாட்டிலும் கர்நாடகத்திலும் பல ரகசிய வேலைகளைக் கச்சிதமாக அரங்கேற்றினார். நான் கேட்ட அத்தனை விஷயங்களையும் நேரடியாகவும் மறைமுகமாகவும் செய்துகொடுத்தார். ராஜ்குமார் மீட்கப்பட்டு வீடு திரும்பும் வரை முழு ஒத்துழைப்பும் கொடுத்தார்.

ஆனால், காவிரி விவகாரத்தில் உங்கள் கூட்டணி வெற்றி பெறவில்லையே?

உண்மையில் இதே அக்கறையுடன் காவிரி விவகாரத்திலும் கலந்து பேசினோம். ஆனால், ஏன் பேச்சு தோல்வியில் முடிந்தது என்றால், நான் கர்நாடக உரிமைக்காக உறுதியாக நிற்க வேண்டியிருந்தது – கருணாநிதி தமிழக உரிமைக்காக உறுதியாக நிற்க வேண்டியிருந்தது. எங்கேயாவது இறங்கிப் பேசலாம் என்றால், இடையில் இரு மாநில எதிர்க்கட்சிகளும், விவசாய அமைப்புகளும் பிரச்சினையை ஊதிப் பெரிதாக்கிக்கொண்டே இருந்தன. இயற்கையும் எங்களுக்கு எதிராக நின்றது.

இலங்கையில் நடந்த உள்நாட்டு இறுதிப் போர் காலகட்டத்தில் இருவர் இடையேயான உறவு எப்படி இருந்தது?

இலங்கை விவகார முடிவுகள் யாவும் இந்தியாவின் வெளியுறவுக் கொள்கை சார்ந்தவை. அப்புறம் ஒரு எல்லையைத் தாண்டி இலங்கை அரசுக்கு இந்திய அரசால் அழுத்தம் தர முடியாது. ஆனால், கருணாநிதியோ இந்த விவகாரத்தை உணர்வுபூர்வமாகப் பார்த்தார். போரின்போது இலங்கைத் தமிழர்களைக் காக் கக் கோரி, காங்கிரஸ் தலைவர் சோனியாவுக்கும் பிரதமர் மன்மோகன் சிங் குக்கும் எனக்கும் மாறி மாறி அவர் உருக்கமாகப் பேசிக்கொண்டே இருந்தார். ஒருமுறை நேரில் சந்தித்தபோது ரொம்பவும் உணர்ச்சிவசப்பட்டு, 'அப்பாவி உயிர்களையாவது காப்பாற்றுங்கள். பெண்கள், குழந்தைகளின் பாதுகாப்புக்கு உறுதி கொடுக்க வேண்டும். நம்முடைய நட்புக்காகவேனும் நீங்கள் எனக்காக இதைச் செய்ய வேண்டும். தனிப்பட்ட முறையில் நீங்கள் இலங்கை அரசிடம் எனக்காகப் பேச வேண்டும்' என்றார். நாங்களும் எங்களால் முடிந்த அளவுக்கு இலங்கை அரசுக்கு அழுத்தம் கொடுத்தோம். நிச்சயமாக நான் என்னால் முடிந்தவரை எல்லா நடவடிக்கைகளையும் எடுத்தேன். ஆனால், என்னுடைய நடவடிக்கைகளில் கருணாநிதிக்குத் திருப்தி இல்லை என்பதைப் புரிந்து கொண்டேன். ஓரளவுக்கு மேல் இந்தியாவின் பேச்சைக் கேட்க இலங்கை தயாராக இல்லை என்பதே உண்மை.

தனிப்பட்ட முறையில் கருணாநிதியிடம் உங்களுக்குப் பிடித்த விஷயம் எது?

ஒன்று, உழைப்பு; மற்றொன்று, ஒவ்வொரு நாளும் கற்றுக்கொள்பவராக அவர் தன்னை வைத்துக்கொண்டிருந்தது. ஒரு மாநில அரசியல்வாதி தேசிய அரசியலில் விளையாடுவது அவ்வளவு சாதாரண விஷயம் இல்லை!

◯

கருணாநிதியின் கட்டுமானங்கள்!

தமிழக முதல்வர்களில் அரசின் கட்டுமானங்களைத் தன்னுடைய சொந்த வீடுபோல பார்த்து, அடிக்கடி மேற்பார்வையிட்டுக் கட்டும் பழக்கம் உடையவர் கருணாநிதி. பல கட்டுமானங்கள் அவர் பெயர் சொல்லக்கூடியவை என்றாலும், சில என்றென்றும் அவரை நினைவுகூரத் தக்கவை.

● செல்வ புவியரசன்

அண்ணா மேம்பாலம்

சென்னையின் மேம்பாலங்களில் திமுகவுக்குப் பெரும் பங்குண்டு. நுங்கம்பாக்கம் உத்தமர் காந்தி சாலை, கதீட்ரல் சாலை இவை இரண்டோடும் அண்ணா சாலை வெட்டும் இடத்தில் கடும் நெரிசலைக் கட்டுப்படுத்த கருணாநிதியின் மனதில் உதித்த திட்டம்தான் அண்ணா மேம்பாலம். 1973 ஜூலை 1 அன்று கருணாநிதி இந்த மேம்பாலத்தைத் திறந்துவைத்தார். அன்றைய நாட்களில் இந்தியாவிலேயே மூன்றாவது பெரிய மேம்பாலம் இது. சமீபத்திய பிரம்மாண்டமான, கத்திப்பாரா மேம்பாலம் கட்டப்பட்டதும் கருணாநிதி ஆட்சியில்தான்.

சாதி பேதம் களைந்த சமத்துவபுரங்கள்

அனைத்து மக்களும் ஒரே இடத்தில் சாதி பேதமின்றி வாழ வேண்டும் என்ற நோக்கத்தில் கருணாநிதியால் உருவாக்கப்பட்ட குறு நகரத் திட்டம்தான் பெரியார் நினைவுச் சமத்துவபுரம். ஆகஸ்ட் 17, 1998-ல் மதுரை மாவட்டம், மேலக்கோட்டையில் முதல் சமத்துவபுரம் தொடங்கப்பட்டது. தொடர்ந்து 237 சமத்துவபுரங்கள் தமிழகமெங்கும் உருவாக்கப்பட்டன. தலித்துகள் 40%, பிற்படுத்தப்பட்டவர்கள் 25%, மிகவும் பிற்படுத்தப்பட்டவர்கள் 25%, மற்ற வகுப்பினர் 10% என்று வீடுகள் ஒதுக்கப்பட்டன. சாலை வசதிகள், பாதுகாக்கப்பட்ட குடிநீர் வசதி, பூங்கா, கல்விக்கூடங்கள் பொது மயானம் எனக் குடியிருப்புக்குத் தேவையான அனைத்து வசதிகளும் செய்யப்பட்டன.

உழவர் சந்தை எனும் முன்னோடித் திட்டம்

இடைத்தரகர்களின் தலையீடு இல்லாமல் உழவர்கள் நேரடியாக விளைபொருட்களை விற்க வேண்டும் என்பதற்காக கருணாநிதி உருவாக்கிய திட்டம்தான் உழவர் சந்தை. மதுரை அண்ணா நகரில் நவம்பர் 14, 1999-ல் முதல் உழவர் சந்தை திறக்கப்பட்டது. தொடர்ந்து, தமிழ்நாடு முழுவதும், படிப்படியாக 103 உழவர் சந்தைகள் தொடங்கப்பட்டன. கடைக்கு வாடகை கிடையாது; காய்கறிகளுக்கு அரசுப் பேருந்தில் சுமைக்கட்டணம் கிடையாது; தராசும் படிக்கற்களும் இலவசம்; 18 வருடங்களுக்கு மேலும் வெற்றிகரமாகச் செயல்படுகின்றன உழவர் சந்தைகள். வேளாண் விளைபொருட்கள் விற்பனையில் புரட்சியை ஏற்படுத்திய முன்னோடித் திட்டம் இது.

டைடல் பூங்கா

நாட்டிலேயே முதன்முறையாக 1997-ல் தகவல் தொழில்நுட்பக் கொள்கை தமிழகத்திலேயே உருவாக்கப்பட்டது. சென்னையில் ஒரு தகவல் தொழில்நுட்பப் பூங்காவை நிறுவும் வகையில், கருணாநிதியால் கொண்டுவரப்பட்ட 'டைடல் பூங்கா' 2000-ல் அப்போதைய பிரதமர் வாஜ்பாயால் திறந்துவைக்கப்பட்டது. இதேபோல தன்னுடைய அடுத்த ஆட்சிக் காலத்தில் கோவை, திருச்சி, மதுரை, நெல்லை உள்ளிட்ட நகரங்களிலும் தகவல் தொழில் நுட்பப் பூங்காக்களை உருவாக்கினார் கருணாநிதி.

அண்ணாவின் பெயரில் ஒரு நூலகம்

அண்ணா புத்தகப் பிரியர். கருணாநிதியோ அண்ணாவுக்கும் பிரியர், புத்தகங்களுக்கும் பிரியர். அண்ணா நூற்றாண்டு விழாவில் அவரைப் போற்றும் வகையில் சென்னை கோட்டூர்புரத்தில் ரூ.170 கோடியில் கருணாநிதியால் நிறுவப்பட்டது அண்ணா நூற்றாண்டு நூலகம். ஆசியாவிலேயே மிகப் பெரிய நூலகமாகக் கருதப்படும் சிங்கப்பூர் நூலகத்தை முன்மாதிரியாகக் கொண்டு கட்டப்பட்ட இது, 2010 செப்டம்பர் 15-ல் திறந்துவைக்கப்பட்டது. 8 ஏக்கர் பரப்பளவில் 8 மாடிக் கட்டிடத்துடன் பன்னாட்டு மென்பொருள் நிறுவனங்களைப் போன்று தோற்றமளிக்கிறது இக்கட்டிடம். ஒரே நேரத்தில் 5,000 பேர் படிக்கும் வசதியையும், 12 லட்சம் புத்தகங்களைப் பாதுகாக்கும் வசதியையும் கொண்ட இது, ஆசியாவின் முதன்மையான நூலகம் என்ற சிறப்பைப் பெற்றது.

மருத்துவமனையாக மாறிய தலைமைச் செயலகம்

கருணாநிதியின் கனவுத் திட்டங்களில் ஒன்று, ரூ.1,200 கோடியில் ஓமந்தூரார் அரசினர் தோட்டத்தில் 25 ஏக்கர் பரப்பளவில் கட்டப்பட்ட புதிய தலைமைச் செயலகக் கட்டிடம். பொது வளாகம், சட்டமன்ற வளாகம், நூலக வளாகம், முதல்வர் வளாகம் மற்றும் தலைமைச் செயலகம் என்று ஐந்து பிரிவுகளாகத் திட்டமிடப்பட்ட இது, உலகின் முதலாவது பசுமை சட்டமன்றக் கட்டிடம். மன்மோகன் சிங்கால் மார்ச் 13, 2010-ல் திறந்துவைக்கப்பட்ட இக்கட்டிடம், கருணாநிதி பார்த்துப் பார்த்துக் கட்டிய கட்டிடம். அதிமுக ஆட்சிக்கு வந்ததும் இதைப் பன்னோக்கு மருத்துவமனையாக மாற்றினார் ஜெயலலிதா.

மெட்ரோ ரயில்

சென்னையில் அதிகரித்துவரும் வாகன நெரிசலைச் சமாளிப்பதற்காக 2006-ல் கருணாநிதியால் தொடங்கப்பட்ட திட்டம் மெட்ரோ ரயில். ரூ.14,600 கோடியில் 45.1 கி.மீ. தூரத்துக்கு இரு வழிப் பாதைகளைக் கொண்டதாகத் தொடங்கிய பணிகள், அதிமுக ஆட்சியில் முடிந்தன. ரயில்கள் ஓட்டத்தை 2015-ல் ஜெயலலிதா தொடங்கிவைத்தார்!

திட்டினாலும் அப்பனைத்தானே கும்பிட முடியும்!

சேகர் பேட்டி

● கரு.முத்து

ஒரு அரசியல் தலைவரை, ஆட்சியாளரை ஆயிரம் கோணங்களில் மதிப்பிடலாம். ஒரு சாமானியரின் பார்வையில் ஒரு விவசாயியைக் காட்டிலும் யார் மதிப்பிட இயலும்? சீர்காழி வட்டம், ஆரப்பள்ளம் கிராமத்தைச் சேர்ந்த விவசாயி சேகர் மதிப்பிடுகிறார்.

கருணாநிதி என்றதும் ஒரு விவசாயியாக உங்களுக்கு என்ன ஞாபகத்துக்கு வருகிறது?

அவரை நான் திட்டித் தீர்த்ததுதான் ஞாபகத்துக்கு வருது. ஒவ்வொரு மனுசனும், வாழ்க்கையில யாரை அதிகமா வசைபாடியிருப்பான்னு கணக்குப் பார்த்தா, சொந்தபந்தங்களும் சுத்துபத்துகளும்தான் முதல்ல இருப்பாங்க. நம்மூர் டீக்கடைகள்ல, ஒழுங்கா மழை பெய்யாட்டினாகூட 'கலைஞர்தான் காரணம்'னு டீ குடிச்சுகிட்டே திட்டுறவங்ககூட உண்டு. அப்பன் அருமை அவர் ஒடுங்கின பிறகுதான் தெரியும்கிற மாதிரி, கலைஞர் அருமை இப்போ புரியுது. விவசாயிங்க அவரை எவ்வளவோ திட்டுவோம். ஆனா, அதுக்கான உரிமையோடு நடந்துக்கிட்ட மனுஷன். குறைங்க இருக்கு. ஆனா, தமிழ்நாட்டுக் குடியானவங்களுக்கு அவர் அளவுக்குச் செஞ்ச மனுஷன் யாரும் இல்லை.

உங்கள் நினைவிலிருந்து விவசாயிகளுக்கு அவர் செய்த முக்கியமான காரியங்களைப் பட்டியலிட முடியுமா?

ஏங்க, அவரு மொதமொதல்ல ஆட்சிக்கு வந்தப்போ தமிழ்நாட்டு நிலபுலமெல்லாம் மிட்டா மிராசுங்க கையிலேயும் கோயில், மடங்கள் கையிலேயும் இருந்துச்சுங்க. விவசாயிங்கிறவன் அன்னிக்குப் பெரும்பாலும் குத்தகைக்காரன்தான். எல்லாம் கங்காணிகள்கிட்ட கடன்காரனா நின்னோம்.

கலைஞர்தான் இதை உடைச்சார். நில உச்ச வரம்புச் சட்டம் கொண்டுவந்து, ஜமீன்தாருங்க கையில இருந்த நிலங்களைப் பிடுங்கி ஏழை விவசாயிங்களுக்குப் பகிர்ந்து கொடுத்தார். இல்லாட்டி இன்னிக்குத் தமிழ்நாட்டுல இத்தனை பேரு கையில நிலம் ஏது? அடுத்து, குத்தகைப் பாக்கியையும் ரத்துசெஞ்சார். அன்னிய தேதிக்கே ஒரு சாதாரண விவசாயிக்குப் பத்தாயிரம் ரூபாய் வரைக்கும் தள்ளுபடி ஆச்சுன்னா அது எவ்வளவு பெரிய விஷயம்னு பாருங்க! தமிழ்நாட்டுக்குத் தண்ணீர் வளம் பத்தாது. நிலத்தடித் தண்ணீரும் ஆழ்துளைக் கிணத்துப் பாசனமும்தான் நமக்குள்ள ஒரே வழி. அதைப் புரிஞ்சுதான் விவசாயிகளுக்கு மின்சாரம் இலவசம்னு கொண்டுவந்தார்! ஆறு, குளங்களை அரசாங்கம் அப்பப்போ தூர் வார்றதுங்கிறதை நடைமுறைக்குக் கொண்டுவந்தார். கூடவே, தரிசு நில மேம்பாட்டுத் திட்டம், சொட்டுநீர், தெளிப்புநீர்ப் பாசனத் திட்டங்களையெல்லாம் கொண்டுவந்தார். விவசாயி விளைவிக்கிற நெல்லைத் தனியார் வியாபாரிங்க கொறைச்ச விலைக்கு வாங்கி கொள்ளை லாபம் அடிக்கிறதுக்கு முடிவு கட்டுறதுக்காக நேரடி நெல் கொள்முதல் நிலையங்களைக் கொண்டுவந்தார். காய்கறி, பழங்களை விற்க உழவர் சந்தைகளைக் கொண்டுவந்தார். ரெண்டு முறை விவசாயக் கடன்களைத் தள்ளுபடி செஞ்சார். ரூ.7,000 கோடி தள்ளுபடிங்கிறது ஒரு மாநில சர்க்காருக்கு சாமானியமான தொகையில்லையே? அப்புறம் விவசாயக் கடனுக்கு வட்டியைக் குறைச்சதோடு, குறிப்பிட்ட காலத்துக்குள்ள கட்டினா வட்டியே கிடையாதுன்னும் கொண்டுவந்தார். நில வரியை ரத்துசெஞ்சார். இதெல்லாம் இல்லைன்னா தமிழ்நாடு எங்கேயிருந்து இன்னிக்கு இவ்வளவு உற்பத்திசெய்யுறது? சொல்லிக்கிட்டே போலாம்ங்க! எல்லாத் தையும்விட முக்கியம், ஒரு பிரச்சினையின்னு வந்தா ஆளு இங்கே ஓடி வந்துரும். காது கொடுப்பாருங்க. வாயை அடைக்க மாட்டார்!

எப்படிச் சொல்கிறீர்கள்?

இந்தியாவுல அவர் அளவுக்கு விவசாயிகளோட ஆலோசனை கலந்த முதலமைச்சர் கிடையாது. விவசாய சங்கப் பிரதிநிதின்னு யாரு வேணும்னாலும் போய் அவரைக் கோட்டையில சந்திக்க முடியும். கோரிக்கை வைக்க முடியும். பத்திரிகையில செய்தி வந்தாலே உடனே நடவடிக்கை எடுத்துடுவார். வறட்சி, வெள்ளம்னு வந்துட்டா அவரே ஓடியாந்துருவார். கோ.சி.மணி, ஆற்காடு வீராசாமி, துரைமுருகன்னு முக்கிய அமைச்சருங்களைப் பல நாளைக்குத் தங்கியிருந்து எல்லாக் காரியங்களையும் முடிச்சுட்டு வரச் சொல்வார். பெரிய மனுஷனுங்க! திட்டினாலும் அப்பனைத் தானே கும்பிட முடியும்!

❍

எழுத்தாளர் கருணாநிதி

பக்கம்-356

எழுத்தின்
வலிமையை
உணர்ந்த திலகர்,
காந்தி, நேரு,
இஎம்எஸ்,
அண்ணா
வரிசையில்
வைக்கத்தக்கவர்
கலைஞர்.

- என்.ராம்

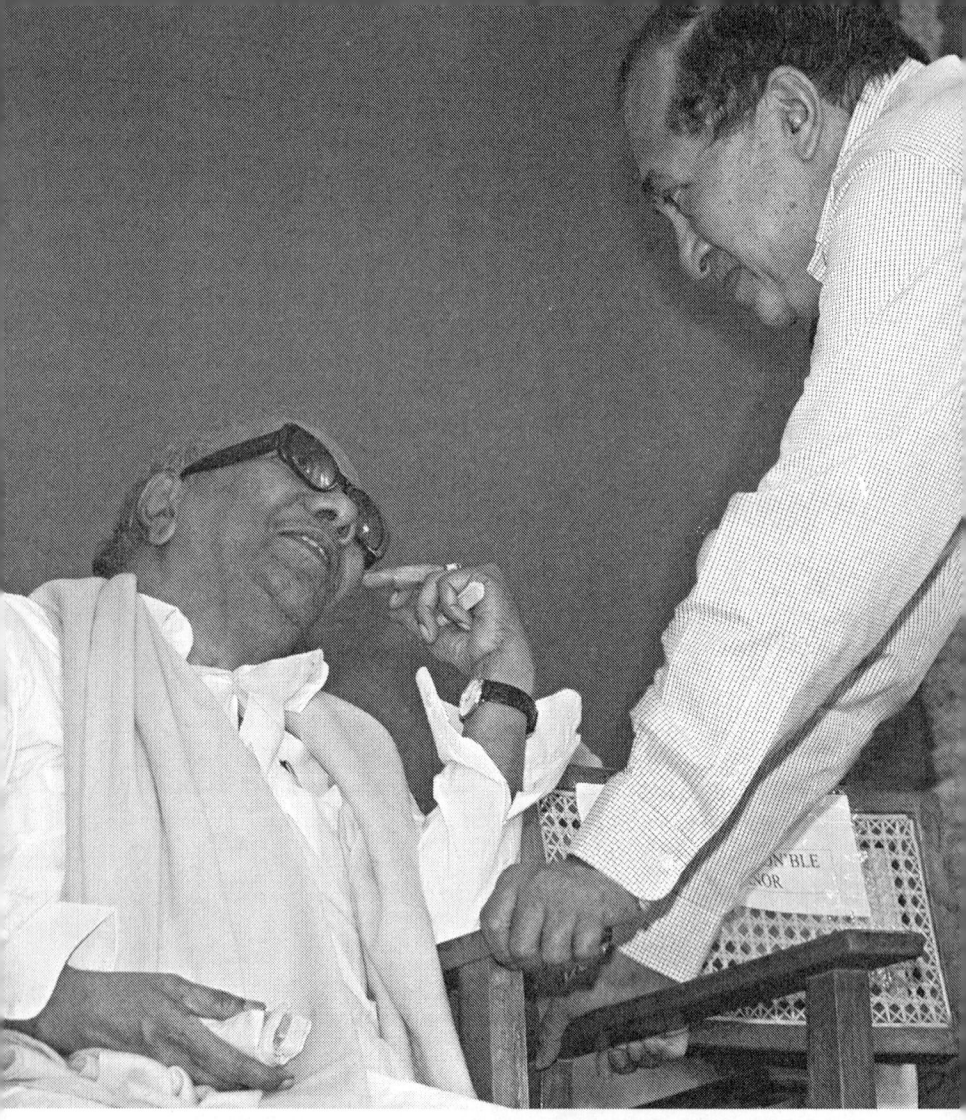

கலைஞராக இருப்பதன் முக்கியத்துவம்!

என்.ராம்
மூத்த பத்திரிகையாளர்,
'தி இந்து' பதிப்புக் குழுமத் தலைவர்

> பேசும் வார்த்தைகளுக்கும் எழுதும் எழுத்துகளுக்கும்
> உள்ள மதிப்பையும் வலிமையையும் உணர்ந்த
> தலைசிறந்த தேசியத் தலைவர்கள் வரிசையில் வருபவர்
> கலைஞர். திலகர், காந்தி, நேரு, இஎம்எஸ்,
> அண்ணா ஆகியோரின் வரிசையில்
> வைக்கத் தக்கவர்!

இந்திய அரசியலின் மிக மூத்த ராஜதந்திரியும், பன்முகத்தன்மைக்கு வரலாற்று உதாரணருமான கலைஞர் முத்துவேல் கருணாநிதி, அரசியல் களத்தில் நிகழ்த்தியுள்ள சாதனைகள் இன்னொருவரால் எட்டவோ மிஞ்சவோ கூடியவை அல்ல. இந்தியாவில் வேறு எவரும் தன் கட்சிக்கு இத்தனை நீண்ட காலம் தலைமை வகித்தது கிடையாது; அண்ணா மறைந்ததிலிருந்து திமுகவில் எதிர்ப்பே இல்லாத தலைவராக நீடித்தவர். தமிழக முதல்வராக ஐந்து முறை அவர் பதவி வகித்ததோடு, இந்திய அரசியலிலேயே தனித்துவராக 60 ஆண்டுகள் தொடர்ந்து தான் போட்டியிட்ட ஒவ்வொரு சட்டமன்றத் தேர்தலிலும் வென்றிருக்கிறார்.

அறிவார்த்தமும் இலக்கிய நயமும் வரலாற்றுப் பின்னணியும் குத்தலும் நகைச்சுவையும் கொண்ட உணர்ச்சியூட்டும் அவரது பேச்சாற்றல் அவருடைய கட்சி, திராவிட இயக்கத்தைத் தாண்டி மாநிலத்துக்கான உரிமைகளைப் பெற்றிட தமிழ்நாட்டுக்குக் கிடைத்த பெரிய சொத்து. அரசியலைத் தாண்டி 60 ஆண்டுகளுக்கும் மேலாக கலை, இலக்கியம், இதழியல் துறைகளில் அவர் அளித்துவரும் பிரமிப்பூட்டும் பங்களிப்பு ஏனைய அரசியல் தலைவர் களிடமிருந்து அவரைத் தனித்துக் காட்டுவதாகும்.

1968 ஏப்ரல்-மே மாதங்களில் முதல்வர் அண்ணா வாஷிங்டன் வந்திருந்தபோது கொலம்பியா பல்கலைக்கழக இதழியல் மாணவனாக நான் உடன் சென்றிருந்தேன். அண்ணாவின் மறைவுக்குப் பிறகு 1969-ல் புதிய முதல்வர் கலைஞரை 'தி இந்து' நாளிதழின் இளம் நிருபராகச் சந்தித்தேன். அன்று தொடங்கி, கிட்டத்தட்ட அரை நூற்றாண்டை நெருங்கும் எங்கள் இடையேயான நட்பு ஒரு அரசியல் பத்திரிகையாளர் – அரசியல் தலைவர் இடையிலான தொழில்ரீதியிலான உறவுக்கு அப்பாற்பட்டது. எல்லாக் கால கட்டங்களிலும் எளிதில் அணுகக் கூடியவராகவும் அவருடைய கருத்துகளோடு உடன்படாவிட்டாலும் – விமர்சித்தாலும் நட்பு பாராட்டக்கூடியவராகவுமே அவர் இருந்திருக்கிறார். அரசியல், வரலாறு, இலக்கியம் – சில வேளைகளில் கிரிக்கெட் என்று பலதும் அவருடன் விவாதித்திருக்கிறேன். பள்ளிப் படிப்பை முடிக்காதவராக இருக்கலாம்; மிகச் சில அரசியல்வாதிகள்தான் அவரைப் போல ஆழ்ந்த படிப்பாளிகள், அயராத எழுத்தாளர்கள். கலைஞரின் வாசிப்பு

ஆதிக்க சாதியினரின் அடக்குமுறை, மூடநம்பிக்கைகள், பிற்போக்குத்தனமான சமூகப் பழக்க வழக்கங்கள், பகுத்தறிவற்ற சிந்தனை ஆகியவற்றுக்கு எதிராக முற்போக்கான போராட்டங்களை நடத்திக்கொண்டிருக்கும் திராவிட இயக்கத்தின் மீது எனக்கு மதிப்பு உண்டு.

ஆர்வம் காலையில் 'தி இந்து' நாளிதழில் தொடங்கி விரிவடையும். பேசும் வார்த்தைகளுக்கும் எழுதும் எழுத்துகளுக்கும் உள்ள மதிப்பையும் வலிமையையும் உணர்ந்த தலைசிறந்த தேசியத் தலைவர்கள் வரிசையில் வருபவர் அவர் – திலகர், காந்தி, நேரு, இஎம்எஸ், அண்ணா ஆகியோரின் வரிசையில் வைக்கத் தக்கவர். மேடைப் பேச்சாளர், பத்திரிகையாளர், திரைப்பட கதை–வசனகர்த்தா, கவிஞர் என்று பல முகங்களைக் கொண்ட கலைஞருக்கு எழுதுவது யோகா போல – தினமும் செய்ய வேண்டிய பயிற்சி. அவர் நிறுவிய 'முரசொலி'க்கு அவர் எழுதியது மட்டுமே பல லட்சம் வார்த்தைகளைத் தாண்டும்.

திராவிட இயக்கத்தை அருகிலிருந்து கவனிப்பதிலும் ஆய்வுசெய்வதிலும் எனக்குத் தொடக்கத்திலிருந்தே அரசியல்ரீதியிலான ஆர்வம் இருந்தது. 1979 பிப்ரவரி 'எகனாமிக் அண்ட் பொலிடிக்கல் வீக்லி' இதழில் திராவிட இயக்கம் தொடர்பாக நான் எழுதியிருந்த கட்டுரை நினைவுக்குவருகிறது. 'திமுக போன்ற கட்சிகள் பிராந்தியக் கட்சிகள்' என்றும், 'இந்திய ஜனநாயகத்துக்கு இரண்டு கட்சி ஆட்சி முறைதான் நல்லது' என்றும் ஆணவத் தோரணையில் தேசியர்கள் தெரிவித்த கருத்துகளை அந்தக் கட்டுரையில் கடுமையாக விமர்சித்திருந்தேன். மாநில உரிமைகளையும் சுயாட்சியையும் வலியுறுத்தும் திமுகதான் இப்படிப்பட்ட அதிகாரக் குவிப்புவாதத்துக்குச் சரியான ஜனநாயக பதிலடி என்றும் குறிப்பிட்டிருந்தேன். தமிழ்நாட்டின் சுயமரியாதை இயக்கத்துக்கு மிக உயர்ந்த சமூக, அரசியல், வரலாற்று முக்கியத்துவம் இருப்பதை என்னுடைய பல கட்டுரைகளில் நான் சுட்டிக்காட்டியிருக்கிறேன். ஆதிக்க சாதியினரின் அடக்குமுறை, மூடநம்பிக்கைகள், பிற்போக்குத்தனமான சமூகப் பழக்க வழக்கங்கள், பகுத்தறிவற்ற சிந்தனை ஆகியவற்றுக்கு எதிராக முற்போக்கான போராட்டங்களை நடத்திக்கொண்டிருக்கும் திராவிட இயக்கத்தின் மீது எனக்கு மதிப்பு உண்டு.

கலைஞரின் தோள்களிலேயே இந்திய அரசியல் போக்குகளின் ஊடாக அடுத்தடுத்து மாற்றங்களைக் கொண்டு திராவிட இயக்கத்துக்கு என்று ஒரு தனித்த பாதையை அமைக்க வேண்டிய பிரதான பொறுப்பு ஏறியது. இந்தச் சவாலை நம்பிக்கை, துணிச்சல், இடையறாத முயற்சி, சிறந்த வியூக ஆற்றல் ஆகியவற்றோடு அவர் தொடர்ந்து எதிர்கொண்டார்.

அண்ணா தலைமையில் 1967–ல் திமுக பெற்ற வெற்றி இந்திய அரசியல் வரலாற்றில் எப்படி ஒரு முக்கியமான நிகழ்வோ, அப்படி 1969–ல் காங்கிரஸ் கட்சி பிளவுபட்டபோது, இந்திரா காந்தி தலைமையிலான காங்கிரஸை கலைஞர் ஆதரித்ததும் முக்கியமான நிகழ்வானது. அன்று தொடங்கிய தேசிய அரசியலுடனான அவருடைய கூட்டணி மன்மோகன் சிங் தலைமை யிலான சமீபத்திய ஐக்கிய முற்போக்குக் கூட்டணி வரையில் தொடர்ந்து இந்திய அரசியலின் பாதையையே மாற்றியிருக்கிறது. அரசியல் கூட்டணி களை உருவாக்குவதில் அவர் வல்லவர்; தோழமைக் கட்சிக்காரராக அவர் காட்டும் நீக்குப்போக்கான அணுகுமுறையும், சமயங்களில் காட்டும் உறுதியும் கண்டிப்பும் மாநில – தேசிய அரசியலை வழிநடத்தியுள்ளன.

ஒரு முதல்வராக நிர்வாகத் திறமை, பிரச்சினைகளை வேகமாகக் கிரகித்துக்கொள்ளும் ஆற்றல், விரைந்து முடிவெடுக்கும் சுறுசுறுப்பு, அரசியல் நாகரிகம், எளிதில் அணுகக்கூடிய தன்மை, சமூகத்தின் பல்வேறு தரப்பு மக்களுக்கும் பலன் தரும் சமூகநலத் திட்டங்கள் போன்றவற்றுக் காக அறியப்படுபவர் கலைஞர். அரசியல்ரீதியாக அவரை விமர்சித்த வர்களும் எதிர்த்தவர்களும் அனேகம். ஆனால், அவர்களுடனும் நல்ல நட்பைத் தொடர்ந்துவந்தார். திமுகவிலிருந்து விலக்கப்பட்ட பிறகு, அதிமுக வைத் தொடங்கி வெற்றிகரமாக வலம்வந்த எம்ஜிஆருக்கும் கலைஞருக்கும் இடையே நிலவிய பரஸ்பர அன்பும் மரியாதையும் கொண்ட நட்பையே ஓர் உதாரணமாகச் சொல்லலாம். சட்டமன்ற நிகழ்ச்சிகளுக்குக் கலைஞர் தரும் மரியாதையும் அதில் பங்கேற்பதில் அவர் காட்டும் ஆர்வமும் அசாதாரண மானவை. பேரவை விவாதங்களிலெல்லாம் மாற்றுக் கருத்துகளை நாசூக் காகத் தகர்ப்பதிலும் தன்னுடைய கருத்துகளைப் புகுத்துவதிலும் சமர்த்தர். மாற்றுக் கட்சியினரின் கருத்துகளை ஏற்பதிலும் தன்னுடைய கருத்து களை ஏற்க வைப்பதிலும் சிறந்த ஜனநாயகவாதி. மன்றத்தில் பேசுகையில் அவர் குரலில் ஆணவமோ ஆதிக்க உணர்வோ எள்ளலோ என்றைக்குமே எதிரொலித்ததே கிடையாது. நாடு முழுவதுமே உள்ள முதல்வர்களுக்கும் அரசியல் தலைவர்களுக்கும் இந்த விஷயத்தில் அவர் நல்ல உதாரணர்.

கலைஞர் எப்போதும் முக்கியமானவர். வெறுப்பரசியலும் வகுப்புவாதமும் ஒற்றைக் கலாச்சாரமும் தலையெடுக்கும் காலகட்டத்தில் அவருடைய முக்கியத்துவத்தை நாடு மேலும் உணர்கிறது!

தமிழில்: **வ.ரங்காசாரி**

கருணாநிதி தலைமுறையின் முக்கியத்துவம் என்ன?

டி.ஜே.எஸ்.ஜார்ஜ்
சமூகவியல் அறிஞர்,
மூத்த பத்திரிகையாளர்,
'தி நியு இந்தியன் எக்ஸ்பிரஸ்'

நீதிக் கட்சி 1916-ல் உருவானதற்குப் பிறகு உருவான திராவிட இயக்கம், இயல்பாக ஒரு இனவெறி இயக்கமாக மாறியிருக்க முடியும். மாறாக, அது தமிழ் மொழி, பண்பாடு, சமூக நீதி ஆகியவற்றுக்கு முக்கியத்துவம் தந்து, ஒரு கலாச்சார இயக்கமாக வலுப்பெற்றது. அதற்கான காரணம் இதுதான்: திராவிடர் கழகத்துக்கு ரத்தத்தையும் சதையையும் வழங்கிய கலாச்சார அடையாளங்கள் – திரிமூர்த்திகளான பெரியார், அண்ணா, கருணாநிதி ஆகியோர்!

பெரியார் அற்புதமான சிந்தனையாளர்; அவரது புதுமையான கருத்துருக்கள் அவரை உலக வரலாற்றின் அறிஞர்கள் வரிசையில் கொண்டுபோய்ச் சேர்க்கிறது. வேறு காலகட்டத்தில் - வேறு சூழலில் அவர் உலக சீர்திருத்தவாதியாகக்கூடக் கொண்டாடப்பட்டிருப்பார். சுதந்திரப் போராட்டத்துக்கு முந்தைய காலமாக இருந்ததாலும் தமிழ்நாட்டின் பின்னணி காரணமாகவும் அவர் மாநிலத்துக்குள்ளேயே முடக்கப்பட்டார். அண்ணாவும் கருணாநிதியும் தரம் வாய்ந்த எழுத்தாளர்கள். சுதந்திரப் போராட்டத்துக்குப் பிறகு திராவிட இயக்கத்துக்கு உரம் ஏற்றியதற்கு அவர்களைத்தான் பாராட்ட வேண்டும்.

தமிழ்நாட்டின் முதல் திராவிடக் கட்சி முதல்வராகப் பதவியேற்ற அண்ணா நல்லாட்சிக்கு உரிய இலக்கணம் பிறழாமல் ஆட்சியைத் தொடங்கியவர். கருணாநிதிக்குக் கொடுத்த அவகாசத்தை, விதி அண்ணாவுக்கு அளிக்கவில்லை. ஆனாலும், அண்ணாவின் தொலைநோக்குப் பார்வை தமிழ் நாட்டில் திராவிட இயக்கங்களின் ஆட்சியை வலுவான அடித்தளத்தின் மீது உட்காரவைத்தது. தமிழ்நாட்டு மக்கள் மீது அபாரமான செல்வாக்கைச் செலுத்துவதற்கான சக்தியை அண்ணாவும் கருணாநிதியும் சினிமாவிலிருந்தே

> கருணாநிதி என்ற அரசியல்வாதியின் வளர்ச்சி,
> கருணாநிதி என்ற எழுத்தாளரின் எழுத்து வாய்ப்பைக்
> குறைத்தது என்றுகூட வாதிடலாம். கருணாநிதியின்
> அறிவாற்றல் இரண்டு கல்கிகளுக்குச் சமம்!

பெற்றார்கள். கருணாநிதி கதை-வசனம் எழுதி பட்டிதொட்டியெங்கும் பேசப்பட்ட 'பராசக்தி' படம் அரசியலில் ஏற்படுத்திய தாக்கத்தை மட்டுமே ஒரு தனி ஆய்வுக்குள்ளாக்கலாம். பேனாவின் வலிமைதான் தமிழ்நாட்டில் அண்ணா அவருடைய வாழ்நாளின் சிறு பகுதியிலும், கருணாநிதியின் வாழ்வின் பெரும் பகுதியிலும் தங்கள் பிடியை இறுக வைத்திருப்பதற்கான காரணமாக அமைந்தது. கருணாநிதி என்ற அரசியல்வாதியின் வளர்ச்சி, கருணாநிதி என்ற எழுத்தாளரின் எழுத்து வாய்ப்பைக் குறைத்தது என்றுகூட வாதிடலாம். கருணாநிதியின் அறிவாற்றல் இரண்டு கல்கிகளுக்குச் சமம். கருணாநிதி தொடர்ந்து 60 ஆண்டுகளாகத் தமிழகச் சட்டமன்ற உறுப்பினராக இருப்பது தன்னிகரில்லாத தனிச்சிறப்பு. ஒரு எழுத்தாளராக திராவிட இயக்கத்துக்கு அவர் செலுத்திய ஈடுஇணையற்ற பங்களிப்புக்கு மக்கள் அளித்த வெகுமதி யாகவே இதை நான் பார்க்கிறேன்.

சினிமா நட்சத்திரங்களைவிட எழுத்தாளர்களாலேயே நீண்ட காலத்துக்கு மக்களிடையே வலுவான, தொடர்ச்சியான தாக்கத்தை ஏற்படுத்த முடியும் என்று கூற முடியும். அண்ணா, கருணாநிதி ஒருபுறம் – எம்ஜிஆர், ஜெயலலிதா மறுபுறம் என்று இவர்கள் இரு தரப்பு வழியாகவே இதை ஒப்பிடலாம். எழுத்தாளர்கள் புதிய விஷயங்கள் குறித்துச் சிந்திக்க நமக்குக் கற்றுத் தருகிறார்கள், அந்தச் சிந்தனை எவ்வளவு மகிழ்ச்சியானது என்று நட்சத்திரங்கள் நமக்குக் காட்டுகிறார்கள். நட்சத்திரங்கள் மேல்தட்டில் செயல்படுகிறார்கள்; எழுத்தாளர்கள் ஆழ ஊடுருவுகிறார்கள். இந்த வேறுபாடுகள் தொடரும். சினிமா நட்சத்திரங்கள் தொடர்ந்தும் அரசியல் நட்சத்திரங்களாக மாறும் வாய்ப்புகள் உண்டு. ஆனால், கருணாநிதியின் தலைமுறை சாதித்ததைப் போல இனி இன்னொரு தலைமுறையால் முடியாது. எம்ஜிஆரும் ஜெயலலிதா வும் சமூக முக்கியத்துவம் வாய்ந்த திரைப்படங்களில் நடித்தார்கள். இன்றைய நட்சத்திரங்கள் தொழில்நுட்பம், ஸ்பெஷல் எஃபெக்ட்ஸ் போன்றவற்றையே பெரிதும் நம்பியிருக்கின்றனர். ஒரு கதாநாயகன் தொடையில் வைத்தே 100 இயந்திரத் துப்பாக்கிகளால் சுடுகிறார், இன்னொருவர் கடலின் அடிமட்டத்தில் மட்ட மல்லாக்கப் படுத்துக்கொண்டே வில்லன்களுடன் சண்டை போடுகிறார்! கருணாநிதி தனது அறிவுக்கூர்மையால் சுடர்விட்டுப் பிரகாசித்தார். தீமைகளுக்கு எதிராக ஸ்பெஷல் எஃபெக்ட்ஸ் உதவியில்லாமலேயே போராடினார். அந்த வகையில் நாம் கொடுத்துவைத்தவர்கள்!

தமிழில்: **வ.ரங்காசாரி**

பிழை பொறுக்க மாட்டாதவர்!

சுகுமாரன்
கவிஞர்,
மூத்த பத்திரிகையாளர்,
பொறுப்பாசிரியர்,
'காலச்சுவடு'

1992 ஜனவரி 22 முதல் 1998 ஜனவரி 18 வரையிலான காலப் பகுதியில் 'முரசொலி' வளாகத்தில் ஆசிரியர் குழுவில் பணியாற்றியிருக்கிறேன். முதலில், எட்டு மாதங்கள் மட்டுமே வந்து நின்றுபோன 'தமிழன்' நாளிதழில். பிறகு, 'குங்குமம்' வார இதழில். இடையில் சில காலம் 'முரசொலி'யின் வார இணைப்பில். இந்த ஆறாண்டு பணிக் காலத்தில் கருணாநிதியைப் பல முறை சந்தித்து இருக்கிறேன். பாராட்டுகளைப் பெற்றிருக்கிறேன் – சமமாகத் திட்டு களையும் வாங்கியிருக்கிறேன். இரண்டிலும் பாடங்கள் இருந்தன. ஒரு பத்திரிகையாளராக அவருடைய இதழியல் செயல்பாடுகளிலிருந்து மூன்று அம்சங்களை முக்கிய மானவையாகக் கருதுகிறேன்.

ஒன்று: ஓர் இதழாளனுக்குத் தேவையான எல்லாவற்றையும் பற்றிய பொது அறிவு. பத்திரிகையில் இடம்பெறும் சின்னச் சின்னச் செய்திகளும் கவனத்துக்குரியவை. அவையும் முக்கியமானவையே என்ற பார்வை. 'தமிழன்' நாளிதழில் வார ராசி பலன்கள் பகுதி உண்டு. ஜோதிடரிடமிருந்து அந்த வார பலன் வரவில்லை. பக்கம் அச்சுக்குப் போக வேண்டும். எனவே, முந்தைய வார ராசிபலன் பகுதியில் மேஷ ராசிக்கான பலனை விருச்சிக ராசிக்கும், துலாம் ராசிக்கானதைக் கும்ப ராசிக்குமாக மாற்றி பக்கத்தை அனுப்பிவிட்டோம். மறுநாள் கருணாநிதி அழைத்தார். 'ஏன்யா, விருச்சிக ராசிக்கான பலன்ல சித்திரை நட்சத்திரம் எப்படி வரும்? அது துலாம் ராசியிலதான வரும்? என்னா ஜோசியமோ!' என்று கடிந்துகொண்டார். பத்திரிகையின் ஒவ்வொரு எழுத்தையும் அவர்

ஒரு பத்திரிகையாளராக வாசகர்களை மதித்தவர் கருணாநிதி. தனது கருத்துகள் வாசகர்களிடம் சரியாகச் சென்று சேர வேண்டும் என்று அக்கறை கொண்டவர்!

வாசிக்கிறார் என்பது மட்டும் அல்ல; தனக்குக் கொஞ்சமும் உடன்பாடு அல்லாத ஜோதிடத்தையும்கூட அவர் விட்டுவைக்கவில்லை என்பது புரிந்தது.

இரண்டு: ஒரு பத்திரிகையாளராக வாசகர்களை மதித்தவர் கருணாநிதி. தனது கருத்துகள் வாசகர்களிடம் சரியாகச் சென்று சேர வேண்டும் என்று அக்கறை கொண்டவர். அதேசமயம், வாசகனுக்குப் புரிய வேண்டும் என்பதற்காகத் தன்னுடையது என்று உருவாக்கி வைத்திருக்கும் நிலையிலிருந்து கீழிறங்கிச் செல்ல விரும்பாதவர். 'முரசொலி'யில் அவர் எழுதும் கடிதங்களும் கேள்வி-பதில்களும் அதற்கு உதாரணங்கள். சாமானியத் தொண்டர்களைப் பெரும்பான்மை வாசகர்களாகக் கொண்ட பத்திரிகை அது என்றாலும், சிக்கலான விஷயங்களை அணுக அவர் தயங்குவதில்லை. வாசகரிடம் கீழிறங்கிச் செல்வதல்ல; வாசகரை மேலே உயர்த்துவதுதான் பத்திரிகையாளரின் வேலை என்று நம்பியவர்.

மூன்று: பிழை பொறுக்க மாட்டார். எவ்வளவு கவனமாகப் பார்த்துக் கொண்டாலும் பத்திரிகைகளில் அச்சுப் பிழை குடியேறுவதைத் தவிர்க்க முடியாது. ஆனால், கருணாநிதி பிழை பொறுக்க மாட்டார். அந்த வகையில் அவர் ஒரு முழுமைவாதி. அவரது ஆக்கங்கள் கைப்பட எழுதப்படுபவை. அதில் அடித்தல் திருத்தல்களைக் காண முடியாது. காரணம், பிழையோ அடித்தலோ வந்தால், எழுதிய பிரதியை அப்படியே வீசிவிட்டு மீண்டும் எழுதுவார். அவ்வளவு கச்சிதம் ஆசிரியர் குழுவில் பலருக்குக் கிடையாது என்பதால், அன்றாடம் யாருக்கேனும் மண்டகப்படி நடக்கும்.

பத்திரிகையாளர் சந்திப்புகளில் சில சமயம் காரியார்த்தமாகவும் சில சமயம் தோழமையாகவும் அவர் சொல்வார்: 'நானும் பத்திரிகைக்காரன்!' அது மிகையோ தற்புகழ்ச்சியோ அல்ல, தொட்டு உணர்ந்த உண்மை!

○

படம்: யோகா

ஊடகமும் கருணாநிதியும்!

ஏ.எஸ்.பன்னீர்செல்வன்
மூத்த பத்திரிகையாளர்,
'தி இந்து'
ஆங்கில நாளிதழின்
வாசகர்களுக்கான ஆசிரியர்

> தன்னை விமர்சித்தோ குறைகூறியோ பத்திரிகைகளில் எழுதப்படுவனவற்றை அதே பேனா முனை கொண்டே அவர் எதிர்கொள்வார். கருத்தைக் கருத்தால்தான் எதிர்கொள்வார், பேனா முனையை வாள் முனை கொண்டு ஒருபோதும் அவர் மௌனமாக்கியதில்லை!

திமுக தலைவர் மு.கருணாநிதியின் வாழ்க்கை வரலாற்றை எழுதித்தர வேண்டும் என்று 'பெங்குவின்' பதிப்பகம் பத்தாண்டுகளுக்கு முன் என்னிடம் கேட்டது. இப்போது நாட்டின் ஒரே செய்தித்தாள் வாசகர்களுக்கான ஆசிரியராகச் செயல்படும் நான், ஒரு செய்தியாளராக, ஆசிரியராக எந்தக் காலகட்டத்திலும் எனக்கான கெடுவை எப்போதுமே தவறியதில்லை. இந்தப் புத்தகம் விதிவிலக்கு. இன்னும் முடிந்த பாடில்லை. ஏனென்றால், கருணாநிதியின் வாழ்க்கையை ஆவணப்படுத்துவதைப் போன்ற சவாலான வேலை பிறிதொன்று இல்லை.

சற்றொப்ப ஒரு நூற்றாண்டுக் கால அரசியல், சமூக, பொதுவாழ்வைப் பிரதிநிதித்துவப்படுத்துகிறவர் கருணாநிதி. அவரது வாழ்க்கையை, 'இந்த ஆண்டிலிருந்து இந்த ஆண்டு வரை...' என்று எளிதாகச் சொல்லிவிட முடியாது. இன்றைய திரையுலக முறைமைகளின் அடிப்படையில் அவருடைய காலத்துத் திரையுலகத்துக்குள் புகுந்து வெளிவந்துவிட முடியாது; தொழில்நுட்பப் புரட்சியால் வளர்ந்துவிட்ட இன்றைய சமூக ஊடகங்களின் வீச்சின் அடிப்படையில் அவருடைய காலத்து இதழியல் வாழ்க்கையைப் புரிந்து கொண்டுவிட முடியாது. அதிமுகவில் இப்போது காணப்படும் அர்த்தமற்ற கோஷ்டிப் பூசலை, திகவிலிருந்து விலகி திமுகவைத் தொடங்க நேர்ந்த தலைவர்களினுடைய உள்ளக் குமுறலோடு ஒப்பிட்டுப் புரிந்துகொண்டுவிட முடியாது. இப்படி ஒவ்வொரு சந்தர்ப்பத்திலும் அவர் எடுத்த முக்கியமான முடிவுகளை வரலாற்றுப் பின்னணியோடு பொருத்திப் பார்க்க வேண்டியது பெரும் கடமை மட்டும் அல்ல; சவாலும்கூட. ஊடகத்துடனான அவருடைய உறவைச் சொல்லும் இந்தக் கட்டுரையை எழுதும்போதும் அதே சவாலை எதிர்கொண்டேன்.

கருணாநிதி அரசியலில் நுழைந்த காலத்தில், பிரதான பத்திரிகைகள் சுய மரியாதை இயக்கத்தின் வலிமையை உணரவோ அங்கீகரிக்கவோ இல்லை. எனவேதான், சுயமரியாதை இயக்கத்தினர் தாங்களாகவே பத்திரிகைகளைத் தொடங்கி நடத்தினர். இதை முதலில் நினைவில் வைக்க வேண்டும்.

ஒதுக்கலுக்கு மத்தியில்தான் கருணாநிதியின் பேனா, சமூக நீதி என்றால் என்ன என்பதை விவரிக்கும் அற்புதக் கைக்கருவியாகச் செயல்பட்டது. தாய்மொழி மீது பற்று-பெருமிதத்தை ஊட்டியது, தமிழர்களின் பாரம்பரியத்தைச் சொல்லி விழிக்கச் சொன்னது, பன்மைத்துவத்தை மதிக்கும் அரசியல்தான் தேவை என்று கற்றுத்தந்தது.

அனைத்துத் தரப்பையும் உள்ளடக்கிய ஜனநாயகத்துக்கு அடையாளமாக உருவெடுத்ததுதான் 75 ஆண்டு கால வரலாறு கொண்ட கருணாநிதியின் 'முரசொலி'.

திராவிட இயக்கங்களைப் பிரதான பத்திரிகைகள் புறக்கணிக்க, சுதந்திரம் கிடைக்கும் வரையிலும், சுதந்திரம் கிடைத்த பிறகு முதல் இருபது ஆண்டுகள் வரையிலும் இரண்டு காரணங்கள் இருந்தன.

1. காங்கிரஸ் முன்னெடுத்த தேசியவாதம், மொழி உரிமைகளையும் இதர அடையாளம்சார் அரசியலையும் நாட்டை ஒன்றுபடுத்துவதிலிருந்து கவனத்தைச் சிதறவைக்கும் அம்சங்களாகக் கருதியது; இந்தியா–பாகிஸ்தான் பிரிவினையானது முதலில் திக, பிறகு திமுக மீதான இத்தகைய ஒதுக்குதலுக்குப் பின்னிருந்தது. 2. இந்திய இடதுசாரி இயக்கத்தைச் சேர்ந்த அறிவுஜீவிகள், 'சாதியல்ல – வர்க்கம்தான் பிரச்சினை' என்று கருதினர். சாதி காரணமாகவே ம க்களில் பெரும்பாலானோர் அவமானத்துக்கு உள்ளானதைக் கருத்தில் கொள்ள இடதுசாரிகள் தவறினர்.

இப்படிப்பட்ட ஒதுக்கலுக்கு மத்தியில்தான் கருணாநிதியின் பேனா, சமூக நீதி என்றால் என்ன என்பதை விவரிக்கும் அற்புதக் கைக்கருவியாகச் செயல் பட்டது. தாய்மொழி மீது பற்று–பெருமிதத்தை ஊட்டியது, தமிழர்களின் பாரம்பரியத்தைச் சொல்லி விழிக்கச் சொன்னது, பன்மைத்துவத்தை மதிக்கும் அரசியல்தான் தேவை என்று கற்றுத்தந்தது. ஆதிக்க அரசியலின் முள்காட்டி, யதார்த்த நிலையை உணர்த்தாமல் நகரும்போது தன்னுடைய இயக்கத்தின் கொள்கைகளை, தேவைகளை மக்களுக்கு உணர்த்த சொந்தமாக ஊடகம் அவசியம் என்பதைப் புரிந்துகொண்ட மிகச் சிலரில் கருணாநிதி முக்கியமானவர். ஒற்றை மேடையிலிருந்தோ, ஒரே வழியைக் கொண்டோ நம்முடைய கருத்து களைச் சொன்னால், அது மக்களைச் சென்று சேராது என்பதையும் நன்கு உணர்ந்தவர். பொதுக்கூட்ட மேடை, நாடக அரங்கு, திரைப்படங்கள், நாவல்கள், பத்திரிகை என்று ஐவகை சேனைகளையும் பயன்படுத்தி மக்கள் மனதில் இடம்பிடித்தார். வணிக நோக்கமுள்ள முதலாளிகளால் தன்னுடைய

கருத்துகள் வெட்டுக்கு ஆளாகாமலும், அரசியல் ஆதிக்க சக்திகளின் அச்சுறுத்தலுக்கு உட்படாமலும் இருக்க பத்திரிகைகளைச் சொந்தமாகவும் இயக்கத் தோழர்களின் உதவியோடும் கொண்டுவந்தார்.

1960–களின் தொடக்கத்தில் கருணாநிதி மற்றும் திமுக மீது பிரதான பத்திரிகைகளினுடைய அணுகுமுறை மாறியது. தங்களுடைய பத்திரிகைக்காக கருணாநிதி தொடர் எழுத வேண்டும் என்று அவை விரும்பின. 'நெஞ்சுக்கு நீதி' என்ற அவருடைய சுயசரிதம் முதலில் 'குமுதம்' இதழில் தொடராக வெளிவந்தது. அவருடைய அரசை 'குமுதம்' விமர்சிக்கத் தொடங்கியதும் அடுத்து 'தினமணி கதிர்' இதழில் எழுதினார். நெருக்கடிநிலை அமலுக்குப் பிறகு நடந்த பொதுத் தேர்தலில் எம்ஜிஆர் தொடங்கிய கட்சியிடம் திமுக தோற்ற பிறகு, பிரதான பத்திரிகையுலகிலும் நுழைய வேண்டும் என்ற எண்ணம் ஏற்பட்டு 'குங்குமம்' வார இதழைத் தொடங்கினார். ஊடகத்தில் ஒவ்வொரு தொழில்நுட்ப முன்னேற்றம் ஏற்பட்டபோதும் அதில் இணைந்து கொள்ள கருணாநிதி விரும்பினார். அவருடைய பேரன் கலாநிதி மாறனின் சன் டிவியைத் தொடக்கிவைத்துப் பேசுகையில், முன்னதாக 'பூமாலை' வீடியோ இதழைத் தொடங்கியபோதும் கலாநிதிக்கு ஆதரவாக இருந்ததைச் சுட்டிக் காட்டினார். பிறகு, கலாநிதியுடன் கருத்து வேறுபாடு ஏற்பட்டபோது 'கலைஞர் டிவி'யைத் தொடங்கினார்.

ஊடகங்களில் மாற்றங்கள் ஏற்படும்போதெல்லாம் அதில் தன்னையும் இணைத்துக்கொள்ள வேண்டும் என்ற எண்ணம் அவருக்கு எப்படி வந்தது என்று தெரிந்துகொள்ள விரும்பினால், ஒரு நிகழ்ச்சியை நாம் தெரிந்து கொள்வது நல்லது. அண்ணா மறைவின்போது 1969-ல் அகில இந்திய வானொலி ஒலிபரப்பில், கருணாநிதி வாசித்த இரங்கல் கவிதை லட்சக் கணக்கான தமிழர்களின் கண்களில் நீரைப் பெருக்கச் செய்ததுடன் அவரது கவித் திறமையைக் கேட்டுப் பலரும் அவர்பால் ஈர்க்கப்படவும் காரணமாக இருந்தது. அண்ணாவுக்குப் பிறகு திமுகவுக்கும் ஆட்சிக்கும் யார் தலைமை ஏற்பது என்ற கேள்விக்கான விடையை அந்தக் கவிதை ஒலிபரப்பே தந்தது. மக்களிடம் விரைவாகவும் வலிமையாகவும் சென்று சேர்ப்பதில் ஊடகங் களுக்குள்ள ஆற்றலை கருணாநிதி உணர்ந்திருந்தார்.

ஊடகங்களுக்குப் பேட்டி அளிக்க அஞ்சி, தாங்கள் கூற விரும்புவதை மட்டும் கூறிவிட்டு நடையைக் கட்டும் இன்றைய அரசியல்வாதிகள் பலரின் மத்தியில், எல்லாச் சந்தர்ப்பங்களிலும் ஊடகங்களைச் சந்திப்பவர் கருணாநிதி. எப்படிப்பட்ட கேள்விகளுக்கும் நிதானமிழக்காது பதில் அளிப்பார். தன்னை விமர்சித்தோ குறைகூறியோ பத்திரிகைகளில் எழுதப்படுவனவற்றை அதே பேனா முனை கொண்டே அவர் எதிர்கொள்வார். கருத்தைக் கருத்தால்தான் எதிர்கொள்வார், பேனா முனையை வாள் முனை கொண்டு ஒருபோதும் அவர் மௌனமாக்கியதில்லை.

தமிழில்: **வ.ரங்காசாரி**

முதலமைச்சர்

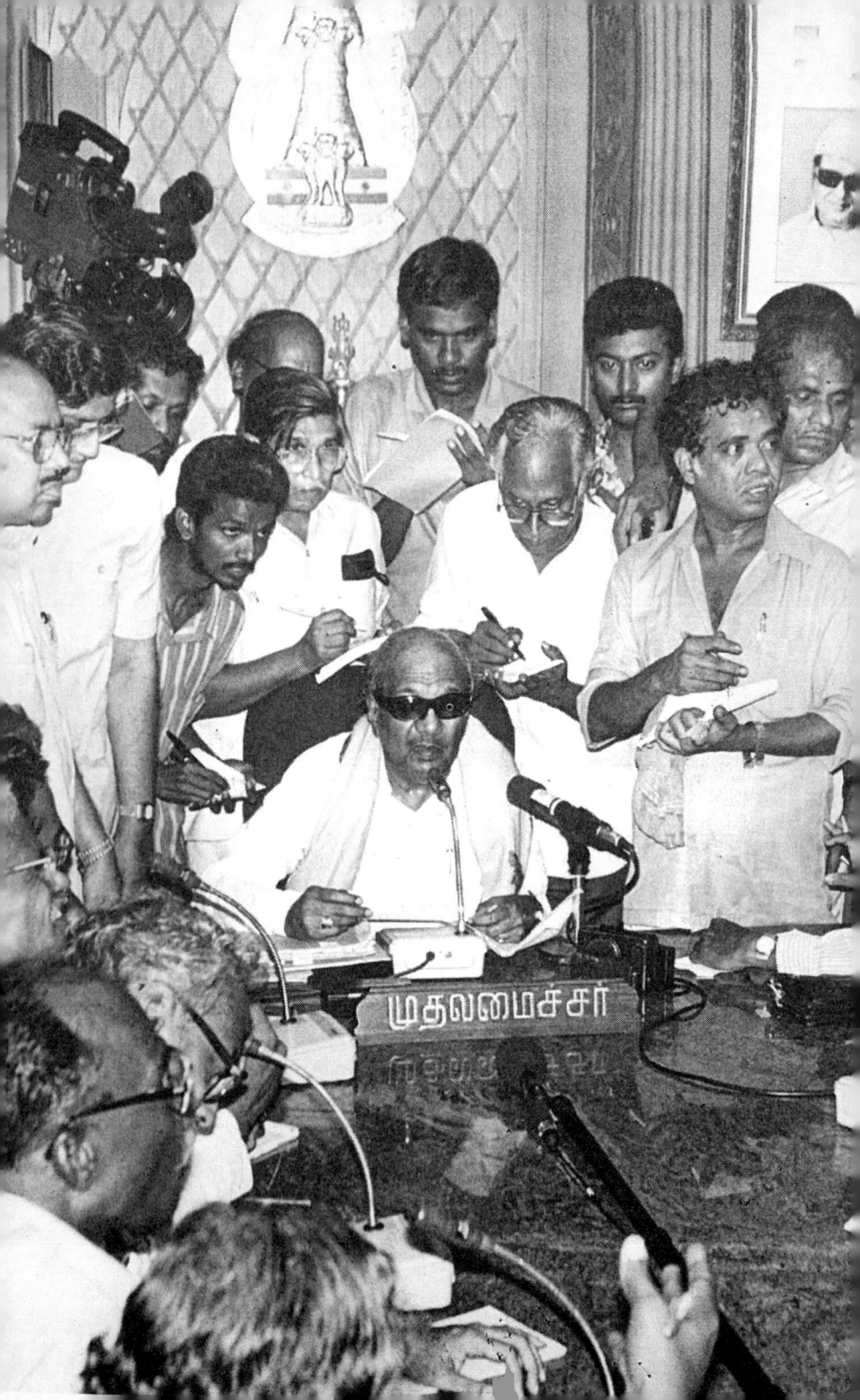

அவர் முதல்வர் என்று ஒருநாளும் நான் யோசித்ததில்லை!

வாஸந்தி
மூத்த பத்திரிகையாளர்,
எழுத்தாளர்,
'இந்தியா டுடே'
தமிழ்ப் பதிப்பின்
முன்னாள் ஆசிரியர்

கர்நாடகத்திலும் வடக்கிலுமே அதிகமாக வசித்திருந்தவள் நான். 'இந்தியா டுடே' இதழின் தமிழ்ப் பதிப்பின் ஆசிரியராக 1993 ஆரம்பத்தில் டெல்லியிலிருந்து சென்னைக்குச் சென்றபோது, தமிழக திராவிட அரசியலுடன் நெருக்கமில்லாதிருந்த எனக்குப் பல கலாச்சார அதிர்ச்சிகள் காத்திருந்தன. எனக்குக் கிடைத்த முதல் அதிர்ச்சியே தடுமாற வைத்தது. அந்த அதிர்ச்சியை அளித்தது 'முரசொலி'!

அந்த வாரம் 'இந்தியா டுடே'வில் கலைஞரின் குடும்பம் பற்றி ஒரு கட்டுரை வெளியாகியிருந்தது. 'இந்தியா டுடே' ஆங்கில இதழிலிருந்து தமிழ் இதழுக்கு மாற்றப்பட்ட மொழிபெயர்ப்பு அது. அதில் கலைஞரின் மகள் கனிமொழியின் சொந்த விஷயம் பற்றி ஒரு வரி வந்திருந்தது. முன்னதாக என் பார்வைக்கு வந்தபோது, அது தேவையற்றதாக எனக்குத் தோன்றியது. அதனால் நான் அந்த வரியை நீக்கியிருந்தேன். ஆனாலும், இதழ் வெளியானபோது நான் நீக்கியிருந்த வரி அதில் பிரசுரமாகியிருந்தது. அலுவலகத்தில் கேட்டபோது, 'வடிவமைப்பின்போது ஒரு வரி தேவைப்பட்டதால்; அதைச் சேர்த்தேன்' என்றார் உதவி ஆசிரியர்! கருணாநிதி தந்த அதிர்ச்சி இதன் நிமித்தமாகவே அமைந்தது. முகப்பில் என்னுடைய புகைப்படத்துடன் 'வா[ச]ந்தி' என்று ஆரம்பித்த அந்தக் கட்டுரை நார்நாராய் என்னைக் கிழித்திருந்தது. நான் அதிர்ந்துபோனேன். ஆங்கிலத்தில் அதை மொழிபெயர்த்து டெல்லி அலுவலகத்துக்கு அனுப்பினேன்.

> திராவிட இயக்கத்தின் சூத்திரதாரிகளில் முக்கியமானவரான கருணாநிதியின் வளர்ச்சி திராவிட இயக்க வரலாற்றுடன் பின்னிப் பிணைந்தது. மாநில மொழிகளின் முக்கியத்துவத்தை டெல்லி அரசுக்குத் தெளிவுபடுத்திய பெருமை திமுகவைச் சேர்ந்தது!

அவர்கள் அதைப் பெரிய ஹாஸ்யம்போல ரசித்தார்கள். அதற்குப் பின், நானும் 'முரசொலி'யில் வந்த பல தாக்குதல்களையும் ரசிக்கப் பழகினேன்.

இதற்குச் சில வாரங்களுக்குப் பின் கலைஞரினுடைய பேட்டி எங்களுக்குத் தேவைப்பட்டது. ஆனால், கலைஞரோ 'இந்தியா டுடே' மீது கோபத்தில் இருந்தார். அது நியாயமானது என்றே எனக்குத் தோன்றியது. அப்புறம் ஒருநாள் 'பேசாமல் நேரில் சென்று பார்த்துவிடுவோம்' என்று நானும் அப்போது ஆங்கிலப் பதிப்பின் உதவி ஆசிரியராக சென்னையில் இருந்த நிருபமா சுப்ரமணியனும் புறப்பட்டு, கருணாநிதி தினமும் வந்து செல்லும் காலை நேரத்தில் 'முரசொலி' அலுவலகத்து வாசலில் போய் நின்றோம். கலைஞரின் கார் வந்தது. எங்களைப் பார்த்ததும் கருணாநிதி வண்டியை நிறுத்தச் சொன்னார். கண்ணாடியை இறக்கி, 'என்ன வேணும்?' என்றார். நிருபமா எனக்குப் பின்னால் ஒளிந்துகொண்டாள். நான் தயக்கத்துடன், 'இந்தியா டுடேக்குப் பேட்டி வேணும்' என்றேன். 'நாளைக்கு 10 மணிக்கு கோபாலபுரத்துக்கு வாங்க' என்றார். கார் கிளம்பிவிட்டது. மறுநாள் கோபாலபுரத்தில் அவரைச் சந்தித்தபோது அவர் பேட்டி ஆரம்பிக்கும் முன்பே என்னிடம் 'அந்தக் கட்டுரை என் பார்வைக்கு வராமலேயே வெளியாகிவிட்டது' என்றார். அவருக்குத் தெரிந்து நடந்ததோ, தெரியாமல் நடந்ததோ... அந்தக் கட்டுரைக்காக அவர் வருந்தியது என்னைக் கவர்ந்தது.

அதற்குப் பிறகு பலமுறை அவரை அவரது இல்லத்தில் சந்திக்கும் வாய்ப்பு கிடைத்தது. அவருடன் பேட்டி காண்பதும் பேசுவதும் மிகுந்த உற்சாகத்தை அளிக்கக்கூடியது. மிகச் சரளமாகப் பேசுவார். அதேபோல, தொலைபேசியில் அழைத்தாலும் உடனடியாகப் பேசுவார். திமுகவுக்கும் அவருக்கும் சாதகமான கட்டுரைகளை, ஜெயலலிதாவை விமர்சித்து நான் 'இந்தியா டுடே'வில் எழுதிய பத்திகளை அப்படியே 'முரசொலி'யில் மறுபிரசுரம் செய்வார்கள். விமர்சனக் கட்டுரைகளுக்கு கருணாநிதி காரசாரமாகப் பதிலளிப்பார். பத்திகளைப் படித்த கையோடு காலையில் அவரிடமிருந்து தொலைபேசி அழைப்பு வரும். பிடித்தால் பாராட்டுவார். பிடிக்காவிட்டால் தமது எதிர்ப்பை வெளிப்படுத்துவார். அதேபோல நானும் பலமுறை எனக்குச் சரியென்று பட்டதைப் பட்டவர்த்தனமாகப் பேசியிருக்கிறேன். அவர் முதல்வர் என்று ஒருநாளும் யோசித்ததில்லை.

அவருடன் அப்படிப் பேசும் சுதந்திரம் அவரது ஆட்சியில் பத்திரிகையாளர்களுக்கு இருந்தது. எத்தனை எளிமையாக அவரை அணுக முடிந்தது... இன்றும் வியப்பு ஏற்படுக்கிறது எனக்கு!

10 ஆண்டுகளுக்கு மேல் தமிழகத்தில் நான் மிக நெருக்கத்தில் இரண்டு திராவிடக் கட்சிகளின் ஆட்சியைப் பார்த்துப் பிரமித்திருக்கிறேன். வெளியிலிருந்து வந்த எனக்கு அது ஒரு நாடகத்தின் காட்சிகள் மாறி மாறி நடப்பதாகத் தோன்றும். ஒரு முன்னாள் நடிகைக்கும், ஒரு வசன கர்த்தாவுக்கும் இடையே நடக்கும் இதிகாசப் போராக, ஒரு சமனற்ற போட்டியாகத் தோன்றும். இத்தகைய போரில் தலைவர்கள் அதீதமாகப் போற்றப்பட வேண்டியது அவசியம். தொண்டர்களுக்கு அது உத்வேகத்தைக் கொடுக்கும். மக்களைத் தொண்டர்களாக மாற்றவும் உதவும். அதுவே திராவிடக் கட்சிகளின் நடைமுறை ஆயிற்று.

திராவிட இயக்கத்தின் சூத்திரதாரிகளில் முக்கியமானவரான கலைஞரின் வளர்ச்சி, திராவிட இயக்க வரலாற்றுடன் பின்னிப் பிணைந்தது. மாநில மொழிகளின் முக்கியத்துவத்தை டெல்லி அரசுக்குத் தெளிவுபடுத்திய பெருமை திமுகவைச் சேர்ந்தது. ஒரு மாபெரும் திராவிடக் கட்சியின் தலைவராக அவர் கிட்டத்தட்ட அரை நூற்றாண்டாகத் தொடர்வது ஒரு அதிசயம். அதைவிட அதிசயம் 60 ஆண்டு காலமாகத் தொடரும் அவரது சட்டமன்றப் பணி. இதற்கு அவர் கொடுத்த உழைப்பு சாதாரணமானதல்ல. மிக அபூர்வமான ஒரு ஆளுமை அவர். சூரியன் எழுவதற்கு முன் எழுந்து அத்தனை பத்திரிகைகளையும் படித்துவிடுவார். 'முரசொலி'யில் தினமும் உடன்பிறப்புகளுக்கு நேரடியாகப் பேசுவதுபோல் கடிதம் எழுதிவிடுவார். 'என் உயிரினும் மேலான உடன்பிறப்புகளே' என்று அவர் பேச்சை ஆரம்பிக்கும்போது கூட்டங்களிலும் மாநாடுகளிலும் உணர்ச்சிவசப்பட்டுக் கூட்டத்திலிருந்து எழும் கரகோஷத்தை நான் கேட்டிருக்கிறேன். அவருக்கு வேண்டியிருந்தது ஆதரவாளர்களின், தொண்டர்களின் அன்பு. அதுதான் அவருடைய ஊக்கச் சக்தி. திமுக ஒரு ஜனநாயக அமைப்பு என்று கருணாநிதி சொல்வதுண்டு. ஆனால், அவருடைய அனுமதியும் சம்மதமும் இல்லாமல் கட்சியில் எதுவும் நடக்காது. அவருடைய ஆளுமையும் திறமையும் அரசியல் சாணக்கியமுமே கேள்விகளுக்கு அப்பாற்பட்டவராக அவரை ஆக்கியது.

கருணாநிதி நேசித்த திமுகவின் தமிழ்த் தேசியம், தமிழ் அடையாளத்தில் மையம் கொண்டது. திராவிட இயக்கம் ஒரு சமுத்திரக் கடைசல். அதில் அவர் பங்கு கொண்டிருந்தார். சாதிய அடுக்கில் தன்னைப் போல கீழ் நிலையில் இருப்பவருக்கும் மேலே எழும்ப ஒரு ஊன்றுகோல் அந்தச் சமுத்திரக் கடைசலிலேயே கிடைத்ததாக அவர் பரவசப்பட்டார். உறங்கிக் கொண்டிருந்த சமூகத்தை உசுப்பிவிடும் சக்தி ஒரு இயக்கத்துக்கு இருக்குமானால், அதன் விளைவு மகத்தானதாக இருக்கும் நெடும் காலத்துக்கு. இன்னும் நெடும் காலத்துக்கு அது நீடிக்கும் என்றே நம்புகிறேன்! ❍

ஹிட்லர் படம் போட்டவங்களுக்குத்தானே வலி தெரியும்!

'நக்கீரன்' கோபால் பேட்டி

● சமஸ்

இந்திய ஊடக வரலாற்றில் சுவாரஸ்யமான வாய்ப்புகளையும் கடுமையான சவால்களையும் எதிர்கொண்டவர்களில் ஒருவர் 'நக்கீரன்' கோபால். தமிழ்நாடு, கர்நாடகம் இரு மாநிலங்களைச் சேர்ந்த சுமார் 25 ஆயிரத்துக்கும் அதிகமான காவல் படையினர், 17 ஆண்டுகளாகத் தேடுதல் வேட்டை நடத்திக் கொண்டிருந்த சந்தன மரக் கடத்தல்காரர் வீரப்பனை முதன்முதலில் பேட்டி கண்டது இவருடைய 'நக்கீரன்'. கர்நாடக வனத் துறையினர் 9 பேரை வீரப்பன் கடத்திச் சென்றபோது, அவர்களை மீட்டுவரச் சென்றவர் கோபால். பின்னாளில், கன்னடத் திரையுலகின் பழம்பெரும் நடிகரான ராஜ்குமார் உள்ளிட்ட நால்வரை வீரப்பன் கடத்தி, மூன்று மாதங்களுக்கும் மேலாகச் சிறை வைத்திருந்தபோது கர்நாடகம் கொந்தளித்தது. இரு மாநிலங்கள் இடையிலான உறவு கடுமையாகப் பாதிக்கப்பட்டதுடன் கர்நாடகத்தில் வாழும் தமிழர்கள், தமிழ்நாட்டில் வாழும் கன்னடர்கள் என்று லட்சக்கணக்கான மக்களின் பாதுகாப்பு கேள்விக்குள்ளானது. இரு மாநில அரசுகளின் தூதராகக் காட்டுக்குள் சென்ற கோபால், அவர்களை மீட்டு வருவதில் பெரும் பங்காற்றினார். கருணாநிதியுடன் நெருக்கமான உறவில் உள்ள பத்திரிகை யாளர்களில் ஒருவரான கோபால், சக பத்திரிகையாளராகவும் தான் பார்த்த கருணாநிதியுடனான உறவை விவரித்தார்.

திராவிட இயக்கம் நூற்றாண்டைக் கடக்கும் நிலையில், நீங்கள் அதன் செயல்பாடுகளை எப்படிப் பார்க்கிறீர்கள்?

நானே திராவிட இயக்கத்தின் நன்மைகள்ல விளைஞ்ச குழந்தைகளில் ஒருத்தன்னு சொல்லிக்கலாம். அருப்புக்கோட்டையில சாதாரண குடும்பத்துல பிறந்தவன் நான். அப்பா பியூன். நான் பட்டம் படிச்சிருந்தாலும் என் வாழ்க்கையை ஒரு அரிசிக் கடை சிப்பந்தியாத்தான் தொடங்கினேன். என்னுடைய அதிகபட்ச வாழ்நாள் கனவெல்லாம் ஒரு அரிசி மில் வைக்க

ஒரு ஆட்சியாளர் எவ்வளவு ஈரத்தோடும் பரந்த மனசோடும் பிரச்சினைகளை அணுகணும்கிறதுக்கு கலைஞர் ஒரு வாழும் உதாரணம்கிறதைப் புரிஞ்சுக்கிட்டேன்.

மாட்டோமான்னுதான் இருந்துச்சு. அதுவும் கலைஞ்சுபோய்ப் பிழைப்புக்காகச் சென்னை வந்தேன். பாத்திரம் செய்யுற ஒரு தொழில்கூடத்தில வேலை செஞ்சேன். பத்திரிகையெல்லாம் கனவுலகூட நெனைச்சது கிடையாது. என்னென்னமோ வேலை மாத்தி வேலை பார்த்துட்டு இருந்தப்போ வடிவமைப் பாளர் வேலை கிடைச்சது. அப்படியே வந்துட்டேன். எனக்குன்னு ஏதாவது அரசியல் சித்தாந்தம் இருந்துச்சான்னா, 'எனக்கு மட்டுமில்ல; என் குடும்பத்துக்கே அது இருந்ததில்லை'னு சொல்வேன். எங்க அப்பா சொல்வார் 'நாம சோத்துக் கட்சி'ன்னு. யாரு ஆண்டா நமக்கென்னங்கிற எண்ணத்தோட வெளிப்பாடுதான் அது . அப்படி இருந்துருக்கக் கூடாது. ஆனா, ஒரு விஷயத்தைப் பின்னாடி புரிஞ்சுக்கிட்டேன். பத்திரிகைத் துறைக்கு வந்து நானும் சில காரியங்களைச் செஞ்சிருக்கேன்னா, இந்த இடத்துல இன்னிக்கு உட்கார்ந் திருக்கேன்னா அதுக்கு, திராவிட இயக்கமும் ஒரு காரணம்கிறதுதான் அது!

உங்க ளு டைய வாழ்க்கையில் கருணாநிதி ஒரு பத்திரிகையாளராக அறிமுகமானாரா அல்லது அரசியல்வாதியாக அறிமுகமானாரா?

நான் 1959–ல் பிறந்தவன். எனக்கு அரசியல் விவரம் தெரிஞ்சப்போ, தமிழ் நாட்டோட மொத்த அரசியல் களமும் எம்ஜிஆர் கையில இருந்துச்சு. சினிமா கவர்ச்சி வழியாக அவருக்குக் கிடைச்ச புகழைக் கேடயமா வெச்சிக்கிட்டு, அதிகாரத்தோட உச்சத்துல இருந்தார். சத்துணவு மாதிரி சில சமூக நலத் திட்டங்கள் நல்லா நடந்தாலும், மெச்சிக்குற ஆட்சி இல்ல அது. குறிப்பா மனித உரிமைகள் கடுமையா நசுக்கப்பட்ட காலகட்டம். ஒரு புலனாய்வுப் பத்திரிகையில் வேலை செய்றவனா இந்தப் பின்னணியிலதான் எனக்கு அரசியல் அறிமுகம் ஆச்சு. தமிழகத்தில தேசியக் கட்சிகள் தலையெடுக்க முடியாமல் போய்விட்ட சூழல்ல, பிராமணர்களோட பரிபூரண ஆதரவு எம்ஜிஆருக்கு இருந்துச்சு. டெல்லியிலேயும் பெரும்பாலும் அவருக்கு ஆதரவான அலையே இருந்துச்சு. கலைஞருக்கு எல்லாம் அப்படியே நேர் எதிர். இப்படியான சூழல்ல பெரிய எதிர்நீச்சல் போட்டுக்கொண்டிருந்தார் கலைஞர். ஆனா, இதெல்லாம் பின்னாடிலேர்ந்து பார்க்குறப்போ கிடைச்ச புரிதல். அன்னிக்கு ஒண்ணும் அவர் மேல பெரிய அபிமானம் இருந்துச்சுன்

னெல்லாம் சொல்ல முடியாது. ஜெயலலிதா ஆட்சிக்கு வந்தப்புறம் ஆளுங்கட்சி எங்களை ஒடுக்கி அழிக்கப் பார்த்தது. ஒரு பத்திரிகையாளரா அப்போ கலைஞர் கொடுத்த குரலும், காட்டின அக்கறையும்தான் அவரோட என்னை நெருக்கமாக்கினுச்சு. சரியா சொல்லணும்னா, ஒரு பத்திரிகையாளராத்தான் அவரோடான உறவு தொடங்குனுச்சு.

பொடா வழக்கைச் சொல்கிறீர்களா?

அதுக்கும் முன்னாடியே! எந்த ஆட்சி வந்தாலும் எங்களோட நிலைப்பாடு அரசாங்கத்தோட தவறுகளைத் தோலுரிக்கிறதாதான் இருந்துச்சு. எம்ஜிஆருக்குப் பிறகு திமுக ஆட்சியில இருந்தப்போ வழக்கு வரும். ஆனா, ஜெயலலிதா ஆட்சிக்கு வந்ததும் ஆட்டோ வர ஆரம்பிச்சுச்சு. 1991–96 தமிழ்நாட்டோட மோசமான ஆட்சிக் காலங்கள்ல ஒண்ணு. ராஜீவ் படுகொலையோட தொடர்ச்சியா பெரிய பெரும்பான்மையில ஜெயலலிதா முதல் முறை முதல்வராயிருந்த காலம் அது. ஏராளமான ஊழல்கள். அடக்கு முறைகள். எதிர்ப்புகளையோ விமர்சனங்களையோ சகிச்சுக்கவே முடியாதவரா இருந்தார் ஜெயலலிதா. எப்போ ஆட்டோ வரும், ரௌடிங்க அலுவலகத்துக்குள்ள புகுவாங்கன்னே தெரியாது. மின்சாரத்தை நிறுத்துறது, புத்தகக் கடைக் காரங்களை மிரட்டி விற்பனையை முடக்குறது, எல்லா ஊர்லேயும் பத்திரிகைக் கட்டுகளைப் பறிச்சு எரிக்குறது, அலுவலகத்துக்குள்ள விசாரணைங்கிற பேருல போலீஸை அனுப்புறதுன்னு தொல்லைகள் வந்துகிட்டே இருக்கும். அராஜகங் கள் அதிகரிச்சப்போ ஜெயலலிதாவோட சர்வாதிகாரத்தைக் குறிக்கிற வகையில அவரோட முகத்தை ஹிட்லர் முகம்போல சித்திரிச்சு அட்டைப் படம் போட்டோம். கோபத்தோட உச்சத்துக்கே போயிட்டாங்க ஜெயலலிதா. அன்னிக்கு ஒரே நாள்ல எங்க மேல 105 வழக்குகள். அலுவலகம் புகுந்து அடிக்கிறாங்க. அப்போவெல்லாம் வெளியிலதான் ‘நக்கீரன்’ அடிச்சிக்கிட்டிருந்தோம். எந்த அச்சகத்திலும் அச்சிடக் கூடாதுன்னு மிரட்டல் போயிடுச்சு. பத்திரிகையே மூடுற சூழல் உருவாச்சு. கலைஞர் காதுக்கு இந்த விஷயம் எப்படியோ போய்ச் சேர்ந்துடுச்சு. பொதுவா, இப்படியான சூழல்கள் வரும்போது ஒரு கண்டன அறிக்கையோட முடிச்சுக்கிறதுதான் அரசியல்வாதிகள் செய்யுற வேலை. ஆனால், கலைஞர் கூப்பிட்டனுப்பினார். “நீங்க உங்க பத்திரிகையை ‘முரசொலி’ அச்சகத்துல அடிச்சிக்கலாம்”னு சொன்னார். இது சார்ந்து எந்த அனுகூலத்தை யும் அவர் என்கிட்டே இருந்து எதிர்பார்க்கலை. ஒரு பத்திரிகையாளனோட கஷ்டம் ஒரு பத்திரிகையாளனுக்குத்தான் தெரியும்னு நெனைச்சுக்கிட்டேன். ஏன்னா, இந்திரா காந்தியை ஹிட்லரா சித்திரிச்சு படம் வரையச் சொல்லி அதை ‘முரசொலி’யில போட்டவர் அவர்!

இதுதான் ‘நக்கீரன்’ திமுக ஆதரவுப் பத்திரிகையாக வழிவகுத்ததா?

நாங்க திமுக ஆதரவுப் பத்திரிகைங்கிறதை ஏத்துக்க மாட்டேன். திமுக ஆட்சியிலேயும் எவ்வளவோ தவறுகளை நாங்க அம்பலப்படுத்தியிருக்கோம். எதிர்ப்புகளை, வழக்குகளை எதிர்கொண்டிருக்கோம். சொல்லப்போனா, ராஜ்குமாரை மீட்கக் காட்டுக்குள்ள அரசாங்கம் சார்புல போன காலகட்டத்துலகூட

“லட்சக்கணக்கான தமிழர்கள் அங்கே இருக்காங்க. காவிரி உட்பட பல விஷயங்கள்ல தமிழ்நாட்டோட இணக்கமா இருக்கவும் இது உதவும். நாம இறங்கிப்போறதால ஒண்ணும் மோசம் போகப்போறதில்லை”னு சொன்னார். கிருஷ்ணாவை மட்டும் இல்லை; அனைத்துக் கட்சிக்காரங்களையும் சந்திச்சார். ராஜ்குமார் வீட்டுக்குப் போய் ஆறுதல் சொன்னார்.

இன்னொரு பக்கத்துல திமுக அரசு போட்ட வழக்குகளையும் எதிர்கொண்டு கிட்டுதான் இருந்தேன். ஆனா, அவதூறு வழக்கு போடுறது வேற; பொடா வழக்கு போடுறது வேற இல்லையா? ஏதோ தேசவிரோதி மாதிரி பொடா வழக்கு போட்டு 252 நாள் என்னைச் சிறையில அடைச்சு வெச்சிருந்தாங்க ஜெயலலிதா. அப்போவும் கலைஞர் குரல் கொடுத்தார். இதை ஒரு தேசிய விவகாரம் ஆக்கினார்.

நடிகர் ராஜ்குமார் கடத்தலை நினைவுகூர முடியுமா?

ராஜ்குமாருக்கு இங்கே நம்ம ஈரோடு, தாளவாடி பக்கத்துல ஒரு தோட்டத்து வீடு உண்டு. அங்கே அவர் தங்கியிருந்தப்போ வீரப்பன் கடத்திட்டார். தமிழ் நாட்டு எல்லைக்குள்ள நடந்ததாலேயும், வீரப்பன் ஒரு தமிழர்ங்கிறதாலேயும் தமிழ்நாட்டு அரசாங்கத்துக்குமான பிரச்சினை ஆயிடுச்சு இது. வீரப்பனோட பழைய படத்தை வெச்சுக்கிட்டு 13 வருஷமா அவரை போலீஸ் தேடிக்கிட்டிருந்த காலத்துல, வீரப்பனோட புகைப்படத்தை எடுத்தது ‘நக்கீரன்’ நிருபர் தம்பி சிவசுப்பிரமணியன். அப்புறம், ஒரு பேட்டியும், வீடியோவும் வெளியிட்டோம். நாடு முழுக்க அது பெரிய பரபரப்பாச்சு. அப்புறம் வீரப்பன் வனக் காவலர்களைக் கடத்தினப்போவும் மீட்க நாங்கதான் போனோம். இந்தப் பின்னணியிலதான் ராஜ்குமார் கடத்தப்பட்டப்போ அவரை மீட்குறதுக்கு வீரப்பன்கிட்ட பேச கோபாலைக் காட்டுக்கு அனுப்பப்போறோம்னு அறிவிச்சார் கலைஞர். அப்போ திமுக ஆட்சி. எனக்கா பெரிய அதிர்ச்சி! உயிருக்கு உத்தரவாதமில்லாத வேலை அது! ரெண்டு மாநிலங்களோட கூட்டு அதிரடிப் படை போலீஸும் என் மேல வெறியோட இருந்தாங்க. பல வருஷமா அவங்க வீரப்பனைப் பிடிக்க முடியாத ஆற்றாமையில இருந்தாங்க. நான் போய் பேட்டி எடுத்திட்டு வந்த பிறகு, அந்த ஆற்றாமை என் மேலான கோபமா மாறிடுச்சு. ஏன்னா, தேடுதல் வேட்டைங்கிற பேருல பழங்குடி மக்களை போலீஸ் படுத்தின பாட்டை வீரப்பன் அந்தப் பேட்டியில சொல்லியிருந்தது போலீஸைத் தலைகுனிய வெச்சிருந்தது. மனித உரிமை ஆணையத்துகிட்டேயும் இதைக் கொண்டுபோயிருந்தோம்.

இந்த அத்துமீறல்களை விசாரிக்க ஒரு ஆணையத்தை அமைக்க அது வழி வகுத்துச்சு. ஆக, வீரப்பனும் சுடலாம்; போலீஸும் சுடலாம்கிற நிலைமை. ஆனா கலைஞர், 'இது லட்சக்கணக்கான தமிழ் மக்கள் உயிரோட சம்பந்தப்பட்ட பிரச்சினை; என்ன ஏற்பாடு செய்யணுமோ சொல்லுங்க, செய்றேன்'னார். இடையில புகுந்து போலீஸ் எந்தப் பிரச்சினையும் செய்யாம இருக்கிறதுக்கு உத்தரவாதம் வேணும்னு கேட்டேன். உள்துறைச் செயலரைக் கூப்பிட்டுக் கையோட உத்தரவு போட்டார், "கோபால் என்ன சொல்றாரோ அதைக் கேளுங்க!"ன்னு. பகீரதப் பிரயத்தனங்களுக்கு அப்புறம் ஒருவழியா வீரப்பனைச் சந்திச்சு, அவங்க தரப்பு முன்வெச்ச கோரிக்கைகளையெல்லாம் அரசாங்கத்து கிட்ட பேசுறேன்னு சொல்லி 108 நாள் பரபரப்புக்குப் பின்னாடி ராஜ்குமார் உட்பட 9 பேரையும் மீட்டுவந்தோம்.

அப்போது வீரப்பனைச் சரணடையச் செய்யும் திட்டம் இருந்ததில்லையா ?

ஆமா, தூக்குத் தண்டனை கொடுக்கலைன்னா சரணடையத் தயாரா இருந்தார் வீரப்பன். பொது மன்னிப்பு கேட்டார். சில வருஷ சிறைத் தண்டனைக்கும் தயாரா இருந்தார். ரொம்ப சிக்கலான கோரிக்கைன்னாலும் கலைஞர் அதற்கான முயற்சிகளுக்குத் தயாரா இருந்தார். அவரோட எண்ணம்

"நானும் ஒரு பத்திரிகைக்காரன்தானே? மாற்றம் வேணும்னுதானே நானும் எழுதுறேன்"னு சொல்வார். அவருக்குள்ள எப்பவும் ஒரு பத்திரிகையாளர் உயிரோட்டமா இருப்பார். ஜனநாயகம் எப்போவெல்லாம் பாதிக்கப்படுதோ அப்போவெல்லாம் அவரோட குரல் ஓங்கி ஒலிக்க இது ஒரு முக்கியமான காரணம்.

என்னன்னா, வீரப்பன் விவகாரத்தால நம்மளோட எல்லையோர வனப் பகுதி முழுக்கப் பல வருஷங்களா பழங்குடி மக்களோட வாழ்க்கை பாதிச்சிருந்துச்சு. ஏராளமான காவல் படை, கோடிக்கணக்குல செலவு. ஒரு வீரப்பனோட பிரச்சினையா இதைப் பார்க்காம, பல்லாயிரக்கணக்கான பழங்குடி மக்களோட பிரச்சினையா பார்க்கணும்னு அவர் சொன்னார். டெல்லியோடும் பேசினார். மதுராந்தகத்தில் ஒரு தனிச் சிறையும்கூட ஏற்பாடாச்சு. ஆனா, வீரப்பன் சரண் அடைஞ்சிடக் கூடாதுன்னு நெனைச்ச போலீஸ் அதிகாரிங்க சில பேர், அப்ப எதிர்க்கட்சித் தலைவரா இருந்த ஜெயலலிதாகிட்ட இந்த விவகாரத்தை எடுத்துக்கிட்டுப் போனாங்க. "131 பேரைக் கொன்ற ஒரு கொலைகாரனுக்கு பங்களா போன்ற தனிச் சிறையா?" அப்படின்னு ஒரு அறிக்கை விட்டதோட அதுல துணை ராணுவப் படையைச் சேர்ந்த 20 பேரை வீரப்பன் கொன்னுருப்ப தாகவும் சொல்லியிருந்தாங்க ஜெயலலிதா. ராணுவத்தினரைக் கொன்னேன்னு சொல்லி ராணுவ நீதிமன்றத்துல ஒப்படைச்சுட்டா அதோட அவங்க என்னோட கதையை முடிச்சுடுவாங்க"ன்னு வீரப்பன் பயந்துகிட்டுச் சொன்னதோடு, எல்லாம் முடிஞ்சு போச்சு. ஆனாலும், ஒரு ஆட்சியாளர் எவ்வளவு ஈரத்தோடும் பரந்த மனசோடும் பிரச்சினைகளை அணுகணும்கிறதுக்கு கலைஞர் ஒரு வாழும் உதாரணம்கிறதை அப்போ புரிஞ்சுக்கிட்டேன்.

கொஞ்சம் விளக்க முடியுமா?

கர்நாடகாவுல ராஜ்குமார் பெரிய சூப்பர் ஸ்டார். இங்கே நம்ம எம்ஜிஆர் மாதிரி. அதனால என்னாச்சுன்னா, நாளாக நாளாக அங்கே அரசாங்கத்துக்குப் பெரிய சிக்கல் ஆயிடுச்சு. எஸ்.எம்.கிருஷ்ணாதான் அப்போ முதல்வர். அவர் இங்கே வந்து கலைஞரைப் பார்ப்பார். கலைஞரால முடிஞ்ச எல்லா நடவடிக்கை களையும் எடுத்தார். ஆனா, கர்நாடக எதிர்க்கட்சிகளும் பத்திரிகைகளும் ஒவ்வொரு நாளும் பிரச்சினையை ஊதிப் பெருசாக்கிக்கிட்டே இருந்துச்சுங்க. ஒரு நாள் ரஜினி என்னைக் கூப்பிட்டார். "கிருஷ்ணாதான் கருணாநிதியைப் பார்க்கப் போகணுமா? ஏன் கருணாநிதி இங்கே வர மாட்டாரான்னு அங்கே எதிர்க்கட்சிங்க ரொம்ப பிரச்சினை செய்றாங்க"ன்னார். "நான் இது அநியாயமா இருக்கே! இப்படியெல்லாமாகூடப் பேசுவாங்க?"ன்னு கேட்டேன். கலைஞர்கிட்ட

பேசிக்கிட்டிருந்தப்போ இதைச் சொன்னேன். உடனே கொஞ்சமும் தயங்காம "அப்ப ஒண்ணு செய்வோம். தமிழ்நாடு சார்புல நீங்க முதல்ல அங்கே போய்ப் பார்த்துட்டு வாங்க. ரெண்டு நாள்ல நானும் வர்றேன்"னார். எனக்கு, அவங்ககிட்ட இவ்வளவு இறங்கிப்போகணுமான்னு தோணுச்சு. "லட்சக்கணக்கான தமிழர்கள் உயிரோடு சம்பந்தப்பட்ட விஷயம் இது கோபால். இன்னிக்கு நாம இறங்கிப்போனா நாளைக்கு காவிரி உட்பட பல விஷயங்கள்ல தமிழ்நாட்டோட இணக்கமா அவங்க வர இது உதவும். நாம இறங்கிப்போறதால ஒண்ணும் மோசம் போகப்போறதில்லை"ன்னு சொன்னார். கிருஷ்ணாவை மட்டும் இல்லை; அனைத்துக் கட்சிக் காரங்களையும் சந்திச்சார். ராஜ்குமார் வீட்டுக்குப் போய் ஆறுதல் சொன்னார். எப்படியும் மீட்டுடுவோம்னார். அங்கே ஒரு பிரஸ்மீட் நடந்துச்சு. ரொம்ப ஆத்திரமூட்டுற வகையிலேயும் அவமானப்படுத்துற வகையிலேயும் கேள்விகள் கேட்டாங்க. எல்லாத்தையும் பொறுத்துக்கிட்டார். மறுநாள் இது சம்பந்தமா நான் கேட்டப்போ, "நாம தனி மனுஷன் இல்லை; பொது வாழ்க்கைக்கு வந்துட்டா பொது ந லனுக்குத்தான் முக்கியத்துவம் கொடுக்கணும்"னார். அதே மாதிரி வீரப்பனோட உடனிருந்த தமிழ்த் தீவிரவாதிங்க பேச்சுவார்த்தைக்கு மேலும் சிலரை அனுப்பக் கேட்டாங்க. அதுல நெடுமாறன் பேரும் இருந்துச்சு. கலைஞரை எல்லாத்துக்கும் கடுமையா விமர்சிக்கிறவர் அவர்; ரெண்டு பேருக்கும் ஆகாது. ஆனா, "இது பொதுக் காரியம்"னு சொல்லி எல்லா ஏற்பாடுகளையும் செஞ்சு கொடுத்தார். எதையும் பாதிக்கப்படுறவங்க பார்வையிலேயே பார்க்கிற இந்தத் தன்மை என்னை ரொம்பக் கவர்ந்துடுச்சு!

திமுக மீதும் தொடர்ந்து 'நக்கீரன்' விமர்சனங்களை முன்வைத்ததாகக் குறிப்பிட்டீர்கள். அப்படியான விமர்சனங்களுக்கு ஆக்கபூர்வமான எதிர்வினையை கருணாநிதி ஆற்றியிருக்கிறாரா?

பெரும்பாலும் கவனத்துல எடுத்துப்பார். நம்மகிட்ட சொல்ல மாட்டார். ஒரு அமைச்சர் அல்லது மாவட்டச் செயலாளர் மேல ஒரு குற்றச்சாட்டு சுமத்தி எழுதினோம்னா, படிச்சுட்டு அவங்களைக் கூப்பிட்டு டோஸ் விட்டார்னு தகவல் வரும். சம்பந்தப்பட்ட ஆளுங்களே கூப்பிட்டுப் புலம்புவாங்க. அரசாங்கத் தரப்புல தப்புன்னா அதிகாரிகளைக் கூப்பிட்டு நடவடிக்கை எடுக்கச் சொல்வார். போராட்டங்கள், பொது மேடைகள்ல பேசுறதைக்கூட கவனத்துல எடுத்துப்பார். பலமுறை அப்படி நடவடிக்கை எடுத்திருக்கார்! "நானும் ஒரு பத்திரிகைக்காரன்தானே? மாற்றம் வேணும்னுதானே நானும் எழுதுறேன்"னு சொல்வார். அவருக்குள்ள எப்பவும் ஒரு பத்திரிகையாளர் உயிரோட்டமா இருப்பார். ஜனநாயகம் எப்போவெல்லாம் பாதிக்கப்படுதோ அப்போவெல்லாம் அவரோட குரல் ஓங்கி ஒலிக்க இது ஒரு முக்கியமான காரணம். திமுகவோட அடுத்தடுத்த கட்டத் தலைவர்கள் கலைஞர்கிட்டேயிருந்து முக்கியமா கத்துக்க வேண்டிய பண்புகள்ல இதையெல்லாமும் வெச்சிக்கணும்!

❍

முரசொலியில் தப்பு வந்தால் அலுவலகத்தையே பூட்டிவிடுவார் தலைவர்!

முரசொலி செல்வம் பேட்டி

● சமஸ்

கருணாநிதி தன் மூத்த பிள்ளை என்று குறிப்பிடும் 'முரசொலி', அண்ணாவின் காலத்திலேயே திமுகவின் அதிகாரபூர்வ பத்திரிகைகளில் ஒன்றானது. கருணாநிதி தன்னுடைய 19 வயதில் ஆரம்பித்த 'முரசொலி'க்கு இன்றைக்கு வயது 75. திமுகவைக் காட்டிலும் 7 வயது மூத்தது அது. கட்சியின் போர் முரசாக ஒலித்தாலும் 'முரசொலி'யை வளர்த்தெடுத்ததில் கருணாநிதி குடும்பத்தினருக்கு முக்கியமான பங்குண்டு. அதன் இன்றைய நிர்வாக ஆசிரியர் செல்வம் 'முரசொலி' பந்தத்தைப் பற்றிப் பேசினார்.

ஒருவகையில் கருணாநிதியின் குடும்பப் பத்திரிகை என்று 'முரசொலி'யைச் சொல்லலாமா?

குடும்பமே உழைத்த கட்சிப் பத்திரிகை என்று சொல்லலாம். திமுக தொடங்குவதற்கு முன்பு, ஒரு அரசியல் தலைவராக உருவெடுப்பதற்

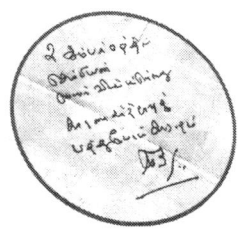

வெண்டைக்காய்
உடலுக்குநல்லது

தலைவர் மாதிரி யாராலும் கடுமையாக உழைக்க முடியாது. மொத்தம் 12 பக்கங்கள் என்றால், அந்தக் காலத்தில் 8 பக்கங்கள் வரை அவரே எழுதுவார்!

கெல்லாம் முன்பு, தலைவர் அவருடைய 19 வயதில் தொடங்கிய பத்திரிகை இது. பெரிய நிறுவனம் எல்லாம் அல்ல – ஒரு சாமானிய இளைஞனின் கனவு. அந்தச் சூழலில் யார் அவருக்கு உதவியாக இருந்திருக்க முடியும்? குடும்பமே ஓடினோம் என்றால், ஒரு பெரிய கட்டமைப்பில் நடந்த பத்திரிகை அல்ல இது - எல்லோருடைய உதவியும் தேவைப்பட்டது என்பதனால்தான். வீட்டில் யாராவது சும்மா உட்கார்ந்திருந்தாலே, 'அங்கே போய் கொஞ்சம் வேலை பார்க்கலாமே!' என்பார்கள். இப்படித்தான் மாறன், அமிர்தம், நான், அழகிரி, ஸ்டாலின், தமிழரசு எல்லாருமே இங்கு வந்தோம். வேலை என்றால் என்ன வென்று நினைக்கிறீர்கள்? சந்தாதாரர் முகவரிப் பட்டியல் சரிபார்ப்பது, பார்சல் போடுவது – இப்படிச் சின்னச் சின்ன வேலைகளாகத்தான் ஆரம்பிக்கும். இந்த 75 வருடங்களில் 50 வருடங்களுக்கு மேல் ஆட்சியாளர்களை எதிர்த்து வந்துகொண்டிருக்கும் பத்திரிகை இது. அச்சுறுத்தல் எப்போதும் இருக்கும். சின்ன அலுவலகம். சின்ன நிர்வாகம். ஆனால், நடந்தது முக்கியமான வேலை. நம்மால் முடிந்ததைச் செய்வோம் என்றுதான் எல்லோரும் ஓடினோம்.

நீங்கள் 'முரசொலி'க்கு வந்து எத்தனை ஆண்டுகள் ஆகின்றன?

ஆயிற்று 50 வருடங்கள். சட்டம் படித்தபோது இருந்த கனவுகள் வேறு. இங்கு வந்த பின் எல்லாம் மாறிப்போயிற்று. பத்திரிகை வேலையின் ருசியும் காரணம் என்று சொல்லலாம். ஐந்து முறை முதல்வராக இருந்தவரே அன்றாடம் அலுக்காமல் இரண்டு மணி நேரமாவது இங்கு வந்துவிடுவார் என்றால், சவால் தரும் ருசிதானே காரணம்!

கருணாநிதிக்குக் கீழ் பணியாற்றுவது சிரமம் என்பார்களே?

அது உண்மைதான். அவர் மாதிரி யாராலும் கடுமையாக உழைக்க முடியாது. மொத்தம் 12 பக்கங்கள் என்றால், அந்தக் காலத்தில் 8 பக்கங்கள்

நாட்டிலேயே விளிம்பு நிலையிலிருந்து வந்தவர்கள் அரசியலதிகாரத்தைக் கையில் எடுத்து, சமூக நீதியைக் கொண்டு வந்த வரலாற்றைக் கொண்ட இயக்கம் இது. அந்தக் காரணத்துக்காகவே தொடர் தாக்குதலுக்கும் உள்ளானது. தாக்குதலுக்குப் பதில் கொடுப்பவர்களைப் பார்த்துதான் இந்தச் சமூகம் எல்லாக் கேள்விகளையும் கேட்கிறது.

வரையிலும் அவரே எழுதுவார். எல்லாம் அவருக்கு நேரத்துக்கு ஆக வேண்டும். பிழைகள் பொறுக்க மாட்டார். கோபம் வரும். அவராதம் போடுவார். தப்பு பார்த்துப் பொறுக்காமல், அலுவலகத்தையே பூட்டிவிட்டுப் போன நாட்கள் எல்லாமும் உண்டு.

பத்திரிகை அலுவலகத்தையே பூட்டிவிடுவாரா ?

ஆமாம். 'இப்படித் தமிழைக் காயப்படுத்திப் பத்திரிகை நடத்தத் தேவை இல்லை' என்று சொல்லி அலுவலகத்தைப் பூட்டி சாவியைச் சட்டைப் பையில் போட்டுக்கொண்டு போய்விடுவார். கஷ்டம் என்னவென்றால், சம்பந்தப்பட்ட யாரும் அவர் முன்பு அப்போது போய் நிற்க முடியாது. அப்புறம் தோதான ஆட்கள், அவருடைய வயதான நண்பர்கள் யாரையாவது அழைத்துக்கொண்டு போய் மன்றாடினால், கடுமையாக எச்சரித்துவிட்டு சாவியைத் திரும்பக் கொடுப்பார்.

உங்களுடைய அனுபவத்தில் 'முரசொலி'க்குக் கடுமையான நாட்கள் என்று எவற்றைச் சொல்வீர்கள் ?

நெருக்கடிநிலைக் காலகட்டம். தணிக்கை என்ற பெயரில் எல்லாவற்றிலும் கை வைப்பார்கள் அதிகாரிகள். அப்படியும் ரொம்பப் பூடகமாக இலக்கிய நடையில் சில விஷயங்களை உள்ளே தள்ளிவிடுவார் தலைவர். அவற்றை யெல்லாம் விலாவாரியாக விளக்கி 'எப்படி இதையெல்லாம் விட்டார்கள் தணிக்கை அதிகாரிகள் ?' என்று கேட்டு 'மக்கள் குரல்' பத்திரிகையில் எழுதுவார்கள். விளைவாக, எழுதப்படும் எல்லாவற்றையுமே தூக்கிவிட ஆரம்பித்தார்கள் அதிகாரிகள். ஒருகட்டத்தில் வெறுத்துப்போய்தான், 'வெண்டைக்காய் உடம்புக்கு நல்லது', 'விளக்கெண்ணெய் சூட்டைத் தணிக்கும்' என்றெல்லாம் பகடிசெய்து எழுத ஆரம்பித்தார்.

சக பத்திரிகையாளர்களே பத்திரிகைச் சுதந்திரத்துக்கு எதிராக இருந் தார்களா ?

பத்திரிகையாளர்கள், பத்திரிகை இதெல்லாம் மேல்பூச்சு வார்த்தைகள்தானே!

அடிப்படையில் திமுக எதிர்ப்புணர்வு கொண்ட சில பிராமணர்கள் முன்னின்று அந்நாட்களில் நடத்திய பத்திரிகை 'மக்கள் குரல்'. இதை மட்டுமா செய்தார்கள்? அவர் என்ன சொன்னாலும் எந்தப் பத்திரிகையிலும் வராத அந்நாட்களில் அவர் மீது அவ்வளவு அபாண்டமான குற்றச் சாட்டுகளைச் சுமத்தி எழுதுவார்கள். எல்லாவற்றையும் கடந்துதான் வந்தோம்.

பின் வந்த நாட்களில் எதை நெருக்கடியானதாகச் சொல்வீர்கள்?

ஏதாவது அச்சுறுத்தல், தொல்லைகளின் இடையிலேயே ஓடிவிட்டதால், எதைத் தொல்லையென்று சொல்வதென்றே தெரியவில்லை. அதிமுக ஆட்சியில், எப்போது வேண்டுமானாலும் கைதுசெய்யப்படலாம் எனும் சூழலை அடிக்கடி உருவாக்கிக்கொண்டே இருப்பார்கள். ஜெயலலிதா காலத்தில் உரிமை மீறல் என்று என்னைக் கொண்டுபோய் சட்டமன்றத்தில் கூண்டிலேயே நிறுத்தினார்களே! எல்லாம் பழகிவிட்டது!

திமுகவை விமர்சிப்பவர்கள் மீதான 'முரசொலி'யின் விமர்சனங்கள் பல சமயங்களில் தாக்குதல்களாக அத்துமீறியிருக்கின்றனவே?

ஊரில் ஒரு கதை உண்டு. ஒரு அண்ணனுக்கும் தம்பிக்கும் இடையே அடிபிடி நடந்துகொண்டிருந்ததாம். அப்பா கேட்டாராம், 'யாரடா சண்டையை ஆரம்பித்தது?' அண்ணன் சொன்னானாம், 'தம்பிதான் பதிலுக்கு அடித்துச் சண்டையை ஆரம்பித்தான் அப்பா' என்று! நம்மூர் நியாயம் அப்படித்தான். இந்தியாவிலேயே அதிகம் குறிவைத்துத் தாக்கப்பட்ட இயக்கம் திமுக – தலைவர் கலைஞர். நாட்டிலேயே விளிம்பு நிலையிலிருந்து வந்தவர்கள் அரசியலதிகாரத்தைக் கையில் எடுத்து, சமூக நீதியைக் கொண்டு வந்த வரலாற்றைக் கொண்ட இயக்கம் இது. அந்தக் காரணத்துக்காகவே தொடர் தாக்குதலுக்கும் உள்ளானது. தாக்குதலுக்குப் பதில் கொடுப்பவர்களைப் பார்த்துதான் இந்தச் சமூகம் எல்லாக் கேள்விகளையும் கேட்கிறது.

போன தலைமுறை திமுக தொண்டர்களிடம் 'முரசொலி'க்கு இருந்த செல்வாக்கு இந்தத் தலைமுறையிடம் இருக்கிறதா?

சரிந்திருக்கிறது என்பதை ஒப்புக்கொள்ளத்தான் வேண்டும். பத்திரிகைக் கட்டு அலுவலகத்திலிருந்து கடைக்குப்போகும் முன்பே நூற்றுக்கணக்கானவர்கள் அலுவலக வாசலில் மறித்துப் பத்திரிகையை வாங்கிக்கொண்டுபோய் படித்த காலம் உண்டு. அந்தத் துடிப்பு இன்று எங்கே போயிற்று என்ற கேள்வி ஓடிக்கொண்டுதான் இருக்கிறது. ஆனால், திமுக மட்டுமல்ல; எல்லாக் கட்சிகளிலுமே இளைய தலைமுறை யிடம் சித்தாந்தரீதியாக ஒரு வறட்சியைப் பார்க்க முடிகிறது. இதை இந்தக் காலத்தின் பிரச்சினையாகத்தான் அணுக வேண்டியிருக்கிறது. ஆனால், இந்தச் சவாலையும் இயக்கம் கடக்கும்!

❍

அண்ணா..
இதய மன்னா!

எழுத்தாளரும் வசனகர்த்தாவுமான கருணாநிதி தேர்ந்த மரபுக் கவிஞரும்கூட. அண்ணா மறைவின்போது அவர் எழுதிய கவிதை தமிழ்நாட்டையே உலுக்கியது. முந்நூறுக்கும் மேற்பட்ட வரிகளைக் கொண்ட நீளமான அந்தக் கவிதையின் கடைசி பகுதி மட்டும் இங்கே.

தலைவரென்பார், தத்துவ மேதை என்பார்,
நடிகரென்பார், நாடக வேந்தரென்பார்
சொல்லாற்றல் சுவைமிக்க எழுத்தாற்றல் பெற்றார் என்பார்
மனிதரென்பார் மாணிக்கமென்பார்
மாநிலத்து அமைச்சரென்பார்.
அன்னையென்பார், அருள் மொழிக் காவல் என்பார்
அரசியல் வாதி என்பார் - அத்தனையும்
தனித்தனியே சொல்வதற்கு நேரமற்றோர் -
நெஞ்சத்து அன்பாலே
அண்ணா என்ற ஒரு சொல்லால்
அழைக்கட்டும் என்றே --
அவர் அன்னை பெயரும் தந்தார்.
அந்த அன்னைக் குலம் போற்றுதற்கு
ஔவைக்கோர் சிலை
அறம் வளர்த்த கண்ணகிக்கோர் சிலை
வளையாத நெஞ்சப் பாரதிக்கும்
வணங்காமுடி பாரதிதாசருக்கும் சிலை
வீரமா முனிவருக்கும் சிலை

கால்டுவெல் போப்புக்கும் சிலை கம்பர்க்கும் சிலை
தீரமாய்க் கப்பலோட்டிய தமிழர்க்கும் சிலை
திக்கெட்டும் குறள் பரப்ப திருவள்ளுவர்க்கும் சிலை
பத்துச் சிலை வைத்ததினால் -- அண்ணன்
தமிழின் பால் வைத்துள்ள
பற்றுதலை உலகறிய அண்ணனுக்கோர் சிலை
சென்னையிலே வைத்தபோது..
ஆட்காட்டி விரல் மட்டும் காட்டி நின்றார்
ஆணையிடுகிறார் எம் அண்ணா என்றிருந்தோம்
அய்யகோ; இன்னும்
ஓராண்டே வாழப்போகின்றேன் என்று அவர்
ஓர் விரல் காட்டியது இன்றன்றோ புரிகிறது!
எம் அண்ணா... இதய மன்னா...
படைக் கஞ்சாத் தம்பியுண்டென்று
பகர்ந்தாயே;
எமை விடுத்துப் பெரும் பயணத்தை ஏன் தொடர்ந்தாய்?
உன் கண்ணொளியின் கதகதப்பிலே வளர்ந்தோமே;
எம் கண்ணெல்லாம் குளமாக ஏன் மாற்றிவிட்டாய்?
நிழல் நீதான் என்றிருந்தோம்; நீ கடல்
நிலத்துக்குள் நிழல் தேடப்போய் விட்டாய்: நியாயந்தானா?
நான்தானடா நன்முத்து எனச் சொல்லி
கடற் கரையில் உறங்குதியோ?
நாத இசை கொட்டுகின்ற
நாவை ஏன் சுருட்டிக்கொண்டாய்?
விரல் அசைத்து எழுத்துலகில்
விந்தைகளைச் செய்தாயே; அந்த
விரலை ஏன் மடக்கிக்கொண்டாய்?
கண்மூடிக்கொண்டு நீ சிந்திக்கும்
பேரழகைப் பார்த்துள்ளேன்.. இன்று
மண் மூடிக் கொண்டுன்னைப் பார்க்காமல்
தடுப்பதென்ன கொடுமை?
கொடுமைக்கு முடிவுகண்டாய்; எமைக்
கொடுமைக்கு ஆளாக்கி ஏன் சென்றாய்?
எதையும் தாங்கும் இதயம் வேண்டுமென்றாய்:
இதையும் தாங்க ஏதண்ணா எமக்கிதயம்?
கடற்கரையில் காற்று
வாங்கியது போதுமண்ணா
எழுந்து வா எம் அண்ணா!
வர மாட்டாய்; வர மாட்டாய்,
இயற்கையின் சதி எமக்குத் தெரியும் அண்ணா
நீ இருக்குமிடந்தேடி யான் வரும் வரையில்
இரவலாக உன் இதயத்தைத் தந்திடண்ணா..
நான் வரும்போது கையோடு கொணர்ந்து அதை
உன் கால் மலரில் வைப்பேன் அண்ணா!

தெற்கிலிருந்து ஒரு சூரியன்

திரைக்கலைஞர்!

கண்ணனாக இருந்து சொல்லெறிந்தவரும்,
காண்டீபனாக இருந்து வில்லெறிந்தவரும்
கலைஞர்தான்!

- கவிஞர் வைரமுத்து

பக்கம்-392

கலைஞர்களும்

என் அருமை நண்பனைப் பற்றி நான் என்ன பேசுவது? கலைஞரைப் பற்றிப் பேசினால், நானும் அதில் சேர்ந்திருப்பேனே? அப்படியென்றால் என்னை நானே புகழ்ந்துகொள்வதாகி விடுமே, அதைப் பற்றிப் பேசுவதா? இருவரும் சிறுபிள்ளைகளாகத் தஞ்சை மாநகரிலே சந்தோஷமாக சுற்றித் திரிந்தோமே, அதைப் பற்றிப் பேசுவதா? திராவிட முன்னேற்றக் கழகத்துக்கு நிதி திரட்டுவதற்காக ஊர் ஊராக, தெருத் தெருவாக நாடகம் போட்டோமே, அதைப் பற்றிப் பேசுவதா? சினிமாவுக்கு வந்த பிறகு 'பராசக்தி'யில் அவருடைய வசனத்தைப் பேசி நடித்தேனே, அதைப் பற்றிப் பேசுவதா? அந்தப் படம் வந்த ஒரே நாளில் புகழ் வானத்திலே பறந்தேனே, அதைப் பற்றிப் பேசுவதா?

- சிவாஜி கணேசன்

என்னதான்
கருணாநிதியை நீங்கள்
ஆத்திரமாகத் திட்டுங்கள்.
நேருக்கு நேர் சந்தித்தால்
எந்தப் பெரிய மனிதரும்
அவரிடம் சரணாகதி
அடைந்துவிடுவார்கள்.
இந்திய அரசியலில்
அந்தக்
கவர்ச்சியுள்ளவர்களில்
அவரும் ஒருவர்.
அதனால்தான் எந்த
வீழ்ச்சிக்கு இடையிலும்
எழுந்து நின்றுவிடுகிறார்.

- கண்ணதாசன்

கலைஞரும்!

கலைஞர் என்றால்
தமிழ். தமிழ்த்தாய்
வாழ்த்துக்கு என்னை
அவர் இசை அமைக்கச்
செய்தது என் வாழ்நாள்
பேறு!

- எம்.எஸ்.விஸ்வநாதன்

தானே எழுத்தாகி, தானே
சொல்லாகி, தானே ொருளாகி,
தானே யாப்புமாகி,
தானே அணியுமாகி,
மொழியாய், மொழி வளமாய்,
கவிதையாய்
தன்னைத் தானே
எழுதிக்கொண்ட அழகான
கவிதை கலைஞர்!

- இளையராஜா

தமிழ் மக்களின்
காப்பீட்டுத் தமிழன்
கலைஞர்.
நம் உயிர் காக்கும்,
மொழி காக்கும்,
இனம் காக்கும்
தமிழனாக
விளங்குபவர்!

- பாரதிராஜா

கலைஞர்களும்

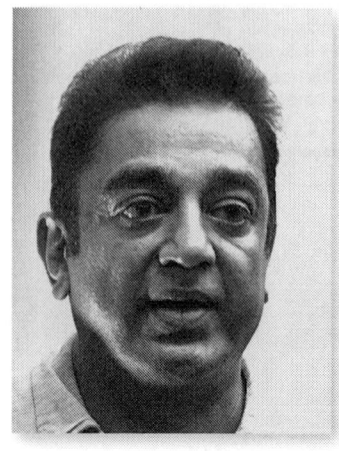

நான் நடிக்க வந்த காலத்தில், கலைஞர் வசனத்தை அழகாகப் பேசிக்காட்டுவதுதான் நடிப்புக்கான கேட் பாஸ். "உனக்கு நீச்சல் தெரியுமா?" என்று யாராவது கேட்டால், குளத்தில் நீச்சல் அடித்துக் காட்டுவோமே...
அப்படி கலைஞர் வசனத்தை சிவாஜி தொனியில் பேசிக்காட்ட வேண்டும்! நானும் அப்படித்தான் மூன்றரை வயதுப் பையனாக இருக்கும்போதே செய்துகாட்டி சினிமாவுக்குள் வந்தேன்!
- கமல்ஹாசன்

சிலருக்குக் கடவுளைப் பிடிக்காது. ஆனால், கடவுளுக்கு அவர்களைப் பிடிக்கும். கலைஞர் அப்படித்தான்!
- ரஜினிகாந்த்

கலைஞரும்!

இளம் வயதில் என்னை இரண்டு விஷயங்கள் பெரிதும் செதுக்கின. ஒன்று, திராவிட இயக்கம், மற்றொன்று, சினிமா. பகுத்தறிவு, சமத்துவம், சமூக நீதி, போன்றவற்றை எங்களுக்குக் கற்றுத்தந்த இயக்கம் அது. 50 வருடங்களாக திரைப்படத் தலைப்பு முதற்கொண்டு எல்லாவற்றிலும் தமிழைப் பயன்படுத்துகிறேன் என்றால், காரணம் கலைஞர். இந்திப் படமே எடுத்தாலும், இந்தியில் பேசுவதற்கு ஓர் மனத் தடை இருக்கிறது என்றால், காரணம் கல்லூரிப் பருவத்தில் திமுக ஏற்படுத்திய ஆதிக்க எதிர்ப்பு உணர்வு. நாட்டின் சுதந்திரத்துக்குப் பிறகு, திடீரென உடைத்துக்கொண்டு வெளியே வந்த மிகப் பெரிய ஆற்றல் திமுக. எப்போதும் அதைப் பிரமிப்பாகவே பார்க்கிறேன்!

- மணி ரத்னம்

திராவிட இயக்கத்தின் செயல்பாடுகள் மீது மிகுந்த மதிப்பு கொண்டவன் நான். இந்த மண்ணில் சாதி, மத அடையாளங்களையெல்லாம் கடந்து நாம் அனைவரும் உணர்வால், 'தமிழர்' என்று உணரவைத்த இயக்கம் அது. இதில் கலைஞரின் பங்கு மகத்தானது. அவர் செம்மொழி மாநாட்டுக்காக எழுதிய பாடலுக்கு இசை கோக்க என்னைத் தேர்ந்தெடுத்தது, வாழ்வின் சந்தோஷங்களில் ஒன்று!

- ஏ.ஆர்.ரஹ்மான்

கண்ணன் + காண்டீபன் = கலைஞர்!

வைரமுத்து
கவிஞர், பாடலாசிரியர்

திராவிட இயக்கத்துக்கு வித்து விதைத்தவர்கள் பலராயினும், விளைவித்தவர்கள் பெரியார் – அண்ணா – கலைஞர் என்ற மூன்று பேராளுமைகளே. இந்த மூவரும் இல்லாவிடில் திராவிட இயக்கத்துக்கு நீட்சி இருந்திருக்காது; நீண்டதோர் ஆட்சி இருந்திருக்காது.

பிரிட்டிஷ் அரசு அறிமுகப்படுத்திய ஆங்கிலக் கல்வி முறையால், தன் அரசாங்க இயந்திரத்துக்குத் தேவையான குமாஸ்தாக்களைத் தயாரித்தது. மேல்தட்டு அலுவலர்கள் முதல், அடித்தட்டு ஊழியர்கள் வரை ஆங்கிலக் கல்வி பயின்ற பிராமணர்களே அந்தப் பதவிகளைப் பெருமளவில் ஆக்கிரமித்துக்கொண்டார்கள். பிராமணர்களை அடுத்து சொற்ப அளவில் முதலியார்களும், அற்ப அளவில் பிள்ளைமார்களும் அரசாங்கச் சுகத்தை அனுபவித்தார்களேயன்றி, பொருளாதாரத்திலும் கல்வியிலும் பின்தங்கிக் கிடந்த பெரும்பான்மைத் தமிழர்கள் கண்களும் கைகளும் கட்டப்பட்டே கிடந்தார்கள் இங்குதான் பிராமணர், பிராமணர் அல்லாதார் என்ற அரசியலும் வகுப்புவாரிப் பிரதிநிதித்துவம் என்ற சமூக நீதியும் முளைவிடுகின்றன.

கருத்துகளை மக்களிடம் முன்னெடுத்துச் செல்வதற்கு மூன்றே மூன்று ஊடகங்கள் மட்டுமே அன்று வாகனங்களாயின. ஒன்று மேடை; இன்னொன்று பத்திரிகை; அடுத்தொன்று திரைப்படம். பெரியார் முதலிரண்டு ஊடகங்களை வெற்றிகொண்டார். கலை – சினிமா என்ற மூன்றாம் ஊடகத்தை முற்றிலும் வெறுத்தார். பெரியார் வெறுத்த மூன்றாம் ஊடகத்தை அண்ணாவும் – கலைஞரும் மிகவும் கவனமாகக் கைப்பற்றினார்கள். அதில் அந்த இருவருக்கும் பொருளும் புகழும் கிடைத்தன. அதைவிட, யாருக்குச் சென்று சேர வேண்டுமோ அந்தக் கடைக்கோடி மக்களுக்கும் இயக்கத்தின் நோக்கம் சென்று சேர்ந்தது.

மொழி வழியாக, இலக்கியத்தின் வழியாகத்தான்
இனத்தின் பெருமைகளை இனங்காட்ட முடியும்
என்பது அண்ணாவுக்கும் கலைஞருக்கும்
தெளிவாகப் புரிந்திருந்தது!

'நல்லதம்பி', 'வேலைக்காரி', 'ஓர் இரவு' போன்ற குறிப்பிட்ட படங்களில் மட்டும்தான் அண்ணா தன் பங்களிப்பை ஆற்றினார். ஆனால், கலைஞரோ தன் அரசியல் வாழ்வின் இணை கோடாகக் கலை வாழ்வையும் கைவிடாமல் காப்பாற்றிவந்தார்.

1950-களில் தமிழ்நாட்டு மக்கள்தொகை மூன்று கோடிதான். இவர்களில் கற்றோர் எண்ணிக்கை வெறும் 19%. எனவேதான், கருத்து என்ற கசப்பு மருந்தை ஊட்டுவதற்கு அவர்கள் கலைத்தேன் தடவ நேர்ந்தது. அண்ணாவின் கலை எழுத்து ஆழமானது; கலைஞரின் கலை எழுத்து அழகானது. வசந்தத்தின் குளுமை, வாலிபத்தின் ஒய்யாரம், சந்தத்தின் சங்கீதம், உவமைகளின் ஊர்வலம், கிண்டலின் கித்தாப்பு, நகைச்சுவையின் மத்தாப்பு, கழுத்தில் கத்திவைக்கும் கருத்து, காதுவழி பதிந்துபோகும் எழுத்து. இதனால், இளைஞர் கூட்டம் தேனுக்குள் கால் புதைந்த வண்டாய்ச் சிக்கிப்போனது. அதில் ஜீவ சமாதியாகவும் சம்மதித்தது.

"பிறக்க ஒரு நாடு; பிழைக்க ஒரு நாடு. தமிழ்நாட்டின் தலை எழுத்துக்கு நான் என்ன விதிவிலக்கா!" – என்று சிவாஜி கணேசனின் குரலில் கலைஞரின் தமிழ் கொட்டகைக்குள் கொட்டியபோது, மலேசியாவின் ரப்பர் தோட்டங்களிலும், பிஜித் தீவுகளின் கரும்புக் காடுகளிலும், கடல் கடந்த நாடுகளிலும் பிழைக்கப் போன தமிழர்கள் பிழியப் பிழிய அழுத கண்ணீர், கேட்பாளர்களின் காதுகளில் பிசுபிசுத்தது.

1952-ல், இந்தியா சுதந்திரம் பெற்ற ஐந்தாம் ஆண்டில் வெளிவருகிறது 'பராசக்தி'. சுதந்திரம் வந்தால் பாலாறும் தேனாறும் ஓடும் என்று யாரோ சொன்னதை நம்பிக்கிடந்த பாமர மக்கள், ரத்த ஆறும் கண்ணீர் ஆறும் ஓடுவதையே கண்டிருந்த நாட்கள். சமூகத்தின் கண்ணீரை, வறுமையை, விரக்தியை, குதிரைப் பாய்ச்சலில் கொட்டித் தீர்த்தது கலைஞரின் தமிழ்.

தான் பெற்ற குழந்தையை வறுமையால் கொல்லப்போன கதாநாயகி நீதி மன்றத்தில் நிற்கிறாள். "குழந்தையைக் கொல்வது குற்றம். ஆக்கப்பட்ட பொருட்கள் அனைத்தும் அரசாங்கத்திற்குச் சொந்தம்" என்கிறார் நீதிபதி.

கதாநாயகி வெகுண்டெழுகிறாள்.

"சொந்தம். பட்டினிப் புழுக்களாய்த் துடித்தோம் நெளிந்தோம். அப்போது எல்லாம் சொந்தம் பாராட்டி ஆதரிக்கவில்லை அரசாங்கம். அநீதியிடையே வாழ வேண்டாம். இறப்புலகில் இன்பம் காண்போம் என்று சாவதற்குச்

சென்றால், சட்டமென்ற கையை நீட்டிச் சொந்தம் என்ற சூழ்ச்சி மொழி பேசுகிறது அரசாங்கம். அதிசயமான அரசாங்கம்; அற்புதமான நீதி!"

சமூகம் என்ற நிறுவனத்தையும் அரசாங்கம் என்ற இயந்திரத்தையும், தர்மம் என்ற விழுமியத்தையும் குத்திக் கிழித்துக் கூறுபோடுகிறது கலைஞரின் பேனா முள். ஆயிரம் மேடைகளில் பேசியும் அடைய முடியாத கருத்து திரைப்படத்தில் ஒரு பாத்திரத்துக்குள் புகுந்து பேசியபோது சாத்தியமாகிறது.

சமயம் என்ற நிறுவனத்தையும் அதன் மீதிருந்த நம்பிக்கை என்ற விழுமியத்தையும்கூட விட்டுவைக்கவில்லை கலைஞரின் எழுத்து.

"குழந்தையை எப்படியும் காப்பாற்ற வேண்டும்" என்கிறார் நீதிபதி.

"என் குழந்தை என்ன திருஞானசம்பந்தரா – பார்வதி வந்து பால் கொடுத்துக் காப்பாற்ற!" என்ற கதாநாயகியின் எதிர்வினை, அப்போது வளர்ந்துவந்த திமுகவின் காளையர்களுக்கெல்லாம் பகுத்தறிவுக் களத்தில் வாதாடும் கருவியைத் தந்தது.

புதைந்துபோன தமிழின் பெருமிதங்களையும் வீழ்த்தப்பட்ட விழுமியங் களையும் மீட்டெடுத்தல் என்பது திராவிட இயக்கம் முன்வைத்த சிந்தனைகளுள் ஒன்று. மொழி வழியாக, இலக்கியத்தின் வழியாகத்தான் இனத்தின் பெருமை களை இனங்காட்ட முடியும் என்பது அண்ணாவுக்கும் கலைஞருக்கும் தெளிவாகப் புரிந்திருந்தது. கலைஞர் 'மனோகரா'வில் எழுதுகிறார்: "புற நானூற்றை மறைக்க வந்த புழுதிக்காற்றே! புறமுதுகிட்டு ஓடும். கலிங்கத்துப் பரணியை மறைக்க வந்த காரிருளே! கால் பிடரியில் இடிபட ஓடும்!"

தமிழின் ஆதி இலக்கியங்களை கலைஞர் இப்படி அடையாளம் காட்டிய போது, பாமரனும்கூட அந்தத் தொல் இலக்கியங்களைத் தொட்டுப்பார்த்தான். தமிழ்த் திரைப்பட எழுத்தில் வேறெவரும் பெற்ற வெற்றியைவிட கலைஞரின் வெற்றிதான் கவனம் பெறுகிறது. "நற்றமிழ் நாட்டிலே நீ/ நடக்காத சாலை யில்லை/ பெற்றதாய் நாட்டில் நீயும்/ பேசாத ஊருமில்லை/ நெற்றியில் தமிழை வைத்தோர்/ நெடுங்கணக் கதிகம்; ஆனால்/ வெற்றியில் தமிழை வைத்த/ வித்தகன் நீ மட்டும்தான்!" என்று நானெழுதிய அறுசீர் விருத்தம் அலங்காரம் கடந்தும் உண்மையே பேசுகிறது.

அடித்தட்டு மக்களின் ஓர் இயக்கம் 17 ஆண்டுகளில் ஆட்சியைப் பிடித்ததற்குக் கலையாயுதமும் ஒரு மிகப் பெரிய காரணம் என்று சொல்லலாம். கௌரவர்களின் பெரும்பான்மையைப் பாண்டவர்களின் சிறுபான்மை வென்றதுபோலத்தான் ஆதிக்க சக்திகளை எதிர்த்து திராவிட இயக்கம் ஆட்சிக் கட்டிலில் அமர்ந்தது. இதுவும் ஒரு குருக்ஷேத்திரம்தான். இந்தப் போர்க்களத்தில் கண்ணனாக இருந்து சொல்லெறிந்தவரும், காண்டீபனாக இருந்து வில்லெறிந்தவரும் கலைஞர் என்று சொல்வதில் எனக்குத் தயக்கம் இல்லை!

கலைகளிலே அவர் கதை வசனம்!

கலாப்ரியா
மூத்த கவிஞர்,
இலக்கிய விமர்சகர்

பத்து அல்லது பன்னிரண்டு வயதிருக்கும். கோடை விடுமுறையில் விளையாட்டுக்கு நடுவே, யாரோ முன்மொழிந்தார்கள், 'நாம் ஒரு நாடகம் போடுவோமா?'

அப்போதெல்லாம் எல்லாப் பள்ளி வகுப்பிலும் தமிழ்ப் பாடப்புத்தகத்தில் கடைசியில் ஒரு நாடகம் இருக்கும். அதைச் சிபாரிசு செய்தவனைப் புழுபோல பார்த்தார்கள். கலைஞரின் 'சேரன் செங்குட்டுவன்' நாடகம் பாட்டுப்புத்தக வடிவில் யாரிடமோ இருந்ததைப் பார்த்தே இந்த 'கவினுறு யோசனை' வந்தது. அப்போது சினிமா பாட்டுப் புத்தகங்கள் தவிர, ஸ்ரீமகள் நிலையம் வெளியிடும் 'சேரன் செங்குட்டுவன்', 'சாக்ரட்டீஸ்', 'சாம்ராட் அசோகன்' என நாடக வசனப் புத்தகங்கள் தனியே ஓரணா விலையில் கிடைக்கும். பாட்டுப் புத்தகத்தை விடவும் இது நிறைய விற்கும். புராண, சரித்திர சினிமாக்களிடமிருந்து, ஏ.எஸ்.ஏ.சாமி, ப.நீலகண்டன் போன்றோரைத் தொடர்ந்து சமூக சினிமாக்களின் காலத்தை அண்ணா, கலைஞர் போன்றோர் நிலைபெற வைத்த பின் இப்படி,

தெற்கிலிருந்து ஒரு சூரியன்

> அவருடைய வார்த்தைகள் வரலாற்றை மாற்றிக்கொண்டே இருக்கின்றன -
> இது ஃபிடல் காஸ்ட்ரோ பற்றி மார்க்வெஸ் சொன்னது.
> 'மாநிலத்தில் சுயாட்சி, மத்தியில் கூட்டாட்சி!', 'உறவுக்குக் கை
> கொடுப்போம், உரிமைக்குக் குரல் கொடுப்போம்!'
> கருணாநிதியின் இப்படியான பல வாசகங்கள்
> தமிழ்நாட்டு வரலாற்றை மாற்றியிருப்பதோடு,
> மார்க்வெஸின் வார்த்தைகளை ஒப்பிடலாம்.

சரித்திர ஓரங்க நாடகங்களை சினிமாவுக்குள் புகுத்தித் தமிழ்ப் பற்று, சனாதன ஒழிப்பு, திராவிடக் கருத்தியலுக்கு ஆதரவு, டெல்லி ஏகாதிபத்தியத்துக்கு எதிர்ப்பு ஆகியவற்றைத் தொடர்ந்து வெளிப்படுத்தியவர் கலைஞர்தான். ஆகவே, அவை புத்தகமாக வருவதும் கலைஞருக்குத்தான் முதலில் நிகழ்ந்தது.

அவருடைய 'ராஜா ராணி' படத்தில் சாக்ரட்டீஸ் வசனங்கள் இன்றும் ஞாபகமிருக்கும், "உன்னையே நீ அறிவாய், உன்னையே நீ அறிவாய். இந்த உபதேசத்தின் உண்மைகளை உணர்வதற்காக த்தான், என் உயிரினும் இனியவர்களே, உங்களை எல்லாம் அழைக்கிறேன். அறிவு, அறிவு... அது உலகத்தின் எந்த மூலையில் இருந்தாலும் அதைத் தேடிப் பெறுவதற்காக உங்களை அழைக்கிறேன். ஏற்றமிகு ஏதென்ஸ் நகரத்து எழில்மிக்க வாலிபர்களே... நாற்றமெடுத்த சமுதாயத்தில் நறுமணம் கமழ்விக்க இதோ சாக்ரடீஸ் அழைக்கிறேன், ஓடி வாருங்கள்!" அவர் மேடைதோறும் முழங்குகிற 'என் உயிரினும் மேலான அன்பு உடன்பிறப்புகளே!' என்பதன் நதிமூலம் இதுவாகக்கூட இருக்கலாம்.

சாக்ரட்டீஸ் விஷம் அருந்தும் காட்சியில் உடனிருக்கும் நண்பன், "கிரேக்கப் பெரியாரே! இந்த விஷம் எம்மையும் உம்மையும் பிரிக்கப்போகிறதா, நீங்கள் பிரியும் முன் எனக்கும் மக்களுக்கும் என்ன சொல்லப்போகிறீர்கள்?" என்று கேட்பார். "அவர் சொன்னார்... இவர் சொன்னார் என்று எண்ணித் தடுமாற்றம் அடைய வேண்டாம். எவர் சொன்னபோதும் உன் இயல்பான பகுத்தறிவால் எண்ணிப் பார்" என்ற பதில் வசனத்தில் நாம் பெரியாரை இனம் காண முடியும். பெரியார் அடிக்கடி சொல்லும் மேற்கோள் இது.

கிட்டத்தட்ட 70 படங்களுக்கு வசனம் எழுதியிருப்பார். முதல் படமாக 'ராஜ குமாரி' படத்தையே கருதலாம். 'வசனம், இயக்குநர் ஏ.எஸ்.ஏ.சாமி, வசன உதவி: கருணாநிதி' என்று பெயர் போடப்பட்டாலும், பெரும்பாலான வசனங்களில் அவரது முத்திரை, முகத்திரையை நீக்கி காட்டிக் கொடுத்து விடும்: "கிட்டாத பழம் நான்", "வெட்டாத கத்தியல்ல ஆலகாலன்!"

அடுத்தடுத்து வந்த 'மருதநாட்டு இளவரசி'யும் சரி, 'மந்திரிகுமாரி'யும் சரி, சனாதன நிறுவனங்களை எதிர்க்கும் திராவிட அரசியலை, கடவுள் மறுப்பை

நேரடியாகக் கூறுபவை. 'மருதநாட்டு இளவரசி'யில், கர்ப்பமுற்றிருக்கிற அரசியைத் தப்பித்துப் போகும்படி சொல்லும் மந்திரி கூறுவார், "அரண்மனையில் அநீதி வாழும் வரையில்தான் அஞ்ஞாத வாசம்; பிறகு, நியாயம் தானே தங்களை மாளிகைக்கு அழைத்துக்கொள்ளும்!" இன்னொரு கட்டத்தில், "அப்போது அக்னியாஸ்திரத்தை வீசிப் பார்த்தாய், இப்போது வர்ணாஸ்திரத்தை வீசுகிறாய், மோகனாஸ்திரத்தை வீசினாலன்றித் தப்பிக்க முடியாது, இளவரசி" என்று எம்.ஜி.சக்ரபாணி சொல்லுவார். இவையெல்லாம் வெறும் அடுக்குமொழிப் பிரயோகம் மட்டுமல்ல. தனக்கு முந்தைய காலத்து சினிமாக்களின் புராணிக மொழியைத் தனக்கேற்ப வளைத்துக்கொள்ளும் சாமர்த்தியம். இந்தப் படத்தில் ஒரு காளி கோயில் வரும். அந்தக் கோயிலுக்குள் பெண்கள் மட்டுமே போக முடியும்; உள்ளே போன பெண்கள் வெளியே வர முடியாது என்றொரு சட்டம் உண்டு. மடங்களுக்கான குறியீடு இது!

ஆங்காங்கே பாரதிதாசன் வரிகளைப் பயன்படுத்துவதையும் இதில் ஆரம்பித்திருப்பார். 'ஆக்கப் பொறுத்த மனம் ஆறப் பொறுக்கலையா' என்ற பேச்சு வழக்கின் மழுங்கல் வரிகளை, 'பூமியைத் தோண்டி பொன்னைப் புதை யல் எடுத்தவன், அது ஆபரணமாகும் வரையாவது காத்திருக்கக் கூடாதா ?' என்று கூர்மையாக்கியிருப்பார்.

வழக்குரைக் காதைபோல, வழக்கு மன்றக் காட்சிகளை வடிப்பதில் கலைஞருக்கு நிகர் கலைஞர்தான். 'மருதநாட்டு இளவரசி'யில், எம்.ஜி.சக்ர பாணிக்கும் எம்ஜிஆருக்கும் இடையே எழும் சில வாத எதிர் வாதங்கள்: "நிறுத்து உன் உபதேசத்தை, இது குற்றவாளிக் கூண்டு, குருமத பீடமல்ல!" முடியாட்சி ஒழிந்து குடியாட்சி பிறப்பதான பிரகடனத்துடன் படம் முடியும். அநேகமான சரித்திரப் படங்கள் இப்படி முடிவது இதற்குப் பின்னான விளைவு.

அவரை நட்சத்திர அந்தஸ்துக்கு உயர்த்திய படம் 'மந்திரி குமாரி'. படத்துக்கான டைட்டில் கார்டில், ('எழுத்து போடுதல்' என்று சொல்வது எங்களூர் வழக்கம்) நடிகர்–நடிகைகள் பெயரைக் கூட்டமாகப் போட்டுவிட்டு, இயக்குநருக்கு முன்னால் 'கதை வசனம்: கருணாநிதி' என்று போடுவார்கள். மாடர்ன் தியேட்டர்ஸைப் பொறுத்த அளவில் வசனம், இசை என்பதெல்லாம்

திராவிட இயக்க வளர்ச்சியின் பாதையில்
கலைஞரின் திரைக்கதைகளும் வசனங்களும்,
வார்த்தைகளும் ஆல்போல் தழைத்து அருகுபோல்
வேரோடியிருக்கின்றன!

கூட்டுப் பொறுப்பு. வசனகர்த்தா பெயரே இல்லாமல்கூடப் படம் வெளியாகும். அந்த வழக்கத்தை மாற்றியவர் கலைஞர்.

பொதுவாகவே கலைஞரின் இயல்பான நகைச்சுவை, சந்தர்ப்பத்தின் ஒழுங்கைக் குலைத்துவிடாமல், சினிமா வசனங்களிலும் பளிச்சிடும். ஒரு உதாரணம், மந்திரி குமாரிக்கும் கொள்ளைக்காரக் காதலனுக்கும் நடக்கும் உரையாடல். "உங்களுக்கு மரண தண்டனையா, முடியவே முடியாது, நடக்க விடவும் மாட்டேன்" என்பாள் குமாரி. "நீ என்ன சாவித்ரியா, சபதம் செய்கிறாய். என் உயிரைத் திருப்பிக் கேட்கவும் தரவும், இந்தக் காலத்து எமன் ஒன்றும் இளித்தவாயனல்ல" என்பார் இளக்காரமாகக் கொள்ளைக்கார எஸ்.ஏ.நடராஜன்.

சிவாஜி கணேசன் அறிமுகமான 'பராசக்தி' படத்தில், மிகத் தீவிரமான ஒரு கட்டத்தில் வரும் புகழ்பெற்ற வசனம் "ஓடினாள் ஓடினாள் வாழ்க்கையின் ஓரத்திற்கே ஓடினாள்!" 'பூம்புகார்' படத்தில், ஒரு நகைச்சுவைக் காட்சியில் இந்த வசனத்தையே நாகேஷைப் பேசவைத்திருப்பார்: "ஓடினாள் ஓடினாள் வீட்டின் ஓரத்திற்கே ஓடினாள்!" இப்படித் தன் வசனத்தையே கிண்டலாகவும் மாற்ற ஒரு பக்குவம் வேண்டும்.

கலைஞர் வசனமெழுதிய முதல் சமூகப் படம் கலைவாணரின் 'மணமகள்'. கலைவாணருக்கேயான சீர்திருத்தக் கருத்துகளுடன் நகைச்சுவையாகவும் எழுதியிருப்பார். அதேபோல 'பணம்'. அதில் வருகிற வசனங்களைவிட, கலைவாணர் பாடும், தீனா மூனா கானா 'திருக்குறள் முன்னணிக் கழகம்' பாடல் பிரசித்தமானது. தணிக்கைக்குத் தப்பிய திமுகவின் கொள்கை விளக்கப் பாடல் அது.

அடுக்குமொழி நடையிலிருந்து இயல்பான நடைக்கு அவர் மாறிய படம் 'மலைக்கள்ளன்'. பொதுவாக, தமிழ் நாவல்கள் சினிமா ஆகும்போது வெற்றி பெறாது. விதிவிலக்காக கலைஞரினுடைய திரைக்கதையில்தான் நாவல்களான 'மலைக்கள்ளன்', 'இருவர் உள்ளம்' இரண்டும் மாபெரும் வெற்றி பெற்றன.

எம்.ஆர்.ராதா பேசும் வசனங்கள் வழக்கமான அவர் டைமிங்கைவிடக் கூர்மையாக இருக்கும் 'காஞ்சித் தலைவன்' படத்தில். "உன்னுடைய தலையில் இருக்கிறது மூளைதானா?" எனும் பானுமதியின் கேள்விக்கு, எம்.ஆர்.ராதா

வின் பதில்: "சாதாரண மூளை இல்லை, பல சூழ்ச்சிப் பாண்டங்களைத் தயாரிக்கிற சூளை!" இந்தப் படத்துக்காக சரித்திரச் சான்றுகளைக் கவனமாகவும் சரியாகவும் காட்ட, நிறைய மெனக்கெட்டிருப்பார் கலைஞர். நரசிம்ம பல்லவன் காலத்திய காஞ்சியில் சைவ, பௌத்த, சமண மடப் பிரதிநிதிகள் பல்லவன் அவையில் இடம் பெற்றிருப்பார்கள். திருநாவுக்கரசர், பல்லவனுக்கு மாமல்லன் என்றும், மகாபலிபுரத்துக்கு மாமல்லை என்ற பட்டமும் வழங்குவதாகக் காட்டியிருப்பார். இவை எல்லாம் இல்லையென்றாலும், ஒரு சினிமாவாக அதை யாரும் கேள்வி கேட்கப்போவதில்லை, ஆனாலும் மெனக்கெட்டிருப்பார்.

'புதுமைப்பித்தன்', 'அரசிளங்குமரி', 'தாயில்லாப் பிள்ளை', 'இருவர் உள்ளம்', 'மண்ணின் மைந்தன்', 'புதிய பராசக்தி' என்று கடைசியாக இயக்கிய 'பொன்னர் சங்கர்' வரை அவருடைய படங்களில் ஏகப்பட்டவை சினிமா உலகில் ராசி அற்றதாகக் கூறப்படும் 'எட்டு எழுத்துப் படங்கள்'. இதிலும் அவர் விதிவிலக்கு. நிறைய வெற்றிப் படங்கள். அவர் ராசி பார்க்கிறவர் அல்ல!

"காவிரி தந்த தமிழகத்துப் புது மணலில் களமமைத்து, சேர சோழ பாண்டிய மன்னர், கோபுரத்துக் கலசத்தில்..." என்று நீளும் புதிய வசன கவிதை நடை தான் அவரது வாழ்நாள் முழுவதற்கும் பலரையும் அவருக்கு ரசிகர்களாக்கிற்று.

1965 குடியரசு நாளை இந்தித் திணிப்புக்கு எதிராகக் கறுப்பு தினமாகக் கொண்டாட அண்ணா விடுத்த அழைப்பையொட்டி, தன் வீட்டில் கறுப்புக் கொடி கட்டினார் எஸ்.எஸ்.ஆர். அதை எதிர்த்துக் கலகத்தில் ஈடுபட்டார்கள் காங்கிரஸார். இடையில் வந்த போலீஸ், துப்பாக்கியைக் காட்டி மிரட்டினார் என்று எஸ்.எஸ்.ஆர். மீது வழக்குப் பதிவுசெய்தது. இதைக் கதையோடு ஒட்டிய வேறு காட்சியாக மாற்றி 'அவன் பித்தனா ?' படத்தில் எஸ்.எஸ்.ஆர். பேசும் வசனமாக வைத்தார், "துப்பாக்கியைக் காட்டி மிரட்டினேன் என்று கேஸ் போடுவியா ? போட்டுக்கோ!" திரையரங்கம் அதிரும். இப்படி நாட்டு நடப்பைச் சமத்காரமாக நுழைத்துவிடுவார் சினிமாவில்.

1947–ல் ஆரம்பித்த அவரது திரையுலகப் பயணத்தின் இந்த எழுபது ஆண்டுகளில் அவர் கிட்டத்தட்ட 70 படங்களுக்குத் திரைக்கதை வசனம் எழுதியிருப்பார். "அவருடைய வார்த்தைகள் வரலாற்றை மாற்றிக்கொண்டே இருக்கின்றன." – இது ஃபிடல் காஸ்ட்ரோ பற்றி மார்க்வெஸ் சொன்னது. 'மாநிலத்தில் சுயாட்சி, மத்தியில் கூட்டாட்சி!', 'உறவுக்குக் கை கொடுப்போம், உரிமைக்குக் குரல் கொடுப்போம்!' கலைஞரின் இப்படியான பல வாசகங்கள் தமிழ்நாட்டு வரலாற்றை மாற்றியிருப்பதோடு, மார்க்வெஸின் வார்த்தைகளை ஒப்பிடலாம். திராவிட இயக்க வளர்ச்சியின் பாதையில் கலைஞரின் திரைக் கதைகளும் வசனங்களும் வார்த்தைகளும் ஆல்போல் தழைத்து அருகுபோல் வேரோடியிருக்கின்றன. அவரது நடையில் சொன்னால், திராவிட இயக்கத்தின் முன்றிலில் அவை கதிராகவும் நிலவாகவும் ஒளி வீசிக்கொண்டிருக்கின்றன. அவருக்கு ஆரோக்கியமான போட்டியாளரான கண்ணதாசனின் பாணியில் சொன்னால் 'கலைகளிலே அவர் கதை வசனம்!'

பராசக்தி: ஒரு நினைவுகூரல்!

எம்.எஸ்.எஸ்.பாண்டியன்
வரலாற்றறிஞர்

திமுக இயக்கத்தின் சித்தாந்த உந்துதல் பெற்ற படமான 'பராசக்தி' 1952-ல் வெளியானது. அந்தக் காலத்தின் மிகப் பிரபலமான திரைப்படங்களில் ஒன்றான 'பராசக்தி' தமிழ்நாட்டின் பல இடங்களிலும் 100 நாட்களுக்கும் மேல் அரங்கு நிறைந்த காட்சிகளைக் கண்டது. குறிப்பாக, அப்போது ஆசியாவிலேயே மிகப் பெரிய திரையரங்கமாக விளங்கிய மதுரை தங்கம் திரையரங்கில் அரங்கு நிறைந்த காட்சிகளாக 100 நாட்களைக் கடந்து ஓடியது. அந்தப் படத்தின் வசனங்களெல்லாம் எந்த அளவுக்குப் பிரபலம் என்றால், சென்னையின் நெரிசலான மூர் மார்க்கெட் பகுதியில் தெருவோரங்களில் கேளிக்கை நிகழ்ச்சிகளை நடத்துபவர்கள் 'பராசக்தி'யின் நீளமான வசனங்களை ஒப்பித்துவிட்டு, வேடிக்கை பார்ப்பவர்களிடம் சில்லறைகளை வாங்கிக்கொள்வார்கள். அரசியல் மேடைப் பேச்சாளர்களாக ஆக விரும்புவோர் அந்தப் படத்தில் கருணாநிதி எழுதிய வசனங்களை மனப்பாடம் செய்வதென்பது கட்டாயம் என்பதுபோல் ஆகிவிட்டது.

திமுகவின் காங்கிரஸ் எதிர்ப்பு நிலைப்பாடு, மதநம்பிக்கை மீதான தாக்குதல், தமிழ்த் தேசிய நிலைப்பாடு போன்றவற்றை 'பராசக்தி' அழுத்தம் திருத்தமாக வெளிப்படுத்தியது. முழுக்க முழுக்க திமுகவின் படமாகவே அதை

ரசிகர்கள் அடையாளம் கண்டுகொண்டார்கள். ஆனால், திமுகவின் எதிராளி களிடமிருந்து இந்தப் படம் கடும் எதிர்ப்பைச் சந்தித்தது. ஒருபுறம், காங்கிரஸுக்கு எதிரான இந்தப் படத்தின் நிலைப்பாடும் மதத்துக்கு எதிரான அணுகுமுறையும் ரசிகர்களிடையே பெரும் வரவேற்பைப் பெற்றாலும் மறுபுறம் உடனடியான எதிர்ப்பும், இந்தப் படத்தை முழுவதும் தடைசெய்ய வேண்டும் என்ற கோரிக்கையும் எழுந்தன. ராஜாஜியின் தலைமையில் அப்போது மதறாஸ் மாகாணத்தை ஆட்சிசெய்த காங்கிரஸ் அரசிடம் இந்தப் படத்துக்கு எதிராக ஏராளமான முறையீடுகள் முன்வைக்கப்பட்டன. பிராமணர்களால் நடத்தப்பட்ட பத்திரிகைகள் இந்தப் படத்தைப் பற்றி அவதூறாக எழுதின. படத்துக்கு எதிரான முறையீடுகளில் பெரும்பாலானவை அதன் நாத்திகத்தன்மையையும் காங்கிரஸுக்கு எதிரான நிலைப்பாட்டையும் குறிவைத்துத் தாக்கின. சில விமர்சகர்கள் பெண்களைப் பாரம்பரியத்துக்குப் புறம்பான விதத்தில் இந்தப் படம் சித்தரித்திருந்தாகக் குறைகண்டதில் ஆச்சரியம் ஏதுமில்லை.

படத்தின் எதிர்ப்பாளர்களின் தொடர்ச்சியான விமர்சனத் தாக்குதல்களுக்குத் ‘தணிக்கைக் குழு’வும் இலக்கானது. ‘பராசக்தி’யின் எதிர்ப்பாளர்களில் பெரும் பாலானோர் சமூகத்தின் மேல்தட்டைச் சேர்ந்தவர்களும் காங்கிரஸ் உறுப்பினர் களும் அனுதாபிகளும்தான். திமுக சார்பான இந்தப் படம் அத்துமீறும் வகையிலும் மதம், அரசியல், பெண்கள் தொடர்பாகக் காலம்காலமாக சமூகத் தில் நிலவிய நம்பிக்கைகளைக் கேலிக்கூத்தாக்கும் விதத்திலும் இருப்பதாக அவர்கள் கருதினார்கள். மேலும், தணிக்கைக் குழுவும் இந்தக் கலகத் திரைப்படக்காரர்களும் கைகோத்துச் செயல்படுவதாகவும் எதிர்ப்பாளர் கள் கருதினார்கள். படத்தை காங்கிரஸ் அரசாங்கம் தடைசெய்துவிடக்கூடும் என்ற பேச்சுகளாலேயே மக்களிடையே இந்தப் படம் மீதான ஆர்வம் பெருகியது. விளைவாக, பெருவெற்றி பெற்றது படம். திராவிட இயக்கமானது தேர்தல் அரசியலில் ஈடுபட்டு வெற்றிகளைச் சுவைக்கும் தீவிரக் கனவுடன் திமுக என்ற பெயரில் அரசியல் கட்சியாகப் புது அவதாரமெடுத்த காலகட்டத்தில் தான் வெள்ளித்திரைகளில் ‘பராசக்தி’ காட்சியளித்தது. தேர்தல் அரசியலை அடிப்படையாகக் கொண்டு குறுகிய கால அரசியல் லாபங்களை அடைவதற்கான வழிமுறையானது காலம்காலமாக நிலவிவந்த நம்பிக்கைகளையும் பிற்போக் கான கலாச்சாரப் பழக்கவழக்கங்களையும் எதிர்ப்பதற்கு திமுகவுக்குப் போது மான சுதந்திரத்தை அளிக்கவில்லை. ஆனால், தொடக்கக் கால திராவிட இயக்கத்தாலும் அதன் பிற்கால வடிவமான திராவிடர் கழகத்தாலும் அப்படிச் செய்ய முடிந்தது; தேர்தல் அரசியலுக்கு வெளியில் அவை இப்படிச் செயலாற்றின என்பதைப் பார்க்க வேண்டும். அதன் விளைவாகத்தான் உடனடி அரசியல் வெற்றிகளும் கிடைத்தன. இந்தப் பின்னணியில் பொருத்திப் பார்க்கும்போது பின்வரும் காலத்தில் நாடாளுமன்றத்தை நோக்கி நகரவிருந்த திமுகவின் முன்னடையாளமாக 1952–ல் ‘பராசக்தி’ இருந்தது!

(ஈபிடபிள்யூ ஆய்விதழில் வெளியான
எம்.எஸ்.எஸ்.பாண்டியனின் கட்டுரையிலிருந்து சில பகுதிகள்)

தொகுப்பு: **ஆனந்தி பாண்டியன்,** தமிழில்: **ஆசை**

தமிழுக்கு எவ்வளவு சக்தி என்று கலைஞர் வசனங்கள் மூலமாகத்தான் தெரிந்துகொண்டேன்!

ராதிகா பேட்டி

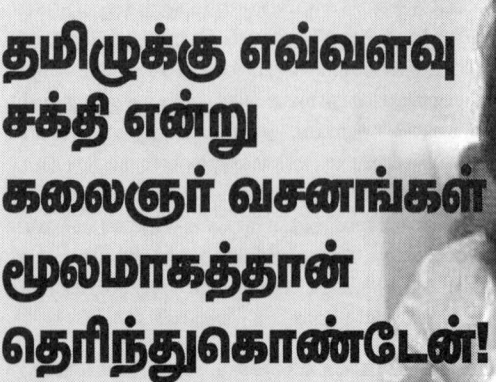

● இசக்கி

தமிழின் குறிப்பிடத்தகுந்த நடிகைகளில் ஒருவரான ராதிகா, திராவிட இயக்கத்தின் புரட்சிகரக் கருத்துகளைத் தன்னுடைய நாடகங்கள் வாயிலாகப் பட்டிதொட்டியெங்கும் கொண்டுசென்ற எம்.ஆர்.ராதாவின் மகள். புகழ் பெற்ற பொழுதுபோக்கு நிறுவனமான 'ராடன்' குழுமத்தின் தலைவர். அவருடைய கணவர் சரத்குமார் தனிக் கட்சி நடத்திவரும் சூழலிலும், கருணாநிதியிடம் கொண்ட அபிமானத்தைத் தொடர்பவர்.

எப்போது கருணாநிதியை முதன்முதலில் சந்தித்தீர்கள்?

சின்ன வயதிலிருந்தே தெரியும். அவருக்கு 'கலைஞர்' பட்டம் கொடுத்ததே அப்பாதானே! இருவரும் நல்ல நண்பர்கள். ஆனால், ஒரு ஆளுமையாக நான் அவரை உணர்ந்தது அவருடைய படங்களில் நடிக்க ஆரம்பித்த பிறகுதான். தமிழுக்கு எவ்வளவு சக்தி இருக்கிறது என்று அவருடைய வசனங்கள் மூலமாகத்தான் தெரிந்துகொண்டேன். நான் தமிழை முழுவதுமாகக் கற்றுக் கொண்டதும்கூட கலைஞர் வசனம் மூலமாகத்தான். அவர் படங்களில், 'பாசப்

ஒரு பெண்ணாக என்னிடம் வெளிப்படும்
மன தைரியத்துக்குத் திராவிட இயக்கப்
பின்னணி ஒரு முக்கியமான காரணம்
என்று நினைக்கிறேன்!

பறவைகள்' எனக்கு முக்கியமான படம். அந்தப் படத்தின் வசனங்களை இன்றைக்குத் தூக்கத்தில் எழுப்பிக் கேட்டாலும் பேசுவேன்.

அவருக்காகப் பிரச்சாரம் செய்திருக்கிறீர்கள் இல்லையா?

1989 தேர்தல். 'நீ ஏன் திமுகவுக்காகப் பிரச்சாரம் செய்யக் கூடாது?' என்று கேட்டார்கள். கலைஞருக்காகத் துறைமுகம் தொகுதியில் நடந்த பெரிய கூட்டத்தில் பேசினேன். நல்ல வரவேற்பு. அப்புறம் தமிழ்நாடு முழுக்கப் பேசினேன். திராவிட இயக்கக் குடும்பப் பின்னணியிலிருந்து வந்தவள், அப்பா தன்னுடைய நாடகங்களைப் பார்க்க அழைத்துச் செல்லும் சிறு பிராயம் தொடங்கி மேடை அறிமுகமாகிவிட்டது என்றாலும், நானாக திராவிட இயக்கத்தை உணரும் சூழல் ஏற்பட்டது அப்போதுதான். ஆண்–பெண் பேதம் இல்லாத வீடு என்னுடையது. துடுக்கும் துணிச்சலும் வீடு தந்தது என்று நினைத்திருந்த காலம் உண்டு. அது இயக்கப் பாரம்பரியம் தந்தது என்று அப்போது புரிந்தது. ஒரு பெண்ணாக என்னிடம் வெளிப்படும் மன தைரியத்துக்குத் திராவிட இயக்கப் பின்னணி ஒரு முக்கியமான காரணம் என்று நினைக்கிறேன்.

கருணாநிதியின் விசேஷக் குணம் என்று எதைக் குறிப்பிடுவீர்கள்?

எல்லோரையும் அரவணைத்து வழிநடத்துவார். ஜனநாயகவாதி. எல்லோருக்கும் காதுகொடுப்பார். பெண்களுக்குப் பெரிய மரியாதை கொடுப்பார். எல்லாவற்றுக்கும் மேல் அவரிடம் சாதி கிடையாது.

திராவிட இயக்கத்தின் அடுத்த நூற்றாண்டு இலக்காக எது இருக்க வேண்டும் என்று நினைக்கிறீர்கள்?

சாதி ஒழிப்பு. சாதி இருக்கும் வரைக்கும் அதுதானே பிரதான இலக்காக இருக்க முடியும். சாதியை ஒழித்த பிறகுதான் அடுத்த இலக்கை நாம் பேச வேண்டும்!

69

கருணாநிதி பணியாற்றிய திரைப்படங்களின் எண்ணிக்கை. இதில் 'பிள்ளையோ பிள்ளை' (1972) படத்தில் அவரது மகன் மு.க.முத்துவும், 'ஒரே ரத்தம்' (1987) படத்தில் மு.க.ஸ்டாலினும் அறிமுகமானார்கள்!

66

ஆண்டுகள். திரைத் துறையில் கருணாநிதியின் வயது. கடைசியாகப் பணியாற்றிய திரைப்படமான 'பொன்னர் சங்கர்' வெளியான ஆண்டு 2011. முதல் படமான 'ராஜகுமாரி' 1947-ல் வெளியானது. சினிமாவில் அண்ணாவுக்கு சீனியர் கருணாநிதி.

9

கருணாநிதி கதை வசனம் எழுதி, எம்ஜிஆர் நடித்த படங்களின் எண்ணிக்கை. கருணாநிதியின் பெயரோடு வந்த முதல் படத்தின் நாயகனும் எம்ஜிஆரே!

500

ஒரு வசனகர்த்தாவாகப் 'பராசக்தி' பட உருவாக்கத்தின்போது மார்டன் தியேட்டர்ஸ் நிறுவனத்தில் கருணாநிதி பெற்ற மாதச் சம்பளம். கதாநாயகன் சிவாஜியின் சம்பளம் அப்போது ரூ.250. வசனகர்த்தாவுக்கான நட்சத்திர மதிப்பை உச்சத்துக்குக் கொண்டுபோனார் கருணாநிதி. தமிழ்த் திரை வரலாற்றிலேயே முதன்முறையாக பாட்டுப் புத்தகங்கள்போல கதை-வசனப் புத்தகங்கள் 'பராசக்தி'க்கு வெளியாகின!

8

கருணாநிதி கதை வசனத்தில், சிவாஜி கணேசன் நடித்த படங்கள். இதில் 'பராசக்தி', 'மனோகரா' இரண்டிலும் கருணாநிதியின் வசனங்களை சிவாஜி பேசியபோது அவை உச்சம் தொட்டன.

26

படங்களைச் சொந்தமாகத் தயாரித்திருக்கிறார் கருணாநிதி. 1957-ல் திமுக தேர்தலில் போட்டியிடும் முன்பே கருணாநிதியை ஒரு செல்வந்தர் ஆக்கிவிட்டது சினிமா. கோபாலபுரம் வீடு 1955-ல் அவர் வாங்கியது. திமுக தலைவர்களில் முதல் சொந்த கார் கருணாநிதியினுடையது!

6

தமிழால் வென்ற கருணாநிதியின் படங்களில், தெலுங்கிலும் மொழி மாற்றம் செய்யப்பட்டவை. 'மனோகரா' (1954) மட்டும் இந்தியிலும் மொழி மாற்றம் செய்யப்பட்டது!

"

"என்னடா ஆச்சரியக்குறி போடுகிறாய்?"
"ஆச்சரியக்குறிதான் ஜமீன்தார் அவர்களே..
கொஞ்சம் வளைந்தால் அதுவே கேள்விக்குறியாக மாறிவிடும். ஞாபகம் இருக்கட்டும்! அரிவாளுக்கும் கேள்விக்குறிக்கும் அதிக வித்தியாசம் இல்லை."

- பண்ணையாருக்கும் தொழிலாளிக்கும் இடையிலான 'நாம்' பட வசனம் இது!

திராவிட இயக்கம் நாளை...

ஆசிரியர் குழு

நூற்றாண்டைக் கடந்துவிட்ட திராவிட இயக்கம் தன்னுடைய பயணத்தில் கணிசமான வெற்றிகளைப் பெற்றிருக்கிறது. அதேசமயம், இன்னும் அடைய வேண்டிய இலக்குகளின் தொலைவும் நாளுக்கு நாள் அதிகரித்தபடி இருக்கிறது. அது எதிர்கொள்ளும் எதிரிகளின் வலிமை ஒருபுறம் அதிகரித்தபடி இருக்க, மறுபுறம் திராவிட இயக்கத்துக்குள்ளான பலவீனங்களும் அதிகரித்தபடி இருக்கின்றன. அவ்வகையில் ஐந்து பெரும் சவால்களாக இந்நூல் தொகுப்புக் குழு உணர்ந்தவை இவை. அடுத்த நூற்றாண்டில் அடியெடுத்து வைக்கும் திராவிட இயக்கம், இந்தச் சவால்களுக்கும் விமர்சனங்களுக்கும் ஆக்கபூர்வமாக முகங்கொடுப்பதே அதை அடுத்தடுத்த தளங்களுக்கு இட்டுச்செல்லும்!

இளைய சமூகத்தை அரசியல்மயப்படுத்துங்கள்!
எந்தவொரு இயக்கமும் தொடர்ந்து அதில் இணைந்துகொண்டிருக்கும் இளைய தலைமுறையினரால்தான் ஆக்கமும் ஊக்கமும் பெறுகிறது. இளைய தலைமுறை அரசியல்மயப்படுத்தப்பட வேண்டும். இயக்கத்தில் இளையோருக்கு முக்கிய இடம் வேண்டும்! பழைய வாசிப்பியக்கம் மீட்டுருவாக்கப்பட வேண்டும். வரலாறும் சித்தாந்தமும் கடத்தப்பட வேண்டும்!

ஒடுக்கப்பட்டவர்களுக்கு முன்னுரிமை அளியுங்கள்!
சமூக நீதிக்கான கடந்த நூற்றாண்டு பயணத்தில் பிராமணரல்லாதோர் முன்னேற்றத்துக்கு அளிக்கப்பட்ட முன்னுரிமை, வரவிருக்கும் நூற்றாண்டில் பிராமணரல்லாதோரில் கீழினும் கீழே இருப்பவர்களுக்கு - ஒடுக்கப்பட்ட மக்களுக்கு, பழங்குடியினத்தவருக்கு, முஸ்லிம்களுக்கு - அளிக்கப்பட வேண்டும்!

> **பசுமைப் பொருளாதாரத்தை யோசியுங்கள்!**

கால் நூற்றாண்டுக்கு முன்புகூட சுற்றுச்சூழல் தொடர்பான விழிப்புணர்வு பெரிய அளவில் நம்மை வந்தடைந்திராத நிலையில், நம்மை வந்தடைந்த திட்டங்களில் சூழல் கேடு தொடர்பாக நாம் யோசிக்காமல் இருந்ததைப் பெரிய தவறாகக் கொள்ளாமல் கடக்கலாம். ஆனால், இனியும் அந்நிலை தொடரக் கூடாது. பணத்தின் பெயரால், கனிம வளங்கள் சூறையாடப்படவோ, முதலீடுகளின் பெயரால் அதீதமான நுகர்வோ அனுமதிக்கப்படக் கூடாது. சூழலுடன் இயைந்த வளர்ச்சியை யோசிக்க வேண்டும்!

> **தார்மீக அறத்தை வளர்த்தெடுங்கள்!**

தேர்தல் அரசியலில் தவிர்க்க முடியாத புற்றுபோல உலகெங்கும் வளர்ந்துவருகிறது ஊழல். என்றாலும், தீவிரமான மாற்றுக் கொள்கைகளை முன்னிறுத்தி இயங்கும் கட்சிகள் இந்த விஷயத்தில் கூடுதல் கவனம் எடுத்துக்கொள்ள வேண்டியது அவசியம். தார்மீக அறம் இல்லாத இடத்திலிருந்து வரும் எவ்வளவு மதிப்புமிக்க விமர்சனங்களும் மாற்றுகளும் மதிப்பிழந்து போகும். இந்தியாவில் காங்கிரஸ், பாஜக மற்றும் கம்யூனிஸ்ட் கட்சிகளுக்கு மாற்றாக ஓர் அரசியலை முன்னெடுக்கும் தகுதியும் வாய்ப்பும் கொண்ட திராவிட இயக்கம், இந்த விஷயத்தில் தீவிரமான கவனம் செலுத்த வேண்டும். கம்யூனிஸ்ட்டுகளைப் போல தமது இயக்கத்தினர் செயல்படுவதற்கு என்று ஒரு சுயநிதி முறையை உருவாக்குவது குறித்தும் யோசிக்கலாம்.

பெரியார், அண்ணாவில் தொடங்கி திராவிட இயக்கத்தின் முன்னோடிகள் பொது ஒழுக்கத்துக்குக் கொடுத்துவந்த மதிப்பும் தார்மீக அறமும் அடுத்த தலைமுறையினரிடத்தில் கொண்டுசெல்லப்பட வேண்டும்!

> **தமிழுணர்வை வலுப்படுத்துங்கள்!**
> திமுகவைத் தொடங்குகையில் அண்ணா நினைத்ததுபோல எல்லாச் சமூகங்களையும் உள்ளிழுக்கும் வல்லமையை இயக்கம் பெற வேண்டும். தலித்துகள் முதல் பிராமணர்கள் வரை எல்லோரையும் தமிழர் எனும் அடையாளத்துக்குள் உள்ளடக்கி மொழி, இன, மாநில உணர்வை மேலும் வளர்த்தெடுக்க வேண்டும். குழந்தைக்குப் பெயர் சூட்டலில் தொடங்கி திருமணம் வரை ஒரு மாற்று முறையைச் சிந்தித்ததாலேயே அப்படி ஒரு உணர்வைக் கடந்த காலங்களில் வளர்த்தெடுக்க முடிந்தது. வாழ்க்கை முறை மாறும்போது, கலாச்சாரம் மாறும்போது அரசியலும் மாறும். தமிழ் மொழியின் வளர்ச்சியில் கூடுதல் கவனம் செலுத்தப்பட வேண்டும்! தமிழால் எல்லாம் சாத்தியப்படும் நிலை உருவாக்கப்பட வேண்டும்!

மு.க. காலக்கோடு

1924 ▸ திருக்குவளையில் ஜூன் 3 அன்று பிறந்தார்.

1930 ▸ திருக்குவளை ஆரம்பப் பள்ளியில் சேர்ந்தார்.

1936 ▸ திருக்குவளை உயர்நிலைப் பள்ளியில் ஆறாம் வகுப்பில் சேரச் சென்றபோது வாய்ப்பு மறுக்கப்பட்டதைக் கண்டித்து, எதிரேயுள்ள தெப்பக்குளத்தில் குதித்து உயிரை விட்டுவிடுவேன் என்று தலைமை ஆசிரியருடன் போராட்டத்தில் ஈடுபட்டார்.

1938 ▸ இந்தி எதிர்ப்புப் பேரணியில் பங்கேற்றார். சிறுவர் சீர்திருத்தச் சங்கம், தமிழ்நாடு தமிழ் மாணவர் மன்றம் தொடங்கினார்.

1939 ▸ முதல் சொற்பொழிவு, 'நட்பு' என்ற தலைப்பில்.

1942 ▸ 'முரசொலி' பத்திரிகையைத் தொடங்கினார். 'திராவிட நாடு' பத்திரிகையில் இவருடைய 'இளமைப்பலி' கட்டுரை வெளியானது. அண்ணாவைச் சந்தித்தார்.

1944 ▸ திருவாரூர் தமிழ்நாடு தமிழ் மாணவர் மன்றம் என்னும் அமைப்பை உருவாக்குகிறார். கருணாநிதி - பத்மா திருமணம் நடந்தது.

1945 ▸ புதுவையில் நடந்த திராவிடர் கழக மாநாட்டில் பங்கேற்கச் சென்றவர் காங்கிரஸாரால் கடுமையான தாக்குதலுக்குள்ளாக்கப்பட்டு, சாக்கடைக்குள் வீசப்பட்டார். பெரியார் தனது 'குடியரசு' வார இதழின் துணை ஆசிரியர் பொறுப்பில் இவரை அமர்த்தினார்.

1947 ▸ திரையுலகில் 'ராஜகுமாரி' படத்தின் மூலம் வசனகர்த்தாவாக அடியெடுத்துவைத்தார்.

1948 ▸ முதல் மனைவி பத்மாவின் மறைவையடுத்து தயாளுவுடன் திருமணம் ஆனது.

1949 ▸ திமுக பிறக்கிறது. பெரியாரிடமிருந்து பிரிந்த அண்ணாவின் வழியில் நின்றார்.

1951 ▸ மதுரையில் நடந்த பொதுக்குழுவில், திமுகவின் முதல் மாநாட்டுக்கு விளம்பரம் மற்றும் கலை நிகழ்ச்சிச் செயலாளராகத் தேர்வு.

1952 ▸ கருணாநிதியின் வசனத்தில் 'பராசக்தி' வெளியாகிறது.

1953 கல்லக்குடி போராட்டம். ஆறு மாதச் சிறைத் தண்டனை.

1955 கோபாலபுரம் வீட்டை வாங்கிக் குடியேறுகிறார்.

1957 குளித்தலை தொகுதியின் சட்டமன்ற உறுப்பினராகிறார். முதல் வெற்றி. வயது 33.

1959 சென்னை மாநகராட்சித் தேர்தல் பணிக் குழுத் தலைவராகிறார். பெரும் வெற்றி. சென்னை மாநகராட்சியில் திமுக அமர்ந்ததற்குப் பரிசாக, அண்ணாவிடமிருந்து கணையாழி பெறுகிறார்.

1960 திமுகவின் பொருளாளர் ஆகிறார்.

1962 தஞ்சாவூர் தொகுதியின் சட்டமன்ற உறுப்பினர். எதிர்க்கட்சித் துணைத் தலைவராகிறார்.

1963 இந்தித் திணிப்பு எதிர்ப்புப் போராட்டக் குழுத் தலைவர்.

1964 சென்னை தேனாம்பேட்டையில் 'அன்பகம்' கட்டிடத்தைக் கட்சிக்குச் சொந்தமாக்கினார்.

1965 குடியரசுத் தினத்தைத் துக்க தினமாகக் கொண்டாடச் சொன்னதால், தேசியப் பாதுகாப்புச் சட்டத்தின் கீழ் கைது; பாளையங்கோட்டைச் சிறையில் அடைப்பு.

1966 கருணாநிதி - ராஜாத்தி திருமணம்.

1967 தொழுப்பேட்டில் நடந்த விபத்து அவரது தீராத கண் வலிக்குக் காரணமானது. சைதாப்பேட்டை தொகுதியின் சட்டமன்ற உறுப்பினர். ஆட்சியைக் கைப்பற்றியது திமுக. அண்ணாவின் அமைச்சரவையில் பொதுப்பணித் துறை அமைச்சராகிறார்.

1968 போக்குவரத்துத் துறை அமைச்சர். தனியார் பேருந்துகள் அரசுடமையாக்கம்.

1969 அண்ணாவின் மறைவையடுத்து முதல்வராகிறார். திமுக தலைவராகவும் தேர்வு. 'மாநில சுயாட்சி'யைக் கையில் எடுக்கிறார். மத்திய-மாநில உறவுகளை ஆராய ராஜமன்னார் குழுவை அமைத்தார்.

1970 தொண்டர்களை முதன்முறையாக 'உடன்பிறப்பே' என்று குறிப்பிட்டு, எழுதவும் பேசவும் தொடங்கினார். தமிழ்நாட்டுக்கு தனிக்கொடி கேட்டு மாதிரிக் கொடியை அறிமுகப்படுத்துகிறார். முதல் அயல்நாட்டுப் பயணம். 'நீராரும் கடலுடுத்த' பாடலை தமிழ்த்தாய் வாழ்த்தாக்கினார்.

1971 சட்டமன்றத் தேர்தலில் வென்று மீண்டும் முதல்வராகிறார். அமெரிக்காவில் கண் சிகிச்சை பெற்றார். நில உச்ச வரம்புச் சட்டத்தைக் கொண்டுவருகிறார்.

1972 திமுகவிலிருந்து பிரிந்து அதிமுகவைத் தொடங்குகிறார் எம்ஜிஆர்; பிரதான எதிரி என்ற இடத்திலிருந்து காங்கிரஸுக்குப் பதில் அதிமுகவை எதிர்கொள்ளத் தொடங்குகிறார் மு.க.

1973 தமிழகத்தில் கை ரிக்ஷாக்களை ஒழித்து, சைக்கிள் ரிக்ஷாக்களை அறிமுகப்படுத்துகிறார். சென்னையில் அண்ணா மேம்பாலம் திறப்பு.

1974 மாநில சுயாட்சித் தீர்மானத்தைச் சட்டமன்றத்தில் முன்மொழிகிறார்.

1975 நெருக்கடிநிலை அமலாக்கத்துக்கு எதிராகத் தீர்மானம் நிறைவேற்றுகிறார். அடக்குமுறை ஆட்சிக்கு எதிரான போராட்டம் தொடங்குகிறது.

1976 திமுக ஆட்சி கலைக்கப்படுகிறது.

1977 ஆட்சியைக் கைப்பற்றியது அதிமுக. முதல்வராகிறார் எம்ஜிஆர். எதிர்க்கட்சித் தலைவராகிறார் மு.க.

1978 திமுக தலைவராக மீண்டும் தேர்வு. மீண்டும் இந்தித் திணிப்பு எதிர்ப்புப் போராட்டம்.

1979 பிற்படுத்தப்பட்டோருக்கான இடஒதுக்கீட்டில், எம்ஜிஆர் கொண்டுவந்த பொருளாதார உச்சவரம்பை எதிர்த்துக் கடும் போராட்டம்.

1980 திமுக - காங்கிரஸ் கூட்டணி. பெரும் வெற்றி. அதிமுக ஆட்சி கலைக்கப்படுகிறது. சட்டமன்றத் தேர்தலில் அதிமுக மீண்டும் வெற்றி. மீண்டும் எதிர்க்கட்சித் தலைவராகிறார் மு.க.

1981 அதிமுக ஆட்சியை எதிர்த்து நாடெங்கும் போராட்டம்.

1982 திருச்செந்தூர் சுப்பிரமணியப் பிள்ளை கொலைக்கு நீதி கேட்டு நெடும் பயணம்.

1983 இலங்கை இனப் படுகொலைகளைக் கண்டித்து சட்டமன்ற உறுப்பினர் பதவியிலிருந்து விலகினார்.

1984 மேலவை உறுப்பினர் ஆனார். மேலவையின் எதிர்க்கட்சித் தலைவராகவும் பணியாற்றினார். விரைவிலேயே சட்டமன்றத்துக்கும் தேர்தல் வந்தது. கருணாநிதி போட்டியிடாத ஒரே சட்டமன்றத் தேர்தல் இதுதான்.

1985 ஈழத்தமிழர் ஆதரவுப் போராட்டத்தில் தீவிரம். டெஸோ தொடக்கம்.

1986 மேலவையைக் கலைத்தார் முதல்வர் எம்ஜிஆர். கருணாநிதியின் பதவியும் பறிபோனது.

1987 கட்சித் தலைமையகம் 'அறிவாலயம்' திறப்பு விழா கண்டது.

1989 துறைமுகம் தொகுதியிலிருந்து சட்டமன்ற உறுப்பினர் ஆகிறார். மூன்றாவது முறையாக முதல்வர் பதவியேற்றார். இந்தியாவிலேயே முதல் முறையாகப் பெண்களுக்குச் சொத்துரிமைச் சட்டம்.

1990 திமுக ஆட்சி கலைக்கப்படுகிறது.

1991 ராஜீவ் படுகொலையையொட்டி நடந்த தேர்தலில் பெரும் தோல்வியைச் சந்திக்கிறது திமுக. முதல்வராகிறார் ஜெயலலிதா. துறைமுகம் தொகுதியிலிருந்து சட்டமன்றத்துக்குத் தேர்ந்தெடுக்கப்பட்டாலும் பதவி விலகுகிறார்.

1996 சேப்பாக்கம் தொகுதியிலிருந்து சட்டமன்ற உறுப்பினராகிறார். நான்காவது முறையாக முதல்வராகிறார். ஐக்கிய முன்னணியின் உருவாக்கத்தில் முக்கியப் பங்கு வகித்தார்.

1997 நாட்டிலேயே முதன்முறையாகத் தகவல் தொழில்நுட்பக் கொள்கை.

1998 மதுரை மேலக்கோட்டையில் முதல் சமத்துவபுரம் தொடக்கம்.

1999 உலகத் தமிழ் இணைய மாநாட்டினை நடத்தினார். மதுரையில் உழவர் சந்தை தொடங்கப்பட்டது.

2000 கன்னியாகுமரியில் 133 அடி உயர திருவள்ளுவர் சிலை திறப்பு, சென்னையில் டைடல் பூங்கா திறப்பு.

2001 ஆட்சியை மீண்டும் அதிமுகவிடம் பறிகொடுக்கிறார். சேப்பாக்கம் தொகுதியின் சட்டமன்ற உறுப்பினராகிறார். ஜூன் 30 நள்ளிரவில் கைதுசெய்யப்பட்டது நாட்டையே உலுக்குகிறது.

2004 மன்மோகன் சிங் அமைச்சரவையில் இடம்பெறுகிறது திமுக. தமிழகத்துக்கு 12 மத்திய அமைச்சர்களைப் பெற்றுத்தந்தார்.

2006 சேப்பாக்கம் தொகுதி சட்டமன்ற உறுப்பினராகிறார். ஐந்தாவது முறையாக முதல்வராகிறார். வண்ணத் தொலைக்காட்சி வழங்கும் திட்டம், அண்ணாவின் கனவுத் திட்டமான 1 கிலோ அரிசி ரூ.2-க்கு வழங்கும் திட்டம் கொண்டுவரப்படுகிறது. சென்னை மெட்ரோ ரயில் திட்டம் தொடங்கப்படுகிறது.

2009 மீண்டும் மத்திய அமைச்சரவையில் திமுகவுக்கு இடம் பெற்றுத்தந்தார். தமிழகத்தின் முதல் துணை முதல்வராக ஸ்டாலினை ஆக்கினார். கலைஞர் காப்பீட்டுத் திட்டம் தொடங்கப்பட்டது. முதுகுத் தண்டுவட அறுவைச் சிகிச்சை செய்துகொள்கிறார். சக்கர நாற்காலியைப் பயன்படுத்தலானார்.

2010 சென்னையில் அண்ணா நூற்றாண்டு நினைவு நூலகம் திறப்பு. இதே ஆண்டில் திறக்கப்பட்ட புதிய சட்டமன்றக் கட்டிடம் திறப்புப் தற்போது அது பல்நோக்கு மருத்துவமனையாகச் செயல்பட்டுவருகிறது. உலகத்தமிழ் செம்மொழி மாநாடு நடத்தப்படுகிறது.

2011 ஆட்சியை மீண்டும் அதிமுகவிடம் பறிகொடுக்கிறார். திருவாரூரிலிருந்து சட்டமன்ற உறுப்பினராகிறார். இம்முறை பிரதான எதிர்க்கட்சி எனும் இடத்தையும் திமுக இழக்கிறது.

2016 திருவாரூரிலிருந்து சட்டமன்றத்துக்குத் தேர்ந்தெடுக்கப்படுகிறார். திமுக ஆட்சியைக் கைப்பற்றவில்லை என்றாலும், அதிகமான தொகுதிகளை வென்று வலுவான எதிர்க்கட்சி ஆகிறது. அக்டோபரில் உடல்நிலை பாதிப்பு. மூச்சுப் பிரச்சினை காரணமாக ட்ரக்கியாஸ்டமி சிகிச்சை.

2017 சட்டமன்றத்தில் 60 ஆண்டுகள் நிறைவு.

2018 திமுக தலைவராக 50-வது ஆண்டில் அடியெடுத்துவைத்தார். வயது முதிர்வு, மூச்சுப் பிரச்சினை, சிறுநீரகத் தொற்று காரணமாக சென்னை காவேரி மருத்துவமனையில் அனுமதிக்கப்பட்டவர் ஆகஸ்ட் 7 மாலை 6.10 மணிக்குக் காலமானார்.

எப்போதெல்லாம் மாநிலங்கள் உரிமை பாதிக்கப்படுகிறதோ
அப்போதெல்லாம் மக்கள் அண்ணாதுரையின்
நினைவைப் பெறுகிறார்கள். அங்கு திமுக தோன்றுகிறது...
கூட்டாட்சி முறையை ஒற்றையரசு ஆக்கும்
முயற்சிக்கான எதிர்ப்பின் ஈட்டிமுனை திமுக!

- அண்ணா

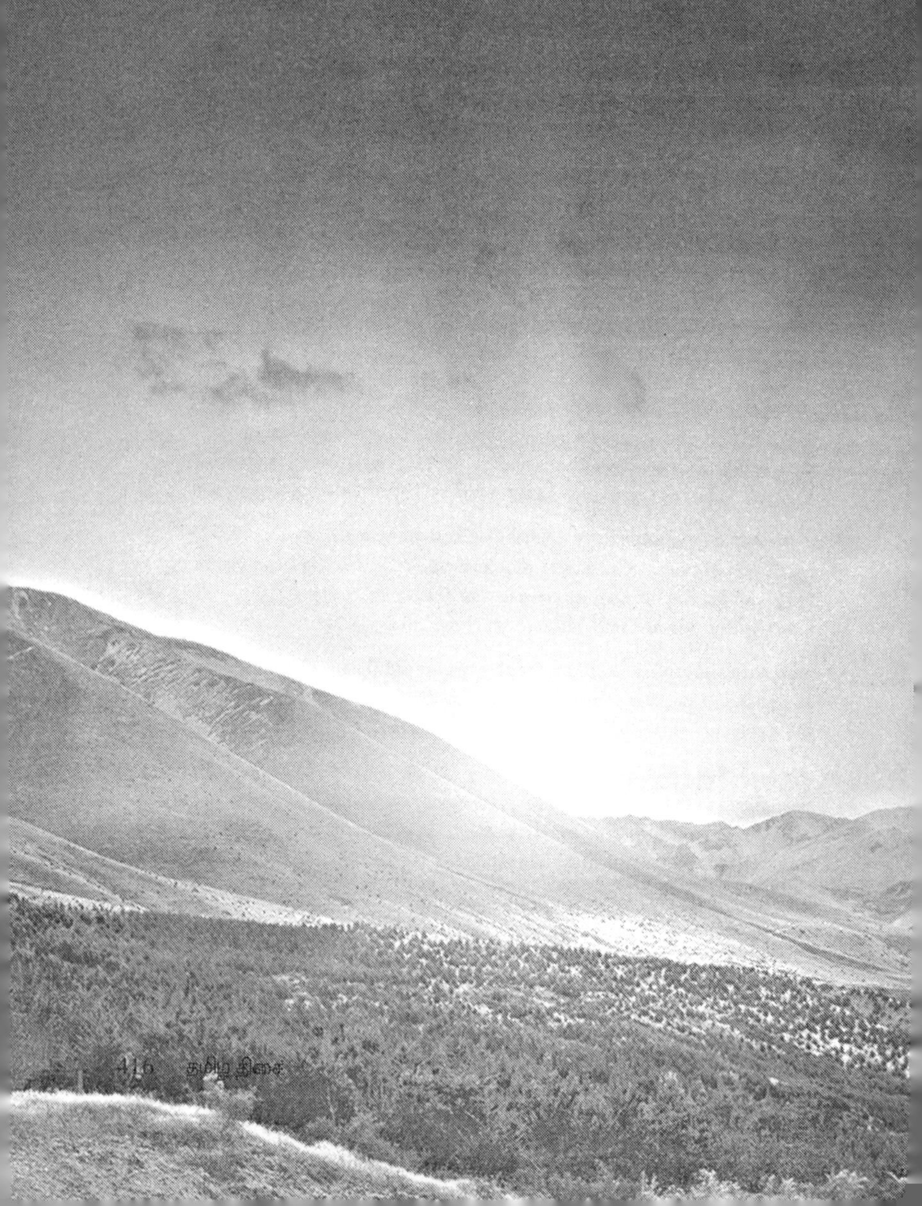